திராவிடத்தின்

மூன்று முகம்

ஜெகாதா

சத்யா

Title
Dravidathin Moondru Mugam
Jakatha

ISBN: 978-93-6666-181-0
Title Code : Sathyaa - 110

நூல் தலைப்பு
திராவிடத்தின் மூன்றுமுகம்

நூல் ஆசிரியர்
ஜெகாதா

முதற்பதிப்பு
அக்டோபர் 2024

விலை : ₹ 500

பக்கம் : 317

Printed in India

Published by

Sathyaa Enterprises
No.134, First Floor,
Choolaimedu high road, Choolaimedu,
Chennai - 600 094.
044 - 4507 4203

Email
sathyaabooks@gmail.com

உள்ளே...

1. திராவிட சித்தாந்தத்தின் மூன்று அறிவாயுதங்கள் — 5
2. வர்ணாஸ்ரம யுத்த களத்தில் பெரியார் — 15
3. ஆலயங்களுக்கு எதிரானவரா பெரியார்? — 25
4. ஈ.வெ.ராமசாமிப் பெரியார் ஆனார்! — 37
5. கள்ளுக்கடை மறியல் போராட்டம் — 42
6. சுதந்திர தினம் கருப்பு தினமா? — 45
7. நீதிக்கட்சி திராவிடர் கழகமானது — 49
8. குலக்கல்வித் திட்டத்துக்கு எதிராக பெரியார் முரசு — 57
9. கோயில்களில் வர்ணாசிரம தர்மம் — 66
10. அய்யா தமிழைக் காப்பாற்றுங்கள்! — 75
11. அரசியல் மணி எனும் மணியம்மை — 79
12. வைக்கம் போராட்டம் — 85
13. காமராஜர் கொலை முயற்சி சரித்திரம் — 89
14. ஐந்து பெரும் பிரிவுகளாக திராவிட மொழிகள் — 92
15. சித்தர்கள் ஏன் பிராமணர்களை எதிர்த்தனர்? — 96
16. திராவிடம் போற்றிய சமூக நீதிப்பாதை — 107
17. பெரும்பான்மை பறவை காகம் தானே! — 112
18. சட்டமியற்றும் அதிகாரம் பெற்றதா சட்டமன்றம்? — 118
19. எங்கும் தமிழ் எதிலும் தமிழ் — 125
20. அறிவுலகின் திறவுகோல் தந்தை பெரியார்! — 128
21. அண்ணா சாலையில் கருணாநிதியின் சிலை — 138
22. சமூக நீதிக்கான சரித்திர நாயகர் — 144
23. ஒரு பண்பாட்டின் குறியீடு அண்ணா! — 148
24. அண்ணா மூட்டிய திராவிடத் தீ! — 158
25. இந்தி எதிர்ப்பும் திராவிடமும் — 165

26. திராவிடக்கழக வாரிசு யார்?	172
27. கடமை - கண்ணியம் - கட்டுப்பாடு	177
28. நீதிக்கட்சியிலிருந்து ஆட்சிக் கட்டில் வரை	181
29. அனல் பறக்கும் அண்ணாவின் பேருரைகள்	188
30. அண்ணா சந்தித்த ஆரம்பக்கட்ட தேர்தல்கள்	197
31. ஆட்சிக் கட்டிலில் அண்ணா	201
32. நாவன்மையும் எழுத்து வன்மையும்	205
33. பெரியாரை மறவாத பேரறிஞர் அண்ணா	210
34. கூட்டாட்சியும் கூட்டணியாட்சியும்	221
35. திராவிடத்தின் திட்டவட்டமான மாற்றுப் பாதை	226
36. அய்யங்காரை அதிர்ச்சியூட்டிய சம்பவம்	235
37. கலைஞரை வசீகரித்த நூல்	238
38. கலைஞரின் பிரச்சார யுத்திகள்	241
39. இளமைப் பலியும் இலக்கிய வாழ்வும்	245
40. முஸ்லீம் லீகும் திராவிட இயக்கமும்	254
41. தமிழ்நாடு சட்டமன்றமும் திராவிட சித்தாந்தமும்	257
42. மாநில சுயாட்சியும் கொடி உரிமையும்	260
43. யார் முதல்வர் வேட்பாளர்?	266
44. என் உயரம் எனக்குத் தெரியும்	272
45. பெரியாரின் நெஞ்சில் தைத்த முள்	277
46. ஐந்து முறை முதலமைச்சர்	279
47. தி.மு.க.வுக்கு சோதனைக் காலம்	283
48. அண்ணா அறிவாலயம் கலைஞரின் உயிராலயம்	290
49. நான் கலந்து கொள்ளும் கடைசி நிகழ்ச்சி	293
50. திராவிடக் கலைஞரின் கலையும் இலக்கியமும்	296
51. அன்பகமும் எம்.ஜி.ஆர். அரசும்	308
52. கலைஞரின் சமூக நீதியைத் தொடரும் ஸ்டாலின்	310
53. உடன்பிறப்புக்களின் உயிரினும் மேலானவர்	315

1
திராவிட சித்தாந்தத்தின் மூன்று அறிவாயுதங்கள்

பெரியார் - அண்ணா - கலைஞர் இம் மூவரும் சமூக நீதியை மிக நுட்பமாக கையாண்டார்கள் என்பது யாவரும் மறுக்க முடியாத வரலாறு.

தமிழ்நாடு மாநிலமானது, "திராவிட சித்தாந்தம்" எனப்படும் தனித்துவமான அரசியல் மற்றும் கலாச்சார இயக்கத்துடன் நீண்ட காலமாகத் தொடர்புடையது.

இந்தியாவின் தென் மாநிலங்களில் கருத்தாதிக்கம் செலுத்திக் கொண்டிருக்கும் ஆரிய - திராவிட பிரிவினைவாத அரசியலின் தலைமைக்கு மூன்று ஆளுமைமிக்க செல்வாக்குப் பெற்ற தலைவர்கள் தடம் பதித்துள்ளனர்.

பெரியார் - அண்ணா - கலைஞர் ஆகியோர் தமிழகத்திற்கு திராவிட மரபு என்ற வாளும் கேடயமுமாக வழிகாட்டி பாதுகாப்பு தந்துள்ளனர்.

அண்ணாவின் அரசியலை ஒதுக்கி வைத்து விட்டு தமிழக அரசியலில் எதையும் நினைத்துக் கூட பார்க்க முடியாது. திராவிடம் என்ற கொள்கையை தமிழர்களின் டி.என்.ஏ. வரை கொண்டு சென்றவர் அறிஞர்

அண்ணா.

1962ல் ராஜ்ய சபாவில் தி.மு.க. சார்பாக அறிஞர் அண்ணா முதன் முதலில் பேசியபோது குறிப்பிட்ட வாசகம்தான், "I belong to the Dravidian stock"

அறிஞர் அண்ணா தனது ராஜ்யசபா உரையில், "இந்தியாவின் ஒரு பகுதியாக இருக்கும் திராவிட நாட்டில் இருந்து வந்து இருக்கிறேன். நான் திராவிட இனத்தைச் சேர்ந்தவன். என்னை திராவிடன் என்றே அழைப்பேன். என்னை திராவிடன் என்று அழைப்பதில் நான் பெருமை கொள்கிறேன்."

இதன் அர்த்தம், நான் வங்காளிகளுக்கோ, மகாராஷ்டிர மக்களுக்கோ, குஜராத்திகளுக்கோ எதிரானவன் என்பது இல்லை என்று முழங்கினார்.

திராவிட இயக்கத்திற்கு விதை விதைத்தவர் தந்தை பெரியார். அதை நல்ல நாற்றாக பாதுகாத்தவர் பேரறிஞர் அண்ணா. அதனை செறிந்த மரமாக வளர்த்தெடுத்தவர் கலைஞர்.

இந்த முத்தான மூன்று முகங்கள்தான் நூற்றாண்டைக் கடந்து திராவிட இயக்கத்தை வரலாற்றில் முத்திரை பதிக்கச் செய்துள்ளனர்.

இந்த மூன்று முகங்கள்தான் நூறாண்டுகளில் தமிழ் மக்களின் வாழ்விலும் சிந்தனையிலும் பெரும் தாக்கத்தையும் மாறுதல்களையும் ஏற்படுத்தி யவர்கள்.

தமிழக வரலாற்றில் தமிழக மக்களுக்காக எழுபது ஆண்டுகள் எழுதியவர் பேசியவர் என்றால் அது கலைஞர் ஒருவர்தான்.

எந்த வகையில் பார்த்தாலும் இருபதாம் நூற்றாண்டினுடைய வரலாற்றை எழுதும்போது குறிப்பாக அதன் இரண்டாவது பகுதி வரலாற்றையும் இருபத்தியோராம் நூற்றாண்டினுடைய முதல் பதினைந்து ஆண்டு கால வரலாற்றை எழுதும்போது கலைஞர் அவர்களைத் தவிர்த்து இந்திய நாட்டின் வரலாற்றை எழுத முடியாது.

1967ல் இருந்து பெரியார் தாம் மறைந்த 1973 வரை அண்ணாவின் ஆட்சி, கலைஞரின் ஆட்சி, தி.மு.க என்ற அமைப்பு ஆகியவற்றுக்கு காவல் அரணாகவே இயங்கி வந்தார் பெரியார்.

தனித்தமிழ்நாடு கேட்டுக் கொண்டிருந்த பெரியார், அதே போராட்டக் காலத்திலேயே, அந்த போராட்டக் களத்திலேயே தி.மு.க. வையும் மிகப்பெரும் ஆதரவு சக்தியாகக் கருதினார். தி.மு.க.வையும், அக்கட்சியின் ஆட்சியையும் பாதுகாப்பதிலும் கவனமாக இருந்தார்.

தரிசாகக் கிடந்த தமிழ்நிலத்தில் பகுத்தறிவுக் கொள்கைகளை விதைத்தவர் பெரியார். திராவிட இயக்கத்தின் வரலாற்று நாயகர்களாக தன்னிகரற்ற தலைவர்களாக விளங்கியவர்கள் மூவர். தந்தை பெரியார், பேரறிஞர் அண்ணா, முத்தமிழறிஞர் கலைஞர் ஆகியோர்.

பகுத்தறிவுக் கொள்கைகளை உணர்விலே ஏற்று எழுத்தாலும், பேச்சாலும் செயல் வடிவம் தந்து கொண்டிருப்பவர் கலைஞர்.

சிந்தனையாளன் என்பவன் தன்னைக் கேள்விகளால் துளைத்தே செதுக்கிக் கொள்கிறான் என்பார் பிளாட்டோ. நேர்மையாக இருந்து சாவது, நேர்மையின்றி வாழ்வதை விட மேலானது என்பார் சாக்ரடீஸ்.

தந்தை பெரியார் கலைஞரைப் பற்றிக் குறிப்பிடும்போது கருணாநிதி அவர்கள் இராச தந்திரம் மிக்கவர். இந்த நாடு சிக்கல் ஒழுக்கம், நாணயம், நேர்மை ஆகியவற்றைப் பற்றிக் கவலைப்படாத மக்கள் உள்ள நாடு. இந்த நாட்டின் மிகச் சிக்கலான பிரச்சனைகளையெல்லாம் மிக்க அறிவுத் திறன் காரணமாக தீர்த்து வருகிறார் கருணாநிதி அவர்கள் என்பார் தந்தை பெரியார்.

திராவிட நாடு கோரிக்கையால் அன்றைய மாநில அரசான காங்கிரஸை எரிச்சலுக்குள்ளாக்கியவர் அண்ணா. இந்தி எதிர்ப்பு போராட்டம் தமிழகத்தில் கொழுந்து விட்டு எரியக் காரணமானவர் அண்ணா. மற்ற எந்த மாநிலத்தை விடவும் தமிழகத்தில் மாணவர்களும், இளைஞர் பட்டாளமும் இந்தி எதிர்ப்பு போரில் தங்கள் உயிரையும் துச்சமென மதித்து மத்திய அரசுக்கு எதிரான போரில் முன் நின்றனர்.

இந்த எழுச்சிக்கு வடிவம் கொடுத்தது அன்றைய அண்ணாவின் தலைமை யிலான தி.மு.கழகம்.

தொடர்ந்து மத்திய அரசுக்கு எதிரான முழக்கங்களை தி.மு.க. வெளி யிட்டு வந்த நேரத்தில் தி.மு.கழகம் திராவிட நாடு கோரிக்கையை எழுப்பியது.

அதன் தளகர்த்தர்கள் அதற்கு ஆதரவான வாதங்களுடன் தமிழக மேடைகளில் முழங்கினர்.

தி.மு. கழகத்தின் இந்த திராவிட நாடு கோரிக்கையை எரிச்சலுடன் அணுகிய நேரு, தி.மு.கழகம் பிரிவினையை ஊக்குவிப்பதாகக் கூறி தி.மு.க.வை தடை செய்யும் முயற்சியில் சட்டரீதியாக வழிகளை முன்னெடுத்தது.

இந்த விவகாரத்தை அண்ணா எப்படி சாதுர்யமாக கையாண்டு தி.மு.க. வின் ஆயுளை நீட்டித்தார் என்பதை வரலாறு அறியும்.

பெரியாரின் பேரன்புக்கு பாத்திரமானவர் கலைஞர். பெரியார் தலைமை யினை ஏற்று நானும் அவருடனே ஆயிரத்துத் தொள்ளாயிரத்து முப்பத் தெட்டில் ஆரூரில் மாணவனாய் இருந்தபோதே இணைந்து விட்டேன் என்று கலைஞர் ஒரு கவிதையில் குறிப்பிடுகிறார்.

இப்படிச் சுயமரியாதை கொள்கையினால் ஈர்க்கப்பட்டு தம் இயக்கத்தில் இணைந்த கலைஞரை தந்தை பெரியார், தாயன்போடும் முழுப்பரி வோடும் நடத்தினார். அவ்வளவிற்கு கலைஞர் பெரியாரின் பேரன்புக்கு பாத்திரமானார்.

புதுவையில் கலைஞர் எதிரிகளால் தாக்கப்பட்ட போது தந்தை பெரியார் அவருக்கு தம் கையால் மருந்திட்டதாகக் கலைஞர் பூரிப்புடன் குறிப்பிடு வார்.

இவ்வாறு வரலாற்று நாயகர் பெரியாரின் தனி கவனத்துக்குரியவராய் கலைஞர் தொடக்க காலத்திலேயே முக்கியத்துவம் பெற்றிருக்கிறார்.

அன்று முதல் இன்று வரை தந்தை பெரியாரின் பகுத்தறிவு சமதர்மக் கோட்பாடுகளில் உண்மையான ஈடுபாடும், விட்டுக் கொடுக்காத தன்மை யும் உடையவராய் விளங்குகிறார் கலைஞர்.

வைக்கம் சத்தியாகிரகத்தில் உழவர் உரிமை நிலைநாட்டப்பட்ட பிறகே ஈரோடு திரும்பினார் பெரியார்.

சாதி ஒழிப்பும் சமத்துவ வேட்கையும் நோக்கமாகக் கொண்ட அனைத்துச் சாதியினரும் அர்ச்சகராகலாம் என்ற சட்டத்தை முதல்வராக இருந்த போது பெரியாரின் சீடரான கலைஞர் நிறைவேற்றினார்.

திராவிடர் கழகத்திலிருந்து அதைவிடத் தீவிரமாகத் தொண்டாற்ற வேண்டுமென்ற கொள்கையோடு அண்ணா, கலைஞர், நாவலர் முதலானோர் பிரிந்து சென்று தி.மு.கழகத்தினை ஏற்படுத்தினார்கள். கலைஞர் அவர்கள் சுயமரியாதை இயக்கத்தில் தொண்டராக இருந்து தனது தொண்டினால் தலைவரானார் என்பதோடு திராவிட முன்னேற்றக் கழகத்தில் அண்ணாவுக்கு அடுத்தபடியாக இருந்தவர் கலைஞர்.

"நான் ஈரோட்டுப் பள்ளியில் பயின்றவன். நான் பெரியாரிடம் பயிற்சி பெற்று உருவானவன். நான் பெரியாரின் கொள்கைகளை அவரே சொல்லக் கேட்டு தெளிவு பெற்றவன். பெரியாரின் சிந்தனைகளே என் மூச்சும் பேச்சும் செயலுமாய் வாழ்பவன். பெரியார் ஓர் இமயம். பெரியார் ஒரு இயக்கம். பெரியார் ஒரு நூற்றாண்டு முந்திப் பிறந்து விட்ட மாமனிதர்" என்று எப்போதும் புகழாரம் சூட்டுவார் கலைஞர்.

பெரியாரின் மூளை பலம்தான் இன்றைய சமுதாய முற்போக்கு சிந்தனைகளின் மூலபலம். மக்களைப் பற்றியே சிந்தித்து மக்களுக்காகவே வாழ்ந்த தன்னலமற்ற, பற்றற்ற மாமனிதர் அவர். எனவேதான் அவர் பெரியார். இத்தகைய மாண்புடைய பெரியாரின் குருகுலத்தில் தான் கலைஞர் பயின்றதனால் இத்தகைய சிறப்புக்குரியவரானார்.

தந்தை பெரியார் பொது வாழ்வில் ஈடுபட்ட நாள் முதலாய் வலியுறுத்தி வந்த கொள்கைகளில் தலையாயது சுயமரியாதை ஆகும். பொருளாதார ஏற்றத்தாழ்வால் முதலாளித்துவச் சமூக அமைப்பால் நம் சுயமரியாதை பாழ்படுகிறது என்பதைத் தெளிந்து அறிவித்து தமிழருக்கு விழிப்புணர்ச்சி யூட்டியவர் பெரியார்.

அவருடைய அரசியல், பொருளாதார, சமூகவியல் கொள்கைகள் அனைத்தும் இந்தச் சுயமரியாதை அச்சிலேயே சுழன்று வந்தன.

1925ல் காங்கிரஸ் கட்சியை விட்டு தந்தை பெரியார் வெளியேறிய நாளே சுயமரியாதை இயக்க உதய நாள் என்று கொள்ளப்படுகிறது.

இந்தச் சுயமரியாதை இயக்கத்தில் இணைந்தவர்களே தமிழகத்தில் மிகப் பெரும் எழுத்தாளராய், பேச்சாளராய் அரசியல்வாதிகளாய் பின்னாளில் பரிணமித்தார்கள்.

பெரியாரையும் அம்பேத்கரையும், சமூக சீர்திருத்த நாணயத்தின் இரு பக்கங்களாகக் கருதலாம்.

தீண்டாமை மற்றும் தலித்துகளுக்கு அளிக்கப்படும் சிகிச்சைக்கு எதிராக காந்தி கடுமையாக பிரசங்கித்தபோது, சாதி வேறுபாடுகளை வளர்க்கும் அமைப்பு குறித்து அவர் அமைதியாக இருந்தார்.

அம்பேத்கர் மற்றும் பெரியார் இருவருமே சாதிகளை அதன் பிழைப்புக் காக பயன்படுத்துகிறார்கள். ஏனெனில் வேதங்களும், புராணங்களும் சமூகத்தில் முரண்பாடுகளை வளர்க்கின்றன என்ற ஒத்த கருத்தினை கொண்டு யோசித்தார்கள்.

இந்து மதம் என்பது சாதிகளின் தொகுப்பு மட்டுமே என்றும் இந்துக் கடவுள்களை விமர்சிக்கவும் அவர்களைக் கண்டிக்கவும் அவர்கள் தயங்கவில்லை.

பெரியாரும் அம்பேத்கரும் பிராமணீயம் மற்றும் சதுர்வர்ண (நான்கு சாதிகள்) என்ற பிராமண வரிசையை கடுமையாக விமர்சித்தார்கள். இதில் ஆச்சர்யம் என்னவென்றால் இவர்களின் வெறுப்பு அமைப்புடன் மட்டுமே இருந்தது. தனிமனித அடித்தளத்தை ஊடுருவவில்லை.

அம்பேத்கர் ஒரு பிராமணப் பெண்ணை மணந்தபோதும், சி.ராஜ கோபாலாச்சாரிக்கு எதிராக அரசியல் ரீதியாகவும், கருத்தியல் ரீதியாகவும் போராடும்போது பெரியார் அவருடன் தனிப்பட்ட நட்பை பேணி மதித்தபோது இது தெளிவாகத் தெரிந்தது.

பெரியார் தனது அறப்போராட்டத்தை தென் மாகாணத்தில் செய்தார். அம்பேத்கர் மகாராஷ்டிராவில் நடத்தினார்.

இருவரும் தங்கள் தனிப்பட்ட அளவில் சாதி உணர்வுகளைக் கண்டித்து சமூகத்தின் முன்னேற்றத்திற்காக தீவிரமாக பாடுபட்டனர்.

பெரியார் பல முறை கூறியுள்ளார் : "நான் எந்த மதத்திற்கும் ஏஜென்டோ அடிமையோ இல்லை. அன்பு அறிவு என்ற கருத்துக்களுக்கு மட்டுமே நான் கட்டுப்பட்டிருக்கிறேன்."

அம்பேத்கரும் இதே போன்ற கருத்துக்களை கொண்டிருந்தார். தீண்டத் தகாதவர்களின் விடுதலைக்காக மட்டுமல்லாமல் சமத்துவ சமுதாயத்திற் காகவும் பாடுபட்டார்.

சாதீய அநீதியை சரி செய்ய முடியாது என்று அம்பேத்கர் உணர்ந்த போது அவரது ஆதரவாளர்களும் அக்டோபர் 1956ல் நாக்பூரில் புத்த மதத்தைத் தழுவினர். அம்பேத்கர் பௌத்த மதத்தை தழுவும்போது பெரியார் அந்தக் கருத்தை கடுமையாக எதிர்த்தார்.

மேலும் அவர் மற்றொரு மதத்தை தழுவினால் தனது சொந்த மதத்தில் உள்ள குறைகளை வெளிப்படுத்த முடியாது என்றும் சீர்திருத்தங்களைத் தொடர முடியாது என்றும் கூறினார்.

இந்த நாட்டின் ஒவ்வொரு குடிமகனுக்கும் சமூகநீதி வழங்கவும், சாதியை ஒழிக்கவும் தங்கள் வாழ்நாள் முழுவதும் உழைத்த பெரியார், அம்பேத்கர் ஆகிய இரண்டு சமூக சீர்திருத்தவாதிகளும் முறையே பிற்படுத்தப்பட்டோர் மற்றும் தலித்துகளின் தலைவர்கள் என்று திட்டமிட்டு முத்திரை குத்தப்பட்டுள்ளனர்.

தமிழ்நாட்டில் பெரியாரும் திராவிட இயக்கமும் தலித்துகளின் நலனுக்காக பங்களிக்கவில்லை என்றும், அவர் தனது சீர்திருத்தங்களை பிற்படுத்தப்பட்ட வகுப்பினருக்கே மட்டுப்படுத்தினார் என்றும் சிலர் கூறுகிறார்கள்.

தமிழ்நாட்டின் சமூக வரலாற்றைக் கூர்ந்து கவனித்தால் பெரியாரும் அவரது இயக்கமும் உண்மையான காரணத்தைக் கண்டறிந்து அதற்கு எதிராகப் போராடி ஒட்டுமொத்த சமுதாயத்துக்கும் உழைத்ததைக் காணலாம்.

பெரியாரிடம் பாடம் படித்ததாலேயே கலைஞரால் இறுதிவரை தான் கொண்ட கொள்கையில் உறுதியாக இருக்க முடிந்தது. அதே சமயம் வாய்ப்பு கிடைத்த போதெல்லாம் பெரியாரது கொள்கைகளை சட்டமாக்கினார் கருணாநிதி. அல்லது அந்த வாய்ப்புகளை உருவாக்கிக் கொண்டே இருந்தார்.

சில நேரம் மக்கள் அவரை எதிர்க்கட்சி வரிசையில் அமர வைத்து அழகு பார்த்தாலும் அப்போதைய ஆட்சியாளர்களையும், பெரியார் கருத்துக்கள்பால் கவனம் ஈர்க்கச் செய்து வருவார்.

அனைத்து சாதியினரும் அர்ச்சகராகலாம், பெண்களுக்கு சொத்துரிமை, சமத்துவபுரம் என்பதெல்லாம் பெரியார் ஊர் ஊராக முழங்கிக் கொண்டிருந்த சித்தாந்தங்களின் செயல்வடிவம் தானே!

வரலாற்றைப் புரட்டினால் கலைஞர் எந்த இடத்தில் போராளியாக இருக்க வேண்டுமோ அந்த இடத்தில் போராளியாகவும், எந்த இடத்தில் அரசியல்வாதியாக இருக்க வேண்டுமோ அந்த இடத்தில் அரசியல்வாதி யாகவும் இருந்திருக்கிறார். ஆனால் அவை அத்தனையும் தமிழ்நாட்டின் நலனுக்காக இருந்திருக்கிறது.

திராவிட இயக்க கொள்கைகளை முழங்கிக் கொண்டு போராளியாகவும், அரசியல் கட்சித் தலைவராகவும் முதல்வராகவும் கலைஞரால் இருந் திருக்க முடிந்தது என்றால் அது அவர் பெரியார் பாசறை மாணவன் என்ற அடிப்படையைத் தான் ஆதாரமாக கருதுகிறார்.

கலைஞர் ஒரு இயக்க போராளியா அல்லது அரசியல்வாதியா என்ற கேள்வி பலருக்கும் எழுவதுண்டு. தேர்தலில் வெற்றி பெற்று ஆட்சி யமைப்பது என்பது அவ்வளவு சாதாரணமான விசயம் அல்ல. பெருவாரி யான மக்களின் மனங்களைக் கவர வேண்டும்.

நாடறிந்த தியாகிகள் நேர்மையாளர்கள் பலரையும்கூட மக்கள் தேர்தல் என்று வந்தால் கை விட்டுள்ளனர். கலைஞருக்கும் இந்த நிலை பல நேரங் களில் ஏற்பட்டுள்ளது. இருப்பினும் தொடர்ந்து அவர் போட்ட எதிர் நீச்சல் தமிழகத்தை கரை ஏற்றியுள்ளது.

தேர்தல் வாக்குறுதிகளையும் பெரியார் கொள்கைகளையும் தன் இரு கண்களாக கவனத்தில் கொள்வதுடன் அவற்றை நிறைவேற்றுவதிலும் மிகுந்த சாமர்த்தியத்துடன் நடந்து கொள்வார் கலைஞர்.

ஒவ்வொரு காலகட்டத்திற்கும் ஏற்றபடி கவர்ச்சிகரமான இலவசதிட்டங் களை தேர்தலின்போது அறிவிப்பார் கலைஞர். இப்படியான வாக்குறுதிகள் தேர்தல் சமயத்தில் வாக்குகளாக மாறும் என்பதை கலைஞர் உணர்ந்திருந்தார்.

வெற்றி பெற்று ஆட்சியமைத்த பின்னர் இதை நிறைவேற்றுவதோடு நின்று விடமாட்டார் கலைஞர்.

ஆட்சி கையில் வந்தவுடன் சமத்துவபுரம் அமைப்பார். பெண்களுக்கு சொத்தில் சமபங்கு கொடுக்க வேண்டும் என சட்டம் போடுவார். அனைத்து சாதியினரும் அர்ச்சகராகலாம் என சட்டம் இயற்றி சமூக நீதியை நிலை நாட்டுவார். ஆனால் இவை எதுவும் தேர்தல் அறிக்கையில் இடம் பெறாது.

ஒரு வேளை தேர்தல் அறிக்கையில் இதைக் குறிப்பிட்டால் கலைஞரின் சமூக நீதிக் கொள்கைகள் அவருக்கு எதிராகவே திரும்பி யிருக்கும்.

பெண்களுக்கு சொத்துரிமை என்ற சட்டம்தான் இன்று பெண்களின் அரணாக நிற்கிறது. ஆனால் தேர்தல் அறிக்கையில் அது இடம் பெற்றிருந் தால் பெரும்பாலான ஆண்களின் வாக்குகள் அவருக்கு எதிராக திரும்பி யிருக்கும். சாதிகளால் பிளவுண்டு கிடக்கும் சமூகத்தில் பெரியார் நினைவு சமத்துவபுரம் பற்றி தேர்தல் சமயத்தில் பேச முடியுமா?

ஆனால் வெற்றி பெற்று ஆட்சிக்கு வந்ததும் அதைச் செய்து காட்டி தமிழகத்தை பெரியாரின் சமூகநீதிப் பாதையில் வளர்ச்சிப் பாதையில் அழைத்துச் செல்லும் வழக்கத்தை கொண்டிருந்தார். அதனால்தான் கலைஞர் சொன்னதைச் செய்வோம். சொல்லாததையும் செய்வோம் என்று அடிக்கடி கூறுவார்.

பெரியார், அண்ணா ஆகிய இரு பெரும் தலைவர்களின் எண்ண ஓட்டத்தைப் புரிந்து செயல்பட்ட திராவிட இயக்கத் தலைவர்களில் முதன்மையானவராக கலைஞர் விளங்குகிறார்.

தமிழக அரசியல் வரலாற்றில் தனது பேராற்றலாலும் பெரும்பணிகளா லும் அயராத உழைப்பினாலும் ஆற்றல்மிக்க படைப்புகளாலும் தனி முத்திரை பதித்தவர் கலைஞர்.

திராவிட இயக்கமானது இடஒதுக்கீடு கொள்கை, பெண் சமத்துவம், ஒடுக்கப்பட்ட சமூகங்களின் முன்னேற்றம், கல்வி, வேலை வாய்ப்புகளில் அனைவருக்கும் சமவாய்ப்பு உள்ளிட்ட உயர் நெறிகளை நீதிக்கட்சி காலத்திலிருந்து பின்பற்றி டாக்டர் நடேசனார், சர்.பி.டி. தியாகராயர், டாக்டர் டி.எம். நாயர் போன்ற பல பெரும் தலைவர்களை உருவாக் கியது.

தந்தை பெரியார் காங்கிரசிலிருந்து விலகி சுயமரியாதை இயக்கம் கண்டார். 1944ல் திராவிடர் கழகம் என்ற அமைப்பை உருவாக்கி அறிஞர் அண்ணா, கலைஞர், பேராசிரியர் அன்பழகன், நாவலர் நெடுஞ்செழியன் போன்ற இளம் தலைவர்களை உருவாக்கி திராவிடர் இயக்கத்திற்கு அடித்தளம் அமைத்தார் பெரியார். 95 வயது வரை வாழ்ந்து ஒரு மாபெரும் சமூகப் புரட்சியாளராகப் பெரியார் மறைந்தார்.

அறிஞர் அண்ணா பெரும் சிந்தனையாளராக திராவிட முன்னேற்றக் கழகத்தை 1949ல் தோற்றுவித்தவராக, தமிழ்நாடு என்று பெயர் சூட்டியவராக அரசியலில் தனித்தன்மையோடு இயங்கி 1969ல் மறைந்தார்.

அறிஞர் அண்ணா பிரிவினைக் கோரிக்கையை 1961ல் கைவிட்டாலும் மாநிலங்கள் முழு உரிமையோடு இந்திய ஒன்றியத்தில் இணைந்து செயல் பட வேண்டும் என்று விரும்பினார்.

1969ல் அண்ணா மறைந்த பிறகு திராவிட முன்னேற்றக் கழகத்தை கட்டிக் காக்கும் பெரும் சுமை கலைஞருக்கு 45 வயதிலேயே ஏற்பட்டது. ஒரு கட்சியின் தலைவராக 50 ஆண்டுகள் தொடர்ந்து இருந்த சாதனையிலும் உலக நாடுகளின் தலைவர்களை கலைஞர் பின்னுக்கு தள்ளியுள்ளார்.

1969ல் மத்திய - மாநில உறவுகளை ஆவதற்கு நீதிபதி ராஜமன்னார் தலைமையில் குழு அமைத்து அக்குழுவின் பரிந்துரைகளை ஏற்று 1973ல் மாநில சுயாட்சித் தீர்மானத்தை சட்டமன்றத்தில் இயற்றினார்.

இந்தத் தீர்மானத்தை அன்றைய பிரதமர் இந்திரா காந்திக்கு அனுப்பி மாநில உரிமைகளுக்கு வித்திட்ட முதல் முதல்வர் கலைஞர் என்பது அவர் ஆற்றிய அரசியல் பணிகளில் முதன்மையானது என்று குறிப்பிடலாம்.

இன்று மாநிலங்களுக்கு உரிமைகள் வேண்டும் என்று ஆந்திரம் தொடங்கி தில்லி வரை முழக்கங்களைக் கேட்க முடிகிறது. இதற்கு முன்னோடி கலைஞர்தான்.

இந்திய துணைக் கண்ட வரலாற்றில் ஒரு மாநிலத்தின் முதல்வராக 5வது முறை பணியாற்றி 95 அகவையை எட்டி சுயமரியாதை, பகுத்தறிவு, சமதர்ம சமூக நீதி சார்ந்த பொருளியல் கொள்கைகளையும், திட்டங் களையும் தீட்டிய கலைஞர் இந்திய அரசியல் வானில் மங்காமல் உலா வரும் ஒரு ஒளிச்சுடர்.

2
வர்ணாஸ்ரம யுத்த களத்தில் பெரியார்

புராண காலம்தொட்டு இந்த நாட்டில் நடப்பது ஆரிய திராவிடப் போராட்டம் தான் என்று பெரியார் கூறினார் என்றால், அம்பேத்கர் பவுத்தத்திற்கும் பார்ப்பனியத் திற்குமிடையே நடக்கும் போராட்டம் தான் இந்திய வரலாறு என்றார்.

பார்ப்பனர்களின் சமூக அரசியல் ஒடுக்கு முறைகளால் 'சூத்திரர்', 'பஞ்சமர்' நிலைக்குத் தள்ளப்பட்ட மக்களின் சுயமரியாதைக்காகப் போராடிய பெரியார், பாதிக்கப்பட்ட ஒவ்வொரு சமூகப் பிரிவினருக்கும் நீதி கேட்டு காங்கிரசுக்குள்ளும் காங்கிரசிலிருந்து வெளியேறியும் போராடினார்.

'மொழிவழி மாநிலங்கள் குறித்த சிந்தனை' எனும் நூலில் புரட்சியாளர் அம்பேத்கர் வடநாட்டுக்கும் தென்னாட்டுக்கும் உள்ள முரண்பாட்டை மிகக் கூர்மையாக வெளிக் கொணர்ந்து எச்சரித்துள்ளார்.

"இந்தி பேசும் பெரும்பான்மையோரை ஒன்றாக்கி விட்டு தென்னாட்டு மக்களை சிதறடித்திருக்கிறது. மாநிலங்களைப் பிரிக்கும் ஆணையம்,

தென்னாட்டு, வடநாட்டு ஆதிக்கத்தை எப்படி சகித்துக் கொள்ளும்?" என்று கேள்வி எழுப்பியதுடன், அதிலுள்ள ஆபத்துக்களை உரத்த குரலில் அடுக்கடுக்காக எழுப்புகிறார்.

வடக்கு பிற்போக்கானது தெற்கு முற்போக்கானது. வடக்கு மூட நம்பிக்கையில் மூழ்கிக் கிடப்பது. தெற்கு பகுத்தறிவு சிந்தனை கொண்டது. தெற்கு முன்னேறிச் செல்வது, வடக்கு பின் தங்கிக் கிடப்பது, தெற்கின் கலாச்சாரம் நவீனமானது. வடக்கின் கலாச்சாரம் பழமையானது. சுதந்திர இந்தியாவின் முதல் பிரதமர் 1947 ஆகஸ்டு 15ல் எப்படி பதவி ஏற்றுக் கொண்டார்?

காசியிலிருந்து வந்த பார்ப்பனர்கள் யாகம் நடத்தி நாட்டை ஆளப் போகும் பிரதமரிடம், 'ராஜ தண்டத்தை' அளித்து பார்ப்பனர் கையிலிருந்த புனித கங்கை நீரைக் குடித்து தானே பதவியை ஏற்றார்.

இறந்த கணவனை எரியூட்டிய நெருப்பில் அண்மைக் காலங்களில் எத்தனை பெண்கள் உடன்கட்டை ஏற்றப்பட்டிருக்கிறார்கள்? நமது குடியரசுத் தலைவர் காசிக்குப் போய் பார்ப்பனர்களின் கால்களைக் கழுவி அந்தத் தண்ணீரை குடிக்கவில்லையா?

வடக்கே இன்னும் 'சதி' என்னும் உடன்கட்டை ஏறுதல் நடந்து கொண்டு தானே இருக்கிறது? என்று வடநாட்டுக்காரர்களின் மூடத்தனமான பழமை வைதீகப் போக்கை அம்பேத்கர் பட்டியலிட்டார்.

அதேபோன்று 1949 நவம்பர் 25 அன்று அரசியல் நிர்ணய சபையில் அரசியல் சட்ட வரைவை முன்மொழிந்து நிகழ்த்திய வரலாற்றுச் சிறப்புமிக்க உரையில் அம்பேத்கர் சில வாதங்களை முன் வைத்துள்ளார்.

இந்தியர்கள் தங்கள் மதநம்பிக்கைகளுக்கு மேலாக நாட்டை கருதப் போகிறார்களா? அல்லது நாட்டை விட மத நம்பிக்கைக்கே முக்கியத்துவம் கொடுக்கப் போகிறார்களா?

இது எனக்குத் தெரியாது. கட்சிகள் நாட்டை விட தங்கள் மதக் கோட்பாடுகளுக்கே முக்கியத்துவம் கொடுத்தால், நமது சுதந்திரத்துக்கு இரண்டாம் தடவையாக ஆபத்து என்பதுடன் என்றென்றைக்குமாக நமது சுதந்திரத்தை இழப்பது என்பது நிச்சயம்.

பெரியார் பேசிய வகுப்புவாரி உரிமையை அம்பேத்கர் 'சமூக ஜனநாயகம்'

என்ற சொல்லாடல்களுக்கு உட்படுத்தினார். சமூக ஜனநாயகம் இல்லாமல் அரசியல் ஜனநாயகம் வெற்றி பெற முடியாது என்று அறிவித்தார்.

புரட்சியாளர் அண்ணல் அம்பேத்கர் எச்சரிக்கை செய்த வடநாட்டு பிற்போக்கு பார்ப்பனிய சிந்தனையும் நாட்டைப் பின்னுக்கு தள்ளி, மதவெறியை தலையில் தூக்கி வைத்துக் கொண்டு ஆடுகிற அதிகார வெறியும் இப்போது கை கோர்த்து கோர தாண்டவமாடுகிறது.

இந்தச் சூழலில் பெரியார் - அம்பேத்காரிய சிந்தனைகளும், சமூக ஒடுக்கு முறைகளுக்குமான வேர் எங்கே பதுங்கி நிற்கிறது என்று அவர்கள் வெளிச்சப்படுத்தி அதற்காக முன்னெடுத்த போராட்டங்களின் வரலாறும், சமூக விடுதலைக்கான ஒளி விளக்குகளாக வழிகாட்டிக் கொண்டிருக்கின்றன.

பெரியாரிய உணர்வாளர் கூட்டமைப்பு வரலாற்றுத் தேவையாக பிறப்பெடுத்திருக்கிறது என்றே கூற வேண்டும்.

பரந்துபட்ட மக்கள் அணியை உருவாக்கும் நோக்கத்தோடு பெரியார் கருஞ்சட்டைப் பேரணி என்ற மாபெரும் மக்கள் கூடுகையை பெரியார் நினைவு நாளையொட்டி 2018, 23 டிசம்பரில் நிகழ்த்திக் காட்டி அடுத்த கட்டமாக அம்பேத்கர் நினைவாக நீலச் சட்டைப் பேரணிக்கு தயாராகி வருகிறது.

அம்பேத்கரின் ஒவ்வொரு செயல்பாட்டையும் பெரியார் மிகவும் உன்னிப்பாகவே கவனித்து வந்திருக்கிறார். புனே நகரில் அம்பேத்கர் நடத்திய ஆலய நுழைவுப் போராட்டம், இலண்டன் வட்டமேஜை மாநாட்டில் காந்திக்கும், அம்பேத்கருக்கும் இடையே எழுந்த வாதங்கள், காந்தியாரின் பட்டினிப் போராட்டத்தை கண்டிக்கும் கட்டுரைகள் என 'குடியரசு' இதழ் தொடர்ந்து செய்திகளை வெளியிட்டு வந்தது.

அம்பேத்கரும் பெரியாரும் ஒருவரையொருவர் சந்திக்காத நிலையிலேயே அவர்களுக்கிடையே இலட்சியப் பிணைப்பின் வழியே அறிமுகம் இருந்து வந்திருக்கிறது.

காலனி எதிர்ப்பு, தேச பக்தி என்ற எல்லைக்குள் பார்ப்பனிய - பனியா சக்திகள் சுழன்று கொண்டிருந்த நிலையில் அந்த வலைக்குள் சிக்கி விடாமல் அதிலிருந்து விலகி நின்று ஒடுக்கப்பட்ட மக்களுக்கான உண்மையான சமூக விடுதலைக்கு களம் அமைப்பதில் இரண்டு தலைவர்களின்

சிந்தனைகளும் ஒரே தடத்தில் பயணித்தன.

இந்த ஒருமித்த சிந்தனை அவர்கள் ஒருவரையொருவர் சந்திக்காத நிலையிலே காந்த சக்தியாக அவர்களை பிணைக்க வைத்தது.

1919ஆம் ஆண்டில் பிரிட்டிஷ் ஆட்சி இந்திய குடிமக்களுக்கு வாக்குரிமை வழங்குவது குறித்து பரிசீலிக்க நியமித்த சவுத்பரோ குழுவிடம் அம்பேத்கர் அளித்த சாட்சியம் தான் அவரது பொது வாழ்வின் தீவிரமான தொடக்கம்.

அந்த சாட்சியத்தில் தாழ்த்தப்பட்ட மக்களின் அவலங்களையும், பறிக்கப் படும் உரிமைகளையும் அவர் விளக்கினார். அடுத்து பம்பாய் அருகே ஜல்கலோன் எனும் இடத்தில் 29.05.1929 அன்று நடந்த தாழ்த்தப்பட் டோர் மாநாட்டில் அம்பேத்கர் நிகழ்த்திய உரையை பெரியாரின் 'குடியரசு' பம்பாயில் சுயமரியாதை முழக்கம் எனும் தலைப்பில் வெளி யிட்டது.

'சமாஜ சமரா சங்' (சமுதாய சமத்துவ சங்கம்) என்ற பெயரில் அம்பேத்கர் தொடங்கிய அமைப்பு சார்பாக மராட்டியத்திலுள்ள 'சிட்டகெய்ன்' என்ற பகுதியில் நடந்த முதல் மாநாட்டில் அம்பேத்கர் நிகழ்த்திய தலைமை உரையை வெளியிட்ட குடிஅரசு முதல் மகாராட்டிர சுய மரியாதை மாநாடு என்ற தலைப்பிட்டது. இதே ஆண்டில் தொடக்கத்தில் தான் (1929 பிப் 17, 18) பெரியார் சென்னை மாகாண முதல் சுயமரியாதை மாநாட்டை நடத்தினார்.

தான் நடத்திய சுயமரியாதை மாநாட்டுக்கு இணையாக அம்பேத்கர் நடத்திய தாழ்த்தப்பட்டோர் மாநாட்டை பெரியார் கருதினார். அம்பேத்கர் நடத்திய அந்த முதல் மாநாட்டுக்கு பெரியார் வாழ்த்துச் செய்தியை அனுப்பியிருந்தார்.

"தென்னிந்திய சுயமரியாதை இயக்கத்தின் பிரபல தலைவர் ஈ.வெ. ராமசாமி அனுப்பிய வாழ்த்துத் தந்தியும் கடிதமும் அங்கு படிக்கப் பட்டன" என்ற செய்திக்குறிப்பு பெரியார் நடத்திய ஆங்கில இதழான ரிவோல்டில் 29.09.1929ல் வெளியானது.

1936-37ஆம் ஆண்டுகளில் உ.பி.யில் லாகூரில் "ஜாத்பட் தோடக் மண்டல்" நடத்திய ஜாதி எதிர்ப்பு மாநாட்டில் தலைமையுரை நிகழ்த்த அம்பேத்கர் அழைக்கப்பட்டார்.

மாநாட்டுக்காக அம்பேத்கர் தயாரித்த உரையில் சில பகுதிகளை நீக்க வேண்டும் என்று மாநாட்டு பொறுப்பாளர்கள் வைத்த நிபந்தனையை அம்பேத்கர் ஏற்க மறுத்தார்.

இந்து மதத்தை முற்றாக ஒழிப்பது பற்றிக் கூறுவதும், இந்துக்களின் புனித நூல்களின் அறத்தன்மையை சந்தேகிப்பதும், இந்து சமூகத்தி லிருந்து வெளியேறும் உங்கள் எண்ணத்தை வெளிப்படுத்துவதுமான பகுதிகளை நீக்க வேண்டும் என்பதே மாநாட்டு ஏற்பாட்டாளர்கள் அம்பேத்கருக்கு விதித்த நிபந்தனை. அந்த ஆங்கில உரையை பெரியாரின் "குடியரசு" இதழில் தமிழில் மொழி பெயர்த்து ஓராண்டு காலம் தொடர் கட்டுரை யாக வெளியிட்டது.

புரட்சியாளர் அண்ணல் அம்பேத்கர் குறித்து தமிழ்ச் சமூகத்துக்கு அறிமுகம் செய்த பெருமை பெரியார் இயக்கத்துக்கு உண்டு.

அம்பேத்கரை உரையாற்ற அழைத்திருந்த "ஜாத் பட்தோடக் மண்டல்" அமைப்பில் 1920ஆம் ஆண்டுகளில் துணைத் தலைவராக இருந்தவர் பெரியார். அப்போதும் பெரியாரை நாத்திகர், இந்து விரோமி, பார்ப்பன எதிர்ப்பாளர் என்று தென்னாட்டுப் பார்ப்பனர்கள் கூறிய புகாரின் அடிப்படையில் பெரியார் துணைத் தலைவர் பதவியிலிருந்து நீக்கப் பட்டார்.

அதே அமைப்புதான் 1936ல் அம்பேத்கரை ஜாதி எதிர்ப்பு மாநாட்டு தலைமை ஏற்க அழைத்து அவரது உரையை மாற்றியமைக்க வற்புறுத்தி, அம்பேத்கர் மறுத்த நிலையில் மாநாட்டையே நிறுத்தியது.

குடிஅரசில் வெளியிட்ட அம்பேத்கர் உரையை "ஜாதியை ஒழிக்கும் வழி" என்ற தலைப்பில் 4 அணா விலையில் நூலாக வெளியிட்டார் பெரியார்.

அம்பேத்கரின் உரை குறித்து காந்தியும் தனது அரிஜன் நாளேட்டில் விமரிசித்து எழுதினார். அம்பேத்கர் எழுப்பிய வாதங்களுக்கு எந்த பதிலும் கூறாத காந்தி, "ஒரு மதத்தை அதன் மோசமான உதாரணங் களைக் கொண்டு மதிப்பிடக் கூடாது. அது உருவாக்கிய மிகச் சிறந்த உதாரணங்களைக் கொண்டே மதிப்பிட வேண்டும்" என்பதே காந்தியின் பதிலாக இருந்தது.

வர்ணாஸ்ரம அமைப்பை நியாயப்படுத்திய காந்தி, "மற்ற எந்த வருணத் தையும் விட தங்கள் வருணமே உயர்ந்த அந்தஸ்து கொண்ட வருணம்

என்று எந்த வருணத்தாரும் உரிமை கொண்டாடுதல் கூடாது" என்றார்.

பிராமணர் பற்றிய புரிதல் இன்மையால் காந்தி கொண்டிருந்த இந்த தவறான பார்வையை பெரியாரே நேருக்கு நேராக காந்தியிடம் பெங்களூரில் நடந்த விவாதத்தில் எடுத்துக் காட்டியதோடு நீங்கள் இந்து மதத்தை சீர்திருத்தம் செய்ய முயன்றால் பார்ப்பனர்கள் உங்களை விட்டு வைக்க மாட்டார்கள் என்று எச்சரித்தார். அதுதான் நடந்தது. பார்ப்பனியமே காந்தியின் உயிரை கோட்சே உருவத்தில் பறித்தது.

அனைத்து சாதியினரும் அர்ச்சராக வேண்டும் என்ற உரிமைக்காக பெரியார் வாழ்நாள் இரவு வரை போராடினார். இதில் ஜாதி ஒழிப்புக்கான உயிர்நாடி இருக்கிறது என்பதை ஆழமாக பரிசீலிக்காமல் அர்ச்சகராகி என்ன பயன் என்ற மேம்போக்கான கேள்வியை எழுப்புகிறவர்களும் உண்டு.

இதற்கு அம்பேத்கரே லாகூர் மாநாட்டு உரையில் பதில் அளிப்பது போல பேசியுள்ளார். புரோகிதத் தொழில் எல்லோருக்கும் பொதுவான ஒன்று என்ற நிலையை ஏற்படுத்த வேண்டும். இந்த நடவடிக்கை பார்ப்பனீ யத்தை ஒழிக்கவும், பார்ப்பனீயத்தின் மறுவடிவமான ஜாதியை ஒழிக்க வும் துணைபுரியும். இந்து மதத்தை நாசப்படுத்துகிற கொடிய நஞ்சு பார்ப்பனியமே என்பதே அம்பேத்கர் தந்த பதிலாகும்.

1929ஆம் ஆண்டிலிருந்தே பெரியார் - அம்பேத்கர் கொள்கை உறவு தொடங்கி விட்டாலும் 10 ஆண்டுகள் கழித்து 1940ல்தான் அவர்களுக் கிடையிலான முதல் சந்திப்பு நிகழ்ந்தது.

இது இரண்டாம் உலகப் போர் துவங்கிய காலம். அதைப் பயன்படுத்தி பிரிட்டிஷாரிடமிருந்து முழு அரசியல் அதிகாரத்தையும் தங்கள் வசமாக்க காங்கிரசார் முயற்சித்த நேரத்தில், பம்பாயில் பெரியார் - அம்பேத்கர் - ஜின்னா மூவரும் சந்தித்து காங்கிரசார் சூழ்ச்சியையும் பிரிட்டிஷாரையும் விமர்சித்து கூட்டு அறிக்கை ஒன்றை வெளியிட்டனர்.

அதன் தமிழாக்கம், 'குடிஅரசு' ஏட்டில் வெளியிடப்பட்டது. 1940 ஜனவண 8ஆம் தேதி மும்பை தாராவி பகுதியில் தமிழர் அமைப்புகள் இணைந்து ஏற்பாடு செய்த பொதுக் கூட்டத்துக்கு அம்பேத்கர் தலைமை தாங்கினார். அதில் பெரியார் உரையாற்றினார்.

1927ல் அம்பேத்கர் 'மகத்' பொது குளத்தில் தீண்டப்படாத மக்களைத் திரட்டி தண்ணீர் எடுக்கும் போராட்டத்தை நடத்தியபோது 1925ல் பெரியார் வைக்கத்தில் நடத்திய சத்தியாகிரகம் தான் மகத் போராட்டத்துக்கு உந்து சக்தியாக இருந்தது.

வைசிராயின் (பிரிட்டிஷ் நிர்வாக அதிகாரி) நிர்வாகக் குழு உறுப்பினராகத் தேர்ந்தெடுக்கப்பட்ட பிறகு சென்னைக்கு வருகை தந்த அம்பேத்கர் பெரியாரை சந்தித்தார்.

பெரியார் கேட்கும் திராவிட நாட்டில் மகாராஷ்டிரத்தையும், வேறு சில மாகாணங்களையும் சேர்த்துக் கொள்ளும்படி அம்பேத்கர் கூறியதாக குடியரசு தலையங்கத்தில் பெரியார் குறிப்பிட்டுள்ளார்.

வேலூர் நகராட்சி மன்றத்தில் 28.10.1956 அன்று அம்பேத்கர் படத்தை திறந்து வைத்து பெரியார் நிகழ்த்திய உரையில் அம்பேத்கர் பற்றிய சில முக்கிய நிகழ்வுகளை பதிவு செய்தார்.

நாம் இராமாயணத்தைப் பற்றி வாயால் பேசிக் கொண்டிருக்கும்போதே அதாவது 1932லேயே அவர் இராமாயணத்தை கொளுத்தினார். அந்த மாநாட்டுக்கு சிவராஜ்தான் தலைமை தாங்கினார்.

அவர் ஒரு தடவை சென்னைக்கு வந்தபோது சீதையைப் பற்றிப் பேசும் போது ஒரு பைத்தியக்காரனின் உளறல் என்றே பேசினார். அப்போது சி.பி. இராமசாமி அய்யர் போன்றவர்கள் இதென்ன அக்கிரமம், வெறும் அம்பேத்கர் பேசியிருந்தால்கூட பரவாயில்லை. ஒரு கவுன்சில் மெம்பராக இருக்கிற அம்பேத்கர் அதுவும் சென்னையில் வந்து கீதை பைத்தியக்காரனின் உளறல் என்று பேசுவது என்றால் அக்கிரமம் என்றெல்லாம் கூச்சல் போட்டார்கள்.

நான் 1930ல் ஈரோட்டில் நடந்த சீர்திருத்த மாநாட்டுக்கு அம்பேத்கரை அழைத்தேன். அந்த மாநாட்டுக்கு ஆர்.கே. சண்முகம் செட்டியார் வரவேற்புரை அளித்தார். என்ன காரணத்தாலோ அம்பேத்கர் வரவில்லை.

நாங்கள் புத்தர் மாநாட்டுக்கு சென்றபோது அவரை பர்மாவில் பார்த்தேன். புத்தர் மாநாட்டில் நான் பேசுவதாக நிகழ்ச்சி நிரலில் போட்டிருந்தார்கள். ஆனால் எனக்குச் சொல்லவில்லை. நான் போனேன். பிறகு என்னமோ வேறொருவரை பேசச் சொல்லி விட்டார்கள்.

அப்போது அம்பேத்கர் என்னிடம் இன்றைக்கு கையெழுத்து போடு புத்தகத்தில் சேர்ந்து விடுவோம் என்றார் என்ற கருத்துக்களைப் பதிவு செய்தார் பெரியார்.

அம்பேத்கரிடமிருந்து பெரியார் மாறுபட்ட புள்ளிகளும் உண்டு. அரசியல் வரைவுக் குழுவில் பிற்படுத்தப்பட்டோர் பிரதிநிதித்துவம் இல்லாதது, பூனா ஒப்பந்தத்தை அம்பேத்கர் ஏற்க வேண்டிய நிலைக்கு தள்ளப் பட்டது. காஷ்மீர் பிரச்சனையில் அம்பேத்கரின் கருத்து போன்றவற்றில் மாறுபாடுகள் இருந்தது.

சுதந்திர இந்தியாவின் சட்ட அமைச்சராக அம்பேத்கர் இருந்தபோது தான் அரசியல் சட்டத்தில் செய்யப்பட்ட திருத்தங்களில் முதன்மையான திருத்தமாக பிற்படுத்தப்பட்டோர் என்பதற்கு சமூகக் கல்வி ரீதியாக பிற்படுத்தப்பட்டோர் என்ற வரையறை உருவாக்கப்பட்டது.

பொருளாதாரத்தை ஒரு அளவுகோலாக சேர்க்க வேண்டும் என்ற கருத்தை அம்பேத்கரும் நேருவும் ஏற்கவில்லை. பிற்படுத்தப்பட்டோர் என்பவர்களுக்கான பட்டியலைத் தயாரிப்பதற்கு அவர்களுக்கான மக்கள் தொகை விபரங்கள் அரசிடம் இல்லாத நிலையில் பிற்படுத்தப்பட்டோர் ஆணையம் ஒன்றை உருவாக்க அரசியல் சட்டத்தில் 340வது பிரிவை உருவாக்கியவர் புரட்சியாளர் அம்பேத்கர்.

அதனால்தான் மண்டல் ஆணையமே நியமிக்க முடிந்தது. பிற்படுத்தப் பட்டோருக்கு மத்திய அரசு பதவிகளில் 27 சதவிகித இடஒதுக்கீடு வந்த தற்கு வழி திறந்து விட்டதே அம்பேத்கர்தான்.

இந்து சீர்திருத்த மசோதா ஒன்றை உருவாக்கி இந்துப் பெண்கள் சொத்துரிமை, குழந்தைகள் தத்தெடுக்கும் உரிமைகளை உருவாக்க நினைத்த அம்பேத்கரின் முயற்சி காங்கிரசில் இருந்த வைதிகப் பார்ப்பனர்களிலும், சங்பரிவாரங்களாலும் முறியடிக்கப்பட்ட நிலையில், அம்பேத்கர் சட்ட அமைச்சர் பதவியைத் தூக்கி எறிந்தார்.

தனது பதவி விலகலுக்கு அவர் எடுத்து வைத்த காரணங்களில் பிற்படுத்தப் பட்டோர் ஆணையத்தை உருவாக்காமல் நேரு அரசு காலம் தாழ்த்தி கொண்டிருக்கிறது என்பதும் ஒன்றாகும்.

அம்பேத்கர் தலித் மக்களுக்கான தலைவர் என்ற கருத்து உண்மைக்கு மாறானது என்பதற்கு இவை சான்றுகள்.

1947ஆம் ஆண்டு ஜூலையில் மாயவரத்தில் நடந்த தாழ்த்தப்பட்டோர் மாநாட்டில் பெரியார் இப்படி பேசினார்.

தோழர்களே, உங்களுக்கு உற்ற தலைவர் அம்பேத்கர் என்றும், அவரால் தான் பஞ்சமர்கள், கடையர்கள், இழிபிறப்புக் கொடுமைகள் நீங்கும் என்றும் நம்பினேன். அதனாலே உங்களுக்குத் தலைவராக ஏற்றுக் கொள்ளும்படி பிரச்சாரம் செய்தேன். நானும் தலைவர் என ஏற்றுக் கொண்டேன் என்றார். ஆம் பெரியாரால் தலைவராக ஏற்றுக் கொள்ளப் பட்டார் புரட்சியாளர் அம்பேத்கர்.

நீதிக்கட்சியை பெரியார் திராவிடர் கழகமாக பெயர் மாற்றி சமுதாய இயக்கம் என்ற பண்பு மாற்றத்தை பெரியார் உருவாக்கியபோது அதை விரும்பாத ஒரு சில நீதிக்கட்சி தலைவர்கள் அப்போது அம்பேத்கரை பேச அழைத்தபோது, 'பெரியார்தான் உங்களுக்கான தலைவர்' என்று அவர்களிடையே எடுத்துரைத்தவர் அம்பேத்கர்.

●

வேத காலத்தில் தொடங்கிய ஆரிய - திராவிட போராட்டம் வேறு வடிவங்களில், இப்போது அந்தக்களம் கூர்மையடைந்து வருகிறது.

'வர்ணாஸ்ரமம்', 'சனாதனம்' என்பவற்றுக்கு மாற்றாக ஆன்மீகம், தேசீயம், தேசபக்தி என்று பேசிக் கொண்டு இன எதிரிகள் இன்று களத்தில் நிற்கிறார்கள். ஒற்றை இந்தியா என்ற பார்ப்பன சாம்ராஜ்யம் நோக்கி நாட்டை இழுத்துச் செல்கிறார்கள்.

அதிகாரத்தை ஒட்டுமொத்தமாக கைப்பற்றி அரசு நிறுவனங்கள் அனைத்தையும் முறைகேடாகப் பயன்படுத்தி பார்ப்பனீய ஆட்சியை உருவாக்கிட இவர்களுக்கு இப்போது ஆன்மிகமும் திராவிட எதிர்ப்பும் கட்டாயத் தேவையாகி விட்டது.

பெரியார் மண்ணில் திராவிட ஆன்மீகம் தோற்றுப்போய் விட்டது என்று பரப்புரை செய்து வருகிறார்கள்.

ஆன்மீகம் என்பது ஒவ்வொரு மனிதரும் தனக்குள் உருவாக்கிக் கொள்ளும் ஒரு சிந்தனைப் போக்கு. அது வழிபாடுகளிலும் சடங்கு களிலும் இல்லை. ஆனால் ஆன்மீகம் என்பதை பார்ப்பனீயம் தனக்கான முகமூடிக் கவசமாக்கிக் கொண்டு தன்னை உயிர்ப்பிக்கத் துடிக்கிறது.

வைதீக வேத மரபில் தன்னை அடையாளப்படுத்திக் கொண்ட பார்ப்பனர்கள், யாகங்கள், சடங்குகளை, உயிர்ப்பலிகளை கேள்வி கேட்ட திராவிடர்களை அழித்தொழிக்க வரலாறு நெடுக சூழ்ச்சிகளை யும் படுகொலைகளையும் நிகழ்த்தியுள்ளனர்.

இந்து மதத்தோடு தொடர்பே இல்லாத பவுத்தம், சைவம், சமணம், வைணவம் உள்ளிட்ட அனைத்து மதப்பிரிவுகளையும் இந்து மதம் என்ற குடுவைக்குள் திணித்து அதற்கு சட்டப் பாதுகாப்புகளையும் தேடிக் கொண்டனர். இதனை எதிர்த்து வைதீக சமூகக் கொடுமைகளை கேள்விக்கு உட்படுத்தியவர்களின் அடையாளங்களை அழித்ததோடு ஊடுருவி சீர்குலைந்து தங்கள் ஆதிக்கத்தை நிலைநிறுத்திக் கொண்டவர் கள்தான் இப்போது ‘ஆன்மீகம்’ என்ற போர்வைக்குள் பதுங்கி நிற்கிறார்கள்.

திராவிட இயக்கம் வலியுறுத்திய இடஓதுக்கீடு உரிமையை இவர்களும் இன்று பேசத் தொடங்கி விட்டார்கள். பெரியார் வலியுறுத்திய மொழி உணர்வை இவர்களும் பேச வேண்டிய கட்டாயத்துக்கு தள்ளப்பட்டிருக் கிறார்கள். சாஸ்திரங்களால் மறுக்கப்பட்ட பெண் கல்வி உரிமையை இப்போது இவர்களால் நியாயப்படுத்த பெண்களுக்கு படிப்பு எதற்கு என்று கேட்க முடியுமா?

பெரியாரின் கடவுள் மத மறுப்பின் அடிப்படை என்ன?

சமத்துவத்தின் தடைக்கல்லாக அவை குறுக்கே நிற்பதால் எழுந்த எதிர்ப்பு தானே அது! எனவே இன்று உரிமைகளில் குறுக்கிட முடியாது என்ற நிலை வந்து விட்டதற்கு யார் காரணம்? பெரியாரின் வெற்றி தானே! அனைவரும் அர்ச்சகராகலாம் என்ற திராவிட முரசறிவிப்பை தடுக்க, வேறு வழியின்றி பிராமணீயம் ஆகமம் என்ற கேடயத்தை தானே இன்று பயன்படுத்தும் நிலை வந்துவிட்டது.

3
ஆலயங்களுக்கு எதிரானவரா பெரியார்?

ஈராயிரம் ஆண்டுகளாய் இந்திய துணைக் கண்ட சமூகங்களில் மனுதர்ம நூல் உருவாக்கிய தாக்கங்கள் என்ன?

மானுடத்தை நேசித்த ஒடுக்கப்பட்ட சமூகங்களின் இரு பெரும் தலைவர்களாகிய அண்ணல் அம்பேத்கரும் தந்தை பெரியாரும் முன்வந்து மனுதர்ம நூலை கொளுத்துவதற்கு என்ன காரணம்?

தந்தை பெரியார் தென்னாட்டில் மனுதர்மத்தைக் கொளுத்தினார். அண்ணல் அம்பேத்கர் வடநாட்டில் மனுசாஸ்திரத்தை கொளுத்தினார். இவர்கள் ஏன் இந்நூலைக் கொளுத்த முடிவெடுத்தனர்.

ஒடுக்கப்பட்ட சமூகங்கள் மேலெழுவதற்காக தங்கள் வாழ்வை அர்ப்பணித்த சமூக நீதிக் காவலர்களான பெரியாரும், அம்பேத்கரும் இயற்கை விதிகளுக்கு மாறாக மனித குலத்தைப் பல்லாண்டுகளாக அடிமைப்படுத்தி சுரண்டிய ஒரு தத்துவமே மனுதர்மம் என்பதை உணர்ந்ததால் உள்ளம் கொதித்து அதனை எரித்தார்கள்.

இந்து என்ற அடையாளத்தை சுமந்து கொண்டு இருப்பதனாலேயே மக்களைப் பிளவுபடுத்தி இன்னமும் அதிகாரத்தை தக்க வைத்துக் கொள்ளும் பார்ப்பனியப் புரட்சிக்கு இலக்காகி, மனுதர்மம் வகுத்து வைத்த சூத்திரப் பட்டத்தை ஏற்றுக் கொண்டு, சூத்திர இழிவை ஒழித்து உரிமைகள் பெற உழைத்த தலைவர்களை புறம் தள்ளினால் இந்து ராச்சியத்தில் மனுதர்மமே சட்டமாக்கப்படும் அபாயம் ஏற்படும்.

தேசிய இனங்களின் அடையாளச் சிதைவு துவங்கும் புள்ளி இந்து என்ற அடையாளத்திலிருந்து தான் துவங்குகிறது. நீதிமன்றத்தின் தீர்ப்புகள் விவாதமாக்கப்படாததன் விளைவே இதற்கு காரணம்.

இந்து என்ற சொல் நம்மிடம் வந்து புகுந்ததன் காரணமாகவே மனு தர்மம் கட்டமைத்த சனாதனமும் நமது வாழ்க்கை முறையில் நுழைந்து விட்டது. அதனால்தான் இன்னமும் சாதிப்படி நிலையில் இருந்து அகல முடியாத வண்ணம் சிக்கியிருக்கிறோம்.

இந்தக் காரணங்களால்தான் பெரியார், அம்பேத்கர் மனுதர்ம நூலை கொளுத்தினர். பெரியார் அம்பேத்கரைப் பின்பற்றுபவர்கள், இந்து மதம் அதைத் தாங்கும் மனுதர்மம் சனாதனத்தைப் பற்றி மக்கள் விழிப்படை யும் வரையிலும் கேள்வி எழுப்பிக் கொண்டே தானிருப்பார்கள்.

மனுதர்மத்தையும் அதைக் காக்கும் இந்து மதத்தையும் பற்றி விமர்சிப்பதி லிருந்து ஓய மாட்டார்கள்.

'மனுஸ்மிருதியைப் படித்ததன் மூலம் சமூக சமத்துவம் என்ற கருத்தை தொலைதூரத்தில் கூட அது ஆதரிக்கவில்லை என்பது எனக்கு உறுதியா னது' என தனது இதழில் எழுதி மனுதர்மம் எரித்ததற்கான நியாயங்களை அண்ணல் அம்பேத்கர் எடுத்துரைத்தார்.

தந்தை பெரியார், "நம் மக்களில் அநேகர் எவர் எப்படி செய்தாலென்ன? நம் ஜீவனத்துக்கு வழியைத் தேடுவோம் என்று இழிவையும் சகித்துக் கொண்டு உணர்ச்சியில்லா வாழ்க்கையில் ஈடுபட்டிருந்ததால் தான் ஆயிரக்கணக்கான வருடங்களாய் இக்கொடுமைகள் ஒழிய வழியில்லாது இருந்து வந்திருக்கின்றது."

இதற்கு முன்னால் பல பெரியவர்கள் தோன்றி சாதிக் கொடுமைகளை யும் வித்தியாசங்களையும் ஒழிக்கப் பாடுபட்ட போதிலும் அவர்களும் மதத்தின் பெயராலும் வேறு சூழ்ச்சிகளாலும் அடக்கி துன்புறுத்தப்பட்டு

இருக்கின்றனர். ஒவ்வொருவரும் நமக்கு என்ன நம் ஜீவனத்துக்கான வழியைப் பார்ப்போம் என்று இழிவுக்கு இடம் கொடுத்து கொண்டு போகும்வரை சமூகம் ஒரு காலத்திலும் முன்னேறாது. சாதிக் கொடுமைகள் ஒரு போதும் ஒழிய மார்க்கம் ஏற்படாது என்பது திண்ணம் என சூத்திரப் பட்டத்தை போக்கினைக் கண்டும் கொதித்தெழுந்தார்.

இந்தக் காரணங்களினால்தான் அம்பேத்கரும் பெரியாரும் மனு ஸ்மிருதியை கொளுத்தினார்கள்.

மனுசாஸ்திரத்தை எரிக்க வேண்டும் ஏன்? என்ற கட்டுரையினை 1928ல் தந்தை பெரியார் தனது குடியரசு இதழில் எழுதினார்.

"தமிழ்நாட்டில் தற்காலம் தோன்றியிருக்கும், சுயமரியாதைக் கிளர்ச்சி யின் பலனாக இந்து மதமென்பதைப் பற்றியும் அதற்கு ஆதாரமாகவும் உள்ள வேதம், சாஸ்திரம், ஸ்மிருதி, புராணம் என்பனவை பற்றியும், வருணம், தர்மம் என்பவைப் பற்றியும் மக்களுக்குள் பரபரப்புண்டாகி அவற்றைப் பற்றித் தீவிரமாக ஆராய்ச்சி செய்தலும், அவற்றின் புரட்டுக் களை வெளியாக்கி தைரியமாய் கண்டித்தலும், அவற்றால் ஏற்பட்ட கொடுமைகளை ஒழிக்க ஆங்காங்கு தீவிரப் பிரச்சாரம் செய்தலும், கொடுமைக்கு ஆதரவளிக்கும் ஆதாரங்களைத் தீயிட்டுக் கொளுத்துவ மான பிரச்சாரங்கள் மும்முரமாய் நடப்பது கண்டு பார்ப்பனர்கள் தங்கள் வாழ்வுக்கே ஆபத்து வந்ததெனக் கருதி இவைகளுக்கு விரோதமாக எதிர் பிரச்சாரம் செய்வதும், பார்ப்பனரல்லாதாரிலேயே சிலரை ஏவி விட்டு இடையூறு செய்விப்பதும், வேறு மார்க்கத்தில் வாழ முடியாதவர்கள் இவ்வெதிர்ப் பிரச்சாரத்திற்கு ஆதரவளித்து வாழ்வதுமான காரியங்கள் நடைபெற்று வருவதும் யாவரும் அறிந்த விசயமேயாகும்" என்று பெரியார் எழுதுகிறார்.

1927ஆம் ஆண்டு டிசம்பர் 25ஆம் நாள் மகாத் (சாவதர்) பொதுக் குளத்தில் தலித்துகள் நீர் அருந்தும் உரிமைக்காக ஏற்பாடு செய்யப் பட்டிருந்த மகாத் அமைதி வழி கிளர்ச்சி போராட்டத்தில் அம்பேத்கர் அவர்கள் போராட்டக்காரர்களுடன் மனுதர்மத்தை எரித்தார்.

"பிறப்பை அடிப்படையாகக் கொண்ட சதுர்வர்ணாவை (வர்ணாசிரமம்) நான் நம்பவில்லை, சாதி வேறுபாடுகளை நான் நம்பவில்லை. தீண்டாமை என்பது இந்து மதத்திற்கு ஒரு களங்கம் என்று நான்

நம்புகிறேன். அதை முற்றிலுமாக அழிக்க நான் நேர்மையாக முயற்சிப் பேன்" போன்ற பல உறுதிமொழிகளை எடுத்து மனுதர்மம் எரிக்கப் பட்டது.

இந்தப் போராட்டத்தில்,

1. மனுஸ்ருமிதி தஹான் பூமி (மனுஸ்மிருதிக்கான தகனம்)

2. தீண்டாமையை அழியுங்கள்

3. பார்ப்பனியத்தை அடக்கம் செய்யுங்கள்

போன்ற பதாகைகளை வைத்திருந்தனர்.

தமிழ்நாட்டின் கோவில்களில் தமிழ்மொழியும், தமிழ் மக்களும் புறக்கணிக்கப்படுவதை கடுமையாக சாடி வந்தார் பெரியார்.

மக்களுக்குப் புரியாத மொழிகளில் மந்திரங்களைச் சொல்லி மக்களின் ஆன்மீக உணர்வை கேலி செய்த பார்ப்பனியத்தை தன் வாழ்நாள் முழுவதும் எதிர்த்தவர் பெரியார்.

"சொல்லிய பாட்டின் பொருள் உணர்ந்து சொல்லுவார் செல்வர் சிவபுரத்து உள்ளர்" என்கிறார் மாணிக்கவாசகர்.

தனக்கு கடவுள் நம்பிக்கை இல்லையென்றாலும் கடவுள் நம்பிக்கை கொண்ட திரு.வி.க. தவத்திரு குன்றக்குடி அடிகளார், தனித்தமிழ் இயக்க காவலர் மறைமலை அடிகள் போன்றவர்களிடம் அன்பு பாராட்டியவர் பெரியார்.

அவர்கள் தனது இல்லத்திற்கு வரும் போதெல்லாம் கடவுள் நம்பிக்கை யோடு அன்றாட பூசைகளைத் தனது இல்லத்திலேயே செய்வதற்கு அனுமதித்தவர். மனிதநேயம் மிக்க மனிதராக தனது வாழ்நாள் முழுவதும் வாழ்ந்து காட்டியவர் பெரியார்.

ஆன்மீக வளர்ச்சியில் பெண்களின், பங்கு மிகப் பெரியது என்று கூறிக் கொண்டாலும் பெண் கல்விக்கு முட்டுக்கட்டையாக இருந்தது இந்து மதத்திற்குள் ஊடுருவிய பார்ப்பனியம்.

இந்தியாவிலேயே முதல் பெண் மருத்துவரை உருவாக்கிய பெருமை தமிழ்நாட்டிற்குரியது. அதை தனது வாழ்நாளுக்குள் நடத்திக் காட்டிய பெருமை தந்தைப் பெரியாரையே சேரும்.

பெண் விடுதலைக்காக போராடியதாலேயே அவருக்கு 'தந்தை பெரியார்' என்ற பட்டம் பெண்கள் மாநாட்டில் கொடுக்கப்பட்டது.

'பக்தி என்பது தனியுடைமை, ஒழுக்கம் என்பது பொது உடைமை' என்று கூறியவர் பெரியார்.

தான் பொது வாழ்வுக்கு வருவதற்கு முன்னர் பல்வேறு கோவில்களில் அறங்காவலராக இருந்து முறையாக கணக்குகளை வைத்திருந்தவர் தந்தை பெரியார்.

எந்த சூழ்நிலையிலும் ஒவ்வொரு தனிமனிதர்களின் விடுதலை யுணர்வைப் பெரிதும் மதித்தவர் பெரியார்.

குறிப்பாக அனைத்து சாதியினரும் கோவிலுக்குள் செல்ல வேண்டும் என்றும், குறிப்பாக வடமாநிலங்களில் உள்ளதைப் போல கருவறைவரை யாரும் செல்வதற்கு அனுமதிக்க வேண்டும் என்ற போர்க்குரல் கொடுத்தவர்.

தற்போது கேரளாவில் அனைத்து சாதியினரையும் அர்ச்சகராக்க சட்டம் இயற்றிட அடித்தளம் இட்டவர் பெரியாரே.

ஒவ்வொரு மனிதனின் ஆன்மீக வாழ்விற்கு தொடக்கமாக ஆலயங்கள் இருக்கிறது என்கிறார்கள் சமயவாதிகள்.

அப்படிப்பட்ட ஆலயங்கள் தொடங்கி அங்கு ஒலிக்கப்படும் மந்திரங்கள் வரை சாமானிய மக்களிடம் கொண்டு சென்றவர் தந்தை பெரியார்.

தனக்கு கடவுள் நம்பிக்கை இல்லை என்றாலும் பொது வெளியில் மக்களின் நம்பிக்கைகளுக்கு மதிப்பளித்தவர்.

இந்து மதத்தின் ஆன்மீக வாழ்வுக்கு பெரிதும் இடையூறாக இருந்த சாதிய ஏற்றத் தாழ்வுகளை எதிர்த்தவர்.

ஆன்மீகம் என்பது தனிமனித வாழ்வோடு தொடர்புடையது. ஆன்மீக முயற்சிக்காக தனி மனிதர்கள் செய்யும் எந்தச் செயலையும் பெரியார் தடுக்கவில்லை. ஆன்மீகத்தின் பெயரால் பொது வெளியில் நடக்கும் மோசடிகளையே எதிர்த்தார்.

தமிழ்நாட்டின் ஆன்மீக வழிகாட்டியாக இன்றும் எல்லோராலும் போற்றப் படுபவர் வள்ளலார். அவர் எழுதிய ஆறாம் திருமுறையை முதன் முதலில்

பதிப்பித்தவர் பெரியார்.

இன்றைக்கும் பெரியாரின் நூல்களை பதிப்பித்து வெளியிடும் நிறுவனங்கள் யாவும் வள்ளலாரின் ஆறாம் திருமுறையையும் பதிப்பித்து வெளியிட்டு வருகின்றன.

கேரளாவில் வைக்கம் பகுதியில் ஈழவ மக்கள் கோயில் தெருவில் நடக்கக் கூடாது என்ற நிலையை எதிர்த்துப் போராடிய ஆன்மீக பெரியவர் நாராயண குருவுக்குப் பின் வைக்கம் போராட்டம் நடத்தியவர் தந்தை பெரியார். அதனால் தான் அவரை 'வைக்கம் வீரர்' என்று அழைக் கிறார்கள்.

பல்வேறு ஆய்வுகளின் வாயிலாக உலகிலேயே மூத்த மொழி என்று தமிழ் மொழியை அறிவித்த போதிலும் தமிழ் வழிபாட்டிற்கு எதிராக சிதம்பரம் நடராஜர் கோவிலில் ஓதுவார் ஆறுமுகசாமி திருவாசகம் பாடுவதற்கு பார்ப்பனர்கள் பல்வேறு எதிர்ப்புகளைத் தெரிவித்து போராட்டம் செய்தனர்.

பௌத்த நெறி தொடங்கி வள்ளலார் ஈராக ஒளிபொருந்திய ஆன்மீக வாழ்வுக்கு விளக்கமாகவும், பொருளாகவும் வாழ்ந்து காட்டிய சான்றாண்மை மிக்கவர் தந்தை பெரியார்.

கடவுள் நம்பிக்கை அடிப்படையில் பெரியாரின் கொள்கைகளை சுருக்கி விட துடித்துக் கொண்டிருக்கிறார்கள் பாரதிய ஜனதா உள்ளிட்ட சங்க பரிபாலன அமைப்புகள். ஆனால் முற்போக்கு சிந்தனை கொண்ட தமிழ் சமூகம் என்றுமே மதவாதத்துக்கு எதிரான பூமியாகத்தான் இருந்து வருகிறது.

தீண்டாமை பெருங்குற்றம் என்று இந்திய அரசியல் அமைப்புச் சட்டம் குறிப்பிட்டாலும் மரபு என்ற பெயரில் கோவில்களில் சாதியத் தீண்டாமை கடைப்பிடிக்க வேண்டும் என்கிறது பார்ப்பனியம். நந்தனாருக்கு கோயில் நுழைவு மறுக்கப்பட்டது வரலாறு.

இந்து மனுதர்மப்படி உயர்ந்த இடத்தில் வைத்துப் போற்றப்படக் கூடியவர்களாக பிராமணர்களே என்றென்றும் இருக்க வேண்டும் என எதிர்பார்க்கிறார்கள்.

மனுதர்மம் போதிக்கும் குலக்கல்வித் திட்டம் நடைமுறைப் படுத்தப்பட வேண்டும் என்று துடியாய் துடிக்கிறார்கள்.

காமராஜர் உள்ளிட்ட பெரும் தலைவர்கள் எதிர்த்த போதும் 6000 பள்ளிகளை மூடி விட்டு குலக்கல்வித் திட்டத்தை கொண்டு வந்தார் பார்ப்பனரான இராஜாஜி.

கழுவில் ஏற்றிக் கொன்ற காலம் தொடங்கி துப்பாக்கியால் கொலை செய்யும்காலம் வரை வேற்று சமய நம்பிக்கையாளர்களை கொலை செய்வது தொடர்கிறது.

இந்தியாவில் வேரூன்றியிருந்த சித்தாந்தங்களையெல்லாம் அழித் தொழித்த, மனித குலத்திற்கு எதிரான வேதாந்தத்தை தர்மம் என்பது அந்த தர்மத்தைக் காக்க வெறி கொண்டு எழுவதும் அதற்கு ஆன்மீகம் என்று பெயர் சூட்டிக் கொள்வதும் தமிழர்களால் என்றென்றும் ஏற்றுக் கொள்ளப்பட்டது.

மனுநீதி என்பது வாழ்க்கை முறையிலிருந்து முற்றிலும் அகற்றப் பட்டே வந்திருக்கிறது. ஏனென்றால் இது பெரியாரிடம் போற்றும் சமூக நீதிக்கான மண்.

சமூக நீதிக்கு எதிரான கூட்டத்தினர் சமய சீர்திருத்தவாதிகளை, அழிப்ப தற்கு விடாமல் துரத்திக் கொண்டிருக்கிறார்கள். வள்ளலார், அய்யா வைகுண்டர், நாராயணகுரு போன்ற ஆன்மீகவாதிகளின் சமயச் சீர்திருத்தங்கள் மண்ணில் நிலைபெறா வண்ணம் மக்களைத் திசை திருப்பும் வேலைகளை தொடர்ந்து செய்து கொண்டிருக்கிறார்கள்.

உலகத்தின் பொதுமறையான திருக்குறளைப் பரப்புவதற்காக முதன் முதலில் திருக்குறள் மாநாடுகளை நடத்தியவர் தந்தை பெரியார். திருக்குறளில் கடவுள் வாழ்த்து என்ற அதிகாரத்தை பெரியார் மறுத்தது இல்லை.

தமிழகத்தின் ஆன்மீக விடிவெள்ளியான வள்ளலாரைப் போற்றிய, உலகத்திற்கே நீதியை வழங்கிய திருக்குறளைப் பட்டி தொட்டியெல்லாம் பரப்பிய, குன்றக்குடி அடிகளார் தொடங்கி ஆன்மீகப் பெரியவர்களோடு நட்பு பாராட்டிய தந்தை பெரியார் எந்த ஆன்மீகத்தை எதிர்த்தார்?

உயர்வு தாழ்வு கற்பிக்கும் பூணூல் பண்பாடு, தமிழர்களை இழிவு படுத்தும் சமஸ்கிருத மந்திரங்கள், பெண்களை இழிவுபடுத்தும் இந்துமத நம்பிக்கைகள், சாதியின் பெயரால் ஆலயம் நுழைவதைத் தடுக்கும் மனு தர்மம், மனிதகுல இழிவைக் கொண்டாடும் மூடத்தனமான சமயச்

சடங்குகள், வள்ளலாரின் திருமுறையை கேலி பேசிய சங்கர மடத்தின் அரசியல் தந்திரங்கள், வர்ணச் சிந்தனையோடு இராஜாஜியால் கொண்டு வரப்பட்ட குலக்கல்வித் திட்டம். இவைகளைத் தான் தந்தை பெரியார் தொடர்ந்து எதிர்த்து வந்துள்ளார்.

கடவுள் நம்பிக்கையற்ற தந்தை பெரியார் தனது வாழ்நாளில் தனது இயக்கத் தொண்டர்களை கரசேவர்களாகப் பயன்படுத்தி எந்த சமய கோயில்களையும் இடிக்கவில்லை என்பது வரலாறு ஒலிக்கும் உண்மை!

இந்து சமயத்தின் வேற்றுமை காணும் (வருண ஏற்றத்தாழ்வு) உணர்வினை எதிர்க்கும் நோக்கத்தை அன்றே புனிதமான காசியில் தன் மனதில் இருத்திக் கொண்டார். இதன் விளைவாக அதுவரை இறைப்பற்றுள்ள வராக இருந்த இராமசாமி காசியாத்திரைக்குப் பின் தன்னை ஒரு இறை மறுப்பாளராக மாற்றிக் கொண்டார்.

ஈ.வெ.இராமசாமி 1919ம் ஆண்டு தனது வணிகத் தொழிலை நிறுத்தி விட்டு காங்கிரஸ் கட்சியில் தன்னை இணைத்துக் கொண்டார்.

இணைவதற்கு முன் தான் வகித்து வந்த அனைத்து பொதுப் பதவி களையும் விட்டு விலகினார். அவர் வகித்து வந்த முக்கியப் பதவியான ஈரோடு நகராட்சித் தலைவர் பதவியைத் துறந்தது மட்டுமில்லாது, தன்னை முழுமனத்துடன் காங்கிரசு பேரியக்கத்துக்காக ஒப்படைத்துக் கொண்டார்.

காந்தியின் கதர் ஆடையை அவரும் உடுத்திக் கொண்டது மட்டுமில்லா மல், பிறரையும் உடுத்தும்படி செய்தார். கள்ளுக்கடைகளை மூட வலியுறுத்தி மறியல் செய்தார். வெளிநாட்டுத் துணி வகைகளை விற்பனை செய்யும் வணிகர்களுக்கு எதிராக மறியல்கள் நடத்தினார். தீண்டாமையை வேரறுக்கப் பெரும் பாடுபட்டார்.

1921ல் ஈரோடு கள்ளுக்கடை மறியலில் ஈடுபட்டமைக்காக இராமசாமி சிறைத் தண்டனை பெற்றார். அம்மறியலில் அவரும் அவர் துணைவி நாகம்மையார் மற்றும் அவர் தமக்கையாரும் கலந்து கொண்டனர்.

இதன் பலனாக அன்றைய ஆங்கில அரசு நிர்வாகத்தினர் உடனடியாக பணிந்தனர். மீண்டும் ஒத்துழையாமை மற்றும் மிதமாக மது குடித்தல் சட்டங்களை எதிர்த்து மறியல் செய்தது ஆகியவற்றால் கைது செய்யப் பட்டார்.

1922ல் இராமசாமி சென்னை இராசதானியின் காங்கிரஸ் கட்சித் தலைவராக தமிழ்நாடு காங்கிரஸ் கட்சித் தலைவர் என்று தேர்ந்தெடுக்கப்பட்டார். அதன் பின்னர் திருப்பூரில் நடைபெற்ற கூட்டத்தில் அரசுப் பணிகளிலும், கல்வியிலும், இட ஒதுக்கீட்டை அமல்படுத்த வேண்டும் என்ற கோரிக்கையைக் காங்கிரஸ் கட்சி ஆங்கில அரசுக்கு வலியுறுத்த வேண்டும் என்பதை மிகத் தீவிரமாக முன்னிறுத்தினார்.

அவரின் முயற்சி அன்றைய காங்கிரஸ் கட்சியில் உள்ளவர்களின் வர்க்க பேத மற்றும் வேற்றுமை கொண்டு பிற சாதியினரை பார்க்கும் தன்மை யால் தோல்வியுற்றது. அதனால் 1925ல் காங்கிரஸ் கட்சியிலிருந்து விலகினார்.

உலகில் முதன்முதலில் ஆரிய சனாதனிகள்தான், பிராமணர்கள் மட்டுமே பூசாரிகளாகவும், ஆசிரியர்களாகவும், மதகுருமார்களாகவும் இருக்க தகுதி உடையவர்கள் என்று கூறி வாதிட்டு இட ஒதுக்கீட்டை செய்து கொண்ட வர்கள்.

இராமானந்தர் என்ற இந்து மத குரு, "பிராமணர்கள் மட்டுமே குருவாக இருக்க தகுதி உடையவர்கள். ஏனைய சாதியினருக்கு பிராமணர் களைக் காட்டிலும் உயர்ந்த தகுதி, திறமை இருந்தாலும் சாதி அடிப்படையில் பார்க்கையில் அவர்களுக்கு குருவாக இருப்பதற்கு எவ்வித தகுதியும் இல்லை" என்று இந்து மத சாஸ்திரம் கூறுவதாகக் கூறுகிறார்.

பிறவியின் அடிப்படையில் அதாவது சாதியின் அடிப்படையில் பிராமணர்களுக்கு இந்துமத பொறுப்புகள் வழங்கப்பட்டுள்ளது.

சங்கராச்சாரியார் பீடத்திற்கு வேறொரு சாதியை சார்ந்தவர் தகுதியான வராக கனவில் கூட கருத முடியாது. அதற்கு இந்து மத சாத்திரம் இடம் கொடுக்கவில்லை. இதுபோன்ற பதவிகளுக்கு பொருளாதார அடிப்படை யில் நியமனங்கள் நடைபெறுவதில்லை.

ஆரிய சனாதனிகள், ஒடுக்கப்பட்ட மக்கள் அதிகார கட்டமைப்பிலும் கல்வியிலும் வேலையிலும் உரிய பங்கைப் போராடிப் பெறப் போகும் போதெல்லாம் திறமை தகுதி என்ற மாய்மால வாதத்தை முன்வைத்து வருகின்றனர். இதைச் சற்று ஆழ்ந்து ஆய்வு செய்தார். அந்த வாதத்தில் உள்ள பொய்மையும் போலித்தனமும் வெள்ளிடை மலையாக விளங்கும்.

ஆரிய சனாதனிகள் எந்தக் கட்டத்திலும் வாய்ப்பு வரும் பொழுதெல் லாம் பொருளாதார அடிப்படையை புகுத்தி பிற்படுத்தப்பட்டோரின் ஒரு பிரிவினரை இடஒதுக்கீட்டிலிருந்து விலக்கி வைப்பதில் கங்கணம் காட்டி செயல்பட்டு வருகின்றனர்.

காங்கிரஸ் தலைவர்களான ஜவஹர்லால் நேரு, திருமதி இந்திராகாந்தி, இராஜீவ் காந்தி, பி.வி. நரசிம்மராவ் ஆகியோர் அனைவருமே இட ஒதுக்கீட்டிற்கு எதிராகவே செயல்பட்டு வந்துள்ளனர் என்பது வரலாறு.

நமது இந்திய அரசியல் சட்டம் 1950 ஜனவரி 26ஆம் நாள் நடைமுறைக்கு வந்தது. அரசியல் சட்டப்பிரிவு 16 (4), வேலைகளிலும், பதவிகளிலும் பிற்படுத்தப்பட்ட எந்த குடிமகனுக்கும் இடஒதுக்கீடு உண்டு என்று தெரி விக்கிறது. ஒரு பிற்படுத்தப்பட்ட குடிமகன் என்பது தாழ்த்தப்பட்ட மற்றும் மலைசாதி மக்களையும், இதர பிற்படுத்தப்பட்ட மக்களையும் குறிக்கும் என்று அண்ணல் அம்பேத்கர் அரசியல் சட்டப்பிரிவு 338 (3) ல் விளக்குகிறார்.

1950 வரையில் அகில இந்திய ரீதியில் அனைத்து மாநிலங்களிலும் பிற்படுத்தப்பட்டோர் சாதிகளின் அட்டவணை இல்லை. ஆனால் தென்னிந்திய மாநிலங்கள் 1950க்கு முன்னரே பிற்படுத்தப்பட்ட சாதி களின் அட்டவணையை தயாரித்திருந்தனர்.

இந்தக் குறையை நீக்க அதாவது அகில இந்திய ரீதியில் பிற்படுத்தப்பட் டோர் சாதி அட்டவணையை தயாரிக்கும்படி தந்தை பெரியார் வேண்டுகோள் விடுத்தார். இவரது கோரிக்கையை பண்டித ஜவஹர்லால் நேரு ஏற்றுக் கொண்டார்.

இதனடிப்படையில் அரசியல் சட்டம் பிரிவு 15யை திருத்தி கல்வியில் இடஒதுக்கீடு அளிக்கும் வகையில் மசோதா ஒன்றை 29.05.1951ல் நாடாளு மன்றத்தில் நிறைவேற்றினார். 02.06.1951ல் கல்வியில் இடஒதுக்கீடு என்பது அரசியல் சட்டத்தில் இடம் பெற்று விட்டது.

அண்ணல் அம்பேத்கர் பிற்படுத்தப்பட்டோரின் சமூக, பொருளாதார, கலாச்சார நிலைகளை ஆராய்ந்தறிய ஒரு விசாரணைக் குழுவை அமைப் பதற்கான வழிவகையைக் கண்டார்.

அதன்படி 1953ல் மைய அரசு தாழ்த்தப்பட்டோருக்கான முதல் விசாரணை குழுவை காகா கலேல்கர் தலைமையில் அமைத்தது.

இந்த விசாரணைக்குழு 1955ல் அன்றைய தலைமை அமைச்சர் பண்டித ஜவஹர்லால் நேருவிடம் அறிக்கையை சமர்ப்பித்தது.

காகா கலேல்கர் சமர்ப்பித்த அறிக்கையில் பிற்படுத்தப்பட்டோரின் அட்டவணையையும், கல்வியிலும் வேலையிலும் அவர்களுக்கான இடஒதுக்கீட்டின் அவசியத்தையும் வலியுறுத்தியிருந்தார்.

பிற்படுத்தப்பட்டோரின் இடஒதுக்கீடு என்பது சமூக ரீதியிலும் அடிப்படையிலேயே அமைய வேண்டும் என்பது இக்குழுவின் முதன்மை யான பரிந்துரையாகும். இக்குழு இடஒதுக்கீட்டிற்கான அடிப்படையாக பொருளாதாரத்தை அறவே குறிப்பிடவில்லை என்பது மிக முக்கிய மாகும்.

ஜவஹர்லால் நேரு 01.06.1951ல் பிற்படுத்தப்பட்டோரின் நிலைமை களை அடையாளம் கண்டு கொள்வதற்கு பொருளாதாரத்தில் பின் தங்கிய நிலையை அடிப்படையாக கொள்ள வேண்டும் என்ற வாதத்தை காகா கலேல்கர் குறிப்பிடவில்லை என்பதாலேயே இக்குழுவின் அறிக்கையை 1955ல் நிராகரித்து விட்டார். நேருவின் இச்செயல் அரசியல் சட்டத்திற்கு எதிரானது.

1955லிருந்தே நேரு சமூக ரீதியிலும் கல்வி ரீதியிலும் பிற்படுத்தப்பட்டோ ருக்கு இடஒதுக்கீடு வழங்க வேண்டும் என்பதில் விருப்பமில்லை.

1961 மே மாதத்தில் மத்திய அமைச்சரவை கூட்டத்தில் பிற்படுத்தப்பட் டோருக்கு மைய அரசு பணிகளில் இடஒதுக்கீடு அளிக்கக் கூடாது என்ற தீர்மானத்தை நிறைவேற்றினார்.

சாதி அடிப்படையில் இடஒதுக்கீடு அளிக்கக் கூடாது என்றார். அதனா லேயே 1978 வரையில் எந்த ஒரு வடமாநிலத்திலும் பிற்படுத்தப்பட்டோ ருக்கு இடஒதுக்கீடு வழங்கப்படவில்லை.

அதன் பின்னர் பீகாரில் அன்றைய முதல்வர் கற்பூரிதாகூர் பிற்படுத்தப் பட்டோருக்கு 20 விழுக்காடு 10.11.1978ல் இடஒதுக்கீடு வழங்கி ஆணை யிட்டார். நேருவினுடைய எதிர்ப்பு 1978 நவம்பரில் பீகாரில் முறியடிக்கப் பட்டது.

●

இரண்டாவது பிற்படுத்தப்பட்டோர் விசாரணைக்குழு 01.01.1979ல் மண்டல் தலைமையில் அமைக்கப்பட்டது. அதனுடைய பரிந்துரைகள் 31.12.1980ல் சமர்ப்பிக்கப்பட்டது.

மண்டல் குழுவின் பரிந்துரைகள்படி மைய அரசு பணிகளிலும் கல்வியிலும் இடஒதுக்கீடு என்பது சமூக ரீதியிலும், கல்வி ரீதியிலும் பிற்படுத்தப்பட்டோருக்கு வழங்கப்பட வேண்டும் என்று தெளிவாக வரையறுக்கப்பட்டுள்ளது.

ஆரிய சனாதன பிரிவைச் சாராத வி.பி. சிங் அவர்கள் 13.08.1990ல் மைய அரசு பணிகளிலும் பொது நிறுவனங்களிலும் கல்வியிலும் சமூகத்திலும் பிற்படுத்தப்பட்டோருக்கு 27 விழுக்காடு இடஒதுக்கீட்டை வழங்கி ஆணையிட்டார்.

அதே நேரத்தில் பிற்படுத்தப்பட்டோருக்கு மைய அரசு கல்வி நிறுவனங்களில் இடஒதுக்கீடு பிற்படுத்தப்பட்டோருக்கு அமல்படுத்தப்பட வில்லை.

4

ஈ.வெ. ராமசாமிப் பெரியார் ஆனார்!

பெரியார் என்று பரவலாக அறியப் படும் ஈ.வெ.இராமசாமி சமூக சீர்திருத்திற் காகவும், சாதியை அகற்றுவதற்காகவும், மூடநம்பிக்கைகளை மக்களிடமிருந்து களைவதற்காகவும், பெண் விடுதலைக் காகவும் போராடியவர்.

தமிழகத்தின் மிக முக்கியமான இயக்க மாக கருதப்படும் திராவிடர் கழகத்தினை தோற்றுவித்தவர். இவருடைய சுயமரியாதை இயக்கமும், பகுத்தறிவு வாதமும் மிகவும் புகழ்பெற்றது.

இவர் வசதியான முற்பட்ட சாதியாகக் கருதப்பட்ட நாயக்கர் என்ற சமூகத்தில் பிறந்திருந்தும், சாதிக்கொடுமை, தீண்டாமை, மூடநம்பிக்கை, வருணாசிரம் தரும் கடைப்பிடிக்கும் பார்ப்பனியம், பெண்களைத் தாழ்வாகக் கருதும் மனநிலை போன்றவற்றை எதிர்த்து மக்களுக்காகக் குரல் கொடுத்தார்.

இம்மனநிலை வரக் காரணமானவை மக்களிடையே இருக்கும் மூட நம்பிக்கையும், அந்த மூட நம்பிக்கைக்கு காரணமாக இருக்கும் கடவுள்

நம்பிக்கையும், கடவுள் பெயரால் உருவான சமயங்களும்தான் என்பதைக் கருத்தில் கொண்டு ஈ.வெ.ரா தீவிர இறை மறுப்பாளராக இருந்தார்.

இந்திய ஆரியர்களால் தென்னிந்தியாவின் பழம்பெருமை வாய்ந்த திராவிடர்கள் பார்ப்பனரல்லாதவர்கள் என்ற ஒரு காரணத்தினால் புறக்கணிக்கப்படுவதையும் அவர்களால் திராவிடர்களின் வாழ்வு சுரண்டப்படுவதையும் பெரியார் எதிர்த்தார்.

அவர் தமிழ்ச் சமூகத்திற்காகச் செய்த புரட்சிகரமான செயல்கள், மண்டிக் கிடந்த சாதியை புரட்சிக்கரமான செயல்கள், மண்டிக்கிடந்த சாதிய வேறுபாடுகளைக் குறிப்பிடத்தக்க வகையில் அகற்றியது. தமிழ் எழுத்துக் களின் சீரமைவுக்கு ஈ.வெ.ரா குறிப்பிடத்தக்க பங்காற்றியுள்ளார்.

இவருடைய பகுத்தறிவு, சுயமரியாதைக் கொள்கைகள் தமிழ்நாட்டின் சமூகப் பரப்பிலும், தமிழக அரசியலிலும் பல தாக்கங்களை ஏற்படுத்தி யவை. இவர் ஈ.வெ.ரா, தந்தை பெரியார், வைக்கம் வீரர் என்ற பட்டங் களினாலும் அறியப்படுகிறார்.

1927, டிசம்பர் 18 வரை 'குடியரசு' இதழில் ஆசிரியர் பெயராக ஈ.வெ.இராமசாமி நாயக்கர் என்றுதான் குறிக்கப்பட்டு வந்தது. 25, டிசம்பர் 1927 குடியரசு இதழ் முதல் நாயக்கர் பட்டம் வெட்டப்பட்டது. இது குறித்து வே. ஆனைமுத்து 'பெரியார் களஞ்சியம்' எனும் தொகுப்பு நூலில் அவ்வாறாக, 'நாயக்கர்' என்ற பட்டச் சொல்லை அவருடைய பெயருக்குப் பின்னால் இருந்து நீக்கி விட்ட நிலையில், 'நாயக்கர்' என்ற பட்டச் சொல் இல்லாமல் அவரது பெயரைக் குறிப்பிடுவதானது, அவருக்கு உரிய பெருமையைக் குறைத்து விடுமோ என நம் இனப் பெரு மக்கள் அஞ்சினர். அங்ஙனம் அஞ்சிய இடத்தில் 'பெரியார்' என்ற சொல்லை முதன் முதலாகச் சேர்த்து 'ஈ.வெ.இராசாமிப் பெரியார்' என அழைத்தவர் நாகர்கோயில் வழக்கறிஞர் திரு. பி.சிதம்பரம் பிள்ளையே ஆவார் என்று கூறுகிறார். இந்த விளக்கத்தினை 21.5.1973ல் திருச்சியில் பெரியார் தனக்கு கூறியதாகவும் கூறியுள்ளார்.

ஈரோடு வெங்கட்ட இராமசாமி நாயகர் எனும் இயற்பெயரைக் கொண்ட இவர் செப்டம்பர் 17, 1879ல் தமிழ்நாட்டிலுள்ள ஈரோட்டில் பிறந்தார்.

இவரின் குடும்பத்தினர் தெலுங்கு மொழியை தாய்மொழியாக உடைய வர்கள் ஆவர். இவரின் தந்தை வெங்கட்ட நாயக்கர் மிக வசதியான

வணிகப் பின்னணியைக் கொண்டவர். இவரின் தாயார் முத்தம்மாள் என்ற இயற்பெயர் கொண்ட சின்னத்தாயம்மாள் ஆவார். இவரின் உடன் பிறந்தோர் கிருட்டிணசாமி, கண்ணம்மா மற்றும் பொன்னுத்தாயி ஆகியோர் ஆவர்.

*1929*ல் இராமசாமி சுயமரியாதையை வலியுறுத்தும் விதமாக, செங்கல்பட்டு சுயமரியாதை மாநாட்டில், தன் பெயரில் பின்வரும் சாதிப் பெயரை நீக்கி, அனைவரின் பெயருக்கும் பின்னர் வரும் சாதிப் பெயரை நீக்க முன்னுதாரணமாக விளங்கினார்.

இராமசாமி மூன்று திராவிட மொழிகளான தமிழ், தெலுங்கு, கன்னடம் ஆகிய மொழிகளைப் பேசும் ஆற்றல் பெற்றவராவார். அவரின் தாய் மொழி தெலுங்கு ஆகும்.

இவர் பள்ளியில் ஐந்தாம் வகுப்பு வரை மட்டுமே கல்வி பயின்றார். அதன் பின் கல்வியில் நாட்டமில்லாமையால் தந்தையின் விருந்தோம்பலில் திளைத்திருந்த வைணவப் பண்டிதர் ஒருவரின் அறிவுரைகளைக் கேட்கும் படி தன் தந்தையால் இராமசாமி பணிக்கப்பட்டிருந்தார்.

அதன்படி அப்பண்டிதர் அளிக்கும் அறிவுரைகளை மிக ஆர்வமுடன் கேட்டு அவரின் இந்து புராண இலக்கிய உபதேசங்களில், புராணக் கதை களில் எழுந்த சந்தேகங்களையும் துடுக்குடன் கேட்டு அவரின் இந்து புராண இலக்கிய உபதேசங்களில், புராணக்கதைகளில் எழுந்த சந்தேகங் களையும் துடுக்குடன் அந்த இளம் வயதிலேயே வினவினார்.

அன்று எழுந்த கருத்து வேற்றுமைகளே பின்னாளில் இந்து ஆரிய, எதிர்ப்புக் கோட்பகளை மேற்கொள்ள வழிகோலின. இராமசாமி வளரும்பொழுதே சமயம் என்பது அப்பாவி மக்களின் மீது வஞ்சகத் துடன், அவர்களைச் சுரண்டுவதற்காக போற்றப்பட்ட போர்வையாக போர்த்தப்பட்டுள்ளதைக் களைய வேண்டுவது தனது தலையாய கடமை என்ற எண்ணத்தையும், மூடநம்பிக்கைகளிலிருந்தும், சமய குருமார்களிட மிருந்தும், இம்மக்களைக் காப்பாற்ற வேண்டும் என்ற எண்ணத்தையும் வளர்த்துக் கொண்டார்.

●

ஈ.வெ.இராமசாமியின் 19வது வயதில் அவருக்குத் திருமணம் செய்யப் பெற்றோர்களால் நிச்சயித்த வண்ணம், சிறுவயது முதல் நேசித்த 13வயது நாகம்மையாரை மணந்து கொண்டார்.

நாகம்மை தன் கணவரின் புரட்சிகரமான செயல்களுக்குத் தன்னை முழுவதுமாக ஆட்படுத்திக் கொண்டார். இருவரும் இணைந்து பல போராட்டங்களிலும் ஈடுபடலானார்கள்.

திருமணமான இரு வருடங்களில் பெண் மகவை ஈன்றெடுத்தார். அக் குழந்தை ஐந்து மாதங்களிலேயே இறந்தது. அதன் பிறகு அவர்களுக்குப் பிள்ளைப்பேறு இல்லை.

தனது அண்ணன் மகன் ஈ.வெ.கி. சம்பத்தை திராவிடர் கழகத்தின் எதிர் காலத் தலைவராக நியமிப்பதாக இருந்தார். ஆனால் சம்பத், அண்ணா துரையின் சீடராக விளங்கியதால், ஈ.வெ.இராமசாமி தமது 70வது வயதில் 32 வயதுடைய காந்திமதி எனும் மணியம்மையை மணந்தார்.

இத்திருமணத்தால் திராவிடர் கழகத் தலைவர்களிடையே கருத்து வேறுபாடு ஏற்பட்டது. அண்ணாதுரை போன்ற தலைவர்கள் இராமசாமியை விட்டுப் பிரிந்தனர். ஈ.வெ.இராமசாமி, மணியம்மையை தனது சொத்துக்களுக்கும் திராவிடர் கழகத்திற்கும் பாதுகாவலராக நியமித்தார்.

1904ல் இராமசாமி, இந்துக்களின் புனிதத் தலமாகக் கருதப்படும் காசிக்கு புனிதப் பயணியாக காசி விசுவநாதரை தரிசிக்க சென்றார். அங்கு நடக்கும் மனிதாபிமானமற்ற செயல்கள், பிச்சை எடுத்தல், கங்கை ஆற்றில் மிதக்க விடப்படும் பிணங்கள் போன்ற அவலங்களையும், பிராமணர்களின் சுரண்டல்களையும் கண்ணுற்றவரானார்.

இதனிடையே காசியில் நடந்த ஒரு நிகழ்வு அவரின் எதிர்கால புரட்சிகர சிந்தனைக்கு வித்திட்டது. பிராமணரல்லாதோர் வழங்கும் நிதியில் நடத்தப்படும் ஓர் அன்னசத்திரத்தில் இராமசாமிக்கு பிராமண ரல்லாதார் என்ற நிலையில் உணவு வழங்க மறுக்கப்பட்டது. இந்நிலை கண்டு மிகவும் வருத்தமுற்றவரானார்.

இருப்பினும் பசியின் கொடுமை தாளமாட்டாமல் பிராமணர்போல் பூணூல் அணிந்து வலிந்து தன்னை ஒரு பிராமணர் என்று கூறி உள் நுழைய முயன்றார். ஆனால் அவர் மீசை அவரைக் காட்டி கொடுத்து விட்டது.

பிராமணர் யாரும் இந்து சாத்திரத்தின்படி இவ்வளவு பெரிய மீசை வைத் திருப்பதில்லை என்று கோயில் காவலாளியால் வலிந்து தள்ளப்பட்டு வீதியில் விழுந்தார்.

பசி தாளாமல் வீதியின் குப்பைத் தொட்டியில் விழும் எச்சில் இலை களின் உணவுகளை வேறு வழியில்லாமல் உண்டு பசியைப் போக்கிக் கொண்டார். பிராமணரல்லாதார் கட்டிய அன்னசத்திரத்தில் பிராமண ரல்லாதாருக்கு உணவு வழங்க பிராமணர்களால் மறுக்கப்படுகின்றதே என்ற நிலைமையை எண்ணி வருந்தினார்.

தந்தை பெரியார் தன்னுடைய கருத்துக்களை பரப்புவதற்காக பின்வரும் இதழ்களை வெளியிட்டு வந்தார்.

1. குடி அரசு (வார இதழ்) 1925 மே 2ம் நாள் தொடங்கப்பட்டது.
2. ரிவோல்ட் (Revolt) (ஆங்கில வார இதழ்) 1928 நவம்பர் 7ம் தேதி தொடங்கப்பட்டது. முதல் இதழ் கோவை இரத்தின சபாபதியார் தலைமையில் 6.11.1928ல் வெளியிட்டார். இதழுக்கு ஈ.வெ.ராவும், எசு. இராமநாதனும் ஆசிரியராக இருந்தனர். நாகம்மையார் வெளி யிட்டார்.
3. Justice
4. புரட்சி (வார இதழ்) 1933 நவம்பர் 20ம் நாள் தொடங்கப்பட்டது 17.6.1934ம் நாள் இறுதி இதழ் வெளிவந்தது.
5. பகுத்தறிவு (நாளிதழ்) 1934 ஏப்ரல் 15ம் நாள் தொடங்கப்பட்டு 1934 மே 27ம் நாளோடு நிறுத்தப்பட்டது.
6. விடுதலை (வாரம் இருமுறை) 1935 ஜூன் 1ம் தேதி துவங்கப்பட்டது
7. உண்மை (மாத இதழ்)
8. தி மாடர்ன் ரேசனலிஸ்ட் (ஆங்கில மாத இதழ்) 1971ம் ஆண்டு செப்டம்பர் 1ம் நாள் துவங்கப்பட்டது.

5

கள்ளுக்கடை மறியல் போராட்டம்

தந்தை பெரியாருக்கு இணையாக அவரது இல்லத்துப் பெண்டிரும் சமூகக்களத்தில் இறங்கி பெண்கல்வி மற்றும் பெண்ணுரிமைக்கு பரந்த அளவில் முதல் குரல் கொடுத்திருப்பது வரலாற்றுச் சிறப்பாகும்.

ஈ.வெ.ரா நாகம்மையாராக உலகிற்கு அறிமுகமான நாகம்மை 1885ம் ஆண்டு சேலம் மாவட்டம் தாதம்பட்டி யில் ரெங்கசாமி - பொன்னுத்தாயிக்கு மகளாகப் பிறந்தவர்.

இவர் 1895ஆம் ஆண்டு தனது மைத்துனரான ஈ.வெ.ராமசாமியை மணம் புரிந்தார். இவர்களுக்குப் பிறந்த குழந்தை ஐந்து மாதத்தில் எதிர்பாராத விதமாக இறந்து விட்டது.

இதனால் மனம் உடைந்து போன நாகம்மையாருக்கு, பிற்காலத்தில் இதுவே மனஉறுதி ஏற்படுவதற்கும் தீவிரமான இயக்கப் பணியில் ஈடுபடு வதற்கும் பாலமாக அமைந்தது.

திருமதி நாகம்மையார் தன்னை பெரியாரின் தகுதி வாய்ந்த மனைவியாக நிகழ்த்திக் காட்டுவதற்குரிய சந்தர்ப்பமாகவே அனைத்து போராட்டங்களையும் அவர் பயன்படுத்திக் கொண்டார்.

தந்தை பெரியார் இந்திய தேசிய காங்கிரசில் 1919ம் ஆண்டு இணைத்துக் கொண்ட போது நாகம்மையாரும் தன்னையும் காங்கிரசில் உறுப்பினராக இணைத்துக் கொண்டார்.

அந்தக் காலகட்டத்தில் மகாத்மா காந்தி தொடங்கிய கள்ளுக்கடைப் போராட்டம் நாடு முழுவதும் தீவிரமடைந்திருந்தது. அப்போது பிரச்சாரத்திற்காக ஈரோடு வந்திருந்த மகாத்மா காந்தி தந்தை பெரியார் வீட்டில்தான் தங்கியிருந்தார்.

அப்போது மகாத்மா காந்தி கள்ளுக்கடை போராட்டத்தில் பெண்கள் அதிகளவில் பாதிக்கப்படுவதாகக் கூறி பெண்கள் மீது அதீத அக்கறை யுடன் இருந்ததை பெண்ணாக இருந்து நாகம்மையார் உணர்ந்தார்.

அப்போதுதான் போராட்டத்திற்கு ஆதரவாக தந்தை பெரியார் தனக்கு சொந்தமான தோட்டத்தில் நெடிதுயர்ந்து வளர்ந்திருந்த 200 தென்னை மரங்களை உடனடியாக அழித்தார்.

காந்தியின் பிரச்சாரத்தில் வெகுவாக ஈர்க்கப்பட்ட நாகம்மையார் ஈரோட்டில் தங்களது வீட்டின் அருகே தெருவொன்றில் பெண்களைத் திரட்டி மறியல் போராட்டத்தில் ஈடுபட்டு கைது செய்யப்பட்டார்.

நாகம்மையார் கள்ளுக்கடைக்காக நடத்திய போராட்டத்தின் காரண மாக மறியல் போராட்டம் நடைபெற்ற இடம் தற்போதும் கள்ளுக்கடை மேடு என்றழைக்கப்பட்டு வருகிறது.

நாடு முழுவதும் கள்ளுக்கடை போராட்டத்தில் பிரச்சனைகள் எழுந்த போது ஏனைய காங்கிரஸ் தலைவர்கள் கள்ளுக்கடை போராட்டத்தை திரும்பிப் பெற்றுக் கொள்ள மகாத்மாவை கேட்டுக் கொண்டபோது போராட்டத்தின் முடிவு எனது கைகளில் இல்லை, அது ஈரோட்டிலுள்ள நாகம்மையார் மற்றும் அவரது மைத்துனி கண்ணம்மாள் ஆகியோரிடம் உள்ளதாக பதிலளித்தார்.

அன்றைய திருவிதாங்கூர் மாகாணத்தில் தீண்டாமை ஆதிக்கம் அதிகரித்துக் காணப்பட்டது.

தாழ்த்தப்பட்டவர்கள் அங்குள்ள கோவில்களில் நுழையவும், தெருக்களில் நுழையவும் இருந்த கடையை நீக்குவதற்கு காங்கிரஸ் கட்சி வைக்கம் சத்தியாகிரகப் போராட்டத்தை அறிவித்தது.

இதனைத் தொடர்ந்து 1924ம் ஆண்டு ஏப்ரல் மாதம் 14ம் தேதி தந்தை பெரியாரும், நாகம்மையாரும் வைக்கம் சென்று, போராட்டத்தில் கலந்து கொண்டதுடன் அங்கிருந்த பெண்களைத் திரட்டி போராடி மே மாதம் கைது செய்யப்பட்டார்.

பின்னர் 1925ம் ஆண்டு பெரியார் சுயமரியாதை இயக்கத்தை தொடங்கிய போது சுயமரியாதை இயக்கத்தில் பெண்களும் பங்கேற்று தங்களது உரிமை களை நிலை நாட்டிட வேண்டும் என்று அதிகளவில் சுயமரியாதை இயக்கத்தில் இணைப்பதற்கு காரணமாக இருந்தார்.

அதே நேரத்தில் சுயமரியாதை இயக்கத்திற்கு பெருமை சேர்த்திடும் வகையில் விதவை மறுமணங்கள் மற்றும் சுயமரியாதை திருமணங்கள் நடத்திக் காட்டினார்.

மேலும் தந்தை பெரியார் ஐரோப்பிய நாடுகளுக்கு சுற்றுப்பயணம் மேற் கொண்ட போது குடியரசு இதழின் ஆசிரியராகவும் பணியாற்றிய பெருமை பெற்றவர்.

தந்தை பெரியாருடன் வாழ்ந்த காலத்தில் அவருடன் அவரது கொள்கைப் போராட்டத்தில் தன்னையும் ஈடுபடுத்திக் கொண்டவராக விளங்கி 1933ம் ஆண்டு மே மாதம் 11ம் நாள் உலகத்தை விட்டு மறைந்தார்.

தந்தை பெரியாரின் மனைவியாக வாழ்ந்ததுடன் அவரது கொள்கையால் ஈர்க்கப்பட்டவராக தந்தை பெரியார் வலியுறுத்திய புதுமைப் பெண்ணாக வும் வாழ்ந்து காட்டியவர் நாகம்மை அம்மையார்.

6
சுதந்திர தினம் கருப்பு தினமா?

இனியும் இந்தியாவை ஆளமுடியாது என்பது 1945லேயே பிரிட்டிஷாருக்கு புரிந்து விட்டது. அச்சமயம் இந்தியாவின் வைஸ்ராயாக இருந்த வேவல் பிரபு இந்தியாவுக்கு கூடிய விரைவில் சுதந்திரம் தரப்படும் என்றும் தேர்தல் வேலையை தொடங்குங்கள் என்றும் அறிவித்தார்.

லண்டன் சென்று பிரதமர் அட்லியை சந்தித்துவிட்டு அவர் வெளியிட்ட அறிக்கை இது. சுதந்திரம் தரக்கூடிய நேரத்தில் இந்தியாவில் முறையான நிர்வாக அமைப்பை உருவாக்குவதற்கான முயற்சியாகவே பிரிட்டி ஷாரின் அந்த அறிவிப்பு பார்க்கப்பட்டது.

அதனைத் தொடர்ந்து பல தலைவர்கள் சிறையிலிருந்து விடுதலை ஆனார் கள். அச்சமயம் தேசிய அளவில் செல்வாக்கு பெற்ற மூன்று முக்கிய கட்சிகளான காங்கிரஸ், கம்யூனிஸ்ட் மற்றும் முஸ்லீம் லீக் தேர்தலில் இறங்கின.

அதுவரை காங்கிரஸ் கட்சிக்கே சிம்மசொப்பனமாக இருந்து வந்த

நீதிக்கட்சி அப்போது ஈ.வெ.ரா. பெரியார் வசம் இருந்தது. அவர் நீதிக் கட்சியின் பெயரைத் "திராவிடர் கழகம்" என்று மாற்றி இனி தேர்தல் அரசியலில் ஈடுபடாது என்று அறிவித்தார்.

1946 தேர்தலில் எதிர்பார்த்தபடியே காங்கிரஸ் கட்சி வெற்றி பெற்றது. 1937 தேர்தலில் காங்கிரஸ் வென்றபோது யார் யாரெல்லாம் முதல்வரானார்களோ அவர்களுக்கே இப்போதும் பதவி என்றது காங்கிரஸ். அதன்படி பார்த்தால் சென்னை மாகாணத்தில் அப்போது வென்றது ராஜாஜி. ஆனால் வழக்கம்போல தலைமை கருத்துக்கு முரண்டு பிடித்தது சென்னை.

சென்னை மாகாண காங்கிரஸ் கமிட்டிக்கு காமராஜர் தலைவராக இருந்த போது ஒரு முறை சென்னை வந்த காந்திக்கு அவர் மீது நல்ல அபிப்ராயம் இல்லை. ஆகவே ராஜாஜியிடம் சென்று கட்சிப் பணிகள் பற்றி விவாதித்தாராம்.

மேலும் அவருடைய ஹரிஜன் பத்திரிகையில் ராஜாஜியின் கீழ் தலைமை அமைவதே நன்றாக இருக்கும் என்று எழுதிவிட்டார்.

இதனால் அதிர்ச்சியடைந்த காமராஜ் கட்சியின் நாடாளுமன்றக் குழுவில் இருந்து விலகி விட்டார். பிறகு காந்தி எவ்வளவோ வற்புறுத்தியும் காமராஜர் சமாதானம் அடையாததில் காந்திக்கு வருத்தம்.

இந்தப் பின்னணியில்தான் முதல்வரைத் தேர்வு செய்யும் விவகாரத்தில் பிரச்சனை கிளம்பியது. ஆகவே கட்சி மேலிடம் இந்த விசயத்தில் இறங்கி பேர் கொண்ட பட்டியலை அனுப்புங்கள். அதிலிருந்து ஒருவரைத் தேர்வு செய்கிறோம் என்றார் அப்போது அகில இந்திய காங்கிரஸ் தலைவராக இருந்த அபுல் கலாம் ஆசாத்.

கட்சி மேலிடம் போட்ட உத்தரவைக் கண்டு கொள்ளாமல் கட்சியின் சட்டமன்ற உறுப்பினர்கள் கூடி தங்களுக்குள்ளேயே முதல்வரைத் தேர்வு செய்தனர். காமராஜர் சி.என்.முத்துராமலிங்க முதலியாரின் பெயரை முன்மொழிந்தார்.

அவரை எதிர்த்து டி.பிரகாசத்தின் பெயர் முன்மொழியப்பட்டது. காமராஜர் முன்மொழிந்தார் என்ற காரணத்தினாலேயே ராஜாஜி ஆதர வாளர்கள் நடுநிலை வகிக்கவே பிரகாசத்தின் பக்கம் வெற்றி சென்றது.

பிரகாசம் ஆட்சிக்குத் தலைவர். காமராஜர் கட்சிக்குத் தலைவர். ஆகவே ஆட்சித் தலைவரைப் பற்றிய தொடர்ச்சியான புகார்கள் கட்சித் தலைவரிடம் வந்த வண்ணமிருந்தது.

பிரகாசம் தெலுங்கு பேசும் தமிழர் என்பதால் அவர் ஆட்சியில் ஆந்திரர்களுக்கே அதிக முக்கியத்துவம் தரப்படுகிறது என்ற பல்வேறு புகார்கள் எழுந்தன.

இவரே பின்னாளில் ஆந்திரப் பிரிவினை போராட்டத்திற்கு தலைமை வகித்து "ஆந்திர கேசரி" என்று அழைக்கப்பட்டவர்.

பொறுத்துப் பொறுத்துப் பார்த்த காமராஜர் ஓராண்டுக்குப் பிறகு (1947 பிப்ரவரி) இவருக்கு எதிராக ஓமந்தூராரை நிறுத்தி வாக்கெடுப்பு ஒன்றை நடத்தினார்.

இம்முறை ராஜாஜியின் ஆதரவு கிடைத்தது. ஓமந்தூரார் வெற்றி பெற்றார். இவர் நேர்மையானவர். பக்திமான் போன்ற நல்ல அம்சங்கள் இவரிடம் இருந்தாலும் ஆங்கிலம் தெரியாது. அனுபவக் குறைவு போன்ற எதிர்மறை அம்சங்களும் இவரிடம் இருந்தன.

காமராஜர் வந்து கேட்ட போது ரமண மகரிஷியிடம் சென்று ஆலோசித்த பின்னரே சம்மதிக்கும் அளவுக்கு இவர் பக்திமானாக விளங்கினார்.

மாகாண அரசியலில் இருந்து விலகிய ராஜாஜி இந்தியாவின் முதல் கவர்னர் ஜெனரலாக நியமிக்கப்பட்டார்.

இந்தியத் திருநாடு சுதந்திரத் திருநாளுக்கான கொண்டாட்டங்களுக்கு ஏற்பாடு செய்து கொண்டிருந்தது காங்கிரஸ்.

எதிர்க்கட்சியான கம்யூனிஸ்டும் சுதந்திர தினத்தை வரவேற்றது. இந்நிலையில் திராவிடர் கழகத் தலைவரான பெரியார் அதனை "கருப்பு தினம்" என்று அறிவித்தார்.

கல்வி வேலைவாய்ப்புகளில் பிராமணர்களுக்கு அதிக முக்கியத்துவம் கொடுத்தது பிராமணர்களல்லாதோரை வெறுப்படைய வைத்திருந்தது.

இந்நிலையில்தான் "பிராமணரல்லாதோர் இயக்கம்" என்ற ஒன்று உருவானது. அதுவே 1916ல் தென்னிந்திய நல உரிமைச் சங்கமாக மாறியது. இச்சங்கம் நடத்திய பத்திரிகைதான் "ஜஸ்டிஸ்".

இதுவே பின்னாளில் அக்கட்சிக்கு பெயரானது. காங்கிரஸ்க்கு எதிரான கட்சி என்பதால் இதனை பிரிட்டிஷாருக்கு ஆதரவான கட்சி என்று காங்கிரஸ்காரர்கள் விமர்சனம் செய்தார்கள்.

1920 தேர்தலில் ஒத்துழையாமை இயக்கம் காரணமாக காங்கிரஸ் கட்சி ஈடுபடவில்லை. ஆனால் நீதிக்கட்சி தேர்தலில் ஈடுபட்டு சென்னை மாகாண ஆட்சியைக் கைப்பற்றியது.

சட்டமன்றத்தில் நீதிக்கட்சி ஆட்களுக்கு சிம்மசொப்பனமாக இருந்தவர் காங்கிரஸில் இருந்து பிரிந்து வந்த சுயராஜ்ஜியக் கட்சியின் தலைவர் சத்தியமூர்த்தி.

அடுத்தடுத்த தேர்தலில் நீதிக்கட்சியே ஆட்சியைப் பிடித்தது. ஆனால் 1937 தேர்தலில் காங்கிரஸ் இறங்கி முதல்வர் நாற்காலியை ராஜாஜி வசம் ஒப்படைத்தது.

அதன்பின்னர் ஏற்பட்ட தொடர் தோல்வி மற்றும் கட்சிப் பூசல் காரண மாக நீதிக்கட்சி பலவீனமடைந்து கடைசியில் ஈ.வெ. ராமசாமியிடம் தஞ்சம் புகுந்தது.

அடிப்படையில் காங்கிரஸ்காரர் ஆக இருந்த பெரியார் அக்கட்சியில் இருந்தபடியே வகுப்புவாரி இடஒதுக்கீட்டை வலியுறுத்தி வந்தார். ஆனால் கட்சி அதைத் தொடர்ந்து நிராகரித்து வரவே வெறுப்படைந்து வெளியேறி "சுயமரியாதை இயக்கம்" என்ற ஒன்றை நடத்தி வந்தார். "குடியரசு" என்பது அவ்வியக்கத்தின் பத்திரிகை.

அதன் பின்னரே நீதிக்கட்சித் தலைவராக பொறுப்பேற்று அதனை திராவிட இயக்கமாக மாற்றினார். எனவேதான் சுதந்திர தினத்தை பிரிட்டிஷாரிடம் இருந்து பிராமணர்கள் பெற்ற சுதந்திரம் என்று பெரியார் கருதினார். எனவே தான் அதனை துக்க நாள் என்று விமர் சித்தார். திராவிட நாடு அமைவதே நம்மை நாமே ஆள வழிவகுக்கும் பரிபூரண சுதந்திரமாகக் கருதினார்.

7

நீதிக்கட்சி திராவிடர் கழகமானது

தென்னிந்திய நலவுரிமைச்சங்கம் என்ற அரசியல் கட்சி 1916ம் ஆண்டு துவங்கப்பட்டது. பிராமணர்களுக்கு எதிராகவும், அவர்களின் பொருளாதார மற்றும் அரசியல் ஆதிக்கத்துக்கு எதிராகவும் துவக்கப்பட்டது.

இக்கட்சியே பின்னாளில் நீதிக்கட்சி எனப் பெயர் மாற்றம் பெற்றது. பிராமணர் அல்லாதவர்களின் சமூக நீதி காத்திடவும், அவர்களின் கல்வி, அரசு அதிகாரத்தில் பங்கெடுப்பு போன்றவற்றை வலியுறுத்துவதற்காகவும் உருவாக்கப்பட்டது.

அக்கட்சி பிராமணரல்லாதாரை ஒடுக்க பிராமணர்கள் பின்பற்றி வந்த வர்ணாசிரம் தத்துவத்தை முற்றிலும் எதிர்த்தது.

1937ல் இந்தி கட்டாயப் பாடமாக மதராஸ் மாகாணப் பள்ளிகளில் அரசால் திணிக்கப்பட்டபோது, தனது எதிர்ப்பை நீதிக்கட்சியின் மூலம் வெளிப்படுத்தினார்.

1937ம் ஆண்டிற்குப் பிறகு இந்தி எதிர்ப்பு போராட்டத்தின் விளைவாக திராவிட இயக்கத்திற்கு கணிசமான மாணவர்களின் ஆதரவு கிட்டியது.

பின்னாட்களில் இந்தி எதிர்ப்பு தமிழக அரசியலில் பெரும் பங்கு வகித்தது. இந்தியை ஏற்றுக் கொள்வதால் தமிழர்கள் அடிமைப்படு வார்கள் என்ற காரணத்தால் முற்றிலும் எதிர்க்கப்பட்டது.

நீதிக்கட்சிக்கு மிகுதியான மக்கள் ஆதரவு இல்லாததினால் மிகவும் நலிவடைந்திருந்தது. 1939ல் இந்தி எதிர்ப்பு போராட்டத்தினால் சிறை வைக்கப்பட்டிருந்த பெரியார் விடுதலையானதும் அக்கட்சித் தலைவர் பொறுப்பை ஏற்றார்.

நீதிக்கட்சியில் ஈடுபாடு கொண்டதுடன் பெரியாருக்கு முன்னோடிகளாக வும், துணை நின்றவர்களும் பலர் இருந்துள்ளனர்.

1868ல் பாலக்காட்டில் தரவாத் மாதவன் நாயர் பிறந்தார். பிரிட்டன் பிரான்சில் மருத்துவப் படிப்புகளை முடித்துவிட்டு 1897ல் நாடு திரும்பி னார். பொது வாழ்வில் கொண்ட நாட்டத்தால் அரசியலில் இறங்கினார்.

நீதிக்கட்சியின் ஏனைய முன்னோடிகளைப் போலவே காங்கிரஸில் பிராமண ஆதிக்கத்தால் பாதிக்கப்பட்டவர்.

பிராமணரல்லாதோர் இயக்கத்தின் தேவையை உணர்ந்தார். நீதிக் கட்சியைத் தொடங்கிய மூவரில் ஒருவரானார்.

கட்சியின் சித்தாந்தத்தை வடிவமைப்பதில் முக்கியப் பங்காற்றினார்.

அவரது மரணம் வரை 'ஜஸ்டிஸ்' பத்திரிகையின் ஆசிரியராக இருந்தார்.

பெரியாரால் 'திராவிட லெனின்' என்று அழைக்கப்பட்டார்.

ஆனால் நீதிக்கட்சி தன் வெற்றிக்கனிகளை சுவைப்பதற்கு முன்பே காலமானார்.

●

1845ல் சென்னையில் பிறந்த அயோத்திதாச பண்டிதரின் இயற்பெயர் காத்தவராயன். தனக்கு தமிழ் இலக்கண இலக்கியங்களைக் கற்றுக் கொடுத்த அயோத்திதாச கவிராஜ பண்டிதர் மீதான பற்றால் தன் பெயரை மாற்றிக் கொண்டவர்.

தமிழ் தவிர சமஸ்கிருதம், பாலி, ஆங்கிலத்திலும் புலமை பெற்றவர். ஒடுக்கப்பட்டோரின் நலன்களுக்காக தன் வாழ்நாள் முழுவதும் பாடு பட்ட அயோத்திதாசர் 'திராவிடன்' தமிழன் அடையாளங்களை பேசியவர்களில் முதன்மையானவர்.

திராவிட மொழிக் குடும்பம் பற்றிய ஆய்வுகளில் ஈடுபட்டுக் கொண்டிருந் தோர் மத்தியில் மட்டுமே புழங்கி வந்த 'திராவிடம்' என்ற சொல்லை ஒரு அரசியல் சொல்லாடலாக முதலில் உருவாக்கியவர் அயோத்திதாசரே.

ரெவரண்ட் ஜான் ரத்தினத்தோடு சேர்ந்து 1885ல் 'திராவிட பாண்டியன்' வார இதழை அயோத்திதாசர் தொடங்கினார்.

1891ல் 'திராவிட மகாஜன சபா' அமைப்பை உருவாக்கினார். 1907ல் இவர் தொடங்கிய 'ஒரு பைசாத் தமிழன்' வார இதழ் பத்திரிகை ஓராண்டுக்குப் பிறகு 'தமிழன்' என்று பெயர் மாற்றம் அடைந்தது.

அயோத்திதாசர் மறைவுக்குப் பின்னரே நீதிக்கட்சி, திராவிடர் கழகம், திராவிடக் கட்சிகள் என்று திராவிட இயக்க வரலாறு தொடங்குகிறது என்றாலும் அந்தச் சிந்தனை மரபுக்கு முன்னோடி என்று அயோத்தி தாசரைக் கொண்டாடலாம். சாதி ஒழிப்புக்கான தமிழ் அரசியல் குரல் களில் முன்னோடி அவருடையது.

சென்னை கொருக்குப்பேட்டையில் 1852ல் பிறந்தவர் பி.டி.தியாகராயர். சென்னை மாநிலக் கல்லூரியில் பி.ஏ., படிப்பை முடித்தார். பெரும் செல்வந்தரான இவர் பி.டி. நெசவு ஆலையை நிறுவியவர்.

வணிகத்தில் கிடைத்த செல்வத்தை பொதுப் பணியில் செலவிட்டவர் இவர். வண்ணாரப்பேட்டையில் ஒரு பள்ளியை ஏற்படுத்தினார்.

பச்சையப்பன் கல்லூரியின் அறங்காவலராக அதன் வளர்ச்சிக்கும் உதவி னார். கொடையாளியான அவருககு திருப்பணிகளுக்காக பல ஆயிரம் ரூபாய் கொடை அளித்தாலும் கோயில் பிராமணர்களுக்கு கிடைக்கும் மரியாதை பிராமணாரல்லாதோர்க்கு கிடைக்காததைப் பார்த்தபோது எல்லாவற்றையும் விட இங்கு முக்கியம் சமூக நீதி என்று தோன்றியது.

காங்கிரஸில் இருந்தபோது அங்கும் பிராமணர் ஆதிக்கத்தை உணர்ந்தவர் பிராமணரல்லாதோருக்கான ஒரு தனி இயக்கம் கண்டாக வேண்டும் என்ற உந்துதலுக்கு உள்ளானார்.

இதே சிந்தனையைக் கொண்டிருந்தவர்களான டி.எம். நாயர், சி. நடேசனார் ஆகியோருடன் இணைந்து தியாகராயர் 1916ல் உருவாக்கிய தென்னிந்திய நலவுரிமைச் சங்கமே பின்னாளில் அது நடத்திய பத்திரிகை (ஜஸ்டிஸ்) பெயரால் ஜஸ்டிஸ் பார்ட்டி - நீதிக்கட்சி என்று அழைக்கப்படலானது.

1920ல் நடந்த தேர்தலில் மதராஸ் மாகாணத்தில் பெரும்பான்மை இடங்களை வென்றது நீதிக்கட்சி. சென்னை மாநகராட்சியில் பதவியிலிருந்த காலத்தில் தியாகராயர் ஆற்றிய பணிகள் மிக முக்கியமானவை. இந்தியாவிலேயே முன்னோடியாக சென்னை மாநகராட்சிப் பள்ளியில் மதிய உணவுத் திட்டத்தைக் கொண்டு வந்தவர் இவரே!

1875ல் சென்னை திருவல்லிக்கேணியில் பிறந்தவரான சி. நடேசனார் மருத்துவம் பயின்றவர். பிராமணரல்லாத மாணவர்களுக்கு விடுதிகளில் இடம் மறுக்கப்பட்ட காலகட்டத்தில் அவர்களுக்காக 'திராவிடர் இல்லம்' விடுதியை 1914ல் தொடங்கியவர் இவர்.

அவர்களின் உணவு, உடை, தங்குமிடம் ஆகிய தேவைகளை மட்டுமின்றி அவர்களின் கல்வி வளர்ச்சிக்குமான செலவுகளையும் ஏற்றவர். இது தவிர 'சென்னை ஐக்கிய சங்கம்' என்ற அமைப்பையும் நடேசனார் உருவாக்கினார்.

கல்வி, வேலை வாய்ப்புகளில் பிராமணரல்லாதோர் சமூகம் ஏற்றம் காண அரசியல் அதிகாரம் மிகவும் இன்றியமையாதது என்பதை உணர்ந்த நடேசன் ஏனைய முன்னோடிகளுடன் கைகோர்த்ததன் விளைவே நீதிக்கட்சி.

1923ல் மதராஸ் மாகாணச் சட்டமன்றத்தில் அவர் காலடி எடுத்து வைத்தார். சென்னை பப்ளிக் சர்வீஸ் கமிஷன் அமைக்கப்பட்டதில் முக்கியமான பங்கு இவருக்கு உண்டு.

ஆதி திராவிடர்களின் உரிமை, தீண்டாமை ஒழிப்பு, ஆலயப் பிரவேச உரிமை ஆகியவற்றை குறித்து 1918லேயே பேசிய நடேசன், தன்னுடைய பதவிக் காலத்தில் பிராமணரல்லாதோர் மேம்பாட்டுக்காக எடுக்கப்பட்ட நடவடிக்கைகளுக்கு பெரும் உந்துசக்தியாக இருந்தார்.

காளகஸ்தியில் பிறந்த பனகல் அரசரின் இயற்பெயர் பனங்கன்டி ராமராய நிங்கார்.

சென்னை திருவல்லிக்கேணியில் உள்ள இந்து உயர்நிலைப் பள்ளியில் பள்ளிப்படிப்பை முடித்தவர், சென்னை சட்டக் கல்லூரியில் சட்டம் பயின்றார்.

வடக்கு ஆர்க்காடு மாவட்ட வாரியத்தின் பிரதிநிதியாக தேர்ந்தெடுக்கப்பட்டதிலிருந்து இவருடைய பொது வாழ்க்கை தொடங்குகிறது.

நீதிக்கட்சி உருவெடுத்தபோது தன்னை இணைத்துக் கொண்டு அதன் தூண்களுள் ஒன்றாக இவரும் உருவெடுத்தார்.

1920ல் நீதிக்கட்சி தேர்தலில் பெரும்பான்மை இடங்களை வென்று ஆட்சியைப் பிடித்தபோது முதல் ஆறு மாத காலம் சுப்பராயலு ரெட்டியார் முதல்வராக இருந்தார்.

பின்னர் அவர் பதவி விலகியதைத் தொடர்ந்து நீதிக்கட்சியின் இரண்டாவது முதல்வராகப் பதவியேற்ற பனகல் அரசர் 1926 வரை முதல்வராக இருந்தார்.

பிராமணரல்லாதோர் முன்னேற்றத்துக்கும் சமத்துவத்துக்கும் பல்வேறு நடவடிக்கைகளை முன்னின்று எடுத்த பனகல் அரசர் 1921ல் கொண்டு வந்த இடஒதுக்கீட்டுக்காகவே என்றென்றும் நினைவு கூறப்படுவார். 1928ல் இவர் காலமானார்.

பெரியாரின் தலைமையில் கட்சி சிறப்புடன் வளர்ச்சி கண்டது. இருப்பினும் கட்சியின் பெரும்பாலான பொதுக்குழு உறுப்பினர்கள் கல்வியறிவு பெற்றவர்களாகவும், செல்வந்தர்களாகவும் இருந்தமையால் பலர் பெரியாரின் தலைமையின் கீழ் ஈடுபட மனமில்லாமல் விலகினர்.

●

1944ல் நீதிக்கட்சித் தலைவராக பெரியார் முன்னின்று நடத்திய நீதிக்கட்சிப் பேரணியில் திராவிடர் கழகம் என பெரியாரால் பெயர் மாற்றப்பட்டு, அன்று முதல் திராவிடர் கழகம் என அழைக்கப்பட்டது.

இருப்பினும் பெரியார் நீதிக்கட்சியை திராவிடர் கழகம் எனப் பெயர் மாற்றியதற்கு சிலர் எதிர்ப்புத் தெரிவித்து மாற்று அணி, நீதிக்கட்சியின் நீண்ட அனுபவமுள்ளவரான பொ.தி. இராசன் தலைமையில் துவக்கப்பட்டு 1957 வரை அம்மாற்று அணி செயல்பட்டது.

திராவிடர் கழகத்தின் கொள்கை நகர மக்களிடமும், மாணவ சமுதாயத்தினரிடமும் வெகு விரைவாகப் பரவியது. இக்கட்சியின் கொள்கைகளும், இதன் சார்ந்த செய்திகளும் வெகுவிரைவிலேயே கிராமத்தினரிடமும் பரவியது.

பார்ப்பன புரோகிதர்களின் அடையாளங்களான இந்தி மற்றும் சமயச் சடங்குகள் தமிழ் பண்பாட்டுக்கு விரோதமானவை என அடையாளம் காணப்பட்டு விலக்கி வைக்கப்பட்டன. அவ்வடையாளங்களின் பாதுகாவலர்களாக விளங்கும் பார்ப்பனர்கள், இந்நிலையை எதிர்த்து வாய்மொழித் தாக்குல்களை தொடுக்கலாயினர்.

1949 முதல் திராவிடர் கழகம் தங்களை மூடநம்பிக்கை எதிர்ப்பாளர் களாகவும், சமூக சீர்திருத்தவாதிகளாகவும் சமூகத்தில் அடையாளப் படுத்தும் வகையில் செயல்படலாயினர். திராவிடர் கழகம் தலித்துகளுக்கு எதிராகப் பயன்படுத்தப்படும் தீண்டாமையை மிகத் தீவிரமாக எதிர்ப்பதிலும், ஒழிப்பதிலும் முனைப்புடன் செயல்பட்டது.

பெண்கள் உரிமை, பெண்கல்வி, பெண்களின் விருப்பத் திருமணம், கைம்பெண் திருமணம், ஆதரவற்றோர் மற்றும் கருணை இல்லங்கள் இவற்றில் தனிக் கவனம் செலுத்தினர்.

●

1949ல் பெரியாரின் தலைமைத் தளபதியான அண்ணாத்துரை பெரியாரிட மிருந்து பிரிந்து திராவிட முன்னேற்றக் கழகம் என்ற தனிக் கட்சியை 17 செப்டம்பர் 1949 அன்று சென்னையில் துவக்கினார்.

இந்தப் பிரிவுக்கு பெரியார் மற்றும் அண்ணாதுரையிடம் நிலவிய இரு வேறு கருத்துக்களே காரணம் எனக் கூறப்படுகின்றது.

பெரியார் திராவிட நாடு அல்லது தனித்தமிழ்நாடு கோரிக்கையை முன் வைத்தார். ஆனால் அண்ணாதுரை தில்லி அரசுடன் இணக்கமாக இருந்து கொண்டு கூடுதல் அதிகாரங்களைக் கொண்ட மாநில சுயாட்சி பெறு வதில் அக்கறை காட்டினார்.

அவர்கள் கட்சியினர் தேர்தலில் போட்டியிடுவதை விரும்பினர். பெரியார் தன்னுடைய கட்சியின் இலட்சியங்களாகவும், தனது லட்சியங்களாக வும் முன்னிறுத்திய சமுதாய மறுமலர்ச்சி, சமுதாய விழிப்புணர்வு, மூட

நம்பிக்கை ஒழிப்பு, கடவுள் மறுப்பு போன்றவற்றை அரசியல் காரணங் களுக்காக சிறிதும் விலகி நிற்க அல்லது விட்டுக் கொடுக்க விரும்ப வில்லை.

ஆகையால் பெரியார் தனது கட்சியை அரசியல் கட்சியாக மாற்ற விருப்பமில்லை என்பதை அவரின் கட்சியின் அதிருப்தியடைந்த தொண்டர்களிடமும், உறுப்பினர்களிடமும் தெரிவித்து அவர்களைச் சமாதானப்படுத்தினார்.

பெரியாரிடமிருந்து பிரிந்து போகும் தருணத்திற்கு காத்திருந்தவர்கள் ஜூலை 9, 1948 அன்று பெரியார் தன்னை விட 40 வயது இளையவரான மணியம்மையாரை மறுமணம் புரிந்ததைக் காரணம் காட்டி கட்சியி லிருந்து அண்ணாதுரை தலைமையில் விலகினர்.

அண்ணாதுரை விலகும்போது தன்னை அரசியலில் வளர்த்து ஆளாக்கிய தலைவனை வணங்கி கண்ணீர் விட்டு பிரிகின்றோம் என்று கூறிப் பிரிந்து சென்று கட்சி ஆரம்பித்த காரணத்தினால், அண்ணாதுரையின் தி.மு.க கட்சியை கண்ணீர் துளி கட்சி என அது முதல் பெரியார் வர்ணிக்கலா னார்.

அதன் பின் பெரியாருக்காக தி.மு.க தலைவர் பதவி காலியாக உள்ளது என அண்ணாதுரை அறிவித்தார்.

●

1956ல் சென்னை மெரினாவில் இந்துக் கடவுளான இராமரின் உருவப் படம் எரிப்பு போராட்டத்தை நடத்திய பெரியாருக்கு தமிழ்நாடு காங்கிரஸ் கட்சித் தலைவராக இருந்த பி.கக்கனால் கடும் எச்சரிக்கை விடுக்கப்பட்டது.

பெரியார் அந்த போராட்டத்தில் கைது செய்யப்பட்டு சிறையில் அடைக்கப்பட்டார்.

1958ல் பெரியார் மற்றும் அவரது செயல்வீரர்கள் பெங்களூரில் நடை பெற்ற அனைத்திந்திய அலுவல் மொழி மாநாட்டில் கலந்து கொண்டனர்.

அம்மாநாட்டில் பெரியார் ஆங்கிலத்தை இந்திக்கு மாற்றுதலான அலுவல் மொழியாக அரசாங்கத்திடம் வலியுறுத்திப் பெற்றுக் கொள்ள வலியுறுத்தினார்.

*1962*ல் பெரியார் தனது கட்சியான திராவிடர் கழகத்தின் புதிய பொதுச் செயலாளராக கி.வீரமணியை முழு நேரமும் கட்சிப் பொறுப்பைக் கவனிக்கும் விதத்தில் நியமித்தார்.

ஐந்தாண்டுக்குப் பிறகு பெரியார் வட இந்தியா சுற்றுப்பயணம் மூலம் சாதீயங்களை ஒழிக்க பிரச்சாரம் மேற்கொண்டார்.

இவரின் சமுதாயப் பங்களிப்பைப் பாராட்டி *1970* ஜூன் *27* அன்று யுனஸ்கோ மன்றம் என்ற அமைப்பு புத்துலக நோக்காளர், தென் கிழக்காசியாவின் சாக்கிரடீஸ், சமூக சீர்திருத்த இயக்கத்தின் தந்தை என்று பாராட்டுச் சான்றிதழ் வழங்கியுள்ளது.

8

குலக்கல்வித் திட்டத்துக்கு எதிராக பெரியார் முரசு

"பரம்பரைத் தொழில் செய்யாத குலத்தில் பிறந்த குழந்தைகள் வயல் களிலும், தொழிற்சாலைகளிலும் பிறர் செய்யும் தொழில்களைக் கவனிக்கச் செய்து கற்கச் செய்யவும் ஆலோசிக்கப் படுகிறது.

விவசாயத் தொழில்கள், கொட்டகை போடுதல், செங்கல் அறுப்பு வேலைகள், கிணறுகள் வெட்டுதல் போன்ற வேலைகளில் பள்ளிச் சிறுவர் சிறுமியரை பழக்கப்படுத்துவது என்பதும் யோசிக்கப்பட்டு வருகிறது." ராஜாஜி அமைச்சரவை கல்வி அமைச்சர் கூறியது இவை.

பெரியாரின் போர்முரசு விடுதலை ஏட்டில் 31.3.1953ல் "சிறுவர் கல்வியைப் பாழாக்கும் புதிய திட்டம் உஷார்" என்று பெரியார் தலை யங்கம் தீட்டினார்.

தந்தை பெரியார் எச்சரிக்கை செய்தபடி 1953, 54ம் கல்வியாண்டில் புதிய கல்வித் திட்டம் வருகிறது என்று ராஜாஜி அரசு அறிவித்தது.

இதனிடையில் காஞ்சிபுரத்தில் நடந்த சென்னை மாகாண யாதவ மாணவர் மாநாட்டில் ராஜாஜி அமைச்சரவையின் முடிவை ஆதரித்து மத்திய விவசாயத்துறை அமைச்சர் சென்னகவுடா பேசும்போது, 'யாதவ சமூக இளைஞர்கள் நவீன பால்பண்ணை நடத்தி பால் உற்பத்தியைப் பெருக்க வேண்டும். ராஜாஜியின் குலக்கல்வி திட்டத்தை ஆதரிக்கிறேன்' என்று பேசினார்.

பம்பாயிலிருந்து வந்த பிளிட்ஸ் ஏடு வருணாஸ்ரம முறைக்கு உயிர் ஊட்டும் குலக்கல்வித் திட்டம் என்று எழுதியது.

"டைம்ஸ் ஆஃப் இந்தியா" ஏடு, துப்புரவு தொழிலாளியின் பிள்ளைகள் ஆசிரியராகவோ, மருத்துவராகவோ வருவதை ஏன் தடுக்க வேண்டும்? என்று கேள்வி எழுப்பியது.

ராஜாஜியின் குலக்கல்வித் திட்டத்தை காங்கிரசுக்குள் ஓமந்தூர் இராமசாமி ரெட்டியார் செங்கல்வராயன், பத்திரிக்கையாளர் டி.எஸ். சொக்கலிங்கம் மற்றும் ஜிடி நாயுடு, ஜெ.சி. குமரப்பா எதிர்த்தனர். கல்கி ஆசிரியர் கிருஷ்ண மூர்த்தியும், ம.பொ.சியும் ஆதரித்தனர்.

ராஜாஜியின் குலக்கல்வித் திட்டத்தை எதிர்த்து போராடி வெற்றி பெற்ற மண் தமிழ்நாடு. தந்தை பெரியார் நடத்திய கிளர்ச்சிக்கான ராஜாஜி ஆட்சி பீடத்தை விட்டு வெளியேற வேண்டிய நிலையை உருவாக்கியது.

1952 ஜுன் 24ம் நாள் சென்னை மாநில முதலமைச்சர் ராஜாஜி சென்னை திருவான்மியூரில் நடந்த சலவைத் தொழிலாளர் மாநாட்டில் பங்கேற்றார். அதில் பேசும்போது, "அவனவன் சாதி தொழிலை அவனவன் செய்ய வேண்டும். வண்ணார் வீட்டு பிள்ளைகள் படிக்க வேண்டியது இல்லை. குலத்தொழிலைச் செய்தால் போதும் எல்லோரும் படித்தால் வேலை எங்கிருந்து கிடைக்கும்" என்று கூறினார்.

அப்போதைய கல்வி அமைச்சர் டாக்டர் எம்.வி. கிருஷ்ணாராவ் 20.3.1953ல் சென்னை சட்டமன்றத்தில், "தொடக்கப்பள்ளி மாணவர்கள் படிக்கும் கால அளவை நாளொன்றுக்கும் மூன்று மணி நேரமாக குறைப்பது என்றும், அந்த நேரத்தில் குழந்தைகளின் பெற்றோர் செய்யும் தொழில்களை கற்றுக் கொள்ள வசதி செய்து கொடுக்கவும் சர்க்கார் தீவிரமாக ஆலோசனை செய்து வருகின்றது" என்று கூறினார்.

களத்தில் குதித்து விட்டார் தந்தை பெரியார். திருச்சியில் திராவிடர் கழகத்தின் மத்திய நிர்வாகக் குழுக்கூட்டம் 1953 ஜுன் 3ம் தேதி கூடியது. அதில் குலக்கல்வித் திட்டத்தை எதிர்த்து போராட்டத்தை அறிவிக்க தந்தை பெரியாருக்கு பொறுப்பு அளித்து தீர்மானம் நிறைவேற்றப் பட்டது.

1953 ஜுலை 11,12 தேதிகளில் மன்னார்குடியில் தஞ்சை மாவட்ட திராவிடர் கழக மாநாடு தொடங்கியது. அந்த மாநாட்டில் ராஜ கோபாலச்சாரி ஆட்சியின் சூழ்ச்சியை அம்பலப்படுத்திய பெரியார் குலக்கல்வித் திட்டத்திற்கு எதிரானப் போராட்டத்தை அறிவித்தார்.

ஒரே நாள் இடைவெளியில் 1953 ஜுலை 14ம் தேதி சட்டமன்றம் முன்பாக நாடாளுமன்ற உறுப்பினர் வ.வீரசாமி தலைமையில் குலக் கல்வித் திட்டத்தைக் கண்டித்தும் திரும்பப் பெற வலியுறுத்தியும் மறியல் அறப்போராட்டம் நடைபெறும் என்று பிரகடனப்படுத்தப்பட்டது.

ஜுலை 20ம் தேதி கிராமங்களில் பள்ளிகள் முன்பு மறியல் நடக்கும் என்று தந்தை பெரியார் பிரகடனம் செய்தார்.

சென்னை சட்டமன்றம் முன்பு நடக்க இருந்த மறியலுக்கு ராஜாஜி அரசு உத்தரவு போட்டது. கோட்டை முன்பாக மலபார் போலீஸ் ஆயிரக் கணக்கில் குவிக்கப்பட்டது. ஆனால் அதற்கெல்லாம் பயந்து ஓடுகிற படையா பெரியார் படை?

திட்டமிட்டவாறு ஜுலை 14ம் தேதி மூன்று மூன்று பேராக மறியல் அணிகோட்டை நோக்கி புறப்பட்டது. நாடாளுமன்ற உறுப்பினர் வ.வீரசாமி தலைமையில் முதல் அணி புறப்பட்டது.

அண்ணாசாலையில் ஆயிரக்கணக்கான மக்கள் திரண்டு விட்டனர். அடுத்தடுத்து திருவாரூர் தங்கராசு, எம்.கே.டி.சுப்பிரமணியம், டி.எம். சண்முகம், த. லோகநாதன், மனோரஞ்சிதம், லட்சுமிபாய் ஆகியோர் தலைமையில் மறியல் செய்ய அணிகள் சென்று கொண்டே இருந்தனர்.

சட்டமன்றத்துக்கு முன்பாக சென்ற இவர்களில் 80 தோழர்கள் கைது செய்யப்பட்டனர்.

மேலும் மேலும் மக்கள் கூட்டம் செயின்ட் ஜார்ஜ் கோட்டையை நோக்கி ஆயிரக்கணக்கில் திரண்டு வந்தவுடன் மலபார் போலீஸ் தடியடி நடத்தத்

தொடங்கியது. குண்டாந்தடி தாக்குதலை தாங்கிக் கொண்டு மண்டை உடைந்து ரத்தம் வழிந்தோடிய நிலையிலும் ராஜாஜியின் குலக்கல்வித் திட்டத்திற்கு எதிராக முழக்கமிட்டவாறு தொண்டர்கள் முன்னேறிச் சென்றனர்.

ராஜாஜி அரசின் அடக்குமுறையைக் கண்டித்தும், குலக்கல்வியை எதிர்த்துப் போராடியவர்கள் மீது காவல்துறை நடத்திய தாக்குதலைக் கண்டித்தும், சட்டமன்றத்தில் கம்யூனிஸ்ட் கட்சி, உழைப்பாளர் கட்சி ஐக்கிய முன்னணி உள்ளிட்ட கட்சிகள் ஒத்திவைப்பு தீர்மானம் கொடுத்தன.

ஆனால் அதற்கு அவைத்தலைவர் மறுத்து விட்டார். அந்த கட்சியைச் சேர்ந்த 80 உறுப்பினர்கள் வெளிநடப்பு செய்தனர்.

இந்தச் சூழலில் பேரறிஞர் அண்ணா அவர்கள் தி.மு.க சார்பில் மும்முனைப் போராட்டத்திற்கு அழைப்பு விடுத்திருந்தார். 1959 ஜூலை 14ம் தேதி குலக்கல்வியை எதிர்த்து ராஜாஜி வீட்டு முன்பு மறியல். ஜூலை 15ம் தேதி தமிழர்களை 'நான்சென்ஸ்' என்று கூறிய நேருவைக் கண்டித்து ரயில் மறியல். மேலும் அதே நாளில் திருச்சி மாவட்டத்தில் டால்மியா புரம் ஊர் பெயரானது கல்லக்குடி என மாற்றம் செய்யக் கோரியும் மும்முனைப் போராட்டம் அறிவிப்பு. தமிழ்நாடு எங்கும் பரபரப்பை ஏற்படுத்தியது.

சென்னையில் பேரறிஞர் அண்ணா, ஈ.வெ.ரா. சம்பத், நாவலர், என்.வி.நடராஜன், கே.ஏ.மதியழகன் ஆகியோர் கட்சி அலுவலகத்தில் கைது செய்யப்பட்டனர்.

இது குறித்து செய்தி வெளியிட்ட ஏடுகள் தி.மு.க.வின் ஐம்பெரும் தலைவர்கள் கைது என்று செய்தி வெளியிட்டன. அதிலிருந்துதான் தி.மு.க.வின் ஐம்பெரும் தலைவர்கள் என்று இவர்கள் கழகத் தோழர் களால் அழைக்கப்பட்டனர்.

ராஜாஜி வீட்டின் முன்பு மறியல் செய்த தி.மு.க அணி சத்திய வாணிமுத்து அம்மையார் தலைமையில் சென்றபோது 40 பேர் கைது செய்யப் பட்டனர். அதே நாளில் தூத்துக்குடியில் ரயில் மறியல் செய்த தி.மு.க. தொண்டர்கள் மீது துப்பாக்கிச்சூடு நடத்தி 4 பேர் உயிரைப் பறித்தது ராஜாஜி சர்க்கார். 50 பேர் படுகாயம் அடைந்தனர்.

டால்மியாபுரம் பெயரை கல்லக்குடி என்று மாற்றக்கோரி கல்லக்குடியில் ரயில் மறியல் போராட்டம் நடத்திய கலைஞர் கைது செய்யப்பட்டார். அந்தப் போராட்டக் களத்தில் போலீஸ் துப்பாக்கிச்சூட்டில் இருவர் பலியானார்கள்.

தந்தை பெரியார் பிரகடனம் செய்தவாறு 20.7.1953 அன்று பள்ளிகள் முன்பு குலக்கல்வியை எதிர்த்து ஆயிரக்கணக்கான ஊர்களில் நடந்த மறியல் போராட்டம் பெரு வெற்றி பெற்றது. பெரியாரின் போராட்டம் மக்கள் போராட்டமாக வெடித்தது.

நாடெங்கும் ராஜாஜிக்கு எதிர்ப்பு கிளம்பியது. காங்கிரஸ் கட்சிக் குள்ளும் இது எதிரொலித்தது. சென்னை மாநில முன்னாள் முதல்வர் ஓ.பி.இராமசாமி ரெட்டியார், சென்னை மேயர் செங்கல்வராயன், பத்திரிகையாளர் டி.எஸ். சொக்கலிங்கம் போன்ற காங்கிரஸ் தலைவர்களும் ராஜாஜியின் குலக்கல்வியை திரும்பப் பெற வலியுறுத்தினார்கள்.

காந்திய அறிஞர் ஜே.சி. குமரப்பா, விஞ்ஞானி ஜி.டி. நாயுடு, டாக்டர் லட்சுமணசாமி முதலியார் போன்றோரும் எதிர்ப்பு தெரிவித்தனர்.

சட்டமன்றத்தில் குலக்கல்வித் திட்டத்தை நிறுத்தி வைத்து ஒரு நிபுணர் குழு அமைத்து பரிசீலனைக்கு அனுப்ப வேண்டுமென்று ஒரு தீர்மானம் கொண்டு வரப்பட்டது.

தீர்மானத்திற்கு ஆதரவாக 139 வாக்குகளும், எதிராக 137 வாக்குகளும் விழுந்தன. இரண்டு வாக்குகள் வித்தியாசத்தில் ராஜாஜி அரசு தோல்வி அடைந்தது. எனவே ராஜாஜி அரசு பதவி விலக வேண்டும் என்று சட்ட மன்றத்தில் எதிர்க்கட்சிகள் குரல் கொடுத்தன.

அதே நேரத்தில் சட்டமன்றத்தில் எதிர்கட்சியாக இருந்த கம்யூனிஸ்ட் கட்சி சார்பில், புதிய கல்வித் திட்டத்தை அதாவது குலக்கல்வித் திட்டத்தை அரசு கைவிட வேண்டும் என்று பலரும் கம்யூனிஸ்ட் கட்சியை வலியுறுத்தினார்கள். ஆனால் கம்யூனிஸ்ட் கட்சி தனது தீர்மானத்தை கைவிட மறுத்து விட்டது.

தீர்மானம் வாக்கெடுப்புக்கு விடப்பட்டபோது ஆதரவாக 138 வாக்குகளும், எதிராக 137 வாக்குகளும் விழுந்தன. இறுதியில் சட்டமன்ற தலைவர் தன்னுடைய வாக்கை அரசுக்க ஆதரவாக அளித்து அரசை வெற்றி பெறச் செய்து கம்யூனிஸ்ட் தீர்மானத்தை தோற்கடித்தார்.

கம்யூனிஸ்ட் தீர்மானம் தோற்கடிக்கப்பட்டதால் ராஜாஜி அரசு பிழைத்து விட்டது. கம்யூனிஸ்ட் கட்சி தனது தீர்மானம் வெற்றி பெறுவதற்கு முயற்சி செய்யவில்லை.

கம்யூனிஸ்ட் கட்சி எம்.எல்.ஏக்கள் பலர் அன்று சபைக்கு வரவில்லை. சட்டமனற எதிர்க்கட்சித் தலைவரும், கம்யூனிஸ்ட் சட்டமன்ற கட்சித் தலைவருமான தோழர் பி.இராமமூர்த்தியும் சட்டமன்றம் செல்லவில்லை.

இந்த நிலையில்தான் கம்யூனிஸ்ட் கட்சி, ராஜாஜி அரசின் குலக்கல்வித் திட்டத்திற்கு எதிராகக் கொண்டு வந்த தீர்மானம் தோல்வி அடைந்தது. ராஜாஜி இதனால் உற்சாகம் அடைந்தார்.

கம்யூனிஸ்ட் கட்சியைக் கடுமையாக எதிர்த்து வந்த ஆச்சாரியார் அதன் பிறகு தனது எதிர்ப்பை குறைத்து விட்டார். வரலாற்றில் கம்யூனிஸ்ட் கட்சி அப்போது செய்த தவறு இது. தந்தை பெரியாரை சமாளிக்க வேண்டும் என்பதற்கு ராஜாஜி திட்டம் தீட்டினார்.

குலக்கல்வி எதிர்ப்புக் கிளர்ச்சி நடத்தி திராவிடர் கழக தோழர்கள் மீது காங்கிரஸ்காரர்கள் தாக்குதல்கள் நடத்தினார்கள். காங்கிரஸ்காரர்கள் கலகம் செய்தால் காவல்துறை தலையிடாது என்று வெளிப்படையாகவே ராஜாஜி அறிவித்தார்.

ராஜாஜியின் அரசு காலித்தனத்திற்கு பச்சை கொடி காட்டியதால், பார்ப்பனர்களும் ஆச்சாரியார்கள் அடிவருடிகளும் துணிவு பெற்றார்கள். இதன் உச்சகட்டமாக திருச்சி பெரியார் மாளிகைக்கு தீ வைத்திட துணிந்து விட்டனர். அங்கிருந்து கழகத் தோழர்கள் அந்தக் காலிகளை பெட்ரோல் தீ பந்தத்துடன் கையும் களவுமாகப் பிடித்து வைத்தனர்.

சுற்றுப்பயணத்தில் இருந்த தந்தை பெரியார் உடனடியாகத் திரும்பினார். காவல்துறையில் கொடுக்கப்பட்ட புகார் குப்பைக் கூடைக்குள் போனது.

ராஜாஜி கொக்கரித்தார். இப்போது நடப்பது தேவர் அசுரர் போராட்டம் என்று குலக்கல்வி எதிர்ப்பு போராட்டத்தை ராஜ கோபாலச்சாரியார் வர்ணித்தார்.

தந்தை பெரியார் பதிலடி கொடுத்தார். ஆம் இது ஆரிய திராவிடப் போராட்டம்தான் என்று விடுதலையில் எழுதினார்.

ராஜாஜி சர்க்கார் எல்லை மீறி போன போதுதான் 1953 நவம்பர் மாதத்தில் சேலம் மாவட்டம் ஆத்தூரில் நடந்த சுயமரியாதை இயக்க திராவிடர் கழக மாநாட்டில் திராவிடர் கழகத்தினர் கத்தி வைத்துக் கொள்ள வேண்டும் என்று தீர்மானம் நிறைவேற்றப்பட்டது.

அக்கிரகாரத்தைக் கொளுத்துவோம். அதன் பிறகும் ராஜாஜி அரசு அடக்குமுறையை நிறுத்தவில்லை. அப்போதுதான் தந்தை பெரியார் ஒரு அறிவிப்பை வெளியிட்டார்.

இதுவரை சட்டத்திற்கு உட்பட்டு போராடி வந்த நான் இனி சட்டத்தை மீறியாவது குலக்கல்வியை ஒழிக்க வேண்டிய கட்டாயத்தில் இருக் கிறேன்.

பெட்ரோலும் தீப்பந்தமும் கையில் வைத்துக் கொள்ளுங்கள். நான் அறிவிக்கும்போது அக்கிரகாரத்தை கொளுத்துங்கள் என்று பெரியார் ஆணையிட்டார்.

இது மாதிரியெல்லாம் அறிவிக்கின்ற துணிச்சல் இந்திய வரலாற்றில் தந்தை பெரியாரைத் தவிர வேறு எந்த தலைவரையும் காண முடியாது.

பெரியாரின் அறிவிப்பால் பார்ப்பனர்கள் நடுங்குகிறார்கள். 'திருப்பித் தாக்குங்கள்' என்று கல்கி கிருஷ்ணமூர்த்தி எழுதி பார்ப்பனர்களை தூண்டி விட்டார். இந்து பத்திரிக்கை துள்ளிக் குதித்தது. பெரியார் கூறியபடி ஆரிய திராவிடப் போர் உக்கிரமானது.

பெரியார் நடத்தியப் போராட்டங்களால் காங்கிரஸ் கட்சிக்கு உள்ளேயே ராஜாஜிக்கு எதிர்ப்பு தீவிரமானது. பெருந்தலைவர் காமராஜர் தந்தை பெரியாரின் போராட்டம் நியாயமானது என்பதை உணர்ந்தார்.

'குலக்கல்வித் திட்டம் உருப்படாது. பயனும் அளிக்காது' என்று பேசத் தொடங்கினார் காமராஜர். ஓமந்தூரார் 'தற்போதுள்ள படிப்பும் இல்லாமல் போய் விடும்' என்ற கூறினார்.

உழைப்பாளர் கட்சித் தலைவரும், பின்னாளில் தி.மு.க.வின் முக்கிய தளகர்த்தராக பேரறிஞர் அண்ணாவுக்கு துணையாக நின்றவருமான ஏ.கோவிந்தசாமி, சட்டமன்றத்தில் புதிய கல்வித் திட்டத்தை புகுத்திய ராஜாஜியை கடுமையாக எதிர்த்தார்.

ராஜாஜிக்கு எதிராக காங்கிரஸ் சட்டமன்ற உறுப்பினர்களும், டாக்டர் வரதராஜுலு நாயுடுவும், பிரதமர் பண்டித நேருவிடம் புகார் அளித்தனர்.

ராஜாஜி அரசுக்கு பெரும் நெருங்கடி ஏற்பட்டது. பிரதமர் நேரு ராஜாஜியை முதல்வராக தொடர அனுமதி அளித்தாலும் நிலைமை இங்கு சரியில்லை.

குலக்கல்வித் திட்டத்தை அடியோடு ஒழித்துக் காட்ட தந்தை பெரியார் இறுதியாகப் போராட்டம் அறிவிக்க முடிவு செய்து, போராட்டத்தில் கலந்து கொள்ள திராவிடர் கழகத் தோழர்கள் இரத்தத்தில் கையெழுத் திட்டு அனுப்புங்கள் என்று ஆணை பிறப்பித்தார். திராவிடர் கழகத்தினர் இரத்தக் கையெழுத்து போட்டு அனுப்பிய கடிதங்கள் குவிந்தன.

இந்த நிலையில்தான் ஈரோட்டில் 1954 ஜனவரி 23, 24 தேதிகளில் புத்தர் கொள்கை பிரச்சார மாநாடு - குலக்கல்வி எதிர்ப்பு மாநாட்டை பெரியார் நடத்தினார்.

அண்ணாமலைப் பல்கலைக்கழக முன்னாள் துணைவேந்தர் எஸ்.ஜி. மணவாள ராமானுஜம் தலைமையில் நடந்த அந்த மாநாட்டில் மூன்று மாதத்திற்குள் புதிய கல்வித் திட்டத்தை ராஜாஜி அரசு திரும்பப் பெற வேண்டும் என்று கெடு விதித்து தீர்மானம் நிறை வேற்றப்பட்டது.

1954 மார்ச் 27, 28 தேதிகளில் நாகப்பட்டினம் அவுரி திடலில் சென்னை மாநில விவசாய மாநாடு நடந்தது. மாநாடு முடிந்து மறுநாள் பெரியார் அறிவித்தவாறு குலக்கல்வி எதிர்ப்புப் படை தஞ்சை மாவட்ட திராவிடர் கழகத் தலைவர் நீடாமங்கலம் ஆறுமுகம் தலைமையில் புறப்பட்டது.

நாகையிலிருந்து சென்னை வரை சென்ற குலக்கல்வி எதிர்ப்புப் படை செல்லும் வழியெல்லாம் ராஜாஜியின் குடிகெடுக்கும் குலக்கல்வித் திட்டத்தின் தீய நோக்கத்தை மக்களிடம் பரப்புரை மேற்கொண்டது.

ராஜாஜியின் குலக்கல்வித் திட்டத்திற்கு எதிராக பெரியார் மூட்டிய தீ பற்றி எரிந்தது. வேறு வழியில்லாமல் ராஜாஜி முதல்வர் பதவியிலிருந்து விலக வேண்டிய நிலை ஏற்பட்டு விட்டது. குலக்கல்வித் திட்டத்தை வடித்துக் கொடுத்த கல்வி ஆலோசகர் ஜி.ராமச்சந்திரன் பதவி விலகினார்.

காங்கிரஸ் சட்டமன்ற புதிய தலைவரைத் தேர்வு செய்ய காங்கிரஸ் எம்.எல்.ஏக்கள் கூட்டம் கூடியது. முதல்வர் பதவிக்கு போட்டியிட்ட பெருந்தலைவர் காமராஜர் 93 வாக்குகள் பெற்று வெற்றி பெற்றார்.

அவரை எதிர்த்த ராஜாஜி ஆதரவுடன் போட்டியிட்ட சி.சுப்பிர மணியம் 41 வாக்குகள் மட்டுமே பெற்று தோல்வி அடைந்தார்.

பெருந்தலைவர் காமராஜர் முதல்வர் பதவி ஏற்ற நிலையில் நாகப்பட்டினத்திலிருந்து புறப்பட்ட குலக்கல்வித்திட்ட எதிர்ப்புப் படை 600 மைல்கள் பிரச்சார பயணம் மேற்கொண்டு மக்களிடையே எழுச்சி ஏற்படுத்தி சென்னை வந்தடைந்தது.

முதல்வர் காமராஜர் அவர்களை சென்னை கோட்டையில் குலக்கல்வித் திட்ட எதிர்ப்புப் படையின் சார்பில் நீடாமங்கலம் அ.ஆறுமுகம், படைத்தளபதி டி.வி. டேவிஸ், க.ராஜாராம், எம்.கே.டி. சுப்பிரமணியம், டி.எம்.சண்முகம் ஆகியோர் சந்தித்தனர்.

அவர்களை அன்போடு வரவேற்ற முதல்வர் காமராஜர் உங்கள் கோரிக்கையை இந்த அரசு நிறைவேற்றும் என்று தந்தை பெரியாரிடம் கூறுங்கள் என்றார்.

தந்தை பெரியாரின் போராட்டத்திற்கு வெற்றி பெறும் சூழலும் கனிந்தது. 1954 மே 18ம் தேதி குலக்கல்வித்திட்டத்தை திரும்பப் பெறுவ தாக முதலமைச்சர் காமராஜர் அறிவித்தார்.

ராஜாஜிக்கு ஆதரவாக ஓராண்டு காலமாக எந்த சி.சுப்பிரமணியம் குலக் கல்வித் திட்டத்தை ஆதரித்துப் பேசினாரோ அவரையே கல்வி அமைச்சராக்கி அவர் வாயாலேயே திரும்பப் பெறுகிறோம் என்று சட்டப் பேரவையில் அறிவிக்கச் செய்தார் காமராஜர்.

9. கோயில்களில் வர்ணாசிரம தர்மம்

வர்ணாசிரம தர்மக் கொள்கைதான் பஞ்சமர்களை கோயிலுக்குள் நுழையக் கூடாது என்று கூறுகிறது. சைவமும் வைணவமும் பறையர்கள் உட்பட அனைவரையும் கோயிலுக்குள் அனுமதிக் கிறது என்று வரலாற்று உண்மைகள் பேசுகின்றன.

வர்ணாசிரம தர்மம் காப்பாற்ற வேண்டி பன்னெடுங்காலமாக இருந்து வந்த மரபு பாழ்படுத்தக் கூடாது என்ற வாதத்தை பிராமணர்கள் ஒரு புறமும், மறுபுறம் நாங்கள் ஆரியர்கள் அல்ல ஆதி சைவர்கள், எங்களுக்கு கோயில்களில் பரம்பரையாக அர்ச்சகராகப் பணியாற்றும் உரிமை உண்டு.

ஆகமங்கள்படி சிவன் கோயில்களில் சிவாச்சாரியார்களாக நாங்கள் பணிபுரிந்து வருகின்றோம் என்று வெள்ளாளர் சமுதாயத்திற்கு ஆதர வாக ஒரு பிரிவினரும் வாதாடுகின்றனர்.

எந்தச் சாதியினரும் அர்ச்சகராகலாம் என்று 23.06.2006ல் கலைஞர் கொண்டு வந்த சட்டமானது திராவிடச் சாதியினர் அனைத்து பிரிவின

ருக்கும் பொருந்தக் கூடியதாகும். இப்படிப்பட்ட பின்னணியில் கலைஞரின் இந்த அரசாணை வர்ணாசிரம தத்துவத்துக்கு சாவு மணி யடிக்கும் நடவடிக்கையாம்.

ஏதோ இந்த நடவடிக்கை சாதாரணமானது என்பது போன்று காழ்ப் புணர்ச்சியுடன் கடந்து செல்ல முடியாது. இது தமிழர் சமுதாய மாற்றத் திற்கு மிக முக்கிய அடிப்படை நடவடிக்கையாகும்.

பண்பட்ட பழக்க வழக்கங்கள் மனிதனைக் கொடுமையிலிருந்து மீட்டெடுக்கும் கருவிகளாகும். இதுவே நாகரீகத்தின் அடையாளங் களாகும்.

நாகரீகமுள்ள சமூகத்தில் சுதந்திரம், சமத்துவம், சகோதரத்துவம் ஆகியவையே தாரக மந்திரங்களாகும். இவை இல்லாத ஒரு சமூகத்தை பண்பாடு உள்ளதாகவோ, நாகரீகம் உள்ளதாகவோ கூற இயலாது.

இந்து சமயம் வேத சாஸ்திரங்களின் அடிப்படையில் பிராமணர்களின் விளக்கத்தின்படி பிறவியின் அடிப்படையில் அமைந்த சாதியைக் கொண்டு ஒருவன் உயர்ந்தவன், மற்றவன் தாழ்ந்தவன் என்று மக்களைப் பிரித்தது மிகக் கொடுமையாகும்.

பிராமணர், சத்திரியர், வைசியர், சூத்திரர் என்று சமூக அமைப்பை நான்கு பிரிவுகளாக பிரித்து மக்களிடையே ஏற்றத்தாழ்வுகளை செயற்கையாக ஏற்படுத்திச் சமத்துவத்தை மறுக்கும் தத்துவமே தான் வர்ணாசிரம தர்மம் என்பதாகும்.

இப்படி ஆயிரக்கணக்கான ஆண்டுகளைச் சாதியின் அடிப்படையில் மக்களைப் பிரித்து ஆண்டு வந்த Divide and Rule அந்நிய தத்துவமான வர்ணாசிரம தர்மத்தை உட்கொண்டுள்ள ஆரிய சனாதன மதத்தை திராவிட சாதிகளிடையே இந்து மதம் என்ற முலாம் பூசி பாமர மக்களின் கடவுள் நம்பிக்கையை அறியாமையை பயன்படுத்தி வெகு ஆழமாக பரப்பி விட்டனர்.

அனைத்து சாதியினரும் அர்ச்சகராகலாம் என்ற விவகாரத்தின் பின்னணியை சற்று பார்ப்போம்.

அனைத்து சாதியினரும் இந்துக் கோயில்களில் அர்ச்சகராகலாம் என்பது திராவிட இயக்கத்தின் கொள்கைச் செயல்பாடுகளில் ஒன்றாகும்.

அனைத்து சாதியினரும் கோயில் கருவறைக்கு செல்ல அனுமதிக்க வேண்டுமென்று கூறி வந்த பெரியார் 1970ஆம் ஆண்டு குடியரசு தினத்தன்று இதற்காக கிளர்ச்சி ஒன்றை நடத்தப் போவதாக அறிவித்தார்.

தமிழகத்தின் முக்கியமான கோயில்களில் இந்தப் போராட்டம் நடக்கு மென்றும் திருநீறுபூசித்தான் கோயில்களில் நுழைய களம் என்றால் தொண்டர்கள் பூசிக் கொள்ளலாம் என்றும் பெரியார் கூறினார்.

இந்த அறிவிப்பை அடுத்து அன்றைய முதல்வர் மு. கருணாநிதி அனைத்து சாதியினரும் அர்ச்சகராவதற்கான சட்டம் விரைவில் இயற்றப்படும் என்றும் பெரியார் தன் போராட்டத்தை ஒத்தி வைக்க வேண்டுமென்றும் கேட்டுக் கொண்டார். அதன்படி போராட்டம் ஒத்தி வைக்கப்பட்டது.

எல்லோரையும் அர்ச்சகராக்க அனுமதிக்கும் இந்தச் சட்டம் ஏற்கனவே இருந்த இந்து சமய அறநிலைய ஆட்சித் துறை சட்டத்தின் பிரிவு 55, 56, 116 ஆகியவற்றில் செய்யப்பட்ட திருத்தச் சட்டம்தான்.

இதற்கான மசோதா 02.12.1970ல் தமிழக சட்டமன்றத்தின் இரு அவை களிலும் நிறைவேற்றப்பட்டது. இதன் முக்கிய கூறு, இந்துக் கோயில் களின் எல்லா பகுதிகளின் நியமனத்திலும் பாரம்பரிய (வாரிசு அடிப்படை யில் நியமனம்) கொள்கையை நீக்குவது (பிரிவு 55ல் செய்யப்பட்ட திருத்தம்).

இந்தச் சட்டத்தை எதிர்த்து சேஷம்மாள் என்பவர் வழக்குத் தொடர்ந் தார். உச்சநீதிமன்றத்தில் எஸ.எம். சிக்ரி, ஏ.என். குரோவர், ஏ.என்.ரே.டி.ஜி. பாலேகர், எம்.எச்.பெக் ஆகியோர் இந்த வழக்கை விசாரித்து 1972 மார்ச் 15ஆம் தேதி தீர்ப்பு வழங்கினர்.

ஒரு கோவிலில் அர்ச்சகரை நியமனம் செய்யும்போது, ஆகமங்களை மீறி அறங்காவலர் நியமனங்களை மேற்கொள்ள மாட்டார் என்று அரசு கூறியதை சுட்டிக் காட்டிய நீதிபதிகள், குறிப்பிட்ட இனம், உட்பிரிவு, குழுவிலிருந்தே அர்ச்சகரை நியமிக்க வேண்டும் எனச் சுட்டிக் காட்டியது.

ஆனாலும் மனுதாரரின் அச்சத்திற்கு இப்போது அவசியமில்லை என்று கூறி சேஷம்மாளின் மனுவை தள்ளுபடி செய்தது.

சட்டத்தை எதிர்த்தவரின் மனு தள்ளுபடி செய்யப்பட்டதாகத் தோன்றி னாலும் ஆகமத்திற்கு உட்பட்டே நியமனங்களைச் செய்ய வேண்டும்

என்பதை இந்த உத்தரவு வலியுறுத்தியது.

இந்த நீதிமன்ற உத்தரவை பெரியார் கடுமையாக விமர்சித்தார். 1973 டிசம்பர் 8, 9ல் பெரியார் திடலில் நடந்த தமிழர் சமுதாய இழிவு மாநாட்டில் பேசிய பெரியார், நண்பர் கருணாநிதி கொண்டு வந்த சட்டத்தை நீதிமன்றம் செல்லாது என்று ஆக்கியதால் ஆத்திரம் அதிகமாகி விட்டதாகக் குறிப்பிட்டார்.

உச்சநீதிமன்றத் தீர்ப்பில் அரசியல் சாசனப் பிரிவு 25ஐப் பற்றி குறிப்பிட்டிருப்பதால் அனைத்து சாதியினரும் அர்ச்சகராக்குவதற்கு ஏதுவாக அந்தப் பிரிவை நீக்க வேண்டுமென கருணாநிதி மத்திய அரசை வலியுறுத்த ஆரம்பித்தார். பிரதமருக்கு கடிதங்களை எழுதினார். ஆனால் பிரிவு திருத்தப்படவில்லை.

எம்.ஜி.ஆர். ஆட்சிக்கு வந்த பிறகு 1982ல் நீதியரசர் மகாராஜன் தலைமையில் கோயில் வழக்கங்களில் செய்யப்பட வேண்டிய சீர்திருத்தங்கள் குறித்து ஆராய்ந்து அறிக்கை அளிக்க ஒரு குழுவை அமைத்தார்.

அந்தக் குழுவும் அனைத்து சாதியினரும் உரிய பயிற்சிக்குப் பிறகு அர்ச்சகராக நியமிக்கப்படலாம் என்று கூறியது. ஆனால் அதற்கு முன்பாக அரசியல் சாசன சட்டப்பிரிவு 25-2ல் திருத்தம் கொண்டு வர வேண்டும் என்று கூறியது.

இதற்குப் பிறகு பல ஆண்டுகள் இந்த விவகாரம் தொடர்பாக நடவடிக்கைகள் ஏதும் எடுக்கப்படவில்லை. இந்த நிலையில் 2002ல் ஆதித்யன் - கேரள அரசு என்ற வழக்கில் தீர்ப்பு வழங்கிய கேரள உயர்நீதி மன்றம், 'ஆகமங்கள், மதப்பழக்க வழக்கங்கள் போன்றவை எல்லோரும் சமம்' என்ற இந்திய அரசியல் சாசனத்தின் அடிப்படை கொள்கைக்கு எதிராக இருந்தால் அவை சட்டரீதியாக செல்லாது என்று கூறி அனைத்து சாதியினரும் அர்ச்சகராக்க முடியும் என்று தீர்ப்பளித்தது.

இதற்குப் பிறகு 2006ஆம் ஆண்டில் மீண்டும் ஆட்சிக்கு வந்த தி.மு.க. அனைத்து சாதியினரும் அர்ச்சகராவதற்கான அரசாணையை வெளியிட்டது. இதற்கான சட்டமும் இயற்றப்பட்டது.

2006ஆம் ஆண்டில் தமிழ்நாட்டில் அனைத்து சாதியினரும் அர்ச்சகராக்கப் படலாம் என்ற சட்டம் இயற்றப்பட்டு இதற்கென திறக்கப்பட்ட பயிற்சிப் பள்ளிகளில் பயின்ற மாணவர்கள், பன்னிரண்டு ஆண்டு

களுக்கும் மேலாக கோவில்களில் தங்கள் நியமனத்திற்காக காத்திருக்கின் றனர்.

தமிழ்நாட்டில் உள்ள இந்துக் கோயில்களில் அனைத்து சாதியினரை யும் அர்ச்சகராக்க அனுமதிக்கும் வகையில் 2006ஆம் ஆண்டில் தி.மு.க. அரசு வெளியிட்ட அரசாணை அடிப்படையில் நீதிபதி ஏ.கே. ராஜன் தலைமையிலான கமிட்டி ஒன்று அமைக்கப்பட்டு அர்ச்சக மாணவர்களின் தகுதி, பாடத்திட்டம், பயிற்சிக்காலம், கோயில்களில் நடைபெறும் பூஜை முறைகள் ஆகியவற்றை ஆராய்ந்து பரிந்துரைகளை அளித்தது.

இந்த பரிந்துரைகளின் அடிப்படையில் சென்னை பார்த்தசாரதி கோயில், திருவரங்கம் ஆகிய இடங்களில் வைணவ அர்ச்சகர்களுக்கான பயிற்சிப் பள்ளிகளும், மதுரை, திருவண்ணாமலை, பழனி, திருச்செந்தூர் ஆகிய இடங்களில் சைவ அர்ச்சகர்களுக்கான பயிற்சிப் பள்ளிகளும் உருவாக்கப் பட்டன.

இந்த பயிற்சிப் பள்ளிகளில் மாணவர் சேர்க்கைக்காக அரசு விளம்பரம் வெளியிட்டு நேர்காணல் செய்தபோது ஒவ்வொரு நாளும் நேர் காணலுக்கு 300 பேருக்கு மேல் வந்தனர்.

இவர்களில் இருந்து ஒவ்வொரு மையத்திற்கும் 40 பேர் வீதம் ஆறு மையங் களுக்குமாக சேர்த்து 240 பேர் பயிற்சிக்காக தேர்வு செய்யப்பட்டனர்.

இவர்களில் 33 பேர் பயிற்சிக் காலத்தில் விலகிவிட 207 பேர் முழுமை யாக பயிற்சியை முடித்தனர். இந்த 240 பேரில் எல்லா சாதியினரும் இடம் பெற்றிருந்தனர்.

இவர்களுக்கான பயிற்சிகள் 2007ஆம் ஆண்டு ஆகஸ்டு மாதம் துவங்கப் பட்டது. அடுத்த 13 மாதங்களில் தமிழ் மந்திரங்கள், பூஜை முறைகள், கோவில்களின் பழக்க வழக்கங்கள் ஆகியவை தொடர்ந்து கற்பிக்கப் பட்டன.

பயிற்சி பெற்ற மாணவர்கள் 2008ஆம் ஆண்டு தீட்சையை முடித்து விட்ட நிலையில் இவர்களுக்கான சான்றிதழ்களும் வழங்கப்பட்டன. ஆனால் வழக்கின் முடிவின் அடிப்படையில்தான் பணி நியமனங்கள் இருக்கு மென தெரிவிக்கப்பட்டது.

இந்த நிலையில் 2010ஆம் ஆண்டு செப்டம்பர் 17ஆம் தேதி பயிற்சி

பெற்ற மாணவர்கள் பெரியார் சிலைக்கு மாலை அணிவித்தனர். இதற்கு இந்து அமைப்புகள் கடுமையாக எதிர்ப்புத் தெரிவித்தன. இந்தச் சமயத்தில் பயிற்சி பெற்ற மாணவர்கள் தாக்கப்பட்ட சம்பவங்களும் நடந்தன.

2011ல் புதிதாக பதவியேற்ற அதிமுக அரசு இந்த விவகாரத்தில் பெரிதாக ஆர்வம் காட்டவில்லை. இதற்குப் பிறகு கடந்த 2015ஆம் ஆண்டு டிசம்பர் மாத மத்தியில் உச்சநீதிமன்றம் இந்த வழக்கில் தீர்ப்பளித்தது.

தமிழக கோயில்களில் ஆகம விதிகளின்படி அர்ச்சகர்களை நியமிக்கும் மரபு உள்ள இடங்களில், அதே முறைப்படி நியமிக்க வேண்டுமென்றும் ஆகம விதிகளின் கீழ் அர்ச்சகர் நியமனங்கள் நடக்கும்போது பாதிக்கப்படுபவர்கள் நீதிமன்றங்களை அணுகி தனித்தனியாக நிவாரணம் கோர வேண்டுமென்றும் உச்சநீதிமன்றத் தீர்ப்பு தெரிவித்தது.

ஆனால், இந்தத் தீர்ப்பின் மூலம் எல்லா சாதியைச் சேர்ந்தவர்களும் அர்ச்சகர்களாக நியமிக்கப்படலாமா என்பதை நீதிமன்றம் தெளிவுபடுத்தவில்லை என்று அர்ச்சகர் பயிற்சி பெற்றவர்கள் கருதினர். தமிழ்நாடு அரசும் இது தொடர்பாக தன்னுடைய நிலைபாடு எதையும் தெரிவிக்கவில்லை.

இந்த நிலையில் கடந்த 2018ஆம் ஆண்டில் மதுரையில் அழகர் கோயில் கட்டுப்பாட்டில் உள்ள ஒரு சிறிய அய்யப்பன் கோவிலில் மாரிமுத்து என்ற பயிற்சி பெற்ற மாணவர் அர்ச்சகராக நியமிக்கப்பட்டார். ஆனால் இது தொடர்பான அறிவிப்பு எதையும் இந்து சமய அறநிலையத் துறை வெளியிடவில்லை.

இதற்குப் பிறகு 2020ஆம் ஆண்டில் மதுரை நாகமலை புதுக்கோட்டையில் உள்ள பிள்ளையார் கோயில் ஒன்றில் தியாகராஜன் என்ற பயிற்சி பெற்ற மாணவர் நியமிக்கப்பட்டிருக்கிறார்.

பயிற்சி பெற்ற 207 பேரில் 2 பேர் சிறிய கோயில்களில் பணி வாய்ப்பைப் பெற்றிருக்கிறார்கள். ஐந்து பேர் இறந்து போய் விட்டனர். மீதமுள்ள 200 பேரில் 4 பேருக்கு வேறு அரசு வேலைகள் கிடைத்திருக்கின்றன. மீதமுள்ள 196 பேர் தொடர்ந்து இதற்காக போராடி வருகிறார்கள்.

இந்திய சமூகம் மனுதர்மத்தின்கீழ் தான் கட்டமைக்கப்பட்டுள்ளது. மனுதர்மத்தின் அடிப்படையில்தான் பிராமணர்கள் கோவில் கருவறையில்

பூஜை செய்ய வேண்டும் என சொல்கின்றனர்.

பிற மதத்தைச் சார்ந்தவர்கள் பூசை செய்வதற்கு எதிர்ப்பும், விவாதங் களும் உருவாகின்றன. புரட்சியாளர் அம்பேத்கர் எழுதிய அரசியலமைப்பு சட்டத்தை விட மனுதர்மம் தான் கோலோச்சுகிறது.

இந்திய மண், இந்திய சமூகம், இந்திய பண்பாடு, இந்திய வாழ்வியல் முறை ஆகியன வர்ணாசிரம முறைப்படி தான் இயங்குகிறது.

மனுதர்மம் எப்போதோ எழுதப்பட்ட நூல் என்று அலட்சியம் செய்ய லாகாது. இது மனிதர்களின் நடைமுறையில் உள்ளது. மனிதர்களை இழிவுபடுத்துகிறது. பிரிவினை செய்ய வைத்து பெருமை கொள்கிறது. இதையே 'சனாதனம்' என்று கூறுகிறோம்.

இந்திய அரசியலமைப்புச் சட்டத்தை நம்புபவர்கள் எப்படி சனாதனத் தின் பின்னால் செல்ல முடியும்?

ஆதிக்க சாதி மனம் கொண்டவர்களிடம் ஒடுக்கப்பட்டவர்களின் நீதியை எதிர்பார்க்க முடியாது. அதற்காக ஆதிக்க சாதியினரின் கருத்து தான் உண்மை என்றாகி விடாது. ஒடுக்கப்பட்டவர்களின் குரலைக் கேட்கவும் மனிதர்கள் உள்ள காலமிது.

மேலிருந்து கீழாக படிநிலையில் அடக்குமுறையை சாதி அடுக்குகளாக வைத்து 'உன்னை விட அவன் தாழ்ந்தவன்', 'உன்னை விட நான் உயர்ந்தவன்' என வர்ணாஸ்ரம தர்மத்தை மனுதர்ம சட்டமாக்கி நடை முறைப்படுத்தும் மனுஸ்மிருதியை எதற்கு படிக்க வேண்டும் என்ற கேள்வி எழுகிறது.

சாதி அடிமைத்தனத்திற்கு காரணமான பார்ப்பனிய மதத்தில் எங்களுக்கு நம்பிக்கை இல்லை என்னும் அடையாளம் தான் மனு தர்மத்தை அம்பேத்கர் எரித்த போராட்டம்.

மனுதர்மம் என்பது ஒடுக்கப்பட்ட மக்களுக்கு எதிரான அடிமை சங்கிலி. எனவே அதை கடைப்பிடிக்க அவசியமில்லாத குப்பை என மக்களுக்கு உணர்த்த மனுதர்மத்தை எரித்தல் அவசியமாகிறது என்கிறார் அம்பேத்கர்.

அண்ணல் அம்பேத்கர் சமஸ்கிருதம் கற்று தனது சொந்த அறிவால் மனுஸ்மிருதியை வேதங்களை பல ஆண்டுகளாக ஆராய்ந்து அதன்

அடிப்படையில் எடுத்த கொள்கைப் போர் தான் மனுஸ்மிருதியை எரித்தது.

இந்திய குற்றவியல் சட்டங்களைப் பற்றி அறியாமலே பாமரனும் அதற்கு அடங்கி வாழ்கிறானோ அதே அடிப்படையில்தான் மனுதர்மமும் இயங்குகிறது.

மனுதர்மம் என்பது ஒடுக்கப்பட்ட மக்களுக்கு எதிரான அடிமை சங்கிலி. எனவே அதை கடைப்பிடிக்க அவசியமில்லாத குப்பை என மக்களுக்கு உணர்த்த மனுதர்மத்தை எரித்தல் அவசியமாகிறது. ஒடுக்கப்பட்ட மக்களுக்கு இந்த மனுதர்ம குப்பை அவசியமில்லை என்கிறார் அம்பேத்கர்.

உலகில் எந்த வகையான ஒடுக்குமுறையாக இருந்தாலும் சரி, அது வர்க்க ரீதியாகட்டும், பாலின ரீதியாகட்டும், மத, இன, நிறசாதி என எந்த ரீதியான ஒடுக்குமுறையாகட்டும் அது கண்டிக்கப்படக் கூடியதே.

கொடூரமான சாதி ஒடுக்குமுறையை எதிர்த்து சமத்துவத்தை போதித்த இந்தியர்களில் சிலர் ஜோதிபா பூலே, சாவித்திரிபய் பூலே, அண்ணல் அம்பேத்கர், அண்ணல் ரெட்டைமலை சீனிவாசன், அய்யன்காளி ஆகியோர் ஆவர். அண்ணல் காந்தி கூட தீண்டாமையை வலுவாக எதிர்த்தாலும் மனுதர்மத்தை பலமாக ஆதரித்தார்.

குறிப்பிட்டு சாதிய ஒடுக்குமுறையை வலுவாக எதிர்த்தவர் என்றால் மாமேதை அம்பேத்கர் குறிப்பிடத்தக்கவர்.

அம்பேத்கர் யாருக்கானவர் என்ற கேள்வி இன்றைய கேள்வியாக உள்ளது. அவர் அனைவருக்குமானவர். அவரை வெறுமனே பட்டியலின மக்களுக்காக போராடியவர் என்ற வரையறைக்குள் அடைத்துவிட முடியாது. ஒடுக்கப்பட்ட அனைத்து மக்களுக்காகவும் அம்பேத்கர் போராடியுள்ளார்.

பெண்களுக்கான சமத்துவம், உழைக்கும் மக்களுக்கான உரிமை, சாதிய ரீதியான ஒடுக்குமுறைக்கு உள்ளான மக்கள் என சமூகம் சார்ந்த அனைத்து தீமைகளுக்கு எதிராகவும் ஒரு தனி மனிதன் தன் வாழ் நாளையே ஒதுக்கியுள்ளார்.

நேரு, காந்தி போன்ற அன்றைய சுதந்திர போராட்ட தலைவர்களையே

அம்பேத்கர் மாறுபட்ட சித்தாந்த கொள்கைகளால் எதிர்த்தார். ஏன் அம்பேத்கரின் அந்த மேதாவித்தனத்தையும், கல்வி அறிவையும் பார்த்து வியந்த காந்தி இவர் நிச்சயம் ஒரு பார்ப்பனராகத்தான் இருப்பார் என்று எண்ணும் அளவிற்கு அம்பேத்கரின் அறிவு இருந்தது.

ஆனால் காந்திக்குத்தான் சிறிது ஏமாற்றம். ஏனென்றால் அம்பேத்கர் தான் பார்ப்பனர் இல்லையே! பின்னால் அம்பேத்கருக்கும் காந்திக்கும் பல கருத்து வேறுபாடுகள் இருந்தன. குறிப்பாக இரட்டை வாக்குரிமை, தனித்தொகுதி, இடஒதுக்கீடு, பௌத்த மதமாற்றம் என பல கருத்து வேறுபாடுகள் இருவருக்கும் இருந்தன.

தன் மக்களுக்காக ஏதும் செய்யாமல் இறக்கக் கூடாது என்று அம்பேத்கர் தெளிவாக இருந்தார். அதன் பொருட்டு தான் சாகும் வரையிலும் தன் மக்களின் நலன் கருதியே யோசனை செய்து கொண்டிருந்தார்.

கல்விதான் தனது ஆயுதம் என சிறு வயதிலேயே உணர்ந்த அம்பேத்கர் தனக்கு கல்வி கற்க கிடைத்த வாய்ப்புகள் அனைத்தையும் பயன்படுத்திக் கொண்டார். கல்விதான் ஒருவனின் சுயத்தை முன்னேற்றும் என்றும் வலியுறுத்தினார்.

தன் சமூக மக்களுக்காக மட்டுமல்லாமல் மற்ற பின் தங்கிய சமூக மக்களின் நலனுக்காகவும் அம்பேத்கர் போராடினார். பெண்களின் சொத்துரிமைக்காகவும் போராடினார். அதன் காரணமாக தன் பதவியையே துட்சமென கருதி ராஜினாமா செய்தார்.

இப்படி மக்கள் நலன் கருதியே என்னாளும் உழைத்த புரட்சியாளனை அன்று எதிர்த்தவர்கள் இன்றோ அவரை ஆதரித்து மதச்சாயம் பூசும் அவலமும் நீள்கிறது.

கூண்டுக்கள் அடைபட்டுக் கிடக்கும் நிலை இன்று அண்ணல் அம்பேத்கர் சிலைகளுக்கு இருந்து வருகிறது. சிலைகள் உடைக்கப் படலாம், சித்தாந்தங்களை உடைக்க முடியாது என்பது மறுக்க முடியாத உண்மை!

10. அய்யா தமிழைக் காப்பாற்றுங்கள்

திராவிட இயக்கத்தின் மிக முக்கியமான பங்களிப்புகளில் தொடர் செயல்பாடுகளில் ஒன்று மொழியுரிமைக்கான அதன் போராட்டங்கள், தியாகங்கள், தமிழுக்காக உயிர்நீத்த, அடிவாங்கிய, ரத்தம் சிந்திய போராளிகள் - உண்மையில் இந்தி - இந்து - இந்துஸ்தான் ஒற்றைக் கலாச்சாரத்தில் இந்தியா சிக்காமல் இருக்கவும், இந்நாட்டில் இன்று ஆங்கிலம் நீடித்து நிற்கவும், உலகமயச் சூழலில் இந்தியா போட்டியிட்டு நிற்கவும் உதவியிருக்கிறார்கள் என்பதே வரலாறு.

சென்னை மாகாணத்தில் 1937 தேர்தலில் ஆட்சியைப் பிடித்தது காங்கிரஸ். பள்ளிகளில் இந்தி கட்டாயமாக்கப்பட உள்ளதாக அறிவித்தார் ராஜாஜி, 1938ல் அத்திட்டத்தை 6,7,8ஆம் வகுப்பு மாணவர்களை வைத்து வெள்ளோட்டம் பார்க்க முயன்றபோதே பெரியாரிடமிருந்து கடும் எதிர்ப்பு வந்தது.

மேலும் 125 உயர்நிலைப் பள்ளிகளில் இந்தியை கட்டாயப் பாடமாக்கும் அரசாணையை வெளியிட்டார் ராஜாஜி.

'டிசம்பர் 3 இந்தி எதிர்ப்பு நாள்' என்று அறிவிக்கப்பட்டது. தொடர் போராட்டத்தில் இறங்கினார்கள் மாணவர்கள். கொத்துக் கொத்தாக கைது செய்யப்பட்டார்கள். சித்ரவதைக்கு உள்ளாக்கப்பட்டார்கள். சென்னையைச் சேர்ந்த தலித் இளைஞர் நடராசன் இந்தச் சித்ரவதையில் 1938 ஜனவரி 15 அன்று உயிரிழந்தார்.

அடுத்து 11.03.1938 அன்று தாழமுத்து சிறைக் கொடுமையால் உயிரிழந்தார். தொடர்ந்து மேலும் சில உயிர்த் தியாகங்கள்.

பெரியார் உட்பட ஆயிரக்கணக்கானோர் கைதுகள், பீறிட்டுப் பரவிய எதிர்ப்பின் விளைவாக இந்தித் திணிப்பு கைவிடப்பட்டது.

ஆனால் சுதந்திரத்தின்போது அரசியலமைப்புச் சட்ட உருவாக்கத்தின் போது மீண்டும் இந்தித் திணிப்பு வேறு ரூபத்தில் விஸ்வரூபம் எடுத்தது. நாட்டின் அலுவல் மொழியைத் தேர்ந்தெடுப்பதற்காக ஓட்டெடுப்பில் ஒரே ஒரு ஓட்டு வித்தியாசத்தில் வென்ற இந்தியை மட்டும் நாடு தழுவிய ஒரே அலுவல் மொழியாக கொண்டு வரத் திட்டமிட்டார்கள் இந்தி வாலாக்கள்.

"அது நடந்தால் இந்நாட்டின் இந்தி பேசாத மாநிலங்களைச் சேர்ந்த 60% மக்கள் ஒரே நாளில் இரண்டாம் தரக்குடி மக்களாகி விடுவார்கள். அவர்கள் நலனுக்காக ஆங்கிலமும் அலுவல் மொழியாக நீட்டிக்கப்பட வேண்டும்" என்று போராடினார்கள் இந்தி பேசாத மாநிலங்களைச் சேர்ந்தவர்கள்.

இதிலும் அரசியலமைப்புச் சட்ட நிர்ணய சபையில் தமிழர்களின் குரல் ஓங்கி ஒலித்தது.

இதன் விளைவாக ஆட்சி மொழி இந்தி. ஆனால் 15 ஆண்டுகள் வரை ஆங்கிலமும் கூடுதலாகப் பயன்படுத்தலாம் என்ற கெடுவோடு 1950ல் நடைமுறைக்கு வந்தது அரசியலமைப்புச் சட்டம்.

இந்தக் கெடுவின்படி ஆங்கிலத்தை அறவே நீக்கிவிட்டு 1965 ஜனவரி 26 முதல் இந்தியாவின் ஆட்சி மொழியாக்கும் நடவடிக்கைகள் தொடங்கிய போது 1965ல் கிளர்ந்தெழுந்தது தமிழகம்.

"அய்யா தமிழைக் காப்பாற்றுங்கள், இந்தியை நுழைய விடாதீர்கள்" என்று கெஞ்சிய இளைஞரைப் பார்த்து, "இந்தப் பைத்தியத்தைக் கைது

செய்யுங்கள்” என்று போலிசாருக்கு உத்தரவு போட்டார் காங்கிரஸ் முதல்வர் பக்தவச்சலம்.

ஜனவரி 25 விடியற்காலை 4.30 மணியளவில் தனக்குத்தானே தீ வைத்துக் கொண்டு, “ஏ தமிழே நீ உயிர்வாழ நான் துடிதுடித்துச் சாகி றேன்” என்று முழக்கமிட்டபடி கருகிப் போனார் கீழப்பழூர் சின்னச்சாமி.

அடுத்து கோடம்பாக்கம் சிவலிங்கம் தீக்குளித்தார். போராட்டத்தில் ஈடுபட்ட சிதம்பரம் அண்ணாமலைப் பல்கலைக்கழக மாணவர்கள் ராஜேந்திரனும், சிவலிங்கமும் போலீஸ் துப்பாக்கிச் சூட்டிற்கு இரை யானார்கள்.

மேலும் 8 பேர் தீக்குளித்தும், விஷம் அருந்தியும் தற்கொலை செய்து கொள்ள, தமிழகம் தகித்தது.

போலீஸ் துப்பாக்கிச் சூட்டில் கொல்லப்பட்டவர்கள் எண்ணிக்கை அரசு கணக்கின்படியே 70 பேர். பல்லாயிரக்கணக்கானோர் கைதானார்கள். விளைவாக மத்தியில் சாஸ்திரி அரசு இறங்கி வந்தது. ஆங்கிலமே நீடிப்பதை உறுதி செய்தது. திராவிடக் கட்சிகளை ஆட்சிக்கு கொண்டு வந்ததிலும் முக்கியப் பங்கு வகித்தது இந்தப் போராட்டம்.

களப்பிரர்களின் காலத்திலேயே ‘திரமிள சங்கம்’ (திராவிட சங்கம்) என்ற ஒன்று தொடங்கப்படுகின்றது. அதுவே திராவிடம் என வழங்கப் பெற்றது.

ஆதி சங்கரர் தமிழில் தேவாரங்கள் பாடி வழிபட்டமைக்காக “திராவிட சிசு” என திருஞானசம்பந்தரை அழைக்கின்றார்.

அதேபோன்று ஆழ்வார்கள் ஆக்கிய நாலாயிர திவ்விய பிரபந்தம் என்கிற நூல் “திராவிட வேதம்” என அழைக்கப்படுகிறது.

பின்னரான காலப் பகுதியில் 1891ஆம் ஆண்டின் மக்கள் தொகை கணக்கு, பிராமணர், மராட்டியர் தவிர்த்து சென்னை மாகாணத்து மக்கள் முற்றிலும் திராவிடர்கள் என மக்கள் தொகை கணக்கெடுப்புப் பதிவில் (Census of India, 1891 Madras Report) இடம் பெற்றுள்ளது.

அயோத்திதாசப் பண்டிதரும், பின்னர் பெரியாரும் “திராவிடம்” என்ற தன்மானப் போரினை மேற்கொண்டனர்.

திராவிடம் என்பது திசைச் சொல்லாக மட்டும் இருந்த முந்தைய காலத்தில், அதாவது அச்சொல் உருவான காலத்தில் இங்கே தமிழ் நிலம் தமிழ்நிலமாக மட்டுமே இருந்தது.

ஆனால் பிற்காலத்தில் வடமொழிக் கலப்பால் தமிழ் மொழியிலிருந்து கன்னடம், தெலுங்கு, துளு, மலையாளம் எனப் பல மொழிகள் பிரிந்த பொழுது தமிழ் இனமும் பல்வேறு மொழியினங்களாகப் பிரிந்து விட்டது.

இதனால் தமிழ் எனும் ஒற்றை மொழி பல்வேறு மொழிகளின் தாய்மொழி யாக மாறியது. அதனால் திராவிடம் எனும் சொல்லும் தமிழை மட்டும் குறிக்கும் திசைச் சொல் எனும் நிலையிலிருந்து தமிழ் மொழியிலிருந்து பிரிந்த மற்ற மொழிகளையும், தமிழ்மொழியையும் சேர்த்துக் குறிக்கிற, இந்த மொழிக் குடும்பத்தின் பெயர்ச் சொல்லாக மாறிவிட்டது.

ஆக திராவிடம் என்பது வெறும் திசைச் சொல் இல்லை. அஃது இப்பொழுது இந்த மொழிக் குடும்பத்தின் பெயர். தமிழினம் என்பது நம் இனத்தை மட்டுமே தனிப்படக் குறிக்கும் பெயர் போலவே, திராவிடம் என்பது தமிழையும் அதன் இன்னபிற குழந்தைகளையும் சேர்த்து குறிக்கும் இசைக் குழுவின் பெயர்.

இனத்தைக் குறிக்க தனிப்பெயரும், குறிப்பிட்ட இனத்தை முன் னிறுத்த அதற்கான அரசியலும் எப்படி இன்றியமையாத் தேவையோ, அதேபோல இனக்குழுவுக்கான தனிப்பெயரும் இனக்குழு அரசியலும் கூட கட்டாயத் தேவையே!

11
அரசியல் மணி எனும் மணியம்மை

தமிழகத்திலுள்ள வேலூர் மாவட்டத்தில் சுயமரியாதை இயக்கத்தின் தீவிரத் தொண்டரான கனகசபை மற்றும் பத்மாவதி ஆகியோருக்கு 1917ம் ஆண்டு மார்ச் மாதம் 10ம் நாளில் காந்திமதி பிறந்தார்.

அன்றைய தென்னாற்காடு மாவட்டத்தின் திராவிட இயக்கத் தலைவர்களில் ஒருவரான அண்ணல்தங்கோ தனது இயக்கத் தொண்டரான கனகசபையின் மகளுக்கு அரசியல்மணி என்று பெயரிட்டார். காந்திமதியாக இருந்து அரசியல் மணியானவர் வேலூரில் பள்ளிக்கல்வியை முடித்துவிட்டு தமிழிலக்கியம் படித்து புலவர் பட்டத்தை பெற்றார்.

திராவிடர் கழகத்தின் தீவிரத் தொண்டரான கனகசபைக்கு தந்தை பெரியார் கடிதமொன்றை எழுதி, ஈ.வெ.ராவை எல்லாரும் தூரத்தில் இருந்தபடி உடலை ஜாக்கிரதையாக பார்த்துக் கொள்ளுங்கள் என்கிறார்கள்.

ஆனால் உதவி செய்வதற்கு யாருமில்லை, என்னமோ என் காலத்தை ஓட்டிக் கொண்டிருக்கிறேன் என்று எழுதியிருந்தார்.

இக்கடிதத்தைப் பார்த்து அதிர்ச்சி அடைந்த கனகசபாபதி தனது மகள் மணியம்மையுடன் எதற்காக ஈரோடு போகிறோம் என்பதைக் கூட கூறாமல் ஈரோட்டிற்கு வந்து தந்தை பெரியாரைப் பார்த்து தனது மகள் அரசியல்மணி இனிமேற்கொண்டு உங்களைப் பார்த்துக் கொள்வார் என்று கூறிவிட்டு தனது மகளை விட்டுச் சென்றார்.

தந்தை கூறிவிட்டார் என்பதற்காக அதனை மனமார ஏற்றுக் கொண்டு தனக்குப் பிடித்த தலைவருக்கு சிரம பரிபாலனம் செய்வதை தன் விருப்ப மாக ஏற்றுக் கொண்டார்.

1948ம் ஆண்டு தனது மகளைப் பெரியாரிடம் ஒப்படைத்துச் சென்ற தற்குப் பிறகு தந்தை பெரியார் அரசியல்மணியின் திறமையின் மீது நம்பிக்கை வைத்து, தனது இயக்கப் பணியை ஒப்படைத்தார்.

அரசியல்மணி என்கிற பெயரை தந்தை பெரியார் மணியம்மை என்று மாற்றினார். அதற்கு ஏற்றாற்போல தனது தமிழ்ப் புலமையை வெளிப் படுத்திடும் வகையில் 1944ம் ஆண்டு சேலத்தில் நடைபெற்ற திராவிடர் கழக மாநாட்டில் தன்னை சொற்பொழிவாளராக நிரூபித்தார்.

இதனைத் தொடர்ந்து திராவிடர் கழக மாநாடுகளில் தொடர்ந்து உரை யாற்றும் வாய்ப்பை முழுமையாக பயன்படுத்திக் கொண்டு பெண் செயற் பாட்டாளர்களின் பங்களிப்பின் முக்கியத்துவத்தை உணர்த்தினார்.

தந்தை பெரியார் கலந்து கொள்ளும் கூட்டங்கள், மாநாடுகள் ஆகியவற் றில் பெரியாரின் பேச்சுக்களை குறிப்பெடுத்து அவற்றை குடியரசு, விடுதலை, உண்மை போன்ற திராவிடர் கழகத்தின் இதழ்களிலும், பெண்கள் முன்னேற்றம், பாதுகாப்பு, உரிமைகளின் முக்கியத்துவம் குறித்து கட்டுரைகளை எழுதினார்.

இதனிடையே ஈரோட்டினை விட்டு பெரியார் சென்னைக்கு சென்ற தற்குப் பிறகு குடும்பத்தில் சொத்து பராமரிப்பில் ஏற்பட்ட பிரச்சனை காரணமாக தங்களது குடும்ப சொத்து பாதுகாப்பிற்காக 1949ம் ஆண்டு ஏப்ரல் 9ம் தேதி மணியம்மையை திருமணம் செய்து கொண்டார். பெரியார் தனது வாரிசாக மணியம்மையை அறிவித்தார்.

திருமணத்திற்குப் பிறகு திராவிடர் கழகத்தில் தன்னை முழுமையாக ஈடுபடுத்திக் கொண்ட மணியம்மை தொடர்ந்து அரசியல் தடைச்சட்டம், இந்தித் திணிப்பு போராட்டம் உள்பட பல போராட்டங்களில் ஈடுபட்டு அதற்காக சிறை வாசத்தையும் பெற்றார்.

1977ம் ஆண்டு இந்தியப் பிரதமர் இந்திராகாந்திக்கு எதிராக நடைபெற்ற கருப்புக்கொடி போராட்டத்தில் கலந்து கொண்டு சிறை சென்றார். திருச்சியில் தொடங்கப்பட்ட பெரியார் கல்வி நிறுவனங்களையும், குழந்தைகள் காப்பகத்தையும் பாதுகாவலராக இருந்து நிர்வகித்தார்.

தந்தை பெரியார் மரணத்திற்கு பிறகு திராவிடர் கழகத்தின் தலைவியாக வும் விளங்கியவர் மணியம்மை.

திராவிடர் கழகத் தோன்றலுக்கு காரணமாக இருந்த தந்தை பெரியாரின் இரண்டாவது மனைவி என்பதற்கு மிகவும் உண்மையாக இருந்த மணியம்மை 1978ம் ஆண்டு தனது உடல்நலம் குன்றி மார்ச் மாதம் 3ம் தேதி மரணமடைந்தார்.

உலகம் முழுவதும் ஆண்களுக்கு நிகராகவும் பெண்கள் விளங்கிட வேண்டும் என்று வலியுறுத்தி புதுமைப் பெண்கள் வாழ்ந்தனர் என்பதற்கு வரலாறாகத் திகழ்ந்தார் மணிம்மையார்.

தந்தை பெரியார் மணியம்மையை திருமணம் செய்து கொள்ள முடிவெடுத்திருந்த நேரம் அது. அதையொட்டி அவர் தலைமையில் ஏற்பாடுகள் நடந்து கொண்டிருந்தன. இந்த நிலையில் அச்சமயம் விடுதலையின் அலுவலகப் பொறுப்பை கவனித்து வந்த பெரியாரின் அண்ணன் மகன் ஈ.வெ.கி. சம்பத் தனது எதிர்ப்பைக் காட்டுவதற்காக திராவிடக் கழகத்தை விட்டு விலகினார்.

அவர் விலகியதைத் தொடர்ந்து ஏ.கோவிந்தசாமி, அரங்கண்ணல், குத்தூசி குருசாமி ஆகியோரும் விலகினார்கள். பின்னர் பெரியாரின் மணம் குறித்து பேசுவதற்காக திராவிடக் கழகத் தலைவர்கள், பிரமுகர்கள் கூட்டம் ஒன்று சென்னையில் நடந்தது.

கூட்டத்தில் அண்ணா, ஈ.வெ.கி. சம்பத், என்.வி. நடராசன், குத்தூசி குருசாமி, குடந்தை கே.கே. நீலமேகம் உள்ளிட்ட பலர் கலந்து கொண்ட னர். கூட்ட முடிவில் இந்தத் திருமணம் வேண்டாம் என்று பெரியாரைச் சந்தித்து வற்புறுத்த ஒரு நல்லெண்ணக் குழு அமைக்கப்பட்டது.

குடந்தை நீலமேகம், என்.வி.என். நடராசன், குத்தூசி குருசாமி ஆகியோரைக் கொண்ட இந்தக் குழு பெரியாரிடம் இது குறித்து பேசியது :

ஆனால் தன் முடிவை மாற்றிக் கொள்ள பெரியார் மறுத்து விட்டார். பிறகு காஞ்சி மணிமொழியார், டி.எம். பார்த்தசாரதி, கே.எம். கண்ணபிரான், சி.வி.ராசன் ஆகியோரைக் கொண்ட இரண்டாவது குழுவை அண்ணா அமைத்தார். இந்த இரண்டாவது குழுவின் கோரிக்கையை ஏற்கவும் பெரியார் மறுத்து விட்டார்.

பின்னர் திராவிடக் கழகத்தின் மத்திய நிர்வாகக் குழு உறுப்பினர்கள் 32 பேர் கையெழுத்திட்டு பெரியாருக்கு கடிதம் எழுதியுள்ளனர்.

திட்டமிட்டபடி திருமணம் நடந்தால் நாங்கள் கட்சியை விட்டு விலக நேரிடும் என்று கடிதத்தில் குறிப்பிட்டிருந்தனர். ஆனால் இதையெல்லாம் பெரியார் பொருட்படுத்தவில்லை.

09.07.1949ல் திராவிடக் கழக பிரமுகர் சி.பி. நாயகத்தின் இல்லத்தில் திருமணப் பதிவாளர் முன்னிலையில் பெரியார் மணியம்மை திருமணம் திட்டமிட்டபடி நடந்தேறியது.

ரிஜிஸ்திரார் அலுவலகத்தில் ஒட்டப்பட்டிருந்த நோட்டீசில் கீழ்க்கண்ட வாறு குறிப்பிடப்பட்டு இருந்தது.

1. மணியம்மை 30 வயது நிரம்பியவர். திருமணம் ஆகாதவர். இவருடைய மறுபெயர் காந்திமதி. தந்தை பெயர் கனகசபாபதி முதலியார்.

2. ராமசாமி நாயக்கருக்கு வயது 70. மனைவியை இழந்தவர் பெரும் நிலச்சுவான்தார்.

இந்தத் திருமணம் குறித்து பெரியார் ஒரு அறிக்கை வெளியிட்டார். அதில் கூறியிருப்பதாவது :

மணியம்மை ஏதோ சின்னப் பெண் அல்ல. 31 வயது ஆகிறது. திருமணத்தை வெறுத்து இயக்கத் தொண்டில் ஈடுபட்டு வருகிற பெண். அதற்கு 14 வயதில் திருமணம் நடந்திருந்தால் இப்போது பேரக் குழந்தைகள் கூட இருந்திருக்கலாம்.

மணியம்மை திருமணம் செய்து கொள்ள விரும்பாததை அவர் தந்தையாரே ஏற்றுக் கொண்டு திருமணம் செய்யாமல் வைத்திருந்தார். ஆகவே இந்தத் திருமணம் பொருத்தமற்றதோ அல்லது மணியம்மையை ஏமாற்றும் திருமணமோ அல்ல.

மணியம்மை உட்பட யாருக்கும் எந்த நிர்ப்பந்தமோ, கஷ்டமோ, துன்பமோ கொடுக்கப்பட்ட திருமணமும் அல்ல. இயக்கத்துக்காக முன்பெல்லாம் அலைந்தது போல் இப்போது என்னால் அலைய உடல் நலம் இடம் கொடுக்கவில்லை.

என்னைப் போல பொறுப்பு எடுத்துக் கொள்ள தக்க ஆள் யார் இருக்கிறார்கள்? எனக்கு நம்பிக்கை உள்ளவர் கிடைக்கவில்லை.

ஆதலால் எனக்கு ஒரு வாரிசு ஏற்படுத்த விட்டுப் போக வேண்டும். இந்தத் திருமணம் சட்டப்படிக்கான பெயரே தவிர, காரியப்படி எனக்கு வாரிசு தான். இவ்வாறு அறிவுறுத்தியிருந்தார் பெரியார்.

இந்நிலையில் ராஜாஜியின் ஆலோசனையின் பேரிலேயே மணியம்மையை பெரியார் மணந்தார் என்று அக்காலத்தில் பேசப்பட்டது. ஆனால் உண்மையில் இத்திருமணத்தை ராஜாஜியும் ஏற்கவில்லை. வேண்டாம் இந்தத் திருமணம் என்றுதான் பெரியாருக்கு ஆலோசனை கூறினார்.

இது குறித்து பெரியாருக்கு ராஜாஜி ஒரு கடிதம் எழுதினார். அப்போது ராஜாஜி கவர்னர் ஜெனரலாக இருந்ததால் டெல்லியில் உள்ள கவர்னர் மாளிகையில் இருந்து 21.02.1949 தேதியிட்டு அக்கடிதத்தை ராஜாஜி எழுதியிருந்தார்.

கடிதத்தின் தலைப்பில் அந்தரங்கம் என்று ராஜாஜி குறிப்பிட்டிருந்ததால் கடித விபரங்களை பெரியார் வெளியிடவில்லை.

கண்டனங்களை புன்னகையுடன் ஏற்றுக் கொள்ளும் வழக்கம் உடைய ராஜாஜியும் பெரியாரின் திருமணத்தை நான் ஆதரிக்கவில்லை என்று அப்போது அறிவிக்கப்படவில்லை. ராஜாஜியின் கடிதத்தை பெரியார் தன் பெட்டியில் பத்திரமாகப் பாதுகாத்து வந்தார். பெரியாரின் மறைவுக்குப் பிறகுதான் இக்கடிதத்தை மணியம்மை பார்த்து கி.வீரமணியிடம் கொடுத்தார்.

இரு பெரும் தலைவர்களும் மறைந்த பின்னரும் வரலாற்று முக்கியத்துவம் வாய்ந்த இக்கடிதத்தை மறைப்பது சரியல்ல என்ற கருத்துடன் நிருபர்களிடம் திராவிட இயக்கத் தலைவர் திரு.கி. வீரமணி அவர்கள் வெளியிட்டார்.

ராஜாஜியின் கடிதம் வருமாறு :

தங்களுடைய கடிதம் இன்றுதான் வெளியூரிலிருந்து திரும்பியதும் பார்த்தேன். என்பால் தாங்கள் காட்டும் அன்பைக் கண்டு நான் அளவற்ற மகிழ்ச்சி அடைகிறேன். இந்த அன்பு நாட்டுக்கு எந்த விதத்திலாவது உதவும். தங்களுடைய கடிதத்தில் கண்டிருக்கும் விஷயத்தில் ஒரு கஷ்டம் இருக்கிறது. அதாவது என்னுடைய பதவி.

இந்தப் பதவியை வகிப்பவன், அந்தப் பதவியை வகித்து வரும் காலத்தில் சாட்சி கையொப்பமிடுவது அல்லது அதிகாரிகள் முன்னிலையில் அத்தாட்சியாக நிற்பது, இதற்கெல்லாம் பெரும் பதவியை ஒட்டிய வழக்கத்திற்கும், பதவியின் கவுரவத்திற்கும் ஒவ்வாத காரியம் என்றும் இவ்விடத்தில் உத்தியோகக் கூட்டம் அபிப்பிராயப்படுவார்கள்.

என் அன்புக்கு அடையாளமாக வேறு ஏதாவது செய்ய வேண்டுமே யொழிய சாட்சிக் கையொப்பத்துக்காகப் போவது அசாத்தியம். இது ஒரு விசயம்.

இரண்டாவதாக உலக அனுபவத்தில் என்னைவிட தங்களுக்கு அனுபவம் அதிகம். 30 வயது பெண் தங்களுக்குப் பின் தங்களிடம் எவ்வளவு பக்தி யும் அன்பும் இருந்த போதிலும், சொத்தைத் தாங்கள் எண்ணுகிறபடி பரிபாலனம் செய்வாள் என்று நம்புவதில் பயனில்லை.

அதற்காக நிபந்தனைகளை வைத்து சாசனம் எழுதினால் அது தகராறு களுக்கும் மனோ வேதனைக்கும், நீடித்த வியாச்சியங்களுக்கும் தான் காரணமாகும். இதையெல்லாம் யோசித்து எப்படி செய்ய வேண்டுமோ அப்படிச் செய்வீர்கள். தங்களுடைய வயதையும் நான் தங்கள்பால் வைத்திருக்கும் அன்பையும் கருதி ஒன்று சொல்ல விரும்புகிறேன்.

இந்த வயசில் விவாக எண்ணம் வேண்டாம் என்பது என் அபிப்பிராயம். எனவே ஒரு வருடமாவது ஒத்தி வைத்து பிறகு மனதில் எண்ணங்கள் ஊர்ஜிதப்படுத்தப்பட்டபின் செய்வது நலம்.

எழுதத் தோன்றியதெல்லாம் எழுதினேன். மன்னிக்க வேண்டும். இவ்வாறு அக்கடிதத்தில் கூறப்பட்டிருந்தது.

12

வைக்கம் போராட்டம்

கேரளாவில் உள்ள வைக்கம் எனும் சிறிய நகர் திருவாங்கூர் சமஸ் தானத்தில் உள்ளது. கேரள வழக்கப்படி அரிசன மக்கள் என்றழைக்கப்படும் தலித் மக்களும் ஈழவர்களும் கோயிலுக்குள் நுழையவும், கோயில் இருக்கும் வீதிகளில் நடக்கவும் தடைவிதிக்கப்பட்டிருந்தது.

1924ல் சாதி எதிர்ப்புகள் வலுத்திருந்த சமயமாதலால் சாதி எதிர்ப்புப் போராட்டத்தைக் காந்திய வழியில் நடத்த வைக்கம் சிறந்த இடமாகத் தேர்ந்தெடுக்கப்பட்டது.

வைக்கம் போராட்டம் கேரள சீர்திருத்தவாதியும் நாராயண குருவின் இயக்கத்தைச் சேர்ந்தவருமான டி.கே. மாதவன் என்பவரால் முன்னெடுக்கப்பட்டது. அவர் காங்கிரசில் தீவிரமாகச் செயல்பட்டு வந்தார்.

வைக்கம் போராட்டத்திற்கு முப்பதாண்டு கால வரலாறு உண்டு. டி.கே.மாதவன் காங்கிரஸ் வேட்பாளராகப் போட்டியிட்டு

திருவிதாங்கூர் சட்டசபை உறுப்பினராக ஆனதும், அந்தப் போராட்டத்தை மீண்டும் ஆரம்பித்தார்.

அன்னி பெசண்டின் உதவியையும், பின்னர் காந்தியின் உதவியையும் நாடினார். போராட்டதைக் காந்தியின் வழிகாட்டலுடன் அறப் போராட்டமாக முன்னெடுத்தார்.

நாடெங்கிலும் இருந்து காங்கிரசு தலைவர்களும், தொண்டர்களும் அதில் பங்கு கொண்டார்கள். வினோபாவே அதில் பங்கெடுப்பதற்காக வந்தார். கேரளத்தில் காங்கிரஸ் தலைவர்களாக இருந்த கேனப்பன், கெ.பி. கேசவ மேனன், இ.எம்.எஸ், ஏ.கே. கோபாலன் போன்றவர்களும் பங்கெடுத்தார்கள். தமிழகத்தில் இருந்த ஈ.வெ.ரா, கோவை அய்யாமுத்து, எம்.வி. நாயுடு ஆகியோர் பங்கெடுத்தார்கள்.

போராட்டத்தில் ஈ.வெ.ரா முக்கியமான பங்கு வகித்து சிறை சென்றார். ஈ.வெ.ரா அந்தப் போரில் பங்கெடுத்தது சில மாதங்கள் மட்டுமே. ஆனால் வைக்கம் போராட்டம் மேலும் பல மாதங்கள் நீடித்தது.

ஏப்ரல் 14 அன்று இராமசாமி, அவரின் துணைவியார் நாகம்மாளுடன் வைக்கம் வந்து போராட்டத்தில் கலந்து கொண்டார். இருவரும் கைது செய்யப்பட்டு தனித்தனி சிறையில் அடைக்கப்பட்டனர்.

காந்தியின் அறிவுறுத்தலின்படி இப்போராட்டத்தில் கேரளாவைச் சார்ந்தவர்கள், இந்து சமயம் சாராதவர்கள் கலந்து கொள்ளவில்லை. இராமசாமி வைக்கம் வீரர் என தமிழ் மக்களால் அழைக்கப்படலானார்.

விடுதலைக்கான பல போராட்டத்தில் கலந்து கொண்ட இராமசாமிக்கு கிடைக்காத பெயரும் புகழும் இப்போராட்டத்தின் மூலம் கிடைத்தது.

நடுவே போராட்டம் வலுவிழந்தபோது காந்தியும் சிரீநாராயண குரு விடம் நேரில் வந்து போராட்டத்தில் பங்கு கொண்டார்கள். கேரளத்தில் மாபெரும் சமூக சக்தியாக விளங்கிய நாராயணகுரு பங்கெடுத்து நடத்திய ஒரே போராட்டம் இதுவே. கடைசியில் வெற்றி ஈட்டியது.

அமைதி ஒப்பந்தத்தில் காந்தி சார்பில் தேவதாஸ் காந்தியும், போராட்டக் குழு சார்பில் இராஜாஜியும் கையெழுத்திட்டனர்.

பின்னர் இப்போராட்டம் அனைத்துக் கேரள கோயில்களுக்கும் முன்னெடுக்கப்பட்டது. அதன் பின்னர் இந்தியாவெங்கும் ஆலயப்

பிரவேச இயக்கமாக காந்தியால் கொண்டு செல்லப்பட்டது.

ஈ.வெ.இராசாமி மற்றும் அவரின் தொண்டர்கள் தொடர்ந்து நெடுங் காலமாக அரசாங்கத்தினரிடம் சமுதாய ஏற்றத்தாழ்வுகளை நீக்கக் கோரி முனைப்புடன் செயல்பட்டு வந்தனர்.

பலர் இந்தியாவின் விடுதலைக்காகப் போராடி வந்தபோதிலும் இவர்கள் சமூக விடுதலைக்காகப் போராடி வந்தனர்.

சுயமரியாதை இயக்கம் தொடக்கத்தில் பிராமணரல்லாதோர் தாம் பழம் பெரும் திராவிடர்கள் என்ற பெருமையுடன் வாழவும், அதை உணரவும், நாம் யாருக்கும் அடிமையில்லை என்ற உணர்வை அவர் களுக்கு ஊட்ட வும் உருவாக்கப்பட்டது.

சுயமரியாதை இயக்கம் 1925ல் ஈ.வெ.இராமசாமியால் தோற்றுவிக்கப் பட்டது. இதன் முக்கிய கொள்கை பரப்புரையாக சமுதாயத்தின் ஏளனத் திற்குரிய மூடப்பழக்க வழக்கங்களையும் பின்பற்றப்படுவதைத் தொடர்ந்து எதிர்க்கும் நிலையை எடுத்தது.

மக்களை அறிவின்மையிலிருந்து மீட்டெடுக்கவும், தெளிவுடையவர் களாக மாற்றவும் இதன் கொள்கைகள் வழிவகை செய்தன. பகுத்தறிவுச் சிந்தனையுடன் மக்களின் செயல்பாடுகள் இருக்க வலியுறுத்தின.

பகுத்தறிவாளர்கள் பின்பற்றப்பட வேண்டிய கடமைகளாக பலவற்றை இவ்வியக்கம் வலியுறுத்தியது.

1. சுய மரியாதையாளர்கள் பிராமணப் புரோகிதரில்லா, சமயச் சடங்கில்லா திருமணங்கள் நடைபெற வலியுறுத்தினர்.

2. ஆணும் பெண்ணும் சமம், அவர்கள் வேறுபாடின்றி, சரிநிகர் சமமாக வாழும் முறையை வலியுறுத்தியது.

3. சாதிமறுப்பு திருமணத்தையும் கைம்பெண் திருமணத்தையும் ஊக்கப்படுத்தியது.

4. அளவில்லா குழந்தைகள் பெறுவதைத் தடுத்து குடும்பக் கட்டுப் பாட்டை 1920களிலேயே வலியுறுத்தியது.

5. கோயில்களில் சட்டத்திற்கு புறம்பாக பின்பற்றப்படும் தேவதாசி முறையையும், குழந்தைத் திருமணத்தையும் தடை செய்தது.

6. இதனினும் முக்கிய கொள்கையாக அரசு நிர்வாகப் பணி, கல்வி இவற்றில் இட ஒதுக்கீடு முறையைக் கடைப்பிடிக்க மதராஸ் அரசு நிர்வாகத்தை 1928களிலேயே வலியுறுத்தியது.

மேற்படி பரப்புரை மற்றும் தத்துவங்களை முழுநேரச் செயல்பாடு களாக இராமசாமி 1925லிருந்து செயல்படுத்தி வந்தார். இதைப் பரப்புவதற்கு ஏதுவாக குடியரசு நாளிதழை 1925 முதல் துவக்கினார். ஆங்கிலத்தில் 'ரிவோல்ட்' என்ற நாளிதழ் மூலம் ஆங்கிலம் மட்டுமே தெரிந்த மக்களுக் காக பிரச்சாரம் செய்தார்.

சுயமரியாதை இயக்கம் வெகு வேகமாக மக்களிடையே வளர்ந்தது. மக்களின் ஆதரவையும் நீதிக்கட்சித் தலைவர்களின் மூலமாகப் பெற்றது. 1929ல் சுயமரியாதையாளர்கள் மாநாடு பட்டுக்கோட்டையில் எசு. குருசாமி மேற்பார்வையில் மதராஸ் இராசதானி சார்பில் நடை பெற்றது.

சுயமரியாதையாளர்களின் தலைமையை கே.வி. அழகிரிசாமி ஏற்றார். இம்மாநாட்டைத் தொர்ந்து அன்றைய மதராஸ் மாகாணத்தின் பல மாவட்டங்களில் சுயமரியாதையாளர்களின் கூட்டங்கள் நடை பெற்றன.

இதற்கான பயிற்சிப் பட்டறையாக ஈரோடு மாநகரம் செயல் பட்டது. இதன் நோக்கம் சமுதாய மறுமலர்ச்சிக்காக மட்டுமல்லாமல் சமுதாயப் புரட்சிக்காகவும், இதன் மூலம் விழிப்புணர்வு பெற்ற புதிய சமுதாயத்தை உருவாக்கவும் வழி செய்தது.

1929ல் முதல் வெளிநாட்டுப் பயணமாக மலேயாத் தமிழர்களின் அழைப்பை ஏற்று மனைவி நாகம்மாளுடன் கப்பலில் ஏறி மலேயா சென்றார். அங்கு சுமார் 50000 மக்களுக்கு மேற்பட்டு திரண்டு வரவேற்ற மக்களிடையே சுயமரியாதை கருத்துக்களை விளக்கிப் பேசினார்.

தைப்பிங், மலாக்கா, கோலாலம்பூர், கங்கைபட்டாணி போன்ற இடங் களிலும் சென்று தமது கொள்கைகளை விளக்கி உரையாற்றினார். பின் சிங்கப்பூரில் சிங்கப்பூர் தமிழர்கள் மாநாட்டில் கலந்து கொண்டு விட்டு டிசம்பர் 1931ல் சக சுயமரியாதைகாரர்களான எசு. ராமநாதன் மற்றும் ஈரோடு ராமுவுடன் ஐரோப்பிய நாடுகளுக்கு பயணம் மேற்கொண்டார்.

13
காமராஜர் கொலை முயற்சி சரித்திரம்

அண்ணல் காந்தியடிகள் பிறந்த நாளில்தான் தென்னாட்டு காந்தியடிகளான பெருந்தலைவர் காமராஜர் மறைந்தார்.

அதுமட்டுமா அண்ணல் காந்தியடிகள் உயிரைக் குடித்த இந்துத்துவ வெறிக் கும்பல்தான் பெருந்தலைவர் காமராஜரையும் டெல்லியில் உயிரோடு தீ வைத்து எரித்து படுகொலை செய்ய முயன்ற வரலாறு கூறுகிறது.

1966-ஆம் ஆண்டு இந்தியாவில் பசு வதைத் தடைச்சட்டத்தை அமல் படுத்த வேண்டும் என்று சாமியார்கள் கோஷ்டி தீவிரமாக வலியுறுத்திய தருணம்... இதற்காக டெல்லியில் பல்லாயிரக்கணக்கான சாமியார்கள் ஆதரவுடன் பூரி சங்கராச்சாரியார் உண்ணாவிரதம் என அறிவிக்கப் பட்டது.

நாடு கொந்தளித்துக் கொண்டிருந்தது. அப்போது பசு வதை தடைச் சட்டத்தை முன்வைத்து ஜனசங்கம் ஆர்.எஸ்.எஸ். இயக்கங்கள் மத

அரசியல் செய்வதை வன்மையாகக் கண்டித்து பேசிக் கொண்டிருந்தார் காமராஜர்.

அதில் உச்சமாக காமராஜர் சொன்னது நம்மை காட்டுமிராண்டி காலத்துக்கு இழுத்துட்டுப் போறாங்க... என்பதுதான். இதனை காங்கிரஸ் காரியக் கமிட்டியில் பகிரங்கமாகவே பேசினார் காமராஜர்.

அவ்வளவுதான். காமராஜர் சொன்னதை செயலில் காட்டுகிறோம் என்பதைப் போல வன்முறை கூத்தடித்தது. பசு வதைத் தடைச் சட்டம் கோரிய கும்பல். அந்த நாளும் வந்தது.

1966-ஆம் ஆண்டு நவம்பர் மாதம் 7-ஆம் தேதி டெல்லி வீதிகளில் பசு வதைத் தடை கோரிய கும்பல் வன்முறை வெறியாட்டம் போட்டது. டெல்லி இர்வின் மருத்துவமனையில் வன்முறையை துவங்கி இந்தக் கும்பல் நாடாளுமன்றத்தைத் தாக்கும் நோக்கத்துடன் மெல்ல மெல்ல நகர்ந்து போனது.

அப்போது நாடாளுமன்றத்தைச் சுற்றி வளைத்து தாக்குதல் நடத்துங்கள் என அறைகூவல் விடுத்த எம்.பி.க்களையும் பார்த்து நாடு அதிர்ச்சியில் உறைந்தது. இதுதான் இந்தியாவில் நாடாளுமன்றம் மீதான முதல் தாக்குதல் என்பது சரித்திரம்.

டெல்லி வீதிகளில் ஈட்டிகள், திரிசூலங்கள் சகிதமாக நிர்வாண சாதுக்கள் தலைமையில் தான் இந்த வன்முறை போராட்டம் நடந்தேறியது.

கண்ணில் பட்ட இடங்களை எல்லாம் தீயிலிட்டு எரித்தது இந்தக் கும்பல். வானொலி நிலையம், PTI அலுவலகம் என எதுவும் தப்பவில்லை.

இப்போது அந்த கும்பல் பார்வை அகில இந்திய காங்கிரஸ் கமிட்டி அலுவலகம், டெல்லியில் காமராஜர் இல்லம் ஆகியவற்றை இலக்கு வைத்தது. இந்த இரு இடங்களிலுமே திட்டமிட்டு ஏற்கனவே குண்டர் கும்பலை நிறுத்தி வைத்திருந்தது பசுவதை தடை கோரிய சாதுக்கள் கோஷ்டி.

டெல்லி இல்லத்தில் பகல் உணவை முடித்துவிட்டு ஓய்வெடுத்துக் கொண்டிருந்தார் காமராஜர். அப்போது பெரும் கூச்சலுடன் சாதுக்கள் கும்பல் ஒன்று காமராஜர் பங்களாவுக்குள் நுழைந்தது. பாதுகாவலர்கள் தடுத்தார்கள். துப்பாக்கியால் வானத்தை நோக்கிச் சுட்டனர்.

அடங்குமா அந்த கூட்டம்? காமராஜர் உள்ளே இருப்பதை உறுதி செய்து கொண்டு வெறிகொண்டு பாய்ந்தது. சரமாரி கற்களை வீசின. காமராஜரின் உதவியாளர் தம்பி எனும் வரதராஜன் தாக்கப்பட்டு குற்றுயிராக வீசப்படுகிறார்.

காமராஜரின் பங்களாவுக்கு தீ வைக்கிறது அந்தக் கும்பல். அவர்களது நோக்கம் காமராஜரை உயிரோடு தீ வைத்து எரித்துக் கொல்ல வேண்டும் என்பதுதான். ஆனால் காமராஜர் அங்கிருந்து தப்பிச் சென்று விடுகிறார்.

இதுதான் காமராஜரை உயிரோடு எரித்துக் கொல்ல முயன்ற வரலாறு. அன்று இந்தியாவை இச்சம்பவம் பதற வைத்தது.

தந்தை பெரியார் வெகுண்டு எழுந்து கடும் கண்டனங்களைத் தெரி வித்தார். அதே காலகட்டத்தில் காமராஜர் கொலை முயற்சி சரித்திரம் என்ற நூலையும் பெரியார் வெளியிட்டு மக்களிடம் உண்மையைக் கொண்டு சேர்த்தார்.

14
ஐந்து பெரும் பிரிவுகளாக திராவிட மொழிகள்

திராவிட மொழிகளில் இருந்து இந்திய ஆரிய மொழிகளுக்குச் சென்றிருக்கும் மொழிகளின் வரலாற்றுச் சான்றுகள் எதுவும் கிடைக்கவில்லை.

சரஸ்வதி - சிந்து பள்ளத்தாக்குகளில் வளர்ச்சி பெற்ற நாகரீகமும், திராவிட நாகரீகமே என்ற கருத்தும் பல முன்னணி ஆய்வாளர்களால் முன்வைக்கப்பட்டுள்ளது.

ஹரப்பா, மொகஞ்சதாரோ முதலிய சிந்துவெளிப் பள்ளத்தாக்குகளில் கண்டுபிடிக்கப்பட்ட இன்னும் வாசிக்கப்படாத எழுத்துக்களும், அக்காலத்தில் வழங்கிய திராவிட மொழிக்கானவையே என்பதும் அவர்கள் கருத்து. ஆனால் பல ஆய்வாளர்கள் இன்னும் அக்கருத்தை மறுத்து வருகிறார்கள்.

திராவிட மொழிகள் இந்தியத் துணைக் கண்டத்தில் அவற்றின் புவியியற் பரம்பரைக் கருத்திற்கொண்டு ஐந்து பெரும் பிரிவுகளாக பிரிக்கப் பட்டுள்ளன. அவை :

1. தென் திராவிடம், 2. தென்நடு திராவிடம், 3. நடு திராவிடம், 4.வட திராவிடம், 5. வகைப்படுத்தப்படாதவை.

இவற்றுள் தென் திராவிடப் பிரிவில் 34 மொழிகளும், தென் நடுத் திராவிடத்தில் 21 மொழிகளும், நடு திராவிடப் பிரிவில் 5 மொழிகளும், வடதிராவிடப் பிரிவில் 5 மொழிகளும், வகைப்படுத்தப்படாதவையாக 8 மொழிகளுமாக மொத்தம் 73 மொழிகள் கண்டறியப்பட்டுள்ளன.

பெரும்பாலும் தென்னாசியாவில் பேசப்படும் 86 மொழிகளை உள்ளடக்கிய ஒரு மொழிக் குடும்பமே திராவிட மொழிகளாகும்.

இம்மொழிகளை 215 மில்லியனுக்கும் அதிகமான மக்கள் பேசு கின்றனர். இவை தெற்கு, தென் மத்தி, வடக்கு என நான்கு குழுக்களாகப் பிரிக்கப் படுகின்றன.

இவற்றில் தமிழ், தெலுங்கு, கன்னடம், மலையாளம் ஆகியன இந்திய அரசியலமைப்புச் சட்டத்தால் அங்கீகரிக்கப்பட்டுள்ளன. இந்நான்கு மொழிகளும் முறையே தமிழ்நாடு, ஆந்திரப்பிரதேசம், கர்நாடகம், கேரளம் ஆகிய மாநிலங்களின் அலுவல் மொழிகளாகத் திகழ்கின்றன.

தென்னிந்திய மொழிகள் பற்றி ஆராய்ந்து 'திராவிட அல்லது தென்னிந்திய மொழிக் குடும்பத்தின் ஓர் ஒப்பிலக்கணம்' என்ற நூலை 1856ல் எழுதிய இரஸ்ட்டு கால்டுவெல், இந்த நான்கு மொழிகளுடன் தென்னிந்தியாவிலிருந்த வேறு சில மொழிகளையும் சேர்த்து அவற்றைச் சுட்டுவதற்காகத் 'திராவிட' என்ற சொல்லை உருவாக்கினார்.

பின்னர் வந்த ஆய்வாளர்கள், திராவிட மொழிகளைச் சேர்ந்த மேலும் சில மொழிகள் மத்திய இந்தியா, வடஇந்தியா, பாகிஸ்தானிலுள்ள பலூசிஸ்தான், நேபாளம் ஆகிய இடங்களில் வழங்கி வருவதை எடுத்துக் காட்டினர். ஆரியர்கள் இந்தியாவுக்குள் நுழையுமுன் இந்தியா முழுவதும் திராவிட மொழிகளே வழங்கி வந்தன என்பது பல ஆய்வாளர்களின் கருத்து.

இவற்றுள் தமிழ், தெலுங்கு, மலையாளம், கன்னடம் ஆகிய நான்கும் திராவிட பெரு மொழிகளாகும். தமிழையும் அதன் கிளை மொழிகளான மலையாளம், தெலுங்கு, கன்னடம் ஆகிய தென்னிந்திய மொழிகளையும் ஒரு காலத்தில் தமினியன் அல்லது தமுலிக் என்று வழங்கினர்.

தமிழ் பேசும் மக்கள் பரவலாக இருக்கும் பகுதிகள் :

தமிழ்நாடு, புதுச்சேரி (காரைக்கால்), ஆந்திரப்பிரதேசம் (சித்தூர், நெல்லூர் பகுதிகள்), கர்நாடகம் (பெங்களூர், கோலார்), கேரளம் (பாலக்காடு, இடுக்கி), அந்தமான் நிக்கோபார் தீவுகள், ஹாங்காங், சீனா, இலங்கை, சிங்கப்பூர், மலேசியா, சவுதி அரேபியா, குவைத், ஓமன். கம்போடியா, தாய்லாந்து, மொரிசியஸ், சீசெல்சு, ஆஸ்திரேலியா, தென்னாப்பிரிக்கா, ஜெர்மனி, கனடா, அமெரிக்க ஐக்கிய நாடுகள், ஐக்கிய ராஜ்யம், ஐக்கிய அரபு, அமிரகம், மியான்மர், ரியூனியன், தென்னாப்பிரிக்கா.

கன்னடம் மொழி பேசும் மக்கள் பரவலாக இருக்கும் பகுதிகள் :

கர்நாடகம், கேரளா (காசர்கோடு மாவட்டம்), மகாராஷ்டிரம் (சோலாப்பூர் மாவட்டம், சாங்கலி, மிராச்சு, லாத்தூர்), தமிழ்நாடு (சேலம், உதகமண்டலம், சென்னை), ஆந்திரப்பிரதேசம் (அனந்தபூர், கர்னூல்), தெலுங்கானா (ஐதராபாத், மேதக், மகபூப் நகர்).

லட்சத் தீவுகள், தெற்கு கன்னடம் மாவட்டம், குடகு மாவட்டம் (கர்நாடகா), கோயம்புத்தூர், நீலகிரி, கன்னியாகுமரி, ஐக்கிய அரபு அமீரகம், அமெரிக்க ஐக்கிய நாடு, சவுதி அரேபியா, குவைத், ஓமான், ஐக்கிய ராச்சியம், கத்தார், பக்ரைன்.

துளுவம் பேசும் மக்கள் பரவலாக இருக்கும் பகுதிகள் :

கர்நாடகம் (தெற்கு கன்னடம் மாவட்டம்), கேரளம் (காசர்கோடு மாவட்டம்).

பியாரி மொழி பேசும் பகுதி :

கர்நாடகம் (தெற்கு கன்னடம் மாவட்டம்), கேரளம் (காசர்கோடு மாவட்டம்).

படுகமொழி : தமிழ்நாடு (நீலகிரி மாவட்டம்)

குடகு மொழி : கர்நாடகம் (குடகு மாவட்டம்)

குறும்பா மொழி : தமிழ்நாடு (நீலகிரி மாவட்டம்)

காணிக்காரர் மொழி : தமிழ்நாடு (நீலகிரி மாவட்டம்), கேரளம்

கொற்ற கொரகர் : கர்நாடகம் (தெற்கு கன்னடம் மாவட்டம், உடுப்பி மாவட்டம்)

இருளர் : தமிழ்நாடு (நீலகிரி மாவட்டம்)

தோடா : தமிழ்நாடு (நீலகிரி மாவட்டம்)
கோத்தர் : தமிழ்நாடு (நீலகிரி மாவட்டம்)
அல்லர் : கேரளம்
தெலுங்கு : ஆந்திரப்பிரதேசம் (தெலுங்கானா, ஏனாம் மாவட்டம்), புதுச்சேரி, அந்தமான் நிக்கோபர் தீவுகள், தமிழ்நாடு
கோண்டி : மத்தியப்பிரதேசம், மகாராஷ்டிரம்
சத்தீஸ்கர் : தெலுங்கானா, ஒடிசா
முரியா : சத்தீஸ்கர், மகாராஷ்டிரம், ஒடிசா
கடய் : ஒடிசா
மாரியா : சத்தீஸ்கர், தெலுங்கானா, மகாராஷ்டிரம்
குவி : ஒடிசா
பெங்கோ : ஒடிசா
கோயர் : ஆந்திரப்பிரதேசம், தெலுங்கானா, சத்தீஸ்கர்
பர்தான் : தெலுங்கானா, சத்தீஸ்கர், மகாராஷ்டிரம், மத்தியப்பிரதேசம்
செஞ்சு : ஆந்திரப்பிரதேசம், தெலுங்கானா
கொண்டா : ஆந்திரப்பிரதேசம், ஒடிசா
நாகார்ச்சால் : மத்தியப்பிரதேசம், சத்தீஸ்கர், மகாராஷ்டிரம், ஒடிசா
மண்டா : ஒடிசா
கொலாமி : தெலுங்கானா, மகாராஷ்டிரம்
துருவா : சத்தீஸ்கர்
ஒல்லாரி : ஆந்திரப்பிரதேசம்
நைக்கி : ஆந்திரப்பிரதேசம், ஒடிசா
புராகுயி : ஒடிசா, பலூசிஸ்தான்
குடக்கு : சத்தீஸ்கர், சார்க்கண்டு, ஒடிசா, மேற்கு வங்காளம்
சவ்ரியா, பகரியா : பீகார், சார்க்கண்டு, மேற்கு வங்காளம்
குமார்பிக் பகரியா : சார்க்கண்டு, மேற்கு வங்காளம்

15
சித்தர்கள் ஏன் பிராமணர்களை எதிர்த்தார்கள்?

ஆரியர்கள் என்று ஒரு இனம் இருந்ததை நாம் ஒப்புக் கொண்டால், திராவிடர் என்று ஓர் இனம் இருந்ததையே ஒப்புக் கொண்டால், ஆரியர்களுக்குத் தனிமதம், தனிமொழி இருந்தது என்பதையும், திராவிடர்களுக்கு தனிமதம், தனி மொழி இருந்தது என்பதையும் நாம் ஒப்புக் கொண்டே ஆக வேண்டும்.

ஆரிய கலாச்சாரம் வேறு, திராவிட கலாச்சாரம் வேறு. வெளியே இருந்து வந்த ஆரிய கலாச்சாரம், உள்ளே இருந்த திராவிட கலாச்சாரத்தின்மீது ஆதிக்கம் செலுத்த ஆரம்பித்து, அந்த முயற்சியில் வெற்றி கண்டது என்பதுதான் வரலாற்று உண்மை!

அந்நிய ஆட்சியை, அந்நிய ஆக்கிரமிப்பை எதிர்ப்பது தேச பக்தி என்பது உண்மையானால் தமிழ் உணர்வு ஆரிய ஆதிக்கத்தை எதிர்ப்பதும் தேச பக்திதான். இது தமிழ் பக்தி தமிழ் தேசபக்தி.

நாயன்மார்களும், ஆழ்வார்களும் ஆரிய நாகரீகத்தை, ஆரிய மரபை, ஆரிய ஆதிக்கத்தை ஏற்றுக் கொண்டவர்கள். அவர்கள் காலம் சமணமும் பௌத்தமும் திராவிடப் பண்பாட்டுக் கூறுகளை அடிப்படையாகக் கொண்டவை. வேதத்தை அடிப்படையாகக் கொண்டவை அல்ல. சமணமும், பௌத்தமும் முற்றிலுமாக ஒழிக்கப்பட்டதன் காரணம் அதுதான்.

கடவுள் பக்தி என்ற பெயரால் தமிழின் தமிழர்களின் தனித்தன்மை அடியோடு ஒழிக்கப்பட்டு விட்டது.

இக்காலத்தில் தோன்றியவர்கள்தான் சித்தர்கள். இவர்கள் தனி இனம், தனி ஜாதி, ஆழ்வார்களும், நாயன்மார்களும் அற்ற ஒரு இனம் சித்தர்கள்.

ஆழ்வார்களில் பாசுரங்கள் பாடாதவர்கள் இல்லை. ஆனால் நாயன்மார்கள் அத்தனை பேரும் பதிகங்கள் பாடினார்கள். சித்தர்கள் இவர்களிலிருந்து வேறானவர்கள்.

இவர்களது பாடல்கள் பக்திப் பாடல்கள் அல்ல. இவர்களது பாடல் களில் வேத எதிர்ப்பும், பிராமண ஆதிக்க எதிர்ப்பும் பிரதானமானவை. அதனால் தானோ என்னவோ இவர்களது பாடல்கள் திருமுறைகளில் சேர்க்கப்பட வில்லை.

சமூகச் சாக்கடையில் பிறந்த சந்தனமாக மணம் வீசிய இச்சித்தர்கள் யாரும் பிராமணர்கள் அல்ல. இந்தச் சித்தர்கள் பற்றிய வரலாற்றை புதை குழிக்கு கொண்டு செல்லும் முயற்சியை அன்றிலிருந்து இன்றுவரை பிராமணர்கள் எடுத்து வருவது வரலாற்று உண்மை!

சித்தர்களது பிராமண எதிர்ப்பையும், வேத மறுப்பையும் மறைக்கும் செயலாகவே இது பார்க்கப்படுகிறது. இவர்கள் பிராமணர்களின் ஆச்சாரங்களையும், அனுஷ்டானங்களையும், சடங்குகளையும், சம்பிரதாயங்களையும் அப்பட்டமாக கேலி செய்கிறார்கள்.

நல்ல வேளையாக சித்தர் பாடல்கள் பாதுகாக்கப்பட்டு வந்ததால் இவை இன்று அம்பலப்பட்டுப் போய் நிற்கின்றன.

சித்தர்கள் ஏன் பிராமணர்களை இந்த அளவுக்கு மூர்க்கமாக எதிர்த்து வந்தார்கள்? ஏன் இத்தனை காழ்ப்புணர்ச்சி இத்தனை வெறுப்பு ஏன்?

வெள்ளைக்கார நாகரீகம் பரவிய பிறகுதான் பிராமணர்கள் ஆங்கிலக் கல்வி கற்று வேலைக்கு போய் பிழைப்பு நடத்துகிறார்கள். அதற்கு முன்பு இவர்கள் உழைக்காமலே வாழ்ந்தவர்கள். பிறர் உழைப்பில் வாழ்ந்த வர்கள்.

கோவிலில் பூசை செய்வது, ஹோமங்கள் செய்வது, யாகங்கள் நடத்து வது, திருவிழாக்கள், கும்பாபிஷேகங்களில் பிரதான ஸ்தானம் வகிப்பது, பஞ்சாங்கம் பார்ப்பது, ஜாதகம் கணிப்பது, பிறப்பு இறப்பு சடங்குகள் செய்வது இப்படித்தான் இவர்களது பிழைப்பு ஓடிக் கொண்டிருந்தது.

முற்காலத்தில் சமுதாயத்தில் இவர்களது ஆதிக்கத்தையும், ஆர்ப் பாட்டத்தையும் நேரே பார்த்து கொதித்துப் போனவர்கள் சித்தர்கள். அந்தக் கொதிப்புதான் அவர்களது பாடல்களில் வெடித்துக் கிளம்பு வதைப் பார்க்க முடிகிறது.

தனது வீரத்தாலும், வாள் வலிமையாலும் ஒரு மாபெரும் இந்து சாம்ராஜ் யத்தையே உருவாக்கினார் வீர சிவாஜி. ஆனால் அவர் க்ஷத்திரியர் அல்ல என்று கூறி அவருக்கே முடிசூட்டு விழா நடத்த மறுத்தவர்கள் இந்தப் பிராமணர்கள்.

ஆனானப்பட்ட ஔரங்கசீப்புக்கே பயப்படாத வீரசிவாஜி இந்த பட்டாச்சாரியார்களுக்குப் பயந்து நடந்தார்.

சிவாஜிக்குப் பிறகு மராட்டிய ராஜ்யம் பேஷ்வாக்கள் வசம் வந்தது. பேஷ்வாக்கள் பிராமண மந்திரிகள். அவர்களில் குறிப்பிடத்தக்கவர் முதலாம் பாஜிராவ். இவர் பிராமணராகவே வாழ்ந்ததில்லை.

நெப்போலியனைப் போல எந்நேரமும் எழுதாயிரம், எண்பதாயிரம் போர் வீரர்களோடு வடஇந்தியா பூராவிலும் திக் விஜயம் செய்தவர். போபால், இந்தூர், ஜான்சி, குவாலியர் போன்ற மராட்டிய ராஜ்யங்களை நிறுவியவர்.

இவர் மஸ்தானி என்ற முஸ்லீம் பெண்ணை மணந்திருந்தார். அவளுக்குப் பிறந்த இவரது மகனுக்கு, இவரது மறைவுக்குப் பின், பிராமணர்கள் உபநயனம் செய்து வைக்க மறுத்து விட்டார்கள்.

பிற்காலத்தில் தமிழ்நாட்டை ஆண்ட பெரும்பான்மையான அரசர் களுக்கு பெரும்பாலும் பிராமணர்ளே மந்திரிகளாகவும், தளபதிகளாக

வும் இருந்திருக்கிறார்கள். அப்போதெல்லாம் தமிழ் மரபுகள் காற்றில் விடப்பட்டன. இத்தகைய காலத்தில் தான் அந்த சகிக்க முடியாத பிராமணிய ஆதிக்கத்தை சந்தித்தவர்கள் நம் தமிழ்ச் சித்தர்கள்.

மகாவீரரும் புத்தரும் அரச குமாரர்கள். அதனால் அவர்களால் வேத மதத்திற்கும், பிராமணர்களுக்கும் எதிராகப் போராடி ஒரு புதிய மார்க்கத்தை ஏற்படுத்த முடிந்தது. சித்தர்கள் அரச பரம்பரையைச் சேர்ந்தவர்கள் அல்ல. ஆனால் இவர்கள் அனைவருமே பிராமணர்கள் அல்லாதவர்கள். பிராமண ஆதிக்கத்தை எதிர்த்தவர்கள்.

ஆழ்வார்களும், நாயன்மார்களும் பக்தி மார்க்கத்தில் திளைத்தவர்கள். ஆனால் சித்தர்கள் பக்தி யோகத்தைக் கடந்து ஞான யோகத்திற்கு சென்று விட்டார்கள்.

பக்தி யோகத்திற்கு திசை உண்டு. இறைவன் என்ற இலக்கு உண்டு. ஞான யோகத்திற்கு இலக்கும் திசையும் கிடையாது. ஞான யோகம் விண்வெளி யில் பறப்பதுபோல, தூரத்தில் என்ன இருக்கிறது என்று ஆராய்வது!

இதனால்தான் சித்தர்கள் சொல்வது சில சமயம் நாத்திக வாதம் போலத் தோன்றும். ஐசக் நியூட்டனும், ஆல்பர்ட் ஐன்ஸ்டீனும் நாத்திகர்கள் என்றால் இவர்களும் நாத்திகர்களே?

முதுமக்கள் தாழி என்பது தமிழ்ப் பண்பாட்டின் அடையாளம். இது பிராமணர்களுக்கு கிடையாது. தமிழ்நாட்டுக் கோயில்களில் உள்ள கல்வெட்டுக்கள் தமிழில்தான் உள்ளன. சமஸ்கிருதத்தில் கிடையாது. கல்வெட்டுகள் பெரும்பாலும் ஸ்வஸ்தி ஸ்ரீ என்று தான் ஆரம்பிக்கின்றன. ஸ்வஸ்தி என்பது சமணர்களின் அடையாளம்.

இந்நாட்டில் பிராமண வேத நாகரீகத்தை விட அதிகமாக பரவி இருந்தவை பௌத்தமும் சமணமும். இந்த மதங்களை ஒழித்து கட்டி சாமர்த்தியமாக பிராமணர்கள் தங்கள் மேலாதிக்கத்தை நிலைநாட்டிக் கொண்டார்கள் என்பது வரலாறு.

தேவ பாஷை என்று கூறப்படும் சம்ஸ்கிருத மொழி முந்தைய காலங்களில் ஆதிக்கம் செலுத்தி வந்தது உண்மைதான்.

சமணத் தலைவர்களும், பௌத்த தலைவர்களும் சம்ஸ்கிருதம் கற்று மகா பண்டிதர்களாக விளங்கினார்கள்.

அவர்களுடன் வேதப் பிராமணர்கள் சம்ஸ்கிருத மொழியில் வாதப் போர் நடத்தினார்கள். சமணத்தையும் பௌத்தத்தையும் ஒழித்துக் கட்டினார்கள். வேதமத நாகரீகத்தை நிலைநாட்டினார்கள். பிராமணர்கள் முதல் ஜாதி எனும் வர்ணாஸ்ரம தர்மத்தைப் புகுத்தினார்கள்.

சமண பௌத்த மதபயம் நீங்கிய பின்னர் பிராமணர்களின் மேலாதிக்கமும், சம்ஸ்கிருதத்தின் மேலாதிக்கமும் தலைவிரித்தாடியது. பிராமணர்கள் மட்டுமே சம்ஸ்கிருதம் அறிந்தவர்களாக தடுப்பணை போட்டுக் கொண்டார்கள். பிராமணர் அல்லாதோரை கல்வியறிவில்லாமல் பார்த்துக் கொண்டார்கள்.

கோயில் கருவறைக்குள் புகும் உரிமை பிராமணர்க்கு மட்டுமே என்பதை உருவாக்கிக் கொண்டார்கள். மற்றவர்கள் உள்ளே நுழைய முடியாத, பிராமணரைத் தவிர மற்றவர்கள் சுவாமி சிலைகளைத் தொட்டு அபிஷேக ஆராதனைகள் செய்ய முடியாது. அப்படிச் செய்தால் தீட்டுப் பட்டு விடும் என்று கூவினார்கள்.

தில்லைவாழ் அந்தணர்கள் இன்றுவரை தில்லை நடராஜப் பெருமான் கோயிலை ஆக்கிரமித்து வருகிறார்கள். அதற்குள் சுதந்திர இந்தியாவின் அரசியல் சட்டமும் சுப்ரீம் கோர்ட்டும் கூட நுழைய முடியவில்லை. இப்போதே இந்நிலைமை என்றால் ஆயிரம் ஆண்டுகளுக்கு முன் பிராமண ஆதிக்கம் எப்படி இருந்திருக்க வேண்டும்?

ஆனானப்பட்ட ராஜராஜ சோழனையே தேவார பதிக ஏடுகளைத் தராமல் தில்லைவாழ் அந்தணர்கள் இழுத்தடித்த வரலாறு இருக்கிறதே!

தமிழ்ப்பற்றும் சுயமரியாதை உணர்வுமிக்க சித்தர்கள் தோன்றிய காலம் இதுதான். இவர்கள் பிராமண ஆதிக்கத்தையும் வேதத்தின் ஆதிக்கத்தையும் வெறுத்தார்கள். மறுத்தார்கள். எதிர்த்தார்கள்.

இதனை இவர்களது பாடல்கள் வெளிப்படையாக எதிரொலித்தன. சித்தர்களில் தீவிர பிராமண எதிர்ப்பைக் காட்டியவர்களில் திருமூலரும் சிவ வாக்கியரும் குறிப்பிடத்தக்கவர்கள். மற்ற சித்தர்கள் இந்த வெறுப்பை இலைமறைவு காயாக வெளிப்படுத்தினார்கள்.

அன்று தொடங்கிய இந்த வேத எதிர்ப்பும், பிராமண எதிர்ப்பும் தான் தொடர்ந்து தொடர்ந்து நம் காலத்தில் பெரியார், ஈ.வெ.ரா. அவர்களின் திராவிட இயக்கமாகவும் பகுத்தறிவு இயக்கமாகவும் பரிணமித்தது.

வெள்ளைக்கார ஆட்சிக் காலத்தில் நீதிக்கட்சி தோன்றியது. அதில் அங்கம் வகித்தவர்கள் பிராமணர் அல்லாதவர்களே? பல முறை மாகாண சுயாட்சி தத்துவத்தின்படி வாக்காளர்களால் தேர்ந்தெடுக்கப்பட்டு சென்னை ராஜதானியில் ஆட்சி புரிந்தார்கள்.

அந்த ராஜதானி தமிழகம், ஆந்திரம், மலையாளம், கர்நாடகம் ஆகிய திராவிடக் கூறுகளை உள்ளடக்கி இருந்தது என்பது வரலாற்று உண்மை!

அதை மொழிவாரி மாகாணம் என்ற பெயரால் சிதைத்தவர்கள் நாம்தான். வெள்ளைக்காரன் அல்ல.

அப்போது எல்லோருக்கும் வாக்குரிமை கிடையாது. வரி செலுத்து வோர் மட்டுமே வாக்காளார்கள். இவர்கள் காங்கிரஸ் கட்சியை ஆக்கிரமித் திருந்த பிராமணத் தலைவர்களுக்கு எதிராக வாக்களித்து பிராமணர் அல்லாதவர் ஆட்சியை ஏற்படுத்தியது.

ஆரியர்களுக்கு முன் வாழ்ந்த திராவிடர்களில் மந்திரக் குருக்கள் அல்லது மருத்துவக் குருக்கள் எனும் ஒரு பிரிவினர் இருந்திருக்கிறார்கள் என்பதை மறுக்க முடியாது.

திராவிடர்களின் குருவான சுக்ரா என்பவர் தமது சித்தி ஆற்றலால் தாம் இருகூறாக பிரிந்து திராவிடர்களுக்கும், ஆரியர்களுக்கும் ஆன்மிகக் குருவானார் என்பது மகாபாரதக் கதைகளிலிருந்து தெரிகிறது.

திராவிடக் குரு பரம்பரை, ஆரியர்களுக்கு ஆன்மீகத்தைக் கற்பிக்கும் மாட்சிமையிலும் வெற்றி கண்டுள்ளது.

சரக சம்ஹிதையில் மொத்தமுள்ள எட்டு ஸ்தானங்களில் ஆறாவதாக உள்ள சிகிச்சா ஸ்தானத்தில் உள்ள 30 இயல்கள் வரை தான் சரகரால் எழுதப்பட்டவை.

ஏழாவதான கல்ப ஸ்தானமும் எட்டாவதான சித்தி ஸ்தானமும் பிற்காலத்தில் இணைத்து எழுதப்பட்டவையாகும்.

மருந்துகளைத் தயார் செய்யும்போது மந்திரங்களைச் சொல்ல வேண்டும் என்ற குறிப்பை சரகர் குறிப்பிடுகிறார். நல்ல ஆயுள் பெற்று நீண்ட காலம் வாழ, சாவித்திரி மந்திரத்தையும் ஓம் எனும் பிரணவத்தை யும் ஜெயிக்க சொல்கிறார்.

சரகர் சில நாடுகளை குறிப்பிடுகிறார். அவற்றில் பல்லவம், யவனம், சீனா, மலையம், சௌராஷ்டிரா, அவந்திகா, பாஞ்சாலம் போன்றவை உள்ளன. ஆயுர்வேத கருத்தரங்கில் பல நாட்டு மருத்துவர்களும் கலந்து கொண்டதாகவும் கூறப்பட்டுள்ளது.

சரகர் பல்லவ நாட்டையும் குறிப்பிட்டிருப்பதால் பல்லவர்களின் காலமான கி.பி.2ஆம் நூற்றாண்டுக்கப் பிற்பட்டதே அவரது நூல் எனத் தெரிகிறது.

திராவிடர்கள் ரிக் வேத காலத்திற்கு முன்பே மந்திரக் கலைகளில் வல்லவர் களாகவும் இறந்தவர்களை மீண்டும் எழுப்பித் தரும் அரிய மருந்துகளை அறிந்தவர்களாகவும் இருந்திருக்கிறார்கள்.

ரிக் வேத சமஸ்கிருத எழுத்தானது திராவிடர்களுடையதுதான். செல்வம் கொழிக்கும் வாழ்க்கையும் மந்திர ஆற்றலும் கட்டிட கலைத்திறனும், இறந்தவர்களை எழுப்பித் தரும் ஆற்றலும் கொண்டவர்களாக திராவிடர்கள் இருந்திருக்கிறார்கள் என்று கில்பர்ட் ஸ்லாட்டர் கூறுகிறார்.

நாகார்ச்சுனர் என்பவர் காஞ்சிக்கு வந்து தரன் என்பவரிடம் யோக சித்தி மந்திரக் கலைகளைக் கற்றுக் கொண்டார் என்று கூறப்படுகிறது.

ஆரியர்களின் தனித்துவ அடையாளம் பருத்தியாலான பூநூல் அணிவ தாகும். இப்பூணூல் நூற்கும் கலையே திராவிடர்களுடையதுதான். வேத ஆரியர்களுடையதல்ல. பருத்திப் பஞ்சு என்பதே தென்னிந்தியா விற்கு மட்டுமே சொந்தமானது.

ஆரியர்களுக்கென்று ஒரு முறையான எழுத்து முறை கிடையாது. சமஸ்கிருத மொழி அகராதியில் இருக்கும் எந்தவொரு சொல்லும் ஒரு தமிழ்ச் சொல்லாகவோ, வங்காளச் சொல்லாகவோ, தெலுங்குச் சொல்லாகவோ, மலையாளச் சொல்லாகவோ தான் இருக்கிறது.

ஆரியர்களின் வரவுக்குப் பின்தான் திராவிடர்களின் செல்வச் செழிப்பு மிகுந்த வாழ்வும், அரிய கலைகளும் எழுத்தும் மருந்தும் திசை மாறியிருக் கின்றன என்பது தெளிவு.

எங்கெல்லாம் ஆரியர்கள் சென்று பழங்காலத்தில் தங்கினார்களோ அங்கெல்லாம் அவர்களுக்கு முன்னிருந்த நாகரிகங்களை அழித்து விட்டனர்.

இந்திய துணைக் கண்டத்தில் நிலவிய மருத்துவம் உள்ளிட்ட தொன்மைக் கலைகள் யாவும் திராவிடப் பாரம்பரியத்தை சேர்ந்தவை என்றும், பிற்காலத்தில் அவை வடமொழியாக்கம் செய்யப்பட்டு ஆரியர் களுடையதாகக் காட்டிக் கொள்ளப்பட்டன என்பதை உறுதிபடக் கூறலாம்.

ரிக் வேதத்திலேயே சித்தர்கள் பற்றிய குறிப்புகள் கிடைப்பதால் சித்தர் களின் காலம் வேத காலத்திற்கு முந்தையது என்று அறியப்படுகிறது.

மகாபாரத காலத்திலேயே சிரமணர் எனப்பட்ட துறவி (சித்தர்கள்) காட்டில் வாழ்ந்தனர்.

கௌதம புத்தரின் காலத்திற்க முன்னும் பின்னும் வாழ்ந்த இவ்வகைச் சித்தர்கள் வேர்களையும், பழங்களையும் மட்டுமே உண்டு வாழ்ந்தனர்.

சிரமணர்கள் உலக வாழ்க்கையை ஒதுக்கியவர்கள். மூடச் சடங்கு களை ஒதுக்கியவர்கள். வாழ்நாளை யோக நிலையிலேயே கழித்தவர்கள். உலவும் உடல்கள் என்று அழைக்கப்பட்டவர்கள். ஸ்வஸ்திக் சின்னத்தை வழிபட்டவர்கள். சிவனின் பக்தர்கள்.

சிவன், விஷ்ணு, உமை, திருமகன், யோகப் பயிற்சிகள் இறைக் கோட்பாடு போன்ற திராவிடர்களிடமிருந்தே ஆரியர்கள் கற்றுக் கொண்டதாகும்.

சிவன், விஷ்ணு, அம்பாள் வழிபாடுகள் எல்லாம் ஆரியர்களின் அக்னி வழிபாட்டைச் சேர்ந்தவை அல்ல. இவ்வழிபாடுகள் மூன்று தொகுதி களாக உள்ள ஆகமங்களில் விவரிக்கப்பட்டுள்ளன.

ஆகமம் என்பது ஆன்மா பற்றிய போதனையாகும். இதில் யோகப் பயிற்சிகள் செய்வது, பூசை செய்வது பற்றியெல்லாம் விளக்கப்படு கின்றன. இதனை உருவாக்கியவர் சிவபெருமான். ஆனால் சிவன் ஆரியக் கடவுளல்ல. மேலும் சிவன், விஷ்ணு, உமை இம்மூன்று கடவுளருமே ஆரியக் கடவுளர்கள் அல்ல.

வேதங்களில் சிவன், காளி, கிருஷ்ணன் அல்லது விஷ்ணு பற்றி எங்கும் குறிப்பிடப்படவில்லை. ரிக் வேதத்தில் சிவன் ஒரு மலைப்பழங்குடி வகுப்பைச் சேர்ந்தவராக குறிப்பிடப்படுகிறார். ஆனால் பிற்காலத்தில் மகாதேவராக, பெருங்கடவுளாக வேதங்கள் அவரைப் போற்றுகின்றன.

கலைகள், இறைமைக் கோட்பாடு ஆகியவற்றில் ஆரியர்களை விட திராவிடர்கள் மேம்பட்டவர்கள். யோக நிலையில் இறைவனைக் காணும் அரிய ஆற்றல் திராவிடர்களுடையதுதான்.

தமிழரின் தொன்மைக்கு ஓர் அடையாளமாக இருப்பது சிவலிங்கம். சிவலிங்கத்தின் வடிவ அமைப்புக்கு விளக்கம் தரப்படுகிறது.

பெண் தன்மையுடைய குண்டலினி சக்தியானது, பூமியின் உள் நடு மையத்திலிருந்து மனிதனுடைய முதுகுத்தண்டு வழியிலுள்ள மூலா தாரத்துள்ளே புகும்.

அங்கிருந்து முதுகுத்தண்டு வழியாக மேல்நோக்கி ஏறும்போது மனித உடம்பிலுள்ள ஆறு தாமரைகளும் அவனுடைய பிராண மைய கோசத்தின் மேற்புறத்தில் அமைந்திருப்பதாயினும், அவற்றின் தண்டுகள் முதுகுத் தண்டிலே இணைக்கப்பட்டிருக்கும்.

இந்த இணைப்பு அல்லது முடிச்சு இரத்தத்திற்கு வந்ததும் அச்சக்தியின் ஒவ்வொரு பகுதியும் அந்தந்த நாளங்கள் வழியே ஓடி ஆதாரத் தாமரை களில் வந்து சேரும்.

அங்கு ஆண் தன்மையுள்ள ஜீவசக்தியானது புறத்தேயிருந்து தாமரை யின் உள்ளே வந்திறங்கும். அப்போது இரு சக்திகளும் ஒன்றையொன்று எதிர்த்து மோதி ஒன்றாகக் கலந்து விடுகின்றன. இந்த இரு சக்திகளின் சேர்க்கையிலேயே உடம்புகள் உயிர் வாழ்கின்றன. அந்த அணுக்கூடு குண்டலினி சக்தி எனப்படும்.

புறத்தே இருந்து வருவது ஜீவசக்தியாகும். இந்த இரண்டு சக்திகளின் கலப்பே சிவாலயங்களில் காணப்படும் சிவலிங்க வடிவமாகும்.

இந்திய சைவத்திலிருந்தே பண்டைய இந்தோ சீன மதங்களின் லிங்க வழிபாடு பெறப்பட்டது எனக் கருதப்படுகிறது.

ஆரியர்கள் இந்தியாவின் ஆதிக் குடிகளிடமிருந்தே லிங்க வழிபாட்டை யும், லிங்க உருவின் பெயரையும் கடனாகப் பெற்றனர் என்று பிரஞ்சு அறிஞர் ஜீன்பிரிஸிலுஸ்கியின் கூற்று உறுதிப்படுத்துகிறது.

ஓமத்தீ வழிபாட்டுக்கு எதிரான பூக்களால் கடவுளுக்கு பூசை செய்யும் வழக்கம் திராவிடர்களான தமிழர்களுடையது. இதனை பகவத் கீதையும் கூறுகிறது.

"எவனொருவன் உள்ளன்போடு தூய மனத்தோடு ஓர் இலை யையோ, ஒரு பூவையோ, ஒரு பழத்தையோ அல்லது நீரையோ எனக்குப் படைக் கிறானோ அதனை நான் விரும்பி ஏற்றுக் கொள்வேன்" என்கிறது பகவத் கீதை.

●

சுஸ்ருத சம்ஹிதையில் சிவபெருமானைப் பற்றிய குறிப்பு காணப்படு கிறது. தேவர்களுக்கும், சிவபெருமானுக்கும் இடையே கடும்போர் நிகழ்ந்திருப்பதை அது குறிக்கிறது.

சிவபெருமான் யக்ஞ புருஷனின் தலையைத் துண்டித்தார். பிறகு தேவர்கள் அசுவினி தேவர்களை அண்டி, நீங்கள் யக்ஞ புருஷனின் தலையை உடலுடன் இணைத்து வையுங்கள் என வேண்டினர். அசுவினி தேவர்களும் அவ்வாறே செய்து இந்திரனின் யாகத்தில் பங்கு பெற்றனர் என்று கூறப்பட்டுள்ளது.

இதிலிருந்து ஆரிய வேதங்களுக்கும் சிவபெருமானுக்கும் சற்றும் உறவுத் தொடர்பில்லை என்பது தெளிவாகிறது. ஆரியர்கள் இந்தியாவிற்கு வருமுன்பே சைவ மதம் தழைத்தோங்கியிருந்தது.

லிங்க வழிபாடு பன்னாட்டுச் சின்னமாக இருந்துள்ளது. உலகின் மூத்த மதநம்பிக்கையான சைவ சமயத்திலிருந்து தான் சைவ வழிபாடும் லிங்க வழிபாடும் பிற நாடுகளுக்கும் பரவியுள்ளன.

சித்தர் சிவனால் உருவாக்கப்பட்ட யோகா மருத்துவம் கி.மு. 3000 ஆண்டு கட்கு முன்பிருந்தே இந்தியாவில் நடைமுறையில் இருந்து வந்துள்ளது என அறியப்படுகிறது.

உளவியல் காரணமாக சித்த மருத்துவம் பூடகமாக மறைத்து வைத்தே பயன்படுத்தப்பட்டு வந்துள்ளது. முதல் மனித இனம் தோன்றிப் பரவிய இடத்தில்தான் மருத்துவமும் முதன்முதலில் தோன்றியிருக்க வேண்டும்.

குமரிக் கண்டத்திலிருந்து தென்னிந்தியா, எகிப்து வழியாகத்தான் ஆசியாவுக்கும், ஐரோப்பாவுக்கும், சீனா, அமெரிக்கா போன்ற உலகின் பிற இடங்களுக்கும் மனித இனம் பரவியிருக்கிறது.

திராவிடர்கள்தான் உலகுக்கு மொழியைத் தந்தார்கள் என்றும், திராவிட மொழிக் குடும்பத்தில் தாயாக உள்ள தமிழ்மொழியே உலகின் மூத்த

மொழி என்றும், உலகின் மூத்த மொழியில்தான் மருத்துவம், வானியல், சோதிடம் போன்ற கலைகள் முதலில் வளர்ச்சியுற்றிருக்க வேண்டும் என்று அறியப்படுகிறது.

முதன்மைத் தோற்றமும், மூத்த நாகரீகமும் கொண்ட தமிழர்களே மருத்துவத் துறையிலும் முந்து நடை போட்டிருக்க வேண்டும் என்பது தெளிவாகிறது.

எகிப்தில் பதப்படுத்தி வைக்கப்பட்டுள்ள சடலங்களை (மம்மிகள்) சுற்றி யிடப்பட்ட பொருள்களான புளி, அவுரி, மஸ்லின் போன்றவையெல் லாம் தமிழகத்துப் பொருட்கள் என்று அறியப்படுகிறது.

சடலங்களை பதப்படுத்துவதற்கு என்னென்ன பொருட்கள் பயன் படுத்தப்பட வேண்டும் என்பது தொடர்பான மருத்துவ அறிவு எகிப்தி யருக்கு முன்பே தமிழர்களுக்குத் தெரிந்திருக்கிறது.

எகிப்தியர்களும், திராவிடர்களும் பொதுவான ஒரு மூதாதையரிட மிருந்தே தோன்றியிருக்க வேண்டும். அவர்கள் மிக ஆரம்ப காலத்தி லேயே இந்தியாவிலிருந்து ஸ்பெயினுக்கு சென்றிருக்கிறார்கள்.

அவர்களே புதிய கற்கால நாகரிகத்தின் சொந்தக்காரர்கள். இந்தியாவைக் கடந்து தூர நாடுகளில் பசிபிக் கரை வரை எங்கு பார்த்தாலும் அவர்களே புதிய கற்கால நாகரீகத்தை தொடங்கி வைத்திருக்கிறார்கள்.

தமிழகத்தில் சுமார் 20000 ஆண்டுகளுக்கு முன்பே கற்கருவிகளை பயன்படுத்திய மனித இனம் வாழ்ந்ததாக அறியப்படுகிறது. இதிலிருந்து மூலிகை மருந்துகள் அரைக்கப் பயன்படும் கல்வம், அம்மி, குழவி போன்ற கற்கருவிகளையும் வடிவமைப்பதற்கான அடித்தளம் 20000 ஆண்டுகளுக்கு முன்பே தமிழகத்தில் உருவாக்கப்பட்டிருக்கிறது.

ஆரியர்கள் இந்தியாவில் நுழைவதற்கு முன்பே இரும்பு, செம்பு, வெள்ளி, பொன் ஆகிய நான்கு உலோகங்களும் தமிழகத்தில் கண்டறியப் பட்டு பயன்பாட்டில் இருந்து வந்துள்ளன.

இதன் மூலம் தமிழ் மருத்துவத்தில் அயச்செந்தூரம், தாமிரப் பற்பம், தாமிரச் செந்தூரம், வெள்ளிச் செந்தூரம், வெள்ளி பற்பம், தங்கச் செந்தூரம், தங்க பற்பம் போன்ற உலோகக் கலவை மருந்துகளைச் செய் வதற்குரிய வேதியியல் அறிவின் தொடக்கம் கி.மு. 3000 ஆண்டளவி லேயே நிகழ்ந்துள்ளது.

16
திராவிடம் போற்றிய சமூக நீதிப்பாதை

'**தி**ருமணம் என்பது வாழ்க்கை ஒப்பந்தம். அதில் சமயச் சடங்குகளைப் புகுத்துவது தவறு' என்று மக்கள் மேடைகளில் பிரச்சாரத்தினை நடத்தி வந்த இயக்கம் திராவிட இயக்கம்.

1955 இந்துத் திருமணச் சட்டப்படி 'மணப் பெண்ணிற்கு மணமகன் தாலி கட்டி யிருக்க வேண்டும் மற்றும் சமயச் சடங்குகளை நடத்தியிருக்க வேண்டும்' அதுவே சட்டப்படியான திருமணம் என்றது.

1968ல் தி.மு.க கொண்டு வந்த இந்து திருமணச் சட்டத்தில் ஒரு புரட்சி கரமான திருத்தத்தைக் கொண்டு வந்தது. அதன் விளைவாக தாலி கட்டாத திருமணங்களும், சமயச் சடங்குகள் இல்லாத திருமணங்களும் சட்டப்படி செல்லும் என்றானது.

சீர்திருத்த திருமணங்களுக்கும் சுயமரியாதைத் திருமணங்களுக்கும் சட்ட அதிகாரம் கொடுத்ததோடு திருமணம் எனும் பிணைப்பை சமயச் சார்பி லிருந்து விடுவித்த சட்டம் அது. இந்தியாவிலேயே இப்படிப்பட்ட ஒரு

சட்டப்பிரிவு வேறு எந்த மாநிலத்திலும் இன்று வரை இல்லை.

காங்கிரஸ் ஆட்சியானது நிலச்சீர்திருத்தம் தொடர்பாக பேசி வந்தாலும் அதற்கான எந்த நடவடிக்கையும் எடுக்கவில்லை. கடுமையான போராட்டங்களின் விளைவாக 1961ல் தமிழ்நாடு நிலச் சீர்திருத்த (உச்ச வரம்பு நிர்ணயம்) சட்டம் கொண்டு வரப்பட்டது.

ஒரு தனிநபருக்கான நில உச்ச வரம்பாக 30 ஸ்டாண்டர்டு ஏக்கர் நிலம் நிர்ணயிக்கப்பட்டது. ஆனால் பயன் இல்லை.

1970ல் தி.மு.க அரசு மிகுந்த துணிச்சலோடு உச்ச வரம்பிற்கான அளவை 15 ஸ்டாண்டர்டு ஏக்கராகக் குறைத்தது. இதன் மூலம் கணிசமான நிலங்கள் கையகப்படுத்தபட்டு, விவசாயத் தொழிலாளர்களுக்கும், சிறு விவசாயிகளுக்கும் பகிர்ந்தளிக்கப்பட்டது.

கீழ்வெண்மணியில் 1968ல் பட்டியலின மக்கள் 44 பேர் தீயிட்டுக் கொல்லப்பட்டது ஒரு கொடூர வரலாற்றுச் சம்பவம் ஆகும். இதனைத் தொடர்ந்து அன்றைய முதல்வர் அண்ணா ஓய்வுபெற்ற நீதிபதி கணபதியாபிள்ளை தலைமையில் ஒரு விசாரணை ஆணையத்தை அமைத்தார்.

‘வெண்மணி உள்ளிட்ட வழக்கு தஞ்சை மாவட்டத்திலுள்ள விவசாயத் தொழிலாளர்களுக்கு நியாயமான கூலி நிர்ணயத்திற்கு அரசு முயற்சிக்க வேண்டும்’ என்று அவர் கொடுத்த பரிந்துரையின் விளைவாக 1969ல் தமிழ்நாடு விவசாயத் தொழிலாளர்கள் நியாயமான கூலிச் சட்டம் நிறை வேற்றப்பட்டது.

இதன் பின்னர் கிழக்குத் தஞ்சை மாவட்டத்திலுள்ள விவசாயத் தொழிலாளர்களுக்கு மற்ற மாவட்டங்களிலுள்ள தொழிலாளர்களை விட அதிகமான கூலி நிர்ணயம் செய்யப்பட்டதோடு பண்ணையார் முறையும் ஒழிக்கப்பட்டது.

●

1967ல் தி.மு.க. அரசு ஆட்சிக்கு வந்தவுடன் பல்வேறு தொழிலாளர் போராட்டங்களைச் சந்திக்க நேரிட்டது. சில இடங்களில் துப்பாக்கி சூடு நடத்தப்பட்டது. இதனால் தொழிலாளர் பிரச்சனைகளில் ஓரளவுக்கு கவனம் செலுத்த முற்பட்டதோடு, சில குறிப்பிட்ட தொழிலாளர் சட்ட திருத்தங்களையும் கொண்டு வந்தனர்.

தொழிலாளர்கள் தியாகத்தை நினைவுகூறும் மே தினத்தைக் கொண்டாடும் வகையில் அன்றைக்கு கட்டாய விடுமுறை அளிக்கும் சட்டத்திருத்தம் 1969ல் நிறைவேற்றப்பட்டது. இன்றும் இந்தியாவில் வேறெந்த மாநிலத்திலும் ஊதியத்துடன் கூடிய மே தின விடுமுறை இல்லை.

தொழிலாளர்கள் தங்களது நிர்வாகத்தால் வேலை நீக்கம் செய்யப்படும் போது, அவர்கள் அப்பிரச்சனையைத் தொழிலாளர் நீதிமன்றங்களுக்கு எடுத்துச் செல்வதற்கு அரசாங்கத்தின் அனுமதி தேவைப்பட்டது.

அரசோ பல பணி நீக்க வழக்குகளை தொழிலாளர் நீதிமன்றத்திற்கு அனுப்ப அனுமதி மறுக்கும். 1982ல் ஆவின் தொழிலாளர்கள் 1800 பேர் ஒரே நாளில் பணி நீக்கம் செய்யப்பட்டனர்.

அந்த வழக்கையும் கூட தொழிலாளர் நீதிமன்றத்தின் விசாரணைக்கு அனுமதிக்க அரசு மறுத்து விட்டது. 1988ல் தொழில் தகராறுச் சட்டத்தில் கொண்டு வரப்பட்ட திருத்தம், ஒரு தொழிலாளி வேலை நீக்கம் செய்யப் பட்டால், நேரடியாக தொழிலாளர் நீதிமன்றம் செல்வதற்கான உரிமைக்கு வழிவகுத்தது.

ஒரு தொழிலாளி வேலையை விட்டு தற்காலிகமாக பணிநீக்கம் செய்யப் பட்டால் அவருக்கு வாழ்க்கைப்படி வழங்குவது என்பது முன்னதாக சம்பந்தப்பட்ட நிறுவனத்தின் விருப்பத்தின் அடிப்படையில் அமைந் திருந்தது.

ஒரு சில நிறுவனங்களில் மட்டுமே பாதிச் சம்பளம் கொடுக்கும் வழக்கம் இருந்தது. 1981ல் கொண்டு வரப்பட்ட தமிழ்நாடு சட்டம் இதற்கு முற்றுப்புள்ளி வைத்தது.

மற்ற மாநிலங்களில் உள்ளாட்சிக்கான தேர்தல்களில் பெண்களுக்கு மூன்றில் ஒரு பங்கு இடங்கள் ஒதுக்கீடு செய்யப்பட்டிருக்கும் நிலையில், தமிழ்நாட்டில் 2016ம் வருடம் உள்ளாட்சிகளுக்கான இடங்களில் 50% இடங்கள் ஒதுக்கப்பட்ட சட்டத்திருத்தம் கொண்டு வந்ததன் மூலம் இப்பிரச்சனையில் இந்தியாவிற்கே வழிகாட்டியாக தமிழகம் மாறியது.

●

1971ல் இந்து அறநிலைத்துறைச் சட்டம் திருத்தப்பட்டு 'எந்தச் சாதிப் பிரிவினராக இருப்பினும், அவர்கள் திருக்கோயில்களின் வழிபாட்டு முறைகளை முறையாக கற்றுத் தேர்ந்திருப்பின் அவர்களை அர்ச்சகர்களாக நியமிப்பதற்குத் தடையில்லை' எனும் சட்டத்திருத்தம் கொண்டு வரப்பட்டது.

துரதிருஷ்ட வசமாக உச்சநீதிமன்றம் அர்ச்சகர் நியமனத்தில் பரம்பரை உரிமையை ஆகமம் என்ற பெயரில், நிலைநாட்டி 2015ல் இச்சட்டத் திருத்தத்தை ரத்து செய்து விட்டது.

2022ம் ஆண்டு இவ்வழக்கின் இறுதித் தீர்ப்பு வெளியானது. இதில் அனைத்து சாதியினரும் அர்ச்சகராகலாம் என்னும் வழக்கில் அரசு வெளியிட்ட விதிகள் செல்லும் என்று உயர்நீதிமன்றம் அதிரடித் தீர்ப்பு வழங்கியுள்ளது.

அதே வேளை ஆகமவிதிப்படியே அர்ச்சகர்கள் நியமிக்கப்பட வேண்டும் என்றும் ஆகம விதிகள் முறையாகப் பின்பற்றபடுகின்றனவா என்பதைக் கண்டறிய ஐந்து பேர் கொண்ட குழு நியமிக்கப்பட வேண்டும் என்று தெரிவித்துள்ளது.

'தற்காலிகப் பணி நீக்கப்பட்ட தொழிலாளிக்கு முதல் 90 நாட்களுக்குள் 50% ஊதியம், 180 நாட்களுக்குள் 75% ஊதியம், 180 நாட்களுக்கு மிகைப்பட்டால் 100% ஊதியம் கொடுக்க வேண்டும்' என்று இச்சட்டம் கூறியது.

தொழிலாளர்கள் அநியாயமாக தொடர்ச்சியாகத் தற்காலிகப் பணி நீக்கத்தில் விதைக்கப்படுவதை இது தடுத்து நிறுத்தியது. இத்தகைய சட்டப்பிரிவு மத்தியத் தொழிலாளர் சட்டப்பிரிவில் கூட இல்லை.

தொழிலாளர்களைத் தொடர்ந்து தற்காலிகப் பணியாளர்களாக வைத்துக் கொள்ளும் நடைமுறை பல தொழில் நிறுவனங்களில் கடைப் பிடிக்கப் பட்டது. தொழிலாளர்களுக்கு பணிநிரந்தர வாய்ப்பைப் புறக்கணிப்பதோடு அவர்களை குறைந்த சம்பளத்தில் வைத்து நிறுவனங்கள் வதைக்கவும் இந்நிலை அவர்களுக்கு உதவியது.

1981ல் கொண்டு வரப்பட்ட தமிழ்நாடு தொழில் நிறுவனங்கள் (தொழிலாளருக்கு நிரந்தரப் பணி அளிக்கும்) சட்டம், ஒரு தொழில் நிறுவனத்தில் 480 நாட்கள் தொடர்ச்சியாகப் பணியாற்றும் ஒரு தொழிலாளி,

தானாகவே நிரந்தரமாக்கப்படுவார் என்று கூறியது. இத்தகைய சட்டம் இன்று வேறெந்த மாநிலத்திலும் நடைமுறையில் இல்லை.

அதேபோல அமைப்பு ரீதியாக திரட்டப்படாத தொழிலாளர்களுக்கான நல வாரியங்களை அமைக்கும் உடல் உழைக்கும் தொழிலாளர்கள் சட்டத்திருத்தம் 1982ல் கொண்டு வரப்பட்டது.

●

கிராமங்களில் இருந்து ஒதுக்கி காலனிகளில் வைக்கப்பட்டிருந்த பட்டியலின மக்களின் தேவைகளுக்கு அவர்களுக்கான வளர்ச்சித் திட்டங்களுக்கு அரசுக்கு நிலம் தேவைப்பட்டது. ஆனால் சிறிய அளவு நிலங்களைக் கூட கையகப்படுத்த முடியாமல் நீதிமன்றங்களில் வழக்குகள் தொடுக்கப்பட்டன.

பட்டியலின மக்களுக்கு வீட்டுமனைகள் வழங்குதல், காலனிகளி லிருந்து பிரதான சாலைகளுக்கு செல்வதற்கு இணைப்பு சாலைகள் அமைத்தல், அவர்களுடைய இடுபாடுகளை கூட விரிவுபடுத்துதல் இப்படியான திட்டங்கள் கூட நிலமில்லாமல் முடங்கிக் கிடந்தன.

இவற்றையெல்லாம் களைவதற்காக 1978ல் நிலம் கையகப்படுத்தும் (அரிஜன நலத்திட்டங்களுக்காக) சட்டம் நிறைவேற்றப்பட்டது.

இடையில் நீதிமன்றத்தால் ரத்து செய்யப்பட்டு, மேல்முறையீட்டில் மீண்டும் 1995ல் உயிர்பெற்ற சட்டம் இது. விளைவாக பட்டியலின மக்களுக்குத் தேவையான வசதிகள் செய்வதற்கான நிலங்கள் எளிதாகக் கையகப்படுத்தப்பட்டன. நிறைய மேம்பாட்டுப் பணிகள் நடைபெற்றன.

நகர்ப்புறங்களில் குடிசைப்பகுதிகளில் வாழும் மக்களுக்குப் புதிய குடியிருப்புகளை அமைத்துத் தருவதற்கான வாரியம் அமைக்கும் சட்டம் 1971ல் நிறைவேற்றப்பட்டது. அதுதான் தமிழ்நாடு குடிசைப் பகுதிகள் சட்டம். இதன் மூலம் பல்லாயிரக்கணக்கான மக்களுக்கு அடுக்குமாடி குடியிருப்புகள் கட்டித் தரப்பட்டன.

17

பெரும்பான்மை பறவை காகம்தானே!

தி.மு.க. கட்டாய இந்தித் திணிப்பை எதிர்த்து 1960ல் ஆகஸ்டில் சென்னை கோடம்பாக்கத்தில் இந்தி திணிப்பு எதிர்ப்பு மாநாடு அண்ணாதுரை தலைமையில் நடத்தப்பட்டது.

இந்தித் திணிப்பிற்கெதிராக கருப்புக் கொடி ஆர்ப்பாட்டம் நடத்துவதென முடிவு செய்யப்பட்டது. இந்தியக் குடியரசுத் தலைவர் வருகையின்போது அவருக்கு எதிராக கருப்புக்கொடி காட்டுவதெனவும் முடிவு செய்யப் பட்டது.

இதன் கிளர்ச்சியையும் இந்தி எதிர்ப்பு உணர்வாளர்களின் எழுச்சியையும் கண்ட பிரதமர் ஜவஹர்லால் நேரு, இந்தி பேசா மக்கள் விரும்பும் வரை ஆங்கிலமே ஆட்சி மொழியாக நீடிக்கும் வண்ணம் இந்திய அரசியலமைப் பில் திருத்தச் சட்டம் மூலம் நிறைவேற்றினார். இதனால் கருப்புக்கொடி ஆர்ப்பாட்டம் கைவிடப்பட்டது.

இந்தத் திருத்தச் சட்டம் கொண்டு வரப்படாவிட்டால் இந்தியாவின்

15வது குடியரசு தினத்தை 26 ஜனவரி 1965 துக்க தினமாக அறிவிக்கப் போவதாக அண்ணாதுரை அறிவித்தார். இந்த அறிவிப்பை அன்றைய மதராஸ் மாநில முதலமைச்சரான பக்தவச்சலம் அண்ணாதுரைக்கு கடும் கண்டனத்தையும் தெரிவித்திருந்தார்.

இதன் காரணமாக கருப்புதின அறிவிப்பை 24 ஜனவரி அன்று மாற்றி யமைத்தார். இதற்கான அறைகூவலாக அண்ணாதுரை முழங்கியவை, "இந்தியை ஒழித்து இந்தியக் குடியரசு நீண்ட ஆயுளுடன் வாழ்க!"

இந்தி முதன்முதலில் அலுவல் மொழிக்கான தகுதியான மொழியாக மோதிலால் நேரு தலைமையிலான குழு இந்திய அரசாங்கத்திற்கு (பிரித்தானிய அரசாங்கம்) பரிந்துரை செய்தது.

அது முதல் தமிழ்நாட்டில் பலதரப்பட்ட மக்களாலும், அரசியல் தலைவர் களாலும் எதிர்ப்புகள் காட்டப்பட்டன. இதனால் தமிழ் மக்கள் இரண்டாம்தர குடிமக்களாக இந்தி பேசும் வட இந்தியர்களால் தமிழர்கள் வேறுபடுத்திக் காட்டப்பட்டனர்.

1938ல் மதராஸ் இராஜதானியில் காங்கிரஸ் அரசு சி. ராஜ கோபாலாச்சாரி தலைமையில் ஆட்சி நடத்தி வந்தது.

தமிழகத்தில் இந்தி பயன்பாட்டை இராஜாஜி முன்மொழிந்து பள்ளி களில் இந்தியை கட்டாயப் பாடமாக அறிவித்தார்.

தமிழ் ஆன்றோர்கள், தலைவர்கள், புலவர்கள், அரசியல் தலைவர்கள் என அனைத்து தமிழ் பற்றாளர்களும் வெகுண்டு எழுந்தனர். முதலாம் இந்தி எதிர்ப்பு போராட்டமும் வெடித்தது.

இப்போராட்டத்தைக் கட்டுப்படுத்த நூற்றுக்கணக்கானவர்களை இராஜாஜி அரசு கைது செய்தது. தடியடியில் ஈடுபட்டது. அவ்வாறு தமிழ் காக்க புறப்பட்டு சிறை சென்றோர்களில் ஒருவர் நடராஜன்.

இந்த இளைஞர் தாழ்த்தப்பட்ட சமூகத்தவர். எதிர்ப்பைக் கைவிடாது 1939ஆம் ஆண்டு ஜனவரி 15ஆம் தேதி தன் உயிரை நீத்தார் நடராஜன். தமிழுக்காக தன்னுயிரை தியாகம் செய்தார்.

நடராஜனின் இறப்பு இந்தி எதிர்ப்பு போராட்டத்திற்கு புத்துணர்ச்சியை ஊட்டியது. அண்ணாதுரை பாரதிதாசன் உட்பட பல தமிழறிஞர்கள் இந்தி எதிர்ப்பு இயக்கங்களை நடத்தத் தொடங்கினர்.

காஞ்சிபுரத்தில் 27 பிப்ரவரி 1938ல் நடைபெற்ற முதல் இந்தி எதிர்ப்பு மாநாட்டில் அண்ணாதுரை கலந்து கொண்டார்.

மாநாட்டைக் கலைக்க காவல்துறை கொடுத்த தடியடியில் பலர் காய முற்றனர். இவர்களில் பலர் கைதும் செய்யப்பட்டனர். இதற்கிடையில் பிப்ரவரி 13ல் நடந்த போராட்டத்தில் கைதான தாளமுத்து என்ற இன்னொரு தமிழர் மார்ச் 11ல் காலமானார்.

நடராஜன், தாளமுத்து ஆகிய இருவரின் தியாகங்கள் இந்தி திணிப்பிற்கு எதிராக தமிழர்களின் சக்தியை ஒன்று திரட்டியது. காங்கிரஸ் அரசை அவ்வாண்டு இறுதிக்குள் பதவி விலகவும் செய்தது. பின்னர் பிப்ரவரி 1940ல் மதராஸ் மாகாண ஆளுநர் எர்ஸ்கின் பிரபு கட்டாய இந்திக் கல்வியை விலக்கினார்.

இந்தியா 1950ல் அரசியலமைப்புச் சட்டம் இயற்றப்பட்டதிலிருந்து இந்தியா ஒரு குடியரசு நாடு என்று அறிவிக்கப்பட்டதற்கு பின்னர் இந்திக்கு இந்திய அரசியலமைப்பில் தனி அங்கீகாரம் கிடைத்தது. இந்தியாவின் அலுவலக ஆட்சி மொழியாக 15 ஆண்டிற்குப் பின் 1965ல் அறிவிக்கப்பட்டது.

இந்த அறிவிப்பு தமிழக மாணவர்களிடையே கவலையை ஏற்படுத்தியது. இந்தியாவின் ஆட்சி மொழியாக இந்தி அறிவிக்கப்பட்டது குறித்து அண்ணாதுரை, "இந்தி பொது மொழியாக ஆக்கப்பட்டது. அது பெரும்பான்மை மக்களால் பேசப்படுவதால், ஏன் புலி மட்டும் தேசிய விலங்காக அறிவிக்கப்பட்டது? உண்மையில் பெரும்பான்மையாக இருப்பது எலிதானே?

அல்லது ஏன் மயில் தேசிய பறவையாக அறிவிக்கப்படடது? உண்மை யில் பெரும்பான்மை பறவை காகம் தானே? தமிழ்மொழி இந்தியாவின் ஆட்சிமொழியாகும் வரை எனக்கு உண்மையாக திருப்தியே கிடையாது.

இந்திய மொழிகளில் இந்தி மொழியை மட்டும் ஆட்சி மொழியாக வைப்பது இந்தியை தாய்மொழியாகக் கொண்ட நல்ல கால் உடையவர் களுக்கும், இந்தியை தாய்மொழியாக கொள்ளாத ஊனக்கால் உடையவர் களுக்கும் இடையே வைக்கும் ஓட்டப்பந்தயம் போன்றது.

மொழி உணர்வுக்கு மதிப்பு அளிக்கப்படுவது உண்மையாயின், ஒரு மொழி எத்தனை சதவீதத்தினரால் பேசப்படுகிறது என்ற ஆராய்ச்சியே

அனாவசியமானது."

சுதந்திரத்திற்குப் பின் சென்னை மாகாண முதல்வராகப் பொறுப் பேற்ற ஓமந்தூர் ராமசாமி ரெட்டியார் 1948ல் ஒரு அறிவிப்பை வெளியிட்டார்.

அதில் பிராந்திய மொழி முதல் மொழியாகவும், இந்தி, அரபு, தெலுங்கு ஆகிய பிற மொழிகளில் ஏதேனும் ஒன்றை இரண்டாம் மொழியாகவும் கட்டாயம் படிக்க வேண்டும் என்ற நூதன உத்தரவையும் வெளியிட்டார்.

இதை எதிர்த்து திராவிட கழகம் சார்பில் இந்தி திணிப்பு மாநாடு நடத்தி அண்ணாவை சர்வாதிகாரியாக நியமித்து பல கட்டப் போராட்டங்கள் துவங்கப்பட்டன.

இந்தப் போராட்டத்தில் அப்போதைய இந்திய கவர்னர் ஜெனரல் ராஜாஜிக்கு சென்னையில் வைத்து கருப்புக்கொடி காட்டினார்கள்.

இதற்கிடையில் மத்தியில் ஆட்சிமொழி குறித்த விவாதங்கள் நடை பெற்று வந்த நிலையில் 14 செப்டம்பர் 1949ல் இந்தி ஆட்சி மொழியாக அறிவிக்கப்பட்டது.

இந்நிலையில் திராவிட கழகத்துடன் ஏற்பட்ட கருத்து வேறு பாட்டால் அண்ணா தனது ஆதரவாளர்களுடன் சேர்ந்து 17 செப்டம்பர் 1949ல் திராவிட முன்னேற்றக் கழகம் என்ற கட்சியைத் தொடங்கினார். இருப் பினும் இந்தி எதிர்ப்பு போராட்டங்களில் தி.க.வும், தி.மு.க.வும் ஒன்றிணைந்தே செயல்பட்டன.

கட்டாய இந்தியை அமல்படுத்திய மாகாண கல்வி அமைச்சர் அவினாசி லிங்கம் திடீரென்று பதவி விலகியதையடுத்து கட்டாய இந்தி உத்தரவும் வாபஸ் பெறப்பட்டது.

பின்வந்த அமைச்சர் மாதவ்மேனன் இந்தியை விருப்பப் பாடமாக அறிவித்து போராட்டங்களுக்கு முற்றுப்புள்ளி வைத்தார்.

மத்திய அரசு 1950களுக்குப் பிறகு தென்னிந்திய மாநிலங்களில் இந்தி பரப்பும் நடவடிக்கைகளில் ஈடுபடத் தொடங்கியது. அதன் ஒரு பகுதி யாக 1952ஆம் ஆண்டு அனைத்து ரயில் நிலையங்களிலும் மத்திய அரசு அலுவலகங்களிலும் பெயர் பலகையில் தமிழ் மற்றும் ஆங்கிலம் பின்னுக்குத் தள்ளப்பட்டு இந்திக்கு முன்னுரிமை வழங்கப்பட்டது.

இதற்கு எதிராக தி.மு.க. மற்றும் தி.க. சார்பில் ஆகஸ்ட் 1952 ஆம் தேதி பெரியார், அண்ணா, கருணாநிதி, நெடுஞ்செழியன் உட்பட பல தலைவர்களின் தலைமையில் 500க்கும் மேற்பட்ட ரயில் நிலையங்களின் பெயர்ப்பலகையை தார் பூசி அழித்தனர்.

இந்தச் செயலுக்கு எதிர்வினை ஆற்றிய காங்கிரஸ் கட்சியினர் தார் பூசிய பெயர் பலகையில் மண்ணெண்ணெய் ஊற்றி அழித்தனர்.

இதையடுத்து 1955ல் அப்போதைய குடியரசுத் தலைவர் ராஜேந்திர பிரசாத் இந்திய அரசில் உள்ள துறை சார்ந்த பணிகள், இந்தி மொழியை பெருவாரியாகப் பயன்படுத்துதல், நீதிமன்றங்களின் சட்டங்கள் மற்றும் மசோதாக்கள் பயன்படுத்த வேண்டிய மொழிகள் குறித்து ஆய்வு செய்ய 21 பேர் கொண்ட ஆட்சி மொழி ஆணையம் அமைத்தது.

இதற்கிடையில் சென்னை மாகாணத்தில் ஆட்சி மொழியாக தமிழை அறிவிக்க வேண்டும் என்று 27 டிசம்பர் 1956ல் புதிய மசோதாவை சென்னை சட்டமன்றத்தில் அறிமுகம் செய்தார் நிதியமைச்சர் சி. சுப்பிர மணியம். பின் அனைத்து கட்சியின் ஆதரவோடு மாகாண ஆட்சி மொழி யாக நிறைவேறியது.

இந்தி பேசாத மாநில உறுப்பினர்களிடமிருந்து கடுமையான எதிர்ப்பு தொடங்கியதை அடுத்து பிரதமர் நேரு முக்கிய வாக்குறுதி ஒன்றை கொடுத்தார்.

அவர் கூறுகையில், "முதலில் இந்தி திணிப்பு இருக்கவே கூடாது. இரண்டாவது அரசுப் பணிகளில் ஆங்கிலத்தை மாற்றுமொழியாக காலம் குறிப்பிடாமல் இருக்கச் செய்கிறேன். அதனைப் பற்றிய முடிவுகளை இந்தி பேசாத மக்களே எடுத்துக் கொள்ளலாம்" எனக் கூறினார்.

இந்நிலையில் 1960ல் குடியரசுத் தலைவர் ராஜேந்திர பிரசாத் 1965ஆம் ஆண்டு முதல் இந்தி மட்டுமே இந்தியாவின் ஆட்சிமொழியாக இருக்கும் என்ற ஆணையை வெளியிட்டார்.

இந்தி பேசாத மக்கள் விரும்பும் வரை ஆங்கிலமும் இருக்கும் என்ற நேரு வின் வாக்குறுதிக்கு எதிராக இது அமைந்தது.

1937ல் சக்கரவர்த்தி ராஜகோபாலாச்சாரியார் சென்னை மாகாணத்தின் முதலமைச்சரானார். அவரின் ஆட்சிக் காலத்தில் இந்தி கட்டாய மொழி

யாக பள்ளிகளில் அறிமுகப்படுத்தப்பட்டது. இது இந்தி எதிர்ப்பு போராட்டமாக வெடித்தது.

நீதிக்கட்சியைச் சார்ந்தவர்களான சர்.ஏ.டி. பன்னீர்செல்வம் மற்றும் இராமசாமி இப்போராட்டத்திற்கு ஆதரவு கொடுத்தனர். இப்போராட்டம் 1938ல் பலர் கைது செய்யப்பட்டு சிறையில் இராஜாஜி அரசால் அடைக்கப் பட்டவுடன் முடிவுற்றது.

அதே வருடம் தமிழ்நாடு தமிழருக்கே என்ற முழக்கமும் ஊரெங்கும் முழங்கியது. பெரியார் பள்ளிகளில் இந்தி திணிக்கப்படுவதை எதிர்த்து அவர் இவ்வாறு முழக்கமிட்டார். இது ஆரியர்கள், திராவிடர்களின் பண்பாடுகளை ஊடுருவிச் சிதைக்க திட்டமிடும் அபாயகரமான தந்திரச் செயல் என குறிப்பிட்டார்.

இந்தியை ஏற்றுக் கொள்வது இந்தி பேசும் வடஇந்தியர்களிடமிருந்து தமிழர்களை பிரித்து அவர்களை இரண்டாம்தர குடிமக்களாக வழி வகுத்து விடும்.

இந்தி தமிழர்களின் முன்னேற்றத்தைத் தடுத்து நிறுத்துவது மட்டு மல்லாமல் அவர்கள் நெடுங்காலமாக பாதுகாத்து வரும் பண்பாட்டையும் சிதைத்து விடும். தமிழை இனிமேல் பயன்படுத்தாத நிலைக்கு தமிழர்கள் தள்ளப்பட்டு விடுவார்கள் என்று பெரியார் வலியுறுத்தினார். தொடர்ந்து இந்தி எதிர்ப்பு போராட்டங்கள் 1948, 1952, 1965 ஆண்டுகளில் நடந்தன.

18

சட்டமியற்றும் அதிகாரம் பெற்றதா சட்டமன்றம்

இந்திய பிரித்தானிய அரசு கி.பி. 1861ல் முதல் கவுன்சில்கள் சட்டத்தை இயற்றியதன் மூலம் மெட்ராஸ் லெஜிஸ்லேட்டிவ் கவுன்சில் என்றழைக்கப்பட்ட அவையைத் தோற்றுவித்தது.

இந்த அவைக்கு மாகாண ஆளுநருக்கு பரிந்துரை செய்யும் அதிகாரம் வழங்கப்பட்டது. இந்த கலைக்கு நான்கு இந்திய உறுப்பினர்களை நியமனம் செய்யும் உரிமை சென்னை மாகாண ஆளுநருக்கு வழங்கப்பட்டது.

இந்த இந்திய உறுப்பினர்கள் மாகாண நிர்வாகத்தைப் பற்றிக் கேள்விகள் எழுப்பவும், தீர்மானங்களைக் கொண்டு வரவும், மாகாண வரவு செலவு திட்டத்தை ஆராயவும், உரிமை பெற்றிருந்தனர்.

ஆனால் சட்டங்கள் இயற்றவும் சட்ட மசோதாக்களுக்கு வாக்களிக்க வும் அவர்களால் இயலாது. நடுவண் நாடாளுமன்றத்தால் இயற்றப்பட்ட சட்டங்களில் தலையிடும் உரிமையும் அவர்களுக்கு கிடையாது.

சென்னை ஆளுநரே சட்டமன்றத்தின் அவைத்தலைவராகவும் இருந்தார். அவையை எங்கே எப்பொழுது, எவ்வளவு நாட்கள் கூட்ட வேண்டும், என்ன விஷயங்களை விவாதிக்கலாம் என்பது பற்றி அவருக்கு முழு அதிகாரம் வழங்கப்பட்டிருந்தது.

ஆளுநரின் நிர்வாகக்குழு உறுப்பினர்கள் இருவரும் சென்னை மாகாணத் தின் தலைமை வழக்குரைஞரும் அவை விவாதங்களில் பங்கேற்று வாக்களிக்கும் உரிமை பெற்றிருந்தனர்.

பெரும்பாலும் இந்திய ஜமீன்தார்களும் நிலக்கிழார்களும்தான் இம்முறையின் கீழ் சட்டமன்றத்துக்கு நியமனம் செய்யப்பட்டனர்.

இவர்களுள் காலனிய அரசுக்கு ஆதரவாக செயல்பட்டவர்களுக்கு பல முறை பதவி நீட்டிப்பு செய்யப்பட்டது. ஜி.என். கணபதிராவ் என்பவர் எட்டு முறை அவைக்கு நியமனம் செய்யப்பட்டார்.

ஹுமாயுன் ஜா பகதூர் என்பவர் தொடர்ந்து 23 ஆண்டுகள் சட்டமன்ற உறுப்பினராகப் பணியாற்றினார்.

1861-92 காலகட்டத்தில் மிகக் குறைவான நாட்களே சட்டமன்றம் கூடியது. சில ஆண்டுகளில் (1874,1892) அவை ஒரு நாள் கூட கூட்டப்பட வில்லை.

சென்னை மாகாண ஆளுநர்கள் அவர்கள் கோடை விடுமுறைகளைக் கழிக்கும் உதக மண்டலத்தில் அவையைக் கூட்டுவதை பழக்கமாகக் கொண்டிருந்தனர். இந்தப் பழக்கம் இந்திய உறுப்பினர்களிடையே அதிருப்தியை உண்டாக்கி இருந்தது.

1892ல் இயற்றப்பட்ட 1892 கவுன்சில் கூட்டம் சென்னை சட்ட மன்றத்தின் அதிகாரங்களையும் பணியினையும் விரிவுபடுத்தியது.

அவையின் கூடுதல் உறுப்பினர்களின் எண்ணிக்கை உச்சவரம்பு 20 ஆக உயர்த்தப்பட்டது. அவர்களில் அதிகபட்சமாக ஒன்பது அதிகாரிகள் இருந்தனர்.

இச்சட்டம் சட்டமன்றத்திற்கு உறுப்பினர்களைத் தேர்ந்தெடுக்கும் முறையையும் அறிமுகப்படுத்தியது.

ஆனால் அதிகாரப்பூர்வமாக 'தேர்தல்' என்ற சொல் சட்டத்தில் இடம் பெற்றிருக்கவில்லை. மாறாக உள்ளாட்சி அமைப்புகளால் தேர்ந் தெடுக்கப்பட்ட உறுப்பினர்கள் பரிந்துரை செய்யப்பட்டவர்கள் என்றே அழைக்கப்பட்டனர்.

உறுப்பினர்களின் பணிக்காலம் இரண்டாண்டுகளாக இருந்தது. ஆண்டு நிதிநிலை அறிக்கை மீதான விவாதங்களில் பங்கேற்கவும் சட்டமன்றத்தில் கேள்விகள் கேட்கவும் உறுப்பினர்களுக்கு அதிகாரங்கள் வழங்கப் பட்டிருந்தன.

இச்சட்டம் அமலிலிருந்த 1893-1909 காலகட்டத்தில் எட்டு முறை தேர்தல் நடத்தப்பட்டு 38 இந்தியர்கள் சென்னை சட்டமன்றத்தின் உறுப்பினர் களாக பரிந்துரைக்கப்பட்டனர்.

அவர்களுள் சென்னை மாகாணத்தின் தென் மாவட்டப் பிரதிநிதி களான சி. ஜம்புலிங்கம் முதலியார், என்.சுப்பாராவ் பந்துலு, பி.கேசவ பிள்ளை, சி.விஜயராகவாச்சாரியார், வட மாவட்டங்களின் பிரதிநிதிகளான கே.பேரராஜு பந்துலு, சென்னை மாநகராட்சியின் பிரதிநிதிகளான சி.சங்கரன் நாயர், பி. தங்கய்யா நாயுடு, சென்னை பல்கலைக்கழக பிரதிநிதிகளான பி.எஸ்.சிவசாமி நாயர், வி.கிருஷ்ணசாமி அய்யர், எம்.கிருஷ்ணன் நாயர் ஆகியோர் குறிப்பிடத்தக்கவர்களாவர். ஆனால் காலப்போக்கில் இந்திய உறுப்பினர்களின் எண்ணிக்கை குறைந்து கொண்டே போனது.

எடுத்துக்காட்டாக 1902ல் பாஷ்யம் அய்யங்கார், சங்கரன் நாயர் ஆகியோரின் பதவிக்காலம் முடிந்த பின்னர் அவர்களது இடங்களுக்கு அக்வொர்த், சர் ஜார் மூர் ஆகிய ஆங்கிலேயர்கள் நியமிக்கப்பட்டனர்.

இச்சட்டம் அமலிலிருந்த காலத்தில் ஒவ்வொரு ஆண்டும் மிகக் குறைந்த நாட்களே சென்னை சட்டமன்றம் கூட்டப்பட்டது.

மிண்டோ-மார்லி சீர்திருத்தங்களின் விளைவாக இயற்றப்பட்ட இந்திய அரசாங்கச் சட்டம் 1909 பிரிட்டிஷ் இந்தியாவில் சட்டமன்ற உறுப்பினர் களைத் தேர்தல் மூலம் நியமிக்கும் முறையை அதிகாரப் பூர்வமாக அறிமுகம் செய்தது.

இம்முறையின்கீழ் உறுப்பினர்கள் மக்களால் நேரடியாக தேர்ந்தெடுக்கப் படவில்லை. மாறாக உள்ளாட்சி அமைப்புகளின் உறுப்பினர்களே சட்ட

மன்ற உறுப்பினர்களைத் தேர்ந்தெடுத்தனர்.

சட்டமன்றத்தில் இதற்குமுன் ஆளுநரின் நிர்வாகக் குழுவுக்கு வழங்கப்பட்டிருந்த பெரும்பான்மை அந்தஸ்தையும் இச்சட்டம் ரத்து செய்தது. மேலும் தேர்ந்தெடுக்கப்பட்ட உறுப்பினர்களுக்கு பொதுநலத் தீர்மானங்களைக் கொண்டு வரும் உரிமையையும் விவாதங்களின் போது கூடுதல் கேள்விகளைத் தாக்கல் செய்யும் உரிமையையும் அளித்தது.

1909-1919 காலகட்டத்தில் சென்னை சட்டமன்றத்தில் 21 தேர்ந்தெடுக்கப் பட்ட உறுப்பினர்களும், 21 நியமிக்கப்பட்ட உறுப்பினர்களும் இருந் தனர். நியமிக்கப்பட்ட உறுப்பினர்களுள் 16 பேர் அரசு அதிகாரி களாவர். இவர்களைத் தவிர தேவைப்படும்போது இரு தொழில்முறை வல்லுனர் களை சட்டமன்றத்திற்கு நியமனம் செய்யும் உரிமை ஆளுநருக்கு வழங்கப்பட்டிருந்தது.

●

1919-ஆம் ஆண்டு மாண்டேகு-செம்ஸ்போர்ட் சட்ட சீர்திருத்தங் களின் விளைவாக இந்திய அரசாங்க சட்டம் (1919) பிரிட்டிஷ் அரசாங்கத்தால் இயற்றப்பட்டது.

இச்சட்டத்தின் பலனாக இந்தியாவில் மத்திய அரசிலும் மாகாணங் களிலும் இரட்டை ஆட்சி முறை அறிமுகப்படுத்தப்பட்டது. இவ்வாட்சி முறையில் நிர்வாகத் துறைகள் இரு வகையாகப் பிரிக்கப்பட்டன.

சட்டம், நிதி, உள்துறை முதலிய முக்கிய துறைகள் பிரிட்டிஷ் ஆளுநரின் நிர்வாகக் குழுவின் நேரடிக் கட்டுப்பாட்டின்கீழ் இருந்தன.

கல்வி, சுகாதாரம், உள்ளாட்சி, விவசாயம், தொழில் முதலியவை மக்களால் தேர்ந்தெடுக்கப்பட்ட இந்திய சட்டமன்றங்களின் கட்டுப் பாட்டில் இயங்கின. அதுவரை ஆளுநருக்கு பரிந்துரைகள் மட்டுமே செய்யக் கூடியதாக இருந்த சட்டமன்றம் விரிவுபடுத்தப்பட்டு அதற்கு சட்டங்கள் இயற்றும் அதிகாரமும் வழங்கப்பட்டது.

அவையில் மொத்தம் 127 உறுப்பினர்கள் இருந்தனர். இவர்களைத் தவிர ஆளுநரின் நிர்வாகக் குழு உறுப்பினர்களும் சட்டமன்ற உறுப்பினர் களாக கருதப்பட்டனர்.

127 உறுப்பினர்களில் 98 பேர் 61 தொகுதிகளிலிருந்து மக்களால் தேர்ந்தெடுக்கப்பட்டனர். இத்தொகுதிக்குள், பிராமணர்கள், பிராமணர்களல்லாத இந்துக்கள், முஸ்லீம்கள், கிறிஸ்தவர், ஐரோப்பியர், ஆங்கிலோ இந்தியர், நிலச்சுவான்தார்கள், பண்ணையாளிகள், வர்த்தக குழுமங்கள், பல்கலைக்கழக பிரதிநிதிகளெனப் பல்வேறு பிரிவினருக்கு வகுப்பு வாரியாக இட ஒதுக்கீடு இருந்தது.

1926ல் பெண்களின் பிரதிநிதிகள் 5 பேர் புதிதாகச் சேர்க்கப்பட்டதால் உறுப்பினர்கள் எண்ணிக்கை 132 ஆக உயர்ந்தது. இவர்களைத் தவிர மீதமுள்ள 29 உறுப்பினர்கள் ஆளுநரால் நியமனம் செய்யப்பட்டனர். அவர்களுள் 19 பேர் அரசாங்க ஊழியர்கள். 5 பேர்கள் தலித்துகள்.

வயது வந்தோர் அனைவரும் வாக்குரிமை பெற்றிருக்கவில்லை. ஒருவரின் சொத்து மதிப்பு அல்லது அவர் கட்டியுள்ள சொத்து வரியைப் பொறுத்தே வாக்குரிமை அளிக்கப்பட்டது.

இரட்டை ஆட்சிமுறையின் கீழ் சட்டமன்றத்திற்கான முதல் தேர்தல் 1920ல் நடைபெற்றது. ஜனவரி 12, 1921ல் முதல் சட்டமன்றத் தொடரை சென்னை ஆளுநர் கன்னாட் பிரபு தொடங்கி வைத்தார். அவையின் பதவிக்காலம் மூன்றாண்டுகளாக இருந்தது.

இரட்டை ஆட்சிமுறைக் காலத்தில் மொத்தம் ஐந்துமுறை (1920, 1923, 1926, 1930 மற்றும் 1934) தேர்தல் நடைபெற்றது.

1926லும் 1930லும் அமைக்கப்பட்ட அவைகளின் பதவிக்காலம் ஓராண்டு நீட்டிக்கப்பட்டது. 1920, 23, 30ம் ஆண்டுகளில் நடைபெற்ற தேர்தல்களில் நீதிக்கட்சி வெற்றி பெற்று ஆட்சி அமைத்தது.

1926ல் நடைபெற்ற தேர்தலில் எந்தக் கட்சிக்கும் பெரும்பான்மை கிட்டவில்லை. 1934 தேர்தலில் நீதிக்கட்சி தோல்வியடைந்ததாலும் சிறுபான்மை அரசமைத்தது.

1935ல் இந்திய அரசாங்கச் சட்டம் 1935ஐ இயற்றியதன் மூலம் பிரிட்டிஷ் அரசு இரட்டை ஆட்சிமுறையை ஒழித்து மாநில சுயாட்சி முறையை அறிமுகப்படுத்தியது.

சென்னை மாகாண சட்டமன்றம் ஈரங்க அவையாக மாற்றப்பட்டது. 215 உறுப்பினர்களைக் கொண்ட கீழவை லெஜிஸ்டேட்டிவ் அசெம்பிளி

என்றும் 54 முதல் 56 உறுப்பினர்களைக் கொண்ட மேலவை "லெஜிஸ் லேட்டிவ் கவுன்சில்" என்றும் அழைக்கப்பட்டன.

கீழவையில் சிறுபான்மை இனத்தவருக்கு இட ஒதுக்கீடு வழங்கப் பட்டு இருந்தது. மேலவை ஆளுநரால் கலைக்கப்பட முடியாத நிரந்தர அவையாக இருந்தது. அதன் உறுப்பினர்களின் பதவிக்காலம் ஆறாண்டுகள். அவர்களுள் மூன்றில் ஒரு பகுதியினர் ஈராண்டுகளுக்கு மேலாக ஒருமுறை ஓய்வு பெற்றனர்.

மேலவை உறுப்பினர்களுள் 46 பேர் மக்களால் நேரடியாகத் தேர்ந் தெடுக்கப்பட்டனர். ஆளுநருக்கு 8 முதல் 10 உறுப்பினர்களை நியமனம் செய்யும் அதிகாரம் இருந்தது. கீழவையை போலவே மேலவை யிலும் பல்வேறு தரப்பினருக்கு இட ஒதுக்கீடு செய்யப்பட்டிருந்தது.

இரட்டை ஆட்சிமுறையைப் போலவே வயது வந்த குடிமக்கள் அனை வருக்கும் சட்டமன்றத் தேர்தல்களில் வாக்களிக்கும் உரிமை அளிக்கப்பட வில்லை.

•

1947ல் இந்தியா விடுதலையடைந்து 1950ல் குடியரசு நாடானது. புதிய இந்திய அரசியலமைப்பின் கீழ் மெட்ராஸ் லெஜிஸ்லேட்டிவ் கவுன்சில் சென்னை மாநிலத்தின் ஈரங்க சட்டமன்றத்தின் மேலவையாக நீடித்தது. இந்த அவை ஆளுநரால் கலைக்கப்பட முடியாத நிரந்தர அவையாக இருந்தது.

அதன் உறுப்பினர்களின் பதவிக்காலம் ஆறாண்டுகள். அவர்களுள் மூன்றில் ஒரு பகுதியினர் ஈராண்டுகளுக்கு ஒருமுறை ஓய்வு பெற்றனர். அவையின் உறுப்பினர் எண்ணிக்கை குறைந்தபட்சம் நாற்பதிலிருந்து அதிக பட்சம் கீழவை உறுப்பினர் எண்ணிக்கையில் மூன்றிலொரு பங்காக இருந்தது.

மேலவையின் உறுப்பினர் எண்ணிக்கை காலத்திற்கேற்ப மாறிக் கொண்டே இருந்தது. 1952-53 காலகட்டத்தில் அது 72 ஆக இருந்தது. அக்டோபர் 1, 1953ல் ஆந்திர மாநிலம் பிரிந்து போனதால் 51 ஆகக் குறைந்தது. 1956ல் 50 ஆகக் குறைந்த உறுப்பினர் எண்ணிக்கை 1957ல் மீண்டும் உயர்ந்து 63 ஆனது. அதன் பின்னர் 1986ல் மேலவை கலைக்கப் படும் வருடம் உறுப்பினர் எண்ணிக்கை 63 ஆகவே இருந்தது.

உறுப்பினர்களுள் கீழவையும் உள்ளாட்சி அமைப்புகளும் தலா 21 பேரைத் தேர்ந்தெடுத்தன. ஆசிரியர்களும் பட்டதாரிகளும் 6 பேரைத் தேர்ந்தெடுத்தனர். மீதமுள்ள 9 பேர் அமைச்சரவையின் பரிந்துரைக் கேற்ப ஆளுநரால் நியமிக்கப்பட்டனர்.

மேலவை தன்னிச்சையாக சட்டங்கள் இயற்றும் உரிமை பெற்றிருக்க வில்லை. கீழவையால் நிறைவேற்றப்பட்ட சட்ட தீர்மானங்களுக்கு ஒப்புதல் அளிக்கும் உரிமை மட்டுமே அளிக்கப்பட்டிருந்தது. இரு அவை களுக்கும் முரண்பாடு ஏற்படுமெனில் கீழவையின் முடிவே இறுதியானதாக ஏற்றுக் கொள்ளப்பட்டது.

1969ல் சென்னை மாநிலம் தமிழ்நாடு எனப் பெயர் மாற்றம் செய்யப் பட்டபோது மேலவையின் பெயரும் "தமிழ்நாடு லெஜிஸ் லேட்டிவ் கவுன்சில்" என்று மாற்றப்பட்டது.

19
எங்கும் தமிழ்
எதிலும் தமிழ்

1891 மக்கள்தொகை அறிக்கை, படித்தவர்களில் பெரும்பாலானவர்கள் மேல்சாதிக்காரர்கள் என்று அடையாளம் கண்டது. அவர்களிலும் அதிகம் பேர் பிராமணர்கள்.

பிராமணரல்லாதோர் இயக்கமாக உருவெடுத்த நீதிக்கட்சி, கல்வி, சுகாதாரத் துறையில் முன்னேற்றப் பாதை நோக்கி மதராஸ் மாகாணத்தை திருப்பியது. பனகல் அரசரது தலைமையிலான நீதிக்கட்சி ஆட்சி, பிராமணர் அல்லாத சமூகத்தவர்களுக்கான கல்வி, சுகாதாரத்தை இலவசமாக்கு வதில் முனைப்பு காட்டியதோடு வேலை வாய்ப்பிலும் சமூக நீதியைக் கொண்டு வந்தது.

தாழ்த்தப்பட்ட மக்களின் நலனில் அக்கறையுடன் செயல்பட பல்வேறு நடவடிக்கைகளை எடுத்ததோடு, அவர்கள் நலனைக் கவனிக்க அது கொண்டு வந்த 'தொழிலாளர் ஆணையம்' பதவியிடம் முக்கியமானது.

ஆட்சிக்கு வெளியிலிருந்து தமிழ் மக்களின் நலன்களுக்கு அழுத்தம் கொடுத்துக் கொண்டிருந்த பெரியாரின் குரல் இதற்கு முக்கியமான ஒரு காரணம்.

கட்டாயத் தொடக்கக் கல்வியை அனைவருக்கும் அளிக்க வேண்டும் என்பது உட்பட 14 அம்ச செயல்திட்டத்தை நீதிக்கட்சி அரசிடம் முன்பு பெரியார் அளித்திருந்தார்.

சுயமரியாதை இயக்கம் வளர்ந்து நீதிக்கட்சியையும் உள்ளடக்கி திராவிடர் கழகமானபோது, கலாச்சார ரீதியாக தமிழ் மறுமலர்ச்சிக்கு உழைத்தனர்.

பிறமொழி கலவாமல் தமிழில் பேசும் எழுதும் தனித்தமிழ்ப் போக்கு உச்சம் நோக்கி நகர்ந்தது.

சமஸ்கிருதப் பெயர்களைத் தவிர்த்து தூய தமிழ்ப் பெயர்களை குழந்தை களுக்குச் சூட்டினர். 1967 வரை தமிழ்நாட்டை ஆண்ட காங்கிரஸ் கட்சி யும் இந்த தமிழ் தேசிய சமூக நீதி அலையில் தப்ப முடியவில்லை.

முதல்வர் காமராஜர் இந்த வகையில் பல சமூக நலத்திட்டங்களை முன்னெடுத்தார். காமராஜரை பச்சைத் தமிழன் என்று பெரியார் பாராட்டினார். காங்கிரஸின் கொள்கைகள் தேசிய அளவில் வேறாகவும், தமிழக அளவில் வேறாகவும் இருந்ததையும் இங்கே குறிப்பிட வேண்டும்.

தி.மு.க.வின் எழுச்சி, தமிழ் தேசிய இயக்கத் தலைவராக அண்ணா துரையை உயர்த்தியதோடு தமிழ் தேசிய இயக்கம் பரவுவதிலும் முக்கியப் பங்கு வகித்தது.

மேடைப் பேச்சு, பத்திரிகைகள், நாடகங்கள் என்று கிளை விரித்த திராவிட இயக்கத்தினர் சினிமாவையும் விட்டு வைக்கவில்லை.

அண்ணாவுக்குப் பின் பெரும் தலைவர்களாக உருவெடுத்த மு. கருணாநிதி கதை வசனம் எழுதிய பராசக்தி (1952) படம் பிறக்க ஒரு நாடு பிழைக்க ஒரு நாடு என்று தமிழர்கள் அல்லல்படுவதைத் தொட்டது.

மொழி, இனம், வரலாறு ஆகியவற்றை ஒரே மாதிரி கொண்ட மக்கள் வாழும் மாநிலங்களாக இருந்தால் பூசல்கள் குறையும். ஒற்றுமை அதிக மாகும் என்று மாநில மறுசீரமைப்புக் குழுவிடம் அளிக்கப்பட்ட மனு குறிப்பிடத்தக்கது.

1967ல் ஆட்சியைக் கைப்பற்றிய அண்ணாவின் தி.மு.க. ஓராண்டுக்குள் முக்கியத்துவம் வாய்ந்த சமூக நலத்திட்டங்களை அமல் படுத்தியது. ரூபாய்க்கு ஒரு படி அரிசி திட்டம் அதன் தொடக்கம். உணவு தானியங்களின் விலை கட்டுப்படுத்தப்பட்டது.

அண்ணாவுக்கு அடுத்து வந்த கருணாநிதி ஏழைகளுக்கு வீடுகள் கட்டித் தரும் திட்டத்தைப் பெரிய அளவில் முன்னெடுத்தார். பள்ளிக்கூடங்கள், மருத்துவமனைகளின் எண்ணிக்கை பெருகியது.

தாழ்த்தப்பட்ட, பிற்படுத்தப்பட்ட மாணவர்கள் தங்கிப் படிப்பதற்கான விடுதிகளின் எண்ணிக்கை அதிகரிக்கப்பட்டது. ஏழை மாணவர்களுக்கு கல்வி உதவித்தொகை உயர்த்தப்பட்டது.

இதனூடாவே 'எங்கும் தமிழ் எதிலும் தமிழ்' உணர்வு தூக்கிப் பிடிக்கப் பட்டது. இதன் ஓர் அங்கமாக உருவான தமிழ்த்தாய் வாழ்த்து எல்லாப் பொது நிகழ்ச்சிகளிலும் தொடக்கப்படலானது.

20
திராவிட சித்தாந்தத்தின் மூன்று அறிவாயுதங்கள்

பெரியார் சமூக சீர்திருத்தப் போராளி, அறிவுலகின் திறவுகோல், ஆதிக்கவாதிகளுக்கு அபாய சங்கு, மனித சமுதாயத்தின் நல்வாழ்விற்கான வழிகாட்டி. பெரியார் மட்டும் பிறந்திருக்காவிட்டால் என்ற குரல்கள் பட்டிதொட்டியெங்கும் ஒலிப்பதற்கு பெரியாரின் அற்புதச் சிந்தனைகளே காரணம்.

பெரியாரின் சிந்தனைகள் முழுவதையும் குடியரசு தொகுப்பாக திராவிடர் கழகமும், பெரியாரின் சிந்தனை என்ற தலைப்பில் வே.ஆனைமுத்தும், பெரியார் சிந்தனைகள் தொகுப்பு என்ற பெயரில் பெரியார் திராவிடர் கழகமும் நூல்களாக வெளியிட்டுள்ளன.

பெரியார் பேசி எழுதி வெளிவந்த நூல்கள் :

- அறிவு விருந்து
- கடவுள் மறுப்பு தத்துவம்
- வைக்கம் வீரர் சொற்பொழிவு

- இராமாயண ஆபாசம்
- கர்ப்ப ஆட்சி
- ஈ.வெ.ரா. இலங்கை உபந்யாசம்
- ஈ.வெ.ரா. சீர்திருத்த மாநாட்டு உபந்யாசம்
- சமதர்ம உபந்யாசம்
- சோஷியலிசம்
- சோதிடப் புரட்டு
- பொதுவுடைமைத் தத்துவங்கள்
- பெண் ஏன் அடிமையானாள்?
- தமிழர் - தமிழ்நாடு - தமிழர் பண்பாடு
- பிரகிருதி வாதம்
- மதம் என்றால் என்ன?
- சுர அரசுக் கலம்பகம்
- சோதிட ஆராய்ச்சி
- தமிழ்நாடு தமிழருக்கே
- திருவாரூர் மாநாட்டுத் தலைமையுரை
- இனிவரும் உலகம்
- இராமாயணப் பாத்திரங்கள்
- தமிழ் இசை நடிப்புக்கலைகள்
- இராமச் சீர்திருத்தம்
- உண்மைத் தொழிலாளி யார்?
- தொழிலாளியின் இலட்சியம் என்ன?
- இன இழிவு நீங்க இஸ்லாமே நன் மருந்து
- தத்துவ விளக்கம்
- விழாவும் நாமும்
- தில்லையில் பெரியார்
- சுயமரியாதை இயக்கத்தை தோற்றுவித்தது ஏன்?
- திராவிடர் கழக லட்சியம்
- திராவிடர் ஆசிரியர் உண்மை
- மொழி - எழுத்து

- தூத்துக்குடி மாகாண மாநாட்டுத் தலைமை உரை
- இந்தியப் போர் முரசு
- மொழியாராய்ச்சி
- திருக்குறளும் திராவிடர் கழகமும்
- மேல் நாடும் கீழ்நாடும்
- புரட்டு, இமாலயப் புரட்டு
- புரட்சிக்கு அழைப்பு
- முதலாளி தொழிலாளி ஒற்றுமைப் பிரச்சினை
- சிந்தனைத் திரட்டு
- கடவுள்
- புராண ஆபாசங்கள்
- சித்திர புத்திரன் எழுதுகிறார்
- போர்ச் சங்கு
- வெளியேறு
- நாடகமும் சினிமாவும் நாட்டை நாசமாக்குகின்றன
- சுயமரியாதைத் திருமணம் ஏன்?
- வாழ்க்கைத் துணைநலம்
- நீதி கெட்டதுயறால்
- ஜன நாயகம்
- அறிவுச்சுடர்
- தாய்ப்பால் வைத்தியம்
- ஆச்சாரியார் ஆட்சியின் கொடுமைகள்
- அய்க்கோர்ட்டின் நீதிப்போக்கு
- தமிழ்நாடா? திராவிடமா?
- மனுநீதி ஒரு குலத்துக்கு நீதி
- ஆச்சாரியார் ஆத்திரம்
- மறுத்தலும் பகுத்தறிவும்
- கழகமும், துரோகமும்
- புராணம்
- மதுவிலக்கின் இரகசியங்கள்

- தமிழருக்கு சோதனை காலம்
- இந்தி எதிர்ப்புக் கிளர்ச்சி
- மதச்சார்பின்மையும் நமது அரசும்
- கடவுளும் மனிதனும்
- கடவுள் குழப்பம்
- நமது இன்றைய நிலையும் பரிகாரமும்
- புத்த நெறி
- சுயநலம் பிற நலம்
- கடவுள் ஒரு கற்பனையே
- பெரியார் பேசுகிறார்
- கோயில் பகிஷ்காரம் ஏன்
- உயர் எண்ணங்கள்
- பெரியாரின் மரண சாசனம்

பெரியார் பதிப்பித்த நூல்கள் :

- ஞான சூரியன்
- இந்தியாவின் குறைபாடுகள்
- கடவுளும் பிரபஞ்சமும்
- கைவல்யம் அல்லது கலைக்கியானம்
- இராமாயண ஆராய்ச்சி
- பாரத ஆராய்ச்சி
- மேயோ கூற்று மெய்யா? பொய்யா?
- இராமலிங்க சுவாமிகள் பாடல் திரட்டு
- சுய மரியாதைப் பாடல்
- சுய மரியாதைத் தாலாட்டு
- பர்னாட்ஷா உபந்யாசம்
- போல்ஷ்விக் முறை
- மதப் புரட்சி
- முன்னேற்றத்துக்கு மதம் முட்டுக்கட்டை
- மதம் மக்களுக்கு செய்த நன்மை என்ன?
- பாதிரியும் பெண்களும் பாவமன்னிப்பும்

- மதமும் விஞ்ஞான சாஸ்திரமும்
- பிரபஞ்ச உற்பத்தி
- நான் ஏன் கிறிஸ்தவன் அல்ல
- பகத்சிங்கின் நான் நாத்திகன் ஏன்?
- தமிழர் தலைவர்
- சாதிக்குறி
- பிர்லா மாளிகை மர்மங்கள்
- சாதியை ஒழிக்க வழி
- அப்பரும் சம்பந்தரும்
- லெனினும் மதமும்
- மார்கிஸ் - ஏஞ்சல்ஸ் அறிக்கை
- பொதுவுடைமை வினா விடை
- பல சரக்கு மூட்டை
- அகத்தியர் ஆராய்ச்சி
- மெய்ஞான முறையும் மூடநம்பிக்கையும்
- பெரிய புராண ஆராய்ச்சி
- கோயில்கள் தோன்றியது ஏன்?
- திருக்குறளும் - பெரியாரும்
- நரகம் எங்கே இருக்கிறது
- கடவுள் தோன்றியது எப்படி?
- கடவுள் கதைகள்
- உண்மை இந்துமதம் எது?
- பேய் - பூதம் - பிசாசு
- இரண்டு வழிகள்
- பெரியார் இராமசாமி அவர்களைப் பற்றி
- மதப் புரட்சி
- ஊழல் எங்கே?
- பகுத்தறிவு மணம்
- கலியுக சமாதானம்
- நமது குறிக்கோள்

- இங்கர்சாலின் ஜீவிய சரித்திரம்
- இந்தி எதிர்ப்பு பாடல்கள்
- காரல் மார்க்ஸ்
- பஞ்சமா பாதகங்கள்
- இராவணப் பெரியார்
- சமதர்ம இதழ்கள்
- வால்டயரின் வாழ்க்கைச் சரிதம்
- விவாக விடுதலை
- இந்திய மாதா
- இங்கர்சால் பொன்மொழிகள்
- புராண ஆபாசங்கள்
- கடவுளை நிந்திக்கும் கயவர்கள் யார்?
- கோவில் பூனைகள்
- நமக்கு வேண்டியது எது? சுயராஜ்யமா? சமதர்ம ராஜ்யமா?
- பெரியாரும் - இராமலிங்கரும்
- பெரியார் ஒரு சகஸ்தம்
- கடவுள் தோன்றியது எப்படி

தந்தை பெரியாரின் நூல்கள் இன்னும் ஏராளம் வெளிவந்து திராவிட இயக்கத்தில் சித்தாந்தத்தை இன்றளவும் பசுமையோடு வைத்திருக்க உதவிக் கொண்டிருப்பது நூற்றுக்கு நூறு உண்மையாகும்.

●

திராவிட இயக்கத்தின் வளர்ச்சிக்கு மிக முக்கியமான பங்களித்தவை திராவிட இயக்கத்தினர் தொடர்ந்து நடத்தி வந்த பத்திரிகைகள்தாம்.

வெகுஜனப் பத்திரிகைகளில் திராவிட இயக்க எழுத்துக்கள் வெகுவாக புறக்கணிக்கப்பட்ட நிலையில் தம்முடைய கருத்துக்களை கொண்டு செல்ல தாமே பத்திரிகைகளை அவர்கள் நடத்தினார்கள்.

சில முக்கிய திராவிட இயக்க பத்திரிகைகளைப் பார்ப்போம்.

சமதர்மம் : இப்பத்திரிகை 1934 ஜோலார்பேட்டையிலிருந்து வி.பார்த்த சாரதி என்பவரை ஆசிரியராகக் கொண்டு வெளிவந்த பத்திரிகையாகும்.

கதிரவன் : மாதமிருமுறை இதழான கதிரவன் பத்திரிகை 1947ல் ஆசிரியர் புலவர் பி. செல்வராஜ் என்பவரால் நடத்தப்பட்டது.

கிளர்ச்சி : மாதமிருமுறை இதழாக கிளர்ச்சி எனும் இப்பத்திரிகை மதுரையிலிருந்து இரா.சு. தங்கப்பழம் என்பவரை ஆசிரியராகக் கொண்டு வெளிவந்தது.

குமரன் : 1923ல் காரைக்குடியிலிருந்து குமரன் என்ற இந்த வார இதழா னது சொ. முருகப்பா என்பவரை ஆசிரியராகக் கொண்டு வெளிவந்தது.

புதுவை முரசு : பாரதிதாசனால் நிறுவப்பட்ட இவ்விதழ் 1930ல் புதுவையி லிருந்து க. இராமகிருஷ்ணன் என்பவரை ஆசிரியராகக் கொண்டு வெளி வந்தது.

வெடிகுண்டு : மதுரையிலிருந்து 1931ல் வெடிகுண்டு என்ற பெயரில் வார இதழாக வெளிவந்தது. ஆசிரியர் ஏ.எஸ். ஆனந்தன்.

திராவிடன் : இந்த நாளிதழானது 1917ல் நீதிக்கட்சியினரால் ஆரம்பிக்கப் பட்ட இதழாகும். இதற்கு முதலில் என். பக்தவச்சலம் பிள்ளை என்பவர் ஆசிரியராக இருந்தார். பின்னர் தந்தை பெரியார் ஆசிரியரானார்.

ஜஸ்டிஸ் : ஜஸ்டிஸ் எனும் ஆங்கில நாளிதழ் 1917ல் நீதிக்கட்சியின் சார்பில் ஆரம்பிக்கப்பட்டது. நீதிக்கட்சி - ஜஸ்டிஸ் பார்ட்டி என்று அமைப்பின் பெயர் விளங்கியது இதன் மூலமாகத்தான்.

குடி அரசு : 1925ல் குடி அரசு வார இதழ் சுயமரியாதை இயக்கத்தின் முதல் இதழாக வெளிவந்தது. இதன் ஆசிரியர்கள் பெரியார் மற்றும் மு. தங்கப் பெருமாள் பிள்ளை ஆகியோராவர்.

ரிவோல்ட் : இப்பத்திரிகை 1928ல் வெளிவந்தது. இதன் ஆசிரியர்களாக பெரியார் மற்றும் எஸ். ராமநாதன் ஆகியோர் இருந்தனர்.

நகரதூதன் : வார இதழாக 1933ல் வெளிவந்தது நகரதூதன். இதன் ஆசிரியர் மணவை திருமலைச்சாமி ஆவார்.

புரட்சி : வார இதழாக ஈ.வெ. கிருஷ்ணசாமியை ஆசிரியராகக் கொண்டு 1933ல் வெளிவந்தது.

விடுதலை : 1935ல் சென்னையில் வெளிவந்த விடுதலை இதழின் முதல் ஆசிரியர் டி.ஏ.வி.நாதன் ஆவார். தற்போதைய ஆசிரியர் கி. வீரமணி ஆவார்.

த சண்டே அப்சர்வர் : 1938ல் வெளிவந்த இப்பத்திரிகையின் ஆசிரியர் பி. பாலசுப்பிரமணியம் ஆவார்.

திராவிட நாடு : 1942ல் வெளிவந்த இவ்விதழ் அண்ணாதுரையை ஆசிரியராகக் கொண்டு காஞ்சிபுரத்தில் வெளிவந்தது.

முரசொலி : மு. கருணாநிதியை ஆசிரியராகக் கொண்டு 1942ல் ஆரம்பிக்கப் பட்டது.

ஜஸ்டிசைட் : 1944ல் என். கரிவரதசாமியை ஆசிரியராகக் கொண்டு இந்த ஆங்கிலப் பத்திரிகை வெளிவந்தது.

போர்வாள் : இந்த வார இதழ் 1948ல் வெளிவந்தது. இதன் ஆசிரியர்கள் காஞ்சி மணிமொழியன், மா. இளஞ்செழியன் ஆகியோ ராவர்.

குயில் : பாரதிதாசனை ஆசிரியராகக் கொண்டு 1948ல் வெளிவந்த கவிதை இதழாகும்.

மன்றம் : மாதம் இருமுறையாக 1952ல் வெளிவந்தது. நாவலர் இரா.நெடுஞ்செழியன் இதன் ஆசிரியராவார்.

தோழன் : ஏ. பி. ஜனார்த்தனத்தை ஆசிரியராகக் கொண்டு 1955ல் வெளி வந்த வார இதழாகும்.

தமிழ் அரசு : 1959ல் சென்னையிலிருந்து பாவலர் பாலசுந்தரத்தை ஆசிரியராகக் கொண்டு வெளிவந்த வார இதழாகும்.

ஹோம்லேண்ட் : 1961ல் காஞ்சிபுரத்தில் அண்ணாவை ஆசிரியராகக் கொண்டு வெளிவந்த ஆங்கில இதழாகும்.

உண்மை : 1970ல் துவங்கப்பட்ட இதழ். முதலில் புலவர் கோ. இமய வரம்பன் ஆசிரியராக இருந்தார். தற்போது கி. வீரமணி ஆவார்.

தி மாடர்ன் ரேசனலிஸ்ட் : 1971ல் கி. வீரமணி ஆசிரியராகக் கொண்டு வெளிவந்த ஆங்கில மாத இதழாகும்.

1962ல் 50 சட்டமன்றங்களை தி.மு.க. பிடிக்க திராவிட நாடு முழக்கம் மேலும் அதிகரித்தது. அடுத்த ஆண்டு பிரிவினை பேசும் கட்சிகளுக்குத் தடை போடும் அரசியல் சட்டத்திருத்தத்தை கொண்டு வந்தது நேரு அரசு.

கட்சி முடக்கப்படுவதை தடுக்க அண்ணா திராவிட நாடு கோரிக்கையை கை விட்டார். ஆனால் அதற்கான காரணங்கள் அப்படியே இருக்கின்றன என்றார்.

தமிழகத்தின் நலன்களுக்காக இப்போது மாநில சுயாட்சி முழக்கத்தை அவர் கையில் எடுத்தார். 1965ல் இந்தி ஆட்சி மொழியாக இருந்த பேராபத்தை தடுக்கவும், 1967 தேர்தலுக்கான ஆயத்தத்துக்கும் தயாரானது தி.மு.க.

1963 ஜுலை 7ல் சென்னை கடற்கரை கூட்டத்தில் கருணாநிதியே, 1967 தேர்தலுக்கான வியூகத்தின் ஒரு பகுதியை வகுத்துத் தந்தார். 200 தொகுதி களில் போட்டி. ஒரு தொகுதிக்கு ரூ.5000 செலவுத் தொகை. ஆக மொத்தம் ரூ.10 லட்சம். அவரே அந்தத் தொகையைத் திரட்டும் பணியையும் ஏற்றுக் கொண்டார்.

1963லிருந்து இந்தி எதிர்ப்புப் போர் கழகத்தை பம்பரமாக சுழல வைத்தது. 1965 ஜனவரி 26ஐ துக்க நாளாக கொண்டாட முடிவெடுத்தது தி.மு.க. மாணவர்களைத் தூண்டி விடுவதாகக் குற்றம் சாட்டப்பட்டு 1965 பிப்ரவரி 16 அன்று தேசிய பாதுகாப்புச் சட்டத்தின்கீழ் கைது செய்யப் பட்டு பாளையங்கோட்டை சிறையில் அடைக்கப்பட்டார் கருணாநிதி. என் தம்பி கருணாநிதி தனிமைச் சிறையில் கிடக்கும் இந்த இடம்தான் யாத்திரை செய்ய வேண்டிய புண்ணிய பூமி என்றார் அண்ணா.

•

சமூக சீர்திருத்தப் பணிகளிளாலும், பகுத்தறிவுச் சிந்தனைகளாலும் இருபதாம் நூற்றாண்டின் தமிழ் அறிவுலகை வழி நடத்தியவர் தந்தை பெரியார். இந்திய வரலாற்றின் போக்கை மாற்றியமைத்த முக்கியத் தலைவர்களுள் பெரியாரும் ஒருவர்.

காந்தியின் தலைமையை ஏற்று காங்கிரஸில் சேர்ந்து பணியாற்றி யவர். சாதியத்துக்கு எதிரான வகுப்புவாரிப் பிரதிநிதித்துவத்தை ஆதரிக்க வில்லை என்பதற்காக அக்கட்சியை விட்டு வெளியேறினார்.

தேர்தலில் போட்டியிடுவது கொள்கை சமரசத்துக்கு வழிவகுக்கிறது என்பதாலேயே தேர்தல் பாதையை பெரியார் ஒதுக்கித் தள்ளினார்.

அவர் கருத்தில் உதித்த சுயமரியாதை இயக்கம் பின்னாளில் நீதிக் கட்சியையும் உள்வாங்கிக் கொண்ட போது திராவிடர் கழகம் என்று பெயர் மாறியது.

சாதி எல்லைகளைத் தகர்த்து ஓரிடத்துக்குச் செல்லும் மாபெரும் கனவைத் தமிழ் மக்களிடம் அது வளர்த்தெடுத்தது.

கல்வி நிலையங்கள் வாயிலாக அல்லாமல் தன்னுடைய வாழ்க்கை அனுபவங்கள் மூலமாக சிந்தனையாளராக உருவெடுத்தவர் பெரியார்.

இந்தியாவில் சகல பேதங்களின் வேர்களும் சாதியத்திலேயே இருக் கின்றன என்பதை உரக்கச் சொன்னவர். பிராமணீயத்தை கட்டிக் காப்ப தால் இந்து மதமும் கடவுளும் கூடப் பொய் என்று நிராகரித்தவர்.

இளம் வயதில் அவர் மேற்கொண்ட காசிப் பயணம் சமய நம்பிக்கை களையும் சாதி அடிப்படையான ஆதிக்கத்தையும் எதிர்த்து கேள்வி கேட்பவராக பெரியாரை மாற்றியது.

பின்னாளில் அவர் மேற்கொண்ட ஐரோப்பிய பயணம் உலகளவில் அரசியல் சிந்தனைகளின் அறிமுகத்தையும், அவசியத்தையும் அவருக்கு உணர்த்தியது.

பெரியாரின் மேடைப் பேச்சுகளும், எழுத்துக்களும் தமிழர்களுக்கு சுயமரியாதை உணர்வை ஊட்டின. பெண்ணுரிமை, இட ஒதுக்கீடு, மொழியுரிமை, சாதிமத மறுப்பு என அவரது சுயமரியாதை போராட்டக் காலம் விரிந்து பரந்தது.

தனது கொள்கைகளை எழுத்தோடும், பேச்சோடும் நிறுத்திக் கொள்ளா மல், அதற்கு செயல்வடிவம் கொடுப்பதற்கு ஓயாமல் உழைத்தவர் பெரியார்.

தமிழகத்தில் குறுக்கும் நெடுக்குமாய் தொடர்ந்த அவரது பிரச்சாரப் பயணம் அவருடைய 94ம் வயதில் முடிவுக்கு வந்தது. ஒரு பெரும் செல்வந்தராக இருந்த அவருடைய சொத்துக்களோடு சேர்ந்து அவருடைய வாழ்க்கையும் நினைவும் தமிழ் மக்களின் சொத்துக் களாயின.

21

அண்ணா சாலையில் கருணாநிதி சிலை

சென்னை வேப்பேரியில் உள்ள பெரியார் திடலில் 1971-ஆம் ஆண்டு ஆகஸ்டு மாதம் 14-ஆம் தேதி ஒரு முக்கியமான பாராட்டு விழா நடைபெற்றுக் கொண்டிருந்தது.

கலைஞர் கருணாநிதிக்கு அண்ணாமலை பல்கலைக்கழகம் கௌரவ டாக்டர் பட்டம் அளித்ததற்குப் பாராட்டு தெரிவித்து பெரியார் தலைமையில் நடைபெற்ற விழா அது.

அந்த விழாவில் பெரியார் தனது உரையில் முக்கியமான ஒரு கோரிக்கையை விடுத்தார்.

"செயற்கரிய சாதனை செய்த தம்பி கருணாநிதிக்கு தலைநகரில் சிலை வைக்க வேண்டும்" என்ற கோரிக்கைதான் அது.

இந்த அறிவிப்பை முதன்முறையாக அப்போது சொல்லவில்லை. அதற்கு முன்னதாக அறிஞர் அண்ணா இருக்கும்போதே, அதாவது 1968-ஆம் ஆண்டே கருணாநிதிக்கு சிலை வைக்க வேண்டும் என்று முதன் முதலில்

குரல் கொடுத்தவர் பெரியார்தான்.

ஏன் கருணாநிதிக்கு சிலை வைக்க வேண்டும் என்று இரண்டு அறிக்கைகளையும் வெளியிட்டார் பெரியார். அந்தக் கோரிக்கை அப்படியே கிடப்பில் இருந்தது. பின்னர்தான் இந்த மேடையில் அந்த அறிவிப்பை மீண்டுமொருமுறை பெரியார் அறிவித்தார்.

அப்போது மேடையில் இருந்த குன்றக்குடி அடிகளார் மகிழ்ச்சியில் எழுந்து நன்கொடை கொடுத்தார் என்று இப்போதும் திராவிட கழகத்தினர் பதிவு செய்வதுண்டு. தி.மு.க.வின் அத்தனை தலைவர்களும் மகிழ்ச்சியோடு ஏற்றுக் கொண்ட பெரியாரின் இந்த அறிவிப்பில், கலைஞர் கருணாநிதிக்கு மட்டும் உடன்பாடில்லை.

"முதலில் பெரியாருக்கே சிலை. அதன்பிறகு மற்றதை பார்த்துக் கொள்ளலாம்" என்று பகிரங்கமாக அறிவித்தார்.

"மேடையில் அறிவித்தபடியே அண்ணா சாலையில் உள்ள சிம்சன் பகுதியில் கம்பீரமாக பெரியார் சிலை ஒன்றை அமைத்தார் கருணாநிதி.

பேராசிரியர் அன்பழகன் மற்றும் மணியம்மை முன்னிலையில் அந்தச் சிலையை அப்போது முதலமைச்சராக இருந்த கருணாநி திறந்து வைத்தார்.

சொன்னபடியே பெரியாருக்கு சிலை வைத்தாயிற்று. அதேபோல் பெரியார் விருப்பப்படியே திராவிடர் கழகம் சார்பில் கருணாநிதிக்கு சிலை வைக்கப்படும். இனியும் சாக்கு போக்கு, மறுப்புக் கூறி எங்களிடமிருந்து கருணாநிதி தப்பித்துக் கொள்ள முடியாது. கருத்து உடனடியாக திராவிடர் கழகம் சார்பில் அண்ணா சாலையில் கருணாநிதி முழு உருவ வெண்கலச் சிலை அமைத்துத் திறப்போம். இதற்கு மறுப்பு ஏதும் கூறக் கூடாது" என்று அந்த நிகழ்ச்சியிலேயே மணியம்மை அறிவித்தார்.

அதற்கான பணிகளை திராவிடர் கழகம் மேற்கொண்ட போது "திராவிடர் கழகம் தனக்கு சிலை வைப்பதில் உடன்பாடில்லை" என அறிவித்தார் கருணாநிதி. இந்த சிலை திறப்பு விவகாரத்தில் சட்டரீதி யிலான சில சிக்கலையும் அப்போதைய அ.தி.மு.க. கொடுத்துள்ளது.

அதனை சட்டரீதியாக திராவிடர் கழகம் எதிர்கொண்டு வென்றுள்ள வரலாறும் உண்டு. பின்னர் பலதரப்பட்ட முயற்சிகளுக்குப் பிறகு

1975-ஆம் ஆண்டு செப்டம்பர் 21-ஆம் தேதி கலைஞர் கருணாநிதியின் வெண்கலச் சிலை நிறுவப்பட்டது. சொன்னபடியே கருணாநிதியின் சிலையை அமைத்த மணியம்மை, விழாவுக்குத் தலைமை தாங்கினார்.

குன்றக்குடி அடிகளார் சிலையைத் திறந்து வைத்தார். அந்தச் சிலையில் இரண்டு விரல்களை மடக்கியும் மூன்று விரல்களை காட்டிய படியும் கருணாநிதி நின்று கொண்டிருப்பார்.

முதலில் அண்ணா சாலையில் அமைந்துள்ள தர்கா இடத்தை கருணாநிதி யின் சிலையை வைக்கத் தேர்ந்தெடுப்பதற்கு ஒரு காரணம் இருந்தது. அதற்கு முன்னதாக அண்ணாசாலை எனப்படும் மவுண்ட் ரோடின் கதையை தெரிந்து கொள்ள வேண்டும்.

கோட்டையிலும், அதனைச் சுற்றியுள்ள பகுதிகளிலும் வசித்த ஆங்கிலேயர்கள், இப்போதைய பரங்கிமலை எனப்படும் புனித தோமா தேவாலயத்துக்குச் செல்வது வழக்கம்.

வாரந்தோறும் வழிபடுவதற்காக தேவாலயத்துக்கு செல்வதற்காகவே உருவாக்கப்பட்ட சாலைக்கு அப்போதைய ஆங்கிலேயர்கள் மவுண்டன் பிரபுவின் பெயரையே வைத்தார்கள்.

அதுவே மவுண்ட் ரோடு. அதன்பிறகு இந்தியா சுதந்திரம் அடைந்து வரலாறு மாறி தமிழ்நாட்டில் தி.மு.க. ஆட்சிக்கு வந்து மவுண்ட் ரோட்டை "அண்ணா சாலை" என்று பெயர் மாற்றம் செய்தது.

அப்படிப்பட்ட முக்கியத்துவம் வாய்ந்ததும் சென்னை நகரின் இதயப் பகுதியாக விளங்குவதுமான அண்ணாசாலையின் கடற்கரை ஒட்டிய சிம்சன் பகுதியில பெரியார் சிலை அமைந்துள்ளது.

அங்கிருந்து சிறிது தூரம் வந்தால் அண்ணா சாலையின் வாலாஜா சாலை சந்திப்பு.

அந்த இடத்தில் பேரறிஞர் அண்ணா சிலை. அங்கிருந்து சில தூரம் சென்றால் மிகப் பழமையான தர்கா அமைந்துள்ள இடத்தில்தான் கருணாநிதி சிலை அமைக்க வேண்டும் என்று திராவிடர் கழகத்தினர் திட்டமிட்டு அதனை சாத்தியமாக்கினர்.

பின்னாளில் கருணாநிதியின் சிலையைத் தாண்டி இன்னும் சற்று முன்னே வந்தால் ஸ்பென்ஸர் பிளாஸா எதிரில் எம்.ஜி.ஆரின் சிலை

அமைக்கப்பட்டது. இப்படியாக அண்ணாசாலையை பெரியார், அண்ணா, கருணாநிதி, எம்.ஜி.ஆர். என்று வரிசையாக திராவிடத் தலைவர்கள் அலங்கரித்தார்கள்.

வெற்றிகரமாக நிறுவப்பட்ட கருணாநிதியின் சிலை வெகுநாட்கள் நிலைக்கவில்லை. 1975-ஆம் ஆண்டு எமர்ஜன்சி காலத்தில் தி.மு.க. ஆட்சி கலைக்கப்பட்டது. பின்னர் 1977-ஆம் ஆண்டு நடைபெற்ற சட்டப் பேரவை பொதுத் தேர்தலில் வென்று எம்.ஜி.ஆர். முதன்முறையாக முதலமைச்சராகப் பதவியேற்றார்.

அதன்பிறகு 13 ஆண்டுகள் கருணாநிதி எதிர்க்கட்சித் தலைவராகவே இருந்து வந்தார்.

ஒரு கட்சியின் தொண்டர்களை தொய்வடைய விடாமல் இயக்கும் தலைவராகவும் தமிழக அரசின் எதிர்க்கட்சித் தலைவராகவும் ஒருவர் எப்படிச் செயல்பட வேண்டும் என்று கலைஞர் கருணாநிதியை உதாரணமாக அரசியலில் இன்றும் கூறப்படுவது இந்த காரணத்திற்காகத்தான்.

கலைஞர் முதலமைச்சராக இருப்பதைக் காட்டிலும் எதிர்க்கட்சித் தலைவராக இருக்கும்போது இன்னும் துடிப்புடனும், அயராத உழைப்பையும் செலுத்தக் கூடியவர். அவர் வேகத்துக்கு எவரும் ஈடு கொடுக்க முடியாது.

இந்தச் சூழலில்தான் அ.தி.மு.க. நிறுவனத் தலைவரும் அப்போதைய முதலமைச்சருமான எம்.ஜி.ஆர். உடல்நலக் குறைவால் 1987-ஆம் ஆண்டு காலமானார்.

அவரது இறுதி ஊர்வலத்தின்போது எம்.ஜி.ஆர். தொண்டர்கள் சிலர் கருணாநிதியின் சிலையைத் தாக்கினர். அதில் ஒருவர் கடப்பாறையைக் கொண்டு சிலையை சேதப்படுத்தி, ஆக்ரோசமாக இடித்துத் தள்ளினார்.

இந்தப் புகைப்படம் அப்போதே பத்திரிகைகளில் இடம் பெற்றது. 12 ஆண்டுகள் மட்டுமே கருணாநிதியின் சிலை அந்த இடத்தில் இருந்தது.

சிலையுடைப்பால் தி.மு.க. தொண்டர்கள் கொதித்தெழுந்த நிலையில், கலைஞர் கருணாநிதி தனக்கே உரித்தான பாணியில் முரசொலியில் ஒரு கவிதை எழுதினார்.

"உடன்பிறப்பே,
செயல்படவிட்டோர்
சிரித்து மகிழ்ந்து நின்றாலும்
அந்தச் சின்னத்தம்பி
என் முதுகில் குத்தவில்லை,
நெஞ்சிலே தான் குத்துகிறான்
அதனால் நிம்மதி எனக்கு!
வாழ்க! வாழ்க!"

கருணாநிதி சிலை உடைக்கப்பட்ட பின்னர் மீண்டும் அதே இடத்தில் சிலையை நிறுவ வேண்டும் என்று திராவிடர் கழகம் முன்வந்தது. அந்த இடத்தில் வேறு யாருக்கும் சிலை வைக்கக்கூடாது என்று முறையாக பதிவும் செய்து கொண்டது.

ஆனால் கருணாநிதியோ விடாப்பிடியாக மறுத்து விட்டார். அதுமட்டு மல்லாமல் அவருடைய சிலை இருந்த அந்த பீடத்தையும் முழுமையாக நீக்கச் சொல்லி உத்தரவிட்டார். அதன்பிறகு கருணாநிதி சிலை விவகாரம் வெகு ஆண்டுகளாக அடங்கியிருந்தது.

தொடர்ந்து 40 ஆண்டுகள் முதலமைச்சராகவும், எதிர்க்கட்சித் தலைவ ராகவும் இருந்து வந்த கருணாநிதி உடல்நிலை பாதிக்கப்பட்டு, சிகிச்சைக் காக மருத்துவமனையில் அனுமதிக்கப்பட்டார். பின்னர் 2018ம் ஆண்டு காலமானார்.

அவரது உடல் சென்னை மெரீனாவில் உள்ள அண்ணா சமாதி அருகில் நல்லடக்கம் செய்யப்பட்டது. கருணாநிதியின் மறைவை ஒட்டி மீண்டும் அவருக்கு சிலை வைக்கும் குரல்கள் மெல்ல எழுந்தன. அதற்கான வாய்ப்பாக 2021-ஆம் ஆண்டு தமிழ்நாடு சட்டப்பேரவைத் தேர்தல் நடந்து முடிந்தது.

முதலமைச்சராக மு.க.ஸ்டாலின் பதவியேற்றார். அவரது தலைமையி லான தி.மு.க. அரசு பதவியேற்றதும் மெல்ல எழுந்து வந்த குரல் மீண்டும் வலுப்பெற்றது.

அதற்கான நாளும் வந்தது. தமிழக சட்டப்பேரவையில் 110 விதியின் கீழ் பல்வேறு அறிவிப்புகளை வெளியிட்ட முதல்வர் ஸ்டாலின் கலைஞர் கருணாநிதியின் பிறந்த நாளான ஜூன் 3ம் தேதி இனி அரசு விழாவாக

கொண்டாடப்படும் என்று அறிவித்தார். மேலும் சென்னை ஓமந்தூரார் அரசின் தோட்ட வளாகத்தில் கம்பீரக் கலைஞரின் கலைமிகு சிலை நிறுவப்படும் என்றார்.

ரூ.1.56 கோடி செலவில் இந்த சிலை அமைக்கும் பணிகள் நடந்து முடிந்து இந்தியக் குடியரசு துணைத் தலைவர் வெங்கையா நாயுடு தலைமையில் சிலை திறந்து வைக்கப்பட்டது.

கிட்டத்தட்ட 47 ஆண்டுகளுக்குப் பிறகு மீண்டும் கருணாநிதியின் சிலை திறக்கப்படுவது வரலாற்றில் மிகவும் முக்கியமான நாளாகப் பார்க்கப் படுகிறது.

22

சமூக நீதிக்கான சரித்திர நாயகர்

மருத்துவக் கல்லூரியில் அகில இந்தியத் தொகுப்புக்கு மாநிலங்களில் வழங்கப் படும் இடங்களில் இதர பிற்படுத்தப் பட்டோருக்கு 27 விழுக்காடு இடஒதுக் கீட்டினை தொடர் போராட்டங்கள் மூலமாகப் பெற்ற சமூக நீதிக்கான வெற்றியைக் கொண்டாடும் வகையில் வரலாற்றுச் சிறப்புமிகு பங்களிப்பை வழங்கிய தமிழ்நாடு முதலமைச் சரும், திராவிட முன்னேற்றக் கழகத்தின் தலைவருமான மு.க. ஸ்டாலின் அவர்களுக்கு காணொலி வாயிலாக பாராட்டு விழா நடைபெற்றது.

26.01.2022 அன்று பகல் 11 மணியளவில் தொடங்கி நடைபெற்ற பாராட்டு விழா மற்றும் சமூக நீதி இயக்கத்துக்கான ஒருங்கிணைந்த தேசிய திட்டம் நிகழ்வினை AIBCF, SRA, PAGAAM, BAMCEF, WTP and Lead India அமைப்பினர் நடத்தினர்.

விழாவில் தமிழ்நாடு முதலமைச்சர் மு.க. ஸ்டாலின் அவர்களின் வரலாற்றுச் சிறப்புமிக்க சமூகநீதிச் சாதனையைப் பாராட்டி திராவிடர்

கழகத் தலைவர் தமிழர் தலைவர் ஆசிரியர் கி. வீரமணி அவர்கள் சிறப்புரையாற்றினார். அந்த உரையில்,

வெற்றி விழா நாயகர் சமூக நீதிக்கான சரித்திர நாயகர் தமிழ்நாடு முதலமைச்சர் மு.க.ஸ்டாலின் அவர்களுக்கு நெஞ்சார்ந்த பாராட்டினைத் தெரிவித்துக் கொள்கிறோம்.

நாட்டின் அனைத்துப் பகுதிகளிலிருந்தும் இந்தப் பாராட்டு விழாவில் பங்கேற்றுள்ள சமூகநீதிப் போராளிகள், தலைவர்கள் அனைவருக்கும் வணக்கம்.

மருத்துவக் கல்லூரியில் மத்திய தொகுப்பில் பிற்படுத்தப் பட்டோருக்கு 27 விழுக்காடு இடஒதுக்கீட்டைப் பெற்றுத் தந்த மகத்தான சாதனை யினை தமிழ்நாடு முதலமைச்சர் புரிந்துள்ளார்கள்.

இந்த வெற்றி தமிழ்நாட்டுக்கு மட்டும் கிடைத்த வெற்றி அல்ல. சமூக நீதி தளத்தில் ஒட்டுமொத்தமாக நாட்டிலுள்ள பிற்படுத்தப்பட்ட மக்க ளுக்கு மருத்துவக் கல்வி பயில விரும்பும் பிற்படுத்தப்பட்ட மக்களுக்கு உரிய வாய்ப்பினை வழங்கக்கூடிய வெற்றியாகும் இது.

சென்னை உயர்நீதிமன்றத்திலும், உச்சநீதிமன்றத்திலும் இது குறித்த வழக்கினை திறம்பட நடத்திய வெற்றிவாகை சூடிய முதுநிலை வழக்குரைஞரும் நாடாளுமன்ற மாநிலங்களவை உறுப்பினருமான பி.வில்சன் அவர்களுக்கு அனைவரது பாராட்டுதல்களும் உரித்தாகும்.

நாடு முழுவதும் சமூக நீதியின் பயன் கிடைப்பதற்கு தமிழ்நாடு கடந்த காலங்களில் வழிகாட்டியிருக்கிறது.

1951ஆம் ஆண்டில் கம்யூனல் ஜி.ஓ. செல்லாது என சென்னை உயர்நீதி மன்றமும், உச்சநீதிமன்றமும் தீர்ப்பளித்த வேளையில் திராவிடர் இயக்கத் தலைவர்கள் தந்தை பெரியார், அறிஞர் அண்ணா ஆகியோர் களம் இறங்கி போராடியதால் அரசமைப்பு சட்டம் முதன் முறையாகத் திருத்தப்பட்டு பிரிவு 15 (4) புதிதாக சேர்க்கப்பட்டது.

கல்வியில் ஒடுக்கப்பட்ட மக்களுக்கான இடஒதுக்கீடு தொடர்ந்திட வழி ஏற்படுத்தப்பட்டது.

பிற்படுத்தப்பட்ட, தாழ்த்தப்பட்ட பழங்குடியின மக்களுக்கான ஒட்டு மொத்த இடஒதுக்கீடு (கல்வியிலும் வேலை வாய்ப்பிலும்) 69 விழுக்காடு

என்பதை உறுதிப்படுத்த முதன்முறையாக தனிச்சட்டத்தை இயற்றி 76ஆம் அரசமைப்புச் சட்டத் திருத்தத்தின் மூலம் அரசமைப்புச் சட்டத்தின் ஒன்பதாவது அட்டவணையில் இடம்பெறச் செய்து பாது காக்கப்பட்டது. இந்த வகையிலும் முன்னோடி மாநிலமாக தமிழ்நாடு திகழ்ந்து வருகிறது.

93வது அரசமைப்புச் சட்டத்திருத்தத்தின் மூலம் [பிரிவு 15(5)] ஒன்றிய அரசின் கல்வி நிலையங்களில் ஒடுக்கப்பட்ட மக்களுக்கு இட ஒதுக்கீடு கிடைத்திட வழி ஏற்பட்டது.

அந்தத் திருத்தம் கொண்டு வரப்பட்ட போது திராவிட முன்னேற்றக் கழக மானது மத்தியில் ஐக்கிய முன்னணி அரசில் அங்கம் வகித்தது.

தமிழ்நாட்டின் முதலமைச்சராக தலைவர் கலைஞர் மு. கருணாநிதி இருந்து ஆவன செய்தார். சமூக நீதியின் பலன் நாடு முழுவதும் கிடைத்திட வழி ஏற்பட்டது.

தந்தை பெரியார் கொள்கை வழியில் அறிஞர் அண்ணா, கலைஞர் மு. கருணாநிதி வழியில் ஆட்சி செய்து வரும் தமிழ்நாடு முதலமைச்சர் மு.க.ஸ்டாலின் அதே கொள்கை தடத்தில் மருத்துவக் கல்வியில் ஒன்றியத் தொகுப்பில் நாடு முழுவதும் உள்ள பிற்படுத்தப்பட்ட மக்களுக்கு வாய்ப்பளித்திட 27 விழுக்காடு இடஒதுக்கீட்டினைப் பெற்றுத் தந்துள்ளார்.

இந்த சாதனை, சமூக நீதி மாநிலமான பெரியார் மண்ணில், அறிஞர் அண்ணா கலைஞர் ஆகியோர் வழியில் நடைபெறும், திராவிடக் கொள்கை பாரம்பரியத்தில் நடைபெற்று வரும் திராவிட மாடல் ஆட்சி யின் சாதனை ஆகும்.

அப்படிப்பட்ட சமூக நீதிச் சாதனையை தமிழ்நாடு முதலமைச்சர் சமூக நீதியின் சரித்திர நாயகர் மு.க. ஸ்டாலின் படைத்துள்ளார். இது சமூக நீதித் தளத்தின் ஒரு தொடக்கம்தான். இந்த நிலை தொடர்ந்து எடுத்துச் செல்லப்பட வேண்டும். நாடு தழுவிய அளவில் சமூக நீதி இயக்கமாக கட்டமைக்கப்பட வேண்டும்.

ஒன்றிய அரசுப் பணிகளில் 1990ல் வி.பி.சிங் அவர்களால் பிற்படுத்தப் பட்ட வகுப்பினருக்கு கொண்டு வரப்பட்ட 27 விழுக்காடு இடஒதுக்கீடு இன்னும் முழுமையாக நடைமுறைக்கு வரவில்லை.

தகவல் பெறும் உரிமை சட்டத்தில் கேட்கப்பட்டதற்கு 14-15 விழுக்காடு அளவில்தான் பிற்படுத்தப்பட்டோரின் பிரதிநிதித்துவம் உள்ளது என பதில் அளித்துள்ளனர்.

ஆதிக்க சக்திகளின் அடக்குமுறை தகர்க்கப்பட வேண்டும். நாம் கேட்பது அரசமைப்புச் சட்டத்திற்கு அப்பாற்பட்டதல்ல. புறம்பானதும் அல்ல.

அரசமைப்புச் சட்டம் வழங்கியுள்ள உரிமைகளைப் போராடிப் பெற்றிட வேண்டிய நிலையாக உள்ளது. உரிமைகளை வென்றெடுக்கும் கணம் இது. துரோணாச்சாரியர்கள் காலம் முடிந்து விட்டது. ஏகலைவர்கள் காலம் இது.

உச்சநீதிமன்றம் தனது தீர்ப்பின் மூலம் இடஒதுக்கீட்டின் மூலம் தகுதி, திறமை போய் விட்டது எனும் கூற்று தவறு என சுட்டிக்காட்டி உள்ளது.

வரவேற்கத்தக்க பாராட்டப்பட வேண்டிய தீர்ப்பு ஆகும். நாடு முழுவதும் சமூகநீதி உணர்வுகள், உரிமைகள் மலர இயக்கத்தினை உருவாக்குவோம். எது நம்மைப் பிரிக்கிறதோ அதை ஆழமாக புதைப் போம். எது இணைக்கிறதோ அதை அகலப்படுத்துவோம்.

நாடு தழுவிய இயக்கத்தினை சமூக நீதிக்கான சரித்திர நாயகர் மு.க. ஸ்டாலின் முன்னெடுக்க வேண்டும் என வேண்டிக் கேட்டுக் கொள் கிறேன்.

23
ஒரு பண்பாட்டின் குறியீடு அண்ணா

ஒரு சாமானியப் பிறப்புக்கும் சாதனை மரணத்துக்கும் இடைப்பட்டது அண்ணாவின் புகழ்மிக்க வாழ்க்கை.

உலகில் தமிழர்கள் பெரும்பான்மை யாக வசிக்கும் ஒரு நிலப்பரப்புக்கு அதன் முகவரியாக விளங்கும் 'தமிழ்நாடு' என்ற பெயரை சூட்டியவர் அண்ணா.

தங்களை ஒரு தனித்த தேசிய இனமாக உணரத் தொடங்கிய தமிழர் களின் அரசியல் அபிலாஷைகளுக்கு அசைக்க முடியாத ஓர் அங்கீகாரமாகி விட்டது இந்தப் பெயர்.

சமூக நீதி, மாநில உரிமை, மொழி உரிமை தொடர்பான சிந்தனை யாளர், அந்த சிந்தனையை வெற்றிகரமாக அரசியல்படுத்தியவர். அப்படி அரசியல்படுத்துவதற்காக மேடை, பத்திரிகை நாடகம், சினிமா, நூல்கள் என்று எல்லா ஊடகங்களையும், கையில் எடுத்து அதற்குப் புதிய தோற்ற மும் உள்ளடக்கமும் தந்தவர் அண்ணா.

காங்கிரஸ் அல்லாத கட்சி ஒன்றின் சார்பில் இந்தியாவில் முதலமைச்சரான இரண்டாவது தலைவர். தமிழ்நாட்டில் இடையறாமல் நடந்து வரும் 53 ஆண்டுகால திராவிடக் கட்சிகளின் ஆட்சிக்கு அதன் மூலம் அடித்தளம் இட்டவர். நவீன தமிழின் மீது மக்கள் புழங்கும் தமிழின் மீது அண்ணா செலுத்தியிருக்கும் தாக்கம் அளப்பரியது. பெரிதாக ஆவணமாக்கப்படாதது.

அண்ணா என்ற பெயர் ஒரு பண்பாட்டின் குறியீடாகி விட்டது. அது ஒரு வரலாறாக அடையாளமாக கொண்டாடப்படுகிறது. அவரது பெயரில் கட்சி, பல்கலைக்கழகம், விமான நிலையம், சாலை, நூலகம் என்று ஏராளமான நிறுவனங்கள் தமிழகத்தில் உள்ளன.

ஆனாலும் கூட நவீன தமிழ்நாட்டின் மொழி, அரசியல், பண்பாடு ஆகிய வற்றின் மீது அவர் செலுத்திய தாக்கத்தின் மீது அவர் செலுத்திய தாக்கத்தின் பரிமாணத்தோடு ஒப்பிடும்போது இந்த அங்கீகாரம் குறைவே.

மிக எளிய குடும்பத்தில் பிறந்த அண்ணா தமது சித்தி ராஜாமணி என்பவராலேயே வளர்க்கப்பட்டார். அவரது குடும்பம் கடவுள் நம்பிக்கை மிகுந்த குடும்பம். எனவே இயல்பிலேயே அண்ணாவும் சிறு வயதில் கடவுள் நம்பிக்கை மிக்கவராகவே இருந்தார். சிறுவயதில் பிள்ளையார் பக்தர்.

1909 செப்டம்பர் 15ம் தேதி காஞ்சிபுரம் நடராசன் அண்ணாதுரை (க.நா.அண்ணாதுரை) காஞ்சிபுரத்தில் ஓர் எளிய நெசவாளர் குடும்பத்தில் நடராஜன் - பங்காரு அம்மாள் இணையருக்கு மகனாகப் பிறந்தபோது அது அடுத்த தெருவுக்கு கூட செய்தி இல்லை.

ஆனால் 1969 பிப்ரவரி 3ம் தேதி அவர் இறந்தபோது அது பல கோடி மக்களுக்கு ஒரு பெருந்துயரச் செய்தியானது. அண்ணாவின் இறுதி ஊர்வலத்துக்காக குவிந்தவர்கள் எண்ணிக்கை 1.5 கோடி என்று மதிப்பிட்டது. உலக சாதனை புத்தகத்திலும் இடம் பெற்றது.

தமிழ் மொழிக்காகவும், திராவிட இனத்திற்காகவும் ஆட்சி மாற்றத்தை தமிழகத்தில் உருவாக்கி மிகப் பெரிய சமூக மாற்றத்துக்கு வித்திட்ட பேரறிஞர் அண்ணா இதே செப்டம்பர் 15ம் தேதி 1909ம் ஆண்டு காஞ்சிபுரத்தில் பிறந்தார்.

இந்தியாவை 'இந்தி'யாக மாற்ற மிகப் பெரிய முயற்சிகள் நடந்து வரும் இன்றைய சூழலில் அதற்கு அன்றே தமிழகத்தில் நிரந்தரமாக தடை போட்டவர் பேரறிஞர் அண்ணா என்று மக்களால் அன்போடு அழைக்கப்படும் சி.என். அண்ணாதுரை.

திராவிட இயக்கங்கள் இன்று 50 ஆண்டுகளாக தமிழகத்தை ஆண்டு வருகின்றன என்றால் அதற்கு விதை போட்டவர் அண்ணாதுரை.

இந்திய அரசியலமைப்புச் சட்டத்தில் இந்திய நாட்டின் ஆட்சி மொழி யாக இந்தியை உயர்த்தி ஆங்கிலத்துக்கு விடை கொடுக்க நேரு தலைமை யிலான மத்திய அரசு கடந்த 1963ம் ஆண்டு முடிவு செய்தது.

இதற்கு அப்போது மாநிலங்களவை உறுப்பினராக இருந்த பேரறிஞர் அண்ணா கடும் எதிர்ப்பு தெரிவித்து உரையாற்றினார்.

அவர் ஆற்றிய உரை இன்றைய சூழலுக்கு மட்டுமல்ல எப்போதும் பொருந்தும் என்பதால் அவற்றின் முக்கிய அம்சங்கள் சிலவற்றை பார்ப்போம்.

ஜனநாயகம் என்பது பெரும்பான்மை எண்ணிக்கை அடிப்படையிலான ஆட்சி மட்டுமல்ல.

சிறுபான்மை மக்களின் உரிமைகள், உணர்ச்சிகள் ஆகியவையும் புனிதம் என்று கருதி, அவற்றைக் காப்பாற்றுவதுதான் ஜனநாயகம்.

இந்தியர்கள் அனைவருக்கும் பொதுவாக ஒரு மொழி வேண்டும் என்று பலரும் வாதாடினர். அது ஏற்கப்பட்டால் இந்தியாவில் பேசப்படும் மொழிகளில் ஒன்றைத்தான் பொது மொழியாக ஏற்க வேண்டும். அதில் யாருக்கும் எந்த சந்தேகமும் இல்லை.

இந்தியர் 'ஒற்றை நாடு' என்று ஏற்றுக் கொள்வோமானால், இந்த வாதத்தை ஏற்றுக் கொள்ளலாம். ஆனால் இந்தியா கூட்டாட்சி நாடு. இந்தியச் சமூகம் பன்மைத்துவம் கொண்டது.

ஆகையால் ஒரே ஒரு மொழியைப் பொது மொழியாக ஏற்பது ஏனைய மொழி பேசுவோருக்கெல்லாம் அநீதி இழைப்பதாகி விடும். அது மட்டு மல்ல சமூகத்தின் பெரும் பகுதி மக்களால் அம்மொழியைப் படிக்க முடியாமல் குறைகள் ஏற்படும்.

இந்தியா ஒரே நாடல்ல. இந்தியா பல்வேறு இனக் குழுக்களையும், மொழிக் குடும்பங்களையும் கொண்ட நாடு. இதனால்தான் இந்தியாவை 'துணைக்கண்டம்' என்று அழைக்கிறோம். இதனால் தான் ஒரே மொழியை இந்தியாவன் ஆட்சி மொழியாக நம்மால் ஏற்க முடியவில்லை.

தேசிய கீதமான 'ஜனகணமன' பாடலும், தேசத்தாய் வாழ்த்தாக பாடப் படும் 'வந்தே மாதரம்' பாடலும் இந்தியில் இயற்றப்பட்டவை அல்ல.

இந்தியை ஆட்சி மொழியாகத் திணிப்பது இந்தி பேசும் மாநிலங்களுக்கு திட்டவட்டமான நிரந்தரமான சாதகமாக அமையும் என்று கூறியிருக் கிறார் அண்ணாதுரை.

இதே போல நாடாளுமன்றத்தில் இன்னொரு முறை பேசிய அண்ணா துரை உயர்தனிச் செம்மொழியான தமிழ்மொழி என்னுடைய தாய்மொழி என்ற பெருமிதம் எனக்கு இருக்கிறது.

எங்கள் உயிருடன் வாழ்வுடன் கலந்த மொழி தமிழ்மொழி. அந்த தமிழ் மொழி மற்றெதற்கும் தாழாத வகையில் ஆட்சிமொழி என்ற தகுதி தரப்படும் வரை நான்அமைதி பெறமாட்டேன். திருப்தி அடைய மாட்டேன். நான் தமிழுக்காக வாதாடுகிறேன். அதற்காக, இந்திக்காக வாதாடுபவர்களின் தாய்மொழிப் பற்றை நான் மறுக்கவில்லை. அவர்கள் இந்திக்காக பாடுபடட்டும்.

நான் திராவிட இனத்தைச் சார்ந்தவன். நான் என்னை திராவிடன் என்று அழைத்துக் கொள்வதிலே பெருமைப்படுகிறேன். இப்படிக் கூறுவதால் நான் வங்காளிக்கோ, மராட்டியருக்கோ, குறுராத்திரி யருக்கோ எதிர்ப்பாளன் அல்ல.

ராபர்ட் பர்ன்ஸ் சொன்னதுபோல மனிதன் எப்படி இருந்தாலும் மனிதன் தான்.

உலகத்தோடு உரையாட ஆங்கிலம் இருக்கிறது. அப்படியானால் இந்தியா வுக்குள் உரையாட தமிழர்கள் ஏன் இந்தியை கற்க வேண்டும்? பெரிய நாய் சொல்ல பெரிய கதவும், சிறிய நாய் சொல்ல சிறிய கதவும் தேவையா? பெரிய கதவின் வழியே சிறிய நாயும் செல்லட்டும் என்றார் அண்ணாதுரை.

தமிழகத்தில் கடந்த ஒரு நூற்றாண்டாக இந்திக்கு எதிராக நடந்து கொண்டிருக்கும் மொழிப் போரில் 30 ஆண்டுகாலம் தலைமை வகித்து வழி நடத்தியவர் பேரறிஞர் அண்ணா.

தமிழகத்தைப் பொறுத்தவரை சுதந்திரப் போராட்டத்திற்குப் பிறகு அதிக உயிர் தியாகங்கள் ஏற்பட்டது. தமிழ்மொழியின் அங்கீகாரத்திற்கும் இந்திமொழி திணிப்பிற்கு எதிராக மாணவர்கள் அரசியல் கட்சியினர் பொது மக்கள் என அனைத்து தரப்பினரும் ஒன்றிணைந்து நடத்திக் கொண்டிருக்கும் மொழிப் போர்தான்.

ஆங்கிலேயருக்கு எதிரான சுந்திரப்போர் 1947ல் முடிவடைந்தது. ஆனால் தமிழ்மொழிக்கு எதிராக நடத்தப்படும் மொழிப்போரின் தீவிரம் 1937ல் தொடங்கி பல பரிமாணங்களைக் கடந்து இன்று புதிய கல்விக் கொள்கை - 2020 என்ற புதிய வடிவத்தில் உருவாகி உள்ளது.

இந்த மொழிப் பெயர் அரசாங்கத்திற்கு எதிரானது அல்ல. இந்தி பேசும் வடமாநில மக்களுக்கு எதிரானது அல்ல. தமிழர்கள் மீது இந்தியைத் திணிக்க வேண்டும் என்ற நோக்கில் பல கால கட்டங்களில் மத்திய அரசு அமல்படுத்திய சட்டத்திற்கும் திட்டங்களுக்கும் எதிராக தமிழர்கள் தொடுத்த எதிர்வினையே இது.

இந்தியாவில் 1500க்கும் மேற்பட்ட மொழிகள் புத்தகத்தில் உள்ளதாகக் கூறப்படுகிறது. அதில் இந்திய அரசியலமைப்பின் 8வது அட்டவணைப்படி 22 மொழிகள் அங்கீகரிக்கப்பட்டுள்ளன.

இத்தனை மொழிகள் உள்ள போதும் இந்திக்கு மட்டும் முக்கியத்துவம் கொடுத்து இந்தி பேசாத மற்ற மக்களிடம் அதைத் திணிக்கும் போக்கு ஆங்கிலேயர் ஆட்சிக்காலத்தில் இருந்து தற்போது வரை நடந்து வருவது குறிப்பிடத்தக்கது.

எதிரிகள் தாக்கித் தாக்கி வலுவை இழக்கட்டும். நீங்கள் தாங்கித் தாங்கி வலுவை பெற்றுக் கொள்ளுங்கள் என்று கூறினார் அண்ணா.

இந்தியாவில் ஆங்கிலேயர்கள் ஆட்சியை எதிர்க்க காஷ்மீர் முதல் குமரி வரை பல மொழிகள், கலாச்சாரங்கள், வெவ்வேறு உணர்வுகள் என இந்திய மக்கள் வேறுபட்டிருந்த நிலையில் அனைவரையும் ஒன்றிணைக்க காந்தி உள்பட காங்கிரஸ் கட்சியினர் எடுத்த ஆயுதம்தான் நாடு

முழுவதும் இந்தி மொழி கற்பிப்பு. இதுதான் இந்தி திணிப்பு வரலாற்றின் தொடக்கம்.

1893ம் ஆண்டு பிரச்சாரனி என்ற அமைப்பும் 1910ம் ஆண்டு இந்தி சாகித்திய சம்மேளன் என்ற அமைப்பும் இந்தி கற்பிப்பதற்காக ஆரம்பிக்கப்பட்டன. பின்னாளில் இந்த அமைப்பை காங்கிரஸ் கட்சியினர் நாடு முழுவதும் இந்தி பிரச்சாரத்திற்கு பயன்படுத்தத் தொடங்கினர்.

நாடு முழுவதும் இந்தி பிரசாரத்தைத் தொடங்கிய காந்திக்கு வட இந்தியாவில் நல்ல வரவேற்பு கிடைத்தது. ஆனால் 1915ல் தமிழ்நாட்டில் இந்தி பிரச்சாரத்திற்கு வந்த காந்திக்கு அழைப்பிதழ் ஆங்கிலத்தில் வழங்கப்பட்டது. இதன் அதிருப்தியை அந்த மேடையிலேயே பதிவு செய்தார் காந்தி.

இந்நிலையில் 1924ம் ஆண்டு சென்னையில் நடைபெற்ற கல்வி மாநாட்டில் பங்கு பெற்ற சத்தியமூர்த்தி அய்யர் பேசுகையில் இந்தி மொழியை அனைத்து ஆரம்பப் பள்ளிகளிலும் 2வது கட்டாய பாடமாக்க வேண்டும் என்ற அவரின் கருத்து இந்தி திணிப்புக்கு முதல் தொடக்கப் புள்ளியாக அமைந்தது.

அதே ஆண்டு சென்னையில் நடைபெற்ற காங்கிரஸ் கட்சி மாநாட்டில் இந்திய அரசுப்பணி தேர்வாணையத்தின் தலைவராக இருந்த சர்.டி.விஜய ராகவாச்சாரி பேசுகையில் பள்ளி மற்றும் கல்லூரிகளில் இந்தி கட்டாய மாக்கப்பட வேண்டும். இந்தியில் தோல்வி அடைபவர்கள் படித்தவராகவே கருத முடியாது என்று பேசினார்.

தொடர்ச்சியாகத் தமிழ்நாட்டில் ராஜாஜி மற்றும் சத்தியமூர்த்தி இந்தி பிரச்சாரத்தில் ஈடுபட்டனர். இதன் விளைவாக பெரியாரின் குடி அரசு இதழில் பழையன கழிந்து புதியன புகுவதாக இருந்தால் நமக்கு கவலை இல்லை. ஆனால் புதியனவைகள் வந்து பலாத்காரமாய் புகுந்து கொண்டு பழையனவை வலுக்கட்டாயமாக கழுத்தைப் பிடித்து தள்ளுவதை சகித்துக் கொண்டு அதற்கு வக்காளத்து பேசுவார். பாஷைத் துரோகம், சமூகத் துரோகம் என்று எழுதப்பட்டது.

1937ம் ஆண்டு சென்னை மாகாண முதல்வராகப் பதவியேற்ற ராஜாஜி 1938-39ஆம் ஆண்டிற்கான நிதிநிலை அறிக்கையில் சென்னை மாகாணத்தில் உள்ள 125 உயர்நிலை பள்ளிகளில் இந்தியை கட்டாய

மொழியாக அறிவித்தார். இந்த அறிவிப்பை 1938ம் ஆண்டு உத்தரவாக வும் பிறப்பித்தார் ராஜாஜி.

இந்த உத்தரவுக்கு எதிராக மறியல், கருப்புக்கொடி காட்டுதல், உண்ணாவிரதம் எனப் பல போராட்டங்கள் நடைபெற்றன.

ஜுன் 1938ல் சென்னையில் நடைபெற்ற இந்தி எதிர்ப்பு மாநாட்டில் பங்கு பெற்று சி.என். அண்ணாதுரை பேசினார். அவர் பேசி மூன்று மாதங்கள் கழித்து வழக்குப் பதிவு செய்து அவரை நான்கு மாதம் சிறையில் அடைத் தது ராஜாஜியின் அரசு. மேலும் பல தலைவர்கள் கைது செய்யப்பட்டு சிறையில் அடைக்கப்பட்டனர்.

இந்நிலையில் 1938 ஜுலை இந்தி எதிர்ப்பு இயக்கம் சார்பில் திருச்சியில் இருந்து சென்னைக்கு நடைபயணமாக வந்தனர். அதன் தொடர்ச்சியாக பல பெண்களும் இந்தி எதிர்ப்பு இயக்கத்தில் சேர்ந்தனர். போராட்டம் வலுப்பெற்றது.

இதனையடுத்து போராட்டத்தை ஒடுக்கும் நோக்கில் பெரியார், அண்ணா உட்பட பல தலைவர்கள் மீண்டும் கைது செய்யப்பட்டனர். பெரியா ருக்கு 18 மாதமும் அண்ணாவிற்கு 9 மாதமும் சிறைத்தண்டனை விதித்து சென்னை சிறையில் அடைக்கப்பட்டனர்.

அப்போது இரண்டாம் உலகப்போர் ஆரம்பித்த நிலையில் இங்கிலாந் துடன் இணைந்து பிரிட்டிஷ் இந்தியாவையும் போரில் கலந்து கொள்ளச் சொன்னார்கள். இதை எதிர்த்து அனைத்து மாகாண முதல்வர்களும் பதவி விலகினார்கள்.

இந்த நிகழ்விற்குப் பின், சிறையிலிருந்த அனைத்து போராட்டக்காரர் களும் விடுவிக்கப்பட்டனர். இந்தி கட்டாயம் என்ற ராஜாஜி அரசின் உத்தரவும் வாபஸ் பெறப்பட்டது.

●

மிக சாதாரணமான குடும்பத்தில் பிறந்து சராசரி மாணவரைப் போலவே பள்ளிப் படிப்பை முடித்த அண்ணாவுக்கு பச்சையப்பன் கல்லூரி வாழ்க்கையே திருப்புமுனையை ஏற்படுத்தியது.

அங்கே அவர் சந்தித்த ஆங்கிலப் பேராசிரியரும், நீதிக் கட்சியில் செயல் பட்டவருமான வரதராஜன் தான் அரசியல் பக்கம் அண்ணாவின்

கவனத்தை திருப்பியவர்.

மண்ணடியில் இருந்த பேராசிரியர் வரதராஜனின் எளிய நெரிசலான அறையில் எப்போதும் மாணவர்கள் மொய்த்துக் கொண்டிருப்பார்கள்.

அதுதான் அண்ணாவுக்கு குருகுலம் போல அமைந்த இடம். வரதராஜனோடு சேர்ந்து பேராசிரியர் வேங்கடசாமி என்பவரும் அண்ணாவிடம் அரசியல் ஈடுபாடு ஏற்படக் காரணமாக இருந்தார்.

மோசூர் கந்தசாமி முதலியார், மணி திருநாவுக்கரசு முதலியார், ஆகிய தமிழ்ப் பேராசிரியர்கள்தான் அண்ணாவுக்கு சங்கத் தமிழைக் கற்பித்தனர். அவர்களிடம் கற்ற சங்கத்தமிழ் தான் பின்னாளில் அண்ணாவின் புகழ்பெற்ற மேடைத் தமிழுக்கு அடிப்படை மேற்கொண்டு பட்டப் படிப்பு படிக்க முடியாத குடும்பச் சூழ்நிலை நிலவியது அண்ணாவுக்கு.

பச்சையப்பன் கல்லூரி முதல்வராக இருந்த சின்னத் தம்பிப்பிள்ளை அவரை பி.ஏ.ஆனர்ஸ் படிக்கும்படி வலியுறுத்தினார். கல்வி உதவித் தொகை கிடைக்கவும் பாடநூல் வாங்கவும் உதவுவதாக அவர் ஒப்புக் கொண்ட பிறகு அண்ணா 1931ம் ஆண்டு பச்சையப்பன் கல்லூரியில் பி.ஏ. ஆனர்ஸ் படிப்பில் சேர்ந்தார்.

இதற்கு ஓராண்டு முன்பே 21 வயதில் அண்ணாவுக்கும் ராணி அம்மையாருக்கும் சம்பிரதாய முறைப்படி திருமணம் நடந்தது. இந்த இணையருக்கு குழந்தை இல்லை என்பதைத் தவிர இல்லறம் நல்ல விதமாகவே சென்றதாக ராணியை மேற்கோள் காட்டிச் சொல்கிறார்கள்.

கல்லூரியில் தவறாமல் வகுப்புகளுக்குச் செல்கிற அண்ணா, தீவிரமான படிப்பாளி நீண்ட நேரத்தை நூலகங்களில் செலவிடுகிறவர். கல்லூரிக் காலத்திலேயே தமிழ் ஆங்கிலப் பேச்சு போட்டிகளில் பங்கேற்றவர். அந்த நாள்களில் தமக்கு இதழில் ஈடுபாடு இருந்தது என அண்ணாவே பிற்காலத்தில் சொல்லியிருக்கிறார்.

கல்லூரி மாணவர் மத்தியில் பிரபலமாக இருந்த அண்ணா 1931ம் ஆண்டு பச்சையப்பன் கல்லூரி மாணவர் பேரவையின் பொதுச் செயலாளராக தேர்வு செய்யப்பட்டார்.

இரண்டாண்டுகள் கழித்து அவர் கல்லூரி பொருளாதாரத்துறை மாணவர் சங்கத்தின் தலைவராகவும் இருந்தார்.

படித்து முடித்தவுடன் காஞ்சிபுரம் நகராட்சியில் எழுத்தராக 6 மாதம் பணிபுரிந்தார். பிறகு சென்னை கோவிந்தப்ப நாயக்கன் நடுநிலைப் பள்ளியில் தமிழாசிரியராக சிறிது காலம் பணியாற்றினார்.

இதற்குள் பிராமணர் அல்லாதோர் அரசியல் இயக்கமாக இருந்த நீதிக் கட்சி செயல்பாடுகளில் ஈடுபடத் தொடங்கிவிட்டார். அண்ணாவின் நீதிக்கட்சித் தொடர்பு அவருக்கு, ராஜாக்களோடும் பெரும் பணக்காரர்களோடும், கனவான்களோடும் பழகும் வாய்ப்பை ஏற்படுத்தி தந்தது.

ஆனால் சாமானியர்களைப் பற்றிய கவலைகளோடு சமூகப் பாகுபாடு களை அகற்ற பாடுபட்டு வந்த அலங்காரங்கள் இல்லாமல் கடும் மொழி யில் பேசிவிடக் கூடிய பெரியார் ஈ.வெ.ராமசாமியைத்தான் அண்ணா தலைவராகத் தேர்ந்தெடுத்தார்.

1935ம் ஆண்டு திருப்பூரில் நடந்த செங்குந்த இளைஞர் மாநாட்டில் பெரியாரை முதன்முதலாக சந்தித்தார் அண்ணா. அப்போது முதல் பெரியார் அண்ணாவின் தலைவரானார். அப்போது நடந்த உரையாடலை 1949ம் ஆண்டு நடந்த தி.மு.க தொடக்க விழாவில் அண்ணா இவ்வாறு நினைவு கூர்ந்தார்.

"பெரியார் என்னைப் பார்த்து என்ன செய்கிறாய் என்று கேட்டார். படிக்கிறேன். பரீட்சை எழுதியிருக்கிறேன் என்றேன். உத்தியோகம் பார்க்கப் போகிறாயா? என்று கேட்டார். இல்லை உத்தியோகம் விருப்ப மில்லை, பொது வாழ்வில் ஈடுபட விருப்பம் என்று பதில் அளித்தேன். அன்று முதல் அவர் என் தலைவர் ஆனார். நான் அவருக்கு சுவீகாரப் புத்திரன் ஆகிவிட்டேன்"

1937ம் ஆண்டு ஈரோடு சென்ற அண்ணா அங்கு பெரியாரின் குடியரசு மற்றும் விடுதலை நாளிதழ்களில் துணை ஆசிரியராக 60 ரூபாய் சம்பளத்துக்கு வேலைக்குச் சேர்ந்தார். அப்போது அவருக்கு வயது 28.

அந்த வயதில் அண்ணாவின் திறமையைக் கண்டு வியந்த பெரியார், அதே ஆண்டு துறையூரில் நடந்த சுயமரியாதை இயக்க மாநாட்டை நடத்தும் பொறுப்பை அண்ணாவுக்கு அளித்தார்.

அதே ஆண்டில் இன்னொரு முக்கிய சம்பவமும் நடந்தது. சென்னை மாகாணத்தில் ஆட்சியைப் பிடித்த ராஜாஜி, பள்ளிகளில் 6ம் வகுப்பு முதல் 8ம் வகுப்பு வரை இந்தி கற்பது கட்டாயம் என்று ஆக்கினார். இதை

எதிர்த்து பெரியார் போராட்டம் அறிவித்தார். பெரியார், அண்ணா ஆகியோர் 1938ம் ஆண்டு கைது செய்யப்பட்டனர். அண்ணாவுக்கு 4 மாத சிறைவாசம் விதிக்கப் பட்டது. பெரியாருக்கு ஓராண்டு சிறைத் தண்டனை கிடைத்தது.

இந்த முதல் இந்தி எதிர்ப்பு போராட்டத்தை தொடர்ந்து பெரியார் 'தமிழ்நாடு தமிழருக்கே' என்ற முழக்கத்தை முன்வைத்தார். அப்போது தமிழ்நாடு என்ற மாநிலமே உருவாக்கியிருக்கவில்லை என்பது குறிப்பிடத்தக்கது.

அது போலவே, இந்தி எதிர்ப்புப் போராட்டத்தில் சிறையில் இருக்கும் போதுதான் பெரியாருக்கு நீதிக்கட்சித் தலைவர் பதவி தரப்பட்டது.

இதுவே பின்னாளில் நீதிக்கட்சியையும் பெரியாரின் சுயமரியாதை இயக்கத்தையும் இணைத்து 1944ல் திராவிடர் கழகமாக ஆக்குவதற்கு வழிகோலியது.

நீதிக்கட்சியிலும் திராவிடர் கழகத்திலும் பெரியாரின் தளபதியாக இருந்தார் அண்ணா.

இந்திய சுதந்திரம் குறித்து ஆலோசிக்கவும், இரண்டாம் உலகப் போரில் இந்தியர்களின் ஒத்துழைப்பைப் பெறுவதற்காகவும் 1942ல் இந்தியா வந்த கிரிப்ஸ் தூதுக் குழுவை சந்தித்து திராவிட நாட்டை தனி நாடாக அங்கீகரிக்கும்படி பெரியார் கோரிக்கை வைத்தார். அந்த சந்திப்பின்போது அண்ணா உடன் இருந்தார்.

ஆனால் அந்தக் கோரிக்கையை சர் ஸ்டாஃப் கிரிப்ஸ் ஏற்றுக் கொள்ள வில்லை. இதையடுத்து திராவிட நாடு கோரிக்கை நிறைவேறுவதற்கான வாய்ப்பு நழுவி விட்டது என்று அண்ணா நினைக்கத் தொடங்கினார் என்று அவரோடு முரண்பட்ட ஈ.வெ.கி சம்பத் அண்ணாவின் மரணத்துக்குப் பின் குறிப்பிட்டார்.

ஆனால் திராவிட நாடு என்ற லட்சியத்தை அண்ணா அத்துடன் கைவிட வில்லை. தன்னுடைய பத்திரிக்கைக்கு 'திராவிட நாடு' என்று பெயர் வைத்தார்.

24. அண்ணா மூட்டிய திராவிடத் தீ

கம்பராமாயணம், பெரியபுராணம் ஆகிய நூல்கள் திராவிடர்கள் மீது ஆரியர்கள் வட இந்தியர்களின் ஆதிக்கம் செலுத்த வழி செய்வதாகவும், அவை அறிவுக்குப் புறம்பாக இருப்பதாகவும், பெரியாரும் அண்ணாவும் தீவிரமாகப் பிரச்சாரம் செய்தனர்.

இவர்களின் கருத்துக்களால் ஏராளமான இளைஞர்கள் ஈர்க்கப்பட்டனர். ஆனால் நீதிக்கட்சியின் இந்தி எதிர்ப்பு போராட்டத்தால் ஈர்க்கப்பட்ட தமிழ் ஆர்வலர்கள், புலவர்கள், சைவ வைணவ மதப்பற்று மிகுந்தவர்கள் இந்த கம்பராமாயண பெரிய புராண எதிர்ப்பால் துணுக்குற்றனர்.

கம்பராமாயணம், பெரியபுராணம் என்ற இரு நூல்களையும் தீயிட்டுக் கொளுத்த வேண்டும் என்று அண்ணா வாதிட்டார்.

இந்தக் கருத்தை எதிர்த்த தமிழறிஞர் ரா.பி. சேதுப்பிள்ளை, நாவலர் சோமசுந்தர பாரதியார் ஆகிய இருவரோடும் 1943 ஆம் ஆண்டு அண்ணா தனித்தனியாக நேருக்கு நேர் விவாதத்தில் ஈடுபட்டார்.

இரண்டு தரப்பும் மிகவும் மரியாதையான முறையில் நாகரீகமாக தங்கள் கருத்துக்களை முன் வைத்து வாதிட்டன. இந்த விவாதம் தீ பரவட்டும் என்ற பெயரில் நூலாக வெளிவந்து பிரபலம் அடைந்தது.

ஆரிய மாயை, நீதிதேவன் மயக்கம் கம்பரசம் போன்ற சிறு நூல்களை எளிய நடையில் எழுதி அண்ணா வெளியிட்டார்.

கம்பராமாயணத்தில் இருக்கும் ஆபாசமான பகுதிகள் என்று தாம் கருதிய வற்றை கம்பரசத்தில் விமரிசித்தார் அண்ணா.

இலக்கிய வளத்துக்காக கம்பராமாயணத்தை ஏற்க வேண்டும் என்று வாதிட்டவர்களுக்கு அண்ணா சொன்ன பதில் :

தங்கள் கலைகளும், வாழ்க்கை முறையும் வேறுபட்டது என்று நிரூபிக்க முடிந்ததால்தான் இரண்டே ஆண்டுகளில் தங்களுக்கு தனிநாடு வேண்டும் என்ற கோரிக்கையை முஸ்லீம்களால் முன்னெடுக்க முடிந்தது.

ஆனால் தமிழர்கள் ஆரியர்களின் வாழ்க்கை முறையையும் கலைகளை யும் தங்களுடையது என்று ஏற்றுக் கொண்டதால் தன்னாட்சிக்கோ தன்மானத்துக்கோ அவர்களால் போராட முடியவில்லை.

கம்பராமாயணம் போன்ற இலக்கியங்கள் ஆரியர்களின் மேன்மையைப் பேசு கின்றன. தங்களைத் தாங்களே திராவிடர்கள் சிறுமையாக நினைக்கும்படி செய்கின்றன என்று வாதிட்டார் அண்ணா.

இத்தகைய வாதங்கள் கடுமையான இனவாத உள்ளடக்கத்தை கொண்டிருப்பதாக விமர்சிக்கப்பட்டன.

ஆனால் மொழி நடை, அழகிய சொற்கள் ஆகியவற்றைத் தேடுகிறவர்கள் கம்பராமாயணம், திருவாசகம் ஆகியவற்றைப் படிக்கலாம் என்று கூறிய அண்ணா, "மாற்றான் தோட்டத்து மல்லிகைக்கும் மணம்" உண்டு என்றார்.

அண்ணாவுக்கு முன்பே உடுமலை நாராயணகவி, பாரதிதாசன் போன்ற திராவிட இயக்க சிந்தனை உள்ள கவிஞர்கள் சினிமாவுக்குள் நுழைந்து விட்டனர்.

ஆனால் *1948*ஆம் ஆண்டு நல்ல தம்பி படத்துக்கு வசன கர்த்தாவாக அண்ணா திரைத்துறையில் நுழைந்தபோது அது திராவிட இயக்கத்துக்கும்

திரைத்துறைக்குமே முக்கியமான திருப்புமுனையாக பண்பாட்டு மாற்றமாக இருந்தது.

நல்ல தம்பிக்கு அண்ணா வசனம் எழுதியிருந்தாலும் 1949ஆம் ஆண்டு அண்ணாவின் கதை வசனத்துடன் வெளியான வேலைக்காரி படம்தான் உண்மையில் திரைத்துறையில் ஒரு புரட்சி ஏற்படுத்தியது. அதற்கு முன்பு காவியப் படங்கள், அரசர்களைப் பற்றிய படங்கள், தெய்வங்களைப் பற்றிய படங்கள் வந்து கொணடிருந்த நிலையில், அண்ணாவின் வேலைக்காரி தான் சாமானிய மனிதர்களைப் பற்றிய கதையை தமிழ் திரைத்துறையில் பேசிய முதல் படம். வேலைக்காரி என்ற பெயரே அந்தக் காலத் திரைத்துறையில் புரட்சிகரமானது.

தமிழ் சினிமாவின் அடித்தளத்தையே அடியோடு மாற்றியது. 1949ல் வெளிவந்த அண்ணாவின் வேலைக்காரி திரைப்படம்.

கதைக்கும் வசனத்திற்கும் முக்கியத்துவத்தை ஏற்படுத்திய முதல் தமிழ் திரைப்படம் வேலைக்காரி.

வேலைக்காரியை அண்ணா முதலில் நாடக வடிவில்தான் எழுதினார். மேடை நாடக, திரைப்பட நடிகரான நடிப்பிசைப் புலவர் என்று தி.மு.க. வினரால் பட்டம் சூட்டப்பட்ட கே.ஆர். ராமசாமி கிருஷ்ணன் நாடக சபா என்ற பெயரில் ஒரு நாடகக் கம்பெனியையும் நடத்தி வந்தார்.

முதல் கே.ஆர். ராமசாமி நாடகமாக போடுவதற்காகத்தான் வேலைக்காரி கதையை அண்ணா எழுதினார்.

அது நாடகமாக அரங்கேறி மகத்தான வெற்றியையும் பெற்றது. அந்த நாடகம் பெற்ற புகழைப் பார்த்த ஜூபிடர் பிக்சர்ஸ் முதலாளி சோம சுந்தரம், அதே கே.ஆர். ராமசாமியையே கதாநாயகனாக வைத்து, அதை திரைப்படமாக தயாரிக்க முன் வந்தார்.

ஒரு தனியறையில் உட்கார்ந்து கொண்டு மூன்றே நாட்களில் வேலைக்காரிக்கான திரைப்பட வசன வடிவை உருவாக்கித் தந்தார் அண்ணா.

ASA சாமி இயக்க CR சுப்பராமன் S.M. சுப்பையா நாயுடு ஆகியோர் இசை யமைத்தனர்.

அந்தக் காலத்து சமூக அவலங்களை சாடும் விதமாக பணக்காரர், ஏழை, உயர்ந்த சாதி, தாழ்ந்த சாதி மனிதர்கள் என்று பிரிக்கப்பட்ட சமூகத்தை சாடும் சூடான வசனங்களைக் கொண்டு உருவாக்கப்பட்டது இப்படம்.

படம் வெற்றி பெற படத்தின் நாயகனாக நடிக்கும் கே.ஆர். ராமசாமி ஒரு கட்டத்தில் விரக்தி அடைந்து, காளி கோவிலில் விக்கிரகங்களை அவமதிக்கும் விதத்தில் செயல்படுவதும் பூஜை உபகரணங்களை தூக்கி எறிவதும் காளியை அவதூறான வார்த்தைகளில் ஏசுவதும் ஒரு முக்கியமான காரணம்.

இந்தப் படம் வெளியானதும் இந்தக் காட்சிகளை எதிர்த்து சில மத அமைப்புகள் படத்திற்கு தடை விதிக்க வேண்டும் என்று போராட்டங்கள் நடத்தின. இவை படத்திற்கான கூடுதல் விளம்பரமானது.

இப்படத்திற்கு கூடுதல் விளம்பரமாக கல்கி வார இதழின் ஆசிரியர் ரா.கிருஷ்ணமூர்த்தியின் விமர்சனம் அமைந்தது.

வேலைக்காரி ஒரு மிகச்சிறந்த சமூக சீர்திருத்தப்படம் என்று வரவேற்ற கல்கி அண்ணாவை, அறிஞர் அண்ணா என்று அழைத்து பிற்காலத்தில் அண்ணா இதே முறையில் தொடர்ந்து அனைவராலும் அழைக்கப்பட வழிவகுத்தார்.

வேலைக்காரியில் அண்ணா எழுதிய சில வசனங்கள் வார்த்தைகள் மிகவும் புகழ் பெற்றன.

"சட்டம் ஒரு இருட்டறை
அதில் வக்கீல்களின் வாதம் ஒரு விளக்கு
ஆனால் அது ஏழைக்கு கிட்டாத விளக்கு"

"கத்தியைத் தீட்டாதே - புத்தியை தீட்டு"

"ஒன்றே குலம் ஒருவனே தேவன்" போன்ற வசனங்கள் புகழ் பெற்றவை.

தமிழக அரசியல் சுதந்திரத்திற்குப் பின் தேர்தல் அரசியலாக மாறியது. அதை சினிமாவை வைத்து சாதகமாக்கி வெற்றி கண்டவர் அண்ணா எனலாம்.

தி.மு.க.வின் வெற்றிக்கு அதன் திராவிட இயக்க அரசியல் ஒரு பக்கம் என்றால் கலைத் துறையைப் பயன்படுத்தியது இன்னொரு வகை

அரசியல் எனலாம்.

அண்ணாவின் இந்த வழியை சரியாகக் கையாண்டவர் எம்.ஜி.ஆர். இதனால் அவரும் அதே வழியில் ஆட்சியைப் பிடித்தார்.

1944ல் திராவிடர் கழகமாக மாறிய அதன் நிறுவனர் பெரியார் அவரது படைத்தளபதியாக அண்ணா, சம்பத், நெடுஞ்செழியன் உள்ளிட்ட தலைவர்கள், இளம் தலைவர்கள் அன்பழகன், கருணாநிதி என பல்வேறு தலைவர்கள் பட்டிதொட்டியெங்கும் திராவிட கழகத்தை கொண்டு சேர்த்தனர்.

1949 செப்டம்பர் 17ல் தி.மு.க. உதயமானது. அது முதல் கலைத் துறையை அண்ணா உள்ளிட்ட தலைவர்கள் தி.மு.க. பிரச்சாரத்துக்காக கையில் எடுத்தனர்.

கலைத் துறை சினிமாவாக மாறும் முன் மேடை நாடகங்களாக இருந்த போது அண்ணாவும், கருணாநிதியும் பல நாடகங்களை இயற்றி அதில் திராவிட இயக்க கருத்துக்களை புகுத்தினர். தி.மு.க.வில் மேடை நாடகங்கள் மூலம் அண்ணா, கருணாநிதி, என்.எஸ். கிருஷ்ணன், கே.ஆர்.ராமசாமி உள்ளிட்ட பலரும் பிரச்சாரத்தை கொண்டு சென்றனர்.

திரைத்துறையில் தி.மு.க.வைக் கொண்டு சென்றதில் அண்ணாவின் பங்கு மிகப் பெரியது.

தி.மு.க. ஆரம்பித்த அதே ஆண்டில் அண்ணாவின் வேலைக்காரியிடம் வெளியானது. அதே ஆண்டில் அண்ணாவின் கதை வசனத்தில் என்.எஸ். கிருஷ்ணன் நடிப்பில் வெளியான நல்ல தம்பி படம் வெளியாகி சக்கை போடு போட்டது.

முடித்திருத்தும் கலைஞர் ஜமீந்தாராகி செய்யும் சீர்திருத்தமே நல்ல தம்பி கதை. இதன் மூலம் நிலப்பிரபுத்துவ, ஜமீன்தாரி முறைக்கு எதிரான சீர்திருத்த கருத்துக்கள் இலவசக் கல்வி உள்ளிட்ட பல விசயங்களை அண்ணா பேசியிருப்பார்.

நிலசுவாந்தர்கள் அதிகம் இடம் பெற்றிருந்ததால் நிலச்சுவாந்தார்கள் கட்சி என காங்கிரஸ் அடையாளம் காட்டப்பட்டது. ஒரு புறம் கம்யூனிஸ்டுகள் காங்கிரசுக்கு எதிராக விவசாயிகளை விழிப்புணர்வுப் படுத்த அதை திரைத்துறை மூலம் எளிதாக கையகப்படுத்தினார் அண்ணா.

ஓர் இரவு, வேலைக்காரி, நல்ல தம்பி போன்ற திரைப்படங்களின் வெற்றி தி.மு.க. தலைவர்களை உற்சாகப்படுத்தியது. திரைப்படத் துறையின் முக்கியத்துவத்தை உணர்த்தியது.

அரசர் காலத்து படமானாலும் அதிலும் புரட்சிகர கருத்தை சொல்லி கால் பதித்தார். மு. கருணாநிதி, அண்ணாவின் எழுத்தாற்றல் கலைப் பயண வழியை கருணாநிதியும் கையிலெடுத்தார்.

அண்ணாவின் வழியை பின்பற்றிய கருணாநிதி திரைக்கதை வசனத்தில் வெளிவந்த பராசக்தி திரைப்படத்தின் வெற்றி தி.மு.க.வுக்கு மக்களிடையே பெரிய ஆதரவை தேடித் தந்தது. இப்படத்தில் நடித்திருந்த சிவாஜி கணேசன் ஏற்கனவே தி.மு.க. மேடை நாடகங்களில் நடித்து புகழ் பெற்றிருந்தார்.

இதன் பின்னர் தி.மு.க.வில் இணைந்த சிவாஜி கணேசன் கருணாநிதி தன் வசன உச்சரிப்பால் எஸ்.எஸ். ராஜேந்திரனும், என்.எஸ். கிருஷ்ணனும், கே.ஆர். ராமசாமி, டி.வி. நாராயணசாமி உள்ளிட்டோரும் தமிழகம் முழுவதும் தி.மு.க. கொள்கைகளை கொண்டு சென்றனர்.

அண்ணாவின் படைப்புக்களில் ஈர்க்கப்பட்ட காங்கிரஸ் அனுதாபி எம்.ஜி.ஆர்., அண்ணாவின் பணத்தோட்டம் நாவலை படித்து அண்ணா மீது மிகுந்த அபிமானம் கொண்டார். ஏற்கனவே கருணாநிதியுடனான நட்பு எம்.ஜி.ஆரை திராவிட இயக்க கொள்கை பக்கம் திருப்பி இருந்தது. 1952ஆம் ஆண்டு பொதுக் கூட்ட மேடையில் எம்.ஜி.ஆர். தி.மு.க.வுக்கு வருவதை உறுதிப்படுத்தினார். அண்ணா திரையுலகின் இளம் கலைஞர் களை தம் வசப்படுத்தியதில் அது தி.மு.க.வுக்கு மிகப்பெரிய வெற்றியைத் தேடித் தந்தது. கண்ணதாசன் உள்ளிட்ட மிகப் பெரிய கவிஞர்கள் அண்ணாவால் தி.மு.க.வுக்குள் ஈர்க்கப்பட்டனர்.

தி.மு.க.வின் ஆதரவு கலைஞர்கள் உருவாக்கிய திரைப்படங்களில் அதன் கொள்கைகளை திராவிட நாடு, இந்தி எதிர்ப்பு, பகுத்தறிவு போன்ற வற்றை மறைமுகமாகவும், சில சமயங்களில் நேரடியாகவும் வெளிப் படுத்தினார்கள். தி.மு.க.வின் கொடி சின்னம் திரைப்படங்களில் காட்டப் பட்டது.

எம்.ஜி.ஆர். தனது படங்களில் அதிகம் தி.மு.க. கொள்கைகளைப் பேசினார். சின்னம் கருப்பு சிவப்பு வண்ணத்தை உடையாக அணிவது

என திரைப்படம் மூலம் கொண்டு சென்றார்.

தி.மு.க.வை அண்ணா மக்களிடம் கொண்டு சேர்ப்பதில் திராவிட இயக்க கொள்கைகளை கொண்டு செல்லும் கருவியாக கலைத்துறையை பயன்படுத்தினார்.

எம்.ஜி.ஆரின் கலைப்பயணம் அண்ணாவோடு இணைந்ததால் அது தி.மு.க.வுக்கு பலமாக அமைந்தது. இது 1967ல் தி.மு.க.வை ஆட்சியில் அமர்த்தி அண்ணாவை முதலமைச்சராக்கும் அளவுக்கு சென்றது.

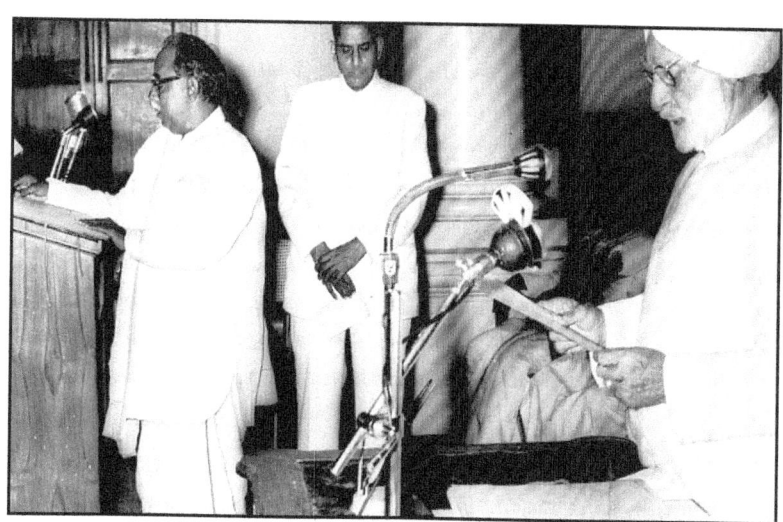

25
இந்தி எதிர்ப்பும் திராவிடமும்

பெரியாரின் கொள்கையால் ஈர்க்கப்பட்டு அண்ணாதுரை நீதிக்கட்சியில் சேர்ந்தார். பின்னர் பெரியாருடன் திராவிடக் கழகத்தில் இணைந்து மூட நம்பிக்கைகளுக்கு எதிரான பகுத்தறிவுக் கருத்துக்களையும், சமூக சீர்திருத்தக் கருத்துக்களையும் பரப்புவதில் முன்னின்று ஈடுபட்டார்.

பெரியாரின் தனித் திராவிடநாடு கொள்கையின் காரணமாகவும், தன்னை விட வயதில் இளையவரான மணியம்மையாரை பெரியார் மணம் செய்து கொண்டமையால் கருத்து வேறுபாடு கொண்டு, திராவிடக் கழகத்தின் முக்கிய உறுப்பினர்களுடன் 1949ல் பெரியாரை விட்டு விலகி திராவிட முன்னேற்றக் கழகம் (தி.மு.க) என்ற புதிய இயக்கமொன்றை நிறுவினார்.

தனிக்கட்சி துவங்கினாலும் தன் கட்சி கொள்கைள் தாய்க்கட்சியான திராவிடக் கட்சியை ஒத்தே செயல்பட்டது.

இந்தியாவின் தேசிய அரசியலில் பங்கு கொள்ளும் விதமாக இந்தியக்

குடியரசு ஆனதிற்குப் பிறகு இந்திய சீனப் போருக்குப் பின் 1963ல் தனது தனித்திராவிட நாடு கொள்கையை கைவிட்டார்.

ஆளும் காங்கிரசுக் கட்சிக்கு எதிராக பல்வேறு போராட்டங்களில் பல்வேறு காலகட்டங்களில் ஈடுபட்டு அவ்வாட்சியை எதிர்க்கலானார். இறுதியில் 1965ல் இந்தி எதிர்ப்பு போராட்டங்களில் மிகத் தீவிரமாக ஈடுபடலானார்.

இந்தி எதிர்ப்பு போராட்டங்களில் தன்னை முழுமையாக ஈடுபடுத்திக் கொண்டதன் விளைவாக மக்களாதரவை அவரும் அவரது கட்சியான திராவிட முன்னேற்ற கழகமும் அபரிமிதமாகப் பெற்றன.

1937ல் சக்கரவர்த்தி ராஜகோபாலாச்சாரியார் சென்னை மாகாணத்தின் முதலமைச்சரானார். அவரின் ஆட்சிக் காலத்தில் இந்தி கட்டாய மொழி யாக பள்ளிகளில் அறிமுகப்படுத்தப்பட்டது. இது இந்தி எதிர்ப்பு போராட்டமாக வெடித்தது.

நீதிக்கட்சியைச் சார்ந்தவர்களான சர்.ஏ.டி. பன்னீர்செல்வம் மற்றும் இராமசாமி இப்போராட்டத்திற்கு ஆதரவு கொடுத்தனர். இப் போராட்டம் 1938ல் பலர் கைது செய்யப்பட்டு சிறையில் இராஜாஜி அரசால் அடைக்கப்பட்டவுடன் முடிவுற்றது.

அதே வருடம் தமிழ்நாடு தமிழருக்கே என்ற முழக்கமும் ஊரெங்கும் முழங்கியது. பெரியார் பள்ளிகளில் இந்தி திணிக்கப்படுவதை எதிர்த்து அவர் இவ்வாறு முழக்கமிட்டார். இது ஆரியர்கள், திராவிடர்களின் பண்பாடுகளை ஊடுருவிச் சிதைக்க திட்டமிடும் அபாயகரமான தந்திரச் செயல் என குறிப்பிட்டார்.

இந்தியை ஏற்றுக் கொள்வது இந்தி பேசும் வடஇந்தியர்களிடமிருந்து தமிழர்களை பிரித்து அவர்களை இரண்டாம்தர குடிமக்களாக வழி வகுத்து விடும்.

இந்தி தமிழர்களின் முன்னேற்றத்தைத் தடுத்து நிறுத்துவது மட்டுமல்லா மல் அவர்கள் நெடுங்காலமாக பாதுகாத்து வரும் பண்பாட்டையும் சிதைத்து விடும். தமிழை இனிமேல் பயன்படுத்தாத நிலைக்கு தமிழர்கள் தள்ளப்பட்டு விடுவார்கள் என்று பெரியார் வலியுறுத்தினார். தொடர்ந்து இந்தி எதிர்ப்பு போராட்டங்கள் 1948, 1952, 1965 ஆண்டுகளில் நடந்தன.

இந்தி எதிர்ப்பு நிலை, திராவிட நாடு கோரிக்கை இவற்றால் அண்ணா மீது கோபத்தில் இருந்தார் அன்றைய பிரதமர் ஜவஹர்லால் நேரு. அவர் சென்னை வந்தபோது தி.மு.கவினர் அவருக்கு கறுப்புக் கொடி காட்டிய தற்காக 'நான்சென்ஸ்' என தி.மு.க தலைவர்களை கடுமையாக விமர்சித்தார் நேரு.

மாநிலங்களவைக்கு அண்ணா தேர்வாகிச் சென்றபோது அவரது கன்னிப் பேச்சை ஆங்கிலத்தில் கேட்டு அயர்ந்து போனார் அதே நேரு.

நேரம் கடந்ததை மாநிலங்களவைத் தலைவர் சுட்டிக் காட்டியபோது உணர்ச்சி வசப்பட்ட நேரு குறுக்கிட்டு 'அவரைத் தொந்தரவு செய்யா தீர்கள் பேச விடுங்கள்' எனக் கேட்டுக் கொண்ட அதிசயம் நடந்தது. அண்ணாவின் உரை அந்த அளவுக்கு நேருவைக் கட்டிப் போட்டது.

●

அண்ணாவின் பேச்சுக்கு யாரும் அவ்வளவு எளிதில் மறுத்துப் பேசி விட முடியாது. வலுவான வாதங்களை வைப்பதில் சமர்த்தர் அவர். ஒரு முறை பெரியாரைக் காண 'ரிவோல்ட்' இதழில் கதர் கட்டுவது மூட நம்பிக்கை எனப் பொருள்படும் ஒரு கட்டுரையை எழுதியிருந்தார் பெரியார்.

இதைக் குறிப்பிட்ட கிருபாளினி, 'நீங்கள் ஒரு காங்கிரஸ்காரராக இருந்து தெருத் தெருவாக கதரைச் சுமந்து விற்று கட்சியை வளர்த்திருக்கிறீர்கள். ஆனால் இப்போது இப்படி எழுதுவது தவறு.' என்றார்.

அதற்குப் பதில் கூற முயன்ற பெரியாரின் பேச்சை மறுதலித்து, தொடர்ந்து கிருபாளினி ஆவேசத்துடன் பேசவே, குறுக்கே புகுந்த அண்ணா, 'விபூதி அணிந்தவன் சிவபக்தன், நாமம் போட்டவன்தான் வைணவன் என்று சொல்லும் நம்பிக்கை போன்றதுதான், கதர் கட்டு பவன்தான் தேசபக்தன் என்பது' என்று ஒரே போடாக போட அமைதி யானார் கிருபாளினி.

திராவிட நாடு கொள்கையை அண்ணா முன் வைத்தபோது பெரும் சர்ச்சையானது. தி.மு.க.வைத் தடை செய்ய வசதியாக, மத்திய அரசு பிரிவினைத் தடை சட்டம் கொண்டு வரும் அளவுக்கு போனது. 1962ம் ஆண்டு சீனப்படையெடுப்பின்போது உருவான கொந்தளிப்பான அரசியல் சூழலில் திராவிட நாடு கோரிக்கையை அண்ணா கைவிடுவதாக அறிவித்தார். திராவிட நாடு ஆதரவாளர்கள் மத்தியில் இது

கொந்தளிப்பை ஏற்படுத்தியது. மத்திய அரசுக்குப் பயந்து அண்ணா பின் வாங்கி விட்டதாக அவர்கள் விமர்சித்தனர்.

'வீடு இருந்தால்தான் ஓடு மாற்றலாம், நாடு இருந்தால்தான் கட்சி நடத்தலாம். நாட்டுக்கே ஆபத்து என்று வந்திருக்கின்ற நிலையில் நாம் பிரிவினை பேசுவது அயலானுக்கு இடம் கொடுத்து விடுவதாகும். நாம் அப்படி நடந்து கொண்டால் வருங்காலத் தலைமுறை நம்மை சபிக்கும்' என்று 1962 அக்டோபர் மாதம் வேலூர் சிறையில் இருந்து விடுதலைய டைந்தும், திராவிட நாடு கொள்கையை கைவிட்டதற்கான காரணத்தை தெரிவித்தார் அண்ணா. இதன்மூலம் தான் ஒரு பக்குவப்பட்ட அரசியல் தலைவர் என்பதை நிரூபித்தார் அவர்.

அதே சமயத்தில் கழகத்தை அழிக்க சட்டம் கொணர்ந்தனர். சட்டத்தைத் திருத்தி கழகத்தை காத்தோம் சூட்சுமம் புரிகிறதா தம்பி? என்று தி.மு.க தொண்டர்களுக்கும் தன்நிலைபாட்டை புரிய வைத்தார் அண்ணா.

•

1967ம் ஆண்டு தேர்தலில் அறுதிப் பெரும்பான்மையோடு ஆட்சிக்கு வந்தது தி.முக. பதவியேற்புக்கு தலைவர்கள் கோட் சூட்டுடன் தயாராகிக் கொண்டிருந்தபோது, தனது நுங்கம்பாக்கம் வீட்டில் கவலையோடு இருந்தார் அண்ணா.

'தவறு நடந்து விட்டது. இவ்வளவு சீக்கிரம் நாம் பொறுப்புக்கு வந்திருக்கக் கூடாது. இன்னும் சில காலம் நாம் பொறுத்திருந்திருக்க வேண்டும்.

நாட்டுக்கு சுதந்திரம் வாங்கித் தந்த காங்கிரசை எறிந்து விட்டு, நம்மை தேர்ந்தெடுத்துள்ளனர் மக்கள். நம் மீது பெரும் பொறுப்பு சுமத்தப் பட்டிருக்கிறது. மிகக்கவனமாக இருக்க வேண்டும் என தனக்கு நெருங்கிய நண்பர்களிடம் சொன்னார்.'

அரசியல் கட்சிகள் அநாகரீகமாக ஒருவரையொருவர் தாக்கிக் கொள்ளும் நிலைதான் இன்றைய அரசியல். ஆனால் 1967 தேர்தலில் காமராஜர் தோற்ற தகவல் வந்தபோது எதிர் முகாமில் இருந்த அண்ணா கலக்க முற்றார்.

'காமராஜர் போன்ற அனுபவசாலிகள் தோற்றது நமக்கும் தோல்வி போன்றதே. சட்டமன்றத்தில் அவர் இருந்திருந்தால் நாம் இன்னும்

சிறப்பாக செயல்பட அது உதவியிருக்கும்' என்று மனம் திறந்து சொன்னார் அண்ணா.

'வெற்றியைக் கொண்டாடுகிறேன் பேர்வழி' என தோற்றுப் போயி ருக்கும் காங்கிரஸ் கட்சியை சங்கடப்படுத்தக் கூடாது. கொஞ்ச நாள் கொண்டாட்டங்களைத் தள்ளிப் போடுங்கள்' என கண்ணியத்தோடு தன் தம்பிகளுக்கு கட்டளையிட்டார்.

1957 தேர்தலில் அண்ணாவின் வீட்டு முன் அவரை அருவருப்புடன் விமர்சித்து எழுதி வைக்கப்பட்டது. 'இரவில் படிக்கச் சிரமமாக இருக்கும். ஒரு லாந்தர் விளக்கை வையுங்கள். இதை எழுதியவரின், தகுதியை ஊர் தெரிந்து கொள்ளட்டும்' என்றார் தம்பிகளிடம்.

அறிஞர் அண்ணா 1963ம் ஆண்டில் நாடாளுமன்ற மாநிலங்களவை உறுப்பினர். நாடாளுமன்றத்தில் சென்னை மாகாணம் என்பதை தமிழ்நாடு எனப் பெயர் மாற்றும் செய்யக் கோரும் தீர்மானம் ஒன்றை அவர் கொண்டு வந்தார். காங்கிரஸ் பலத்த எதிர்ப்பு தெரிவித்தது.

எம்.என்.லிங்கம் என்ற உறுப்பினர், 'தமிழ்நாடு' எனப் பெயர் மாறினால் நீங்கள் என்ன லாபம் அடைந்து விடப் போகிறீர்கள்? என்று கேட்டார்.

'நாடாளுமன்றத்தின் மாநிலங்களவைக்கு ராஜ்யசபா என்றும், மக்களவைக்கு லோக் சபா என்றும், ஜனாதிபதிக்கு ராஷ்ட்டிரபதி என்றும் பெயர் மாற்றம் செய்திருக்கிறீர்களே, இதனால் நீங்கள் கண்ட லாபம் என்ன?' என்று அண்ணா கேட்டதும் காங்கிரஸ் உறுப்பினர்களிடமிருந்து பதிலேதுமில்லை.

●

அண்ணாதுரை இந்துக் குடும்பத்தில் பிரிந்தவாராயிருந்தாலும் அவரின் கோட்பாடு சமயம் சாராதவராகவே வெளிப்படுத்தப்பட்டது. அவர் 'ஒன்றே குலம், ஒருவனே தேவன்' என்ற கோட்பாட்டை வெளிப்படுத்தி னார்.

கடவுள் ஒன்று. மனித நேயமும் ஒன்றுதான் என்பது அவர் கட்சியின் கொள்கை பரப்பாகவும் அவரின் தொண்டர்களாக கருதப்படும் அவரின் தம்பிகளின் கட்சி வாசமாகவும் பின்பற்றப்பட்டது. அவர் ஒரு நேர் காணலில் 'நான் எப்போதுமே கடவுளிடம் உண்மையான நம்பிக்கை யுடன் வாதாடுபவன்' என்றார்.

அண்ணாதுரை மூடநம்பிக்கை மற்றும் சமயச் சுரண்டல்களையும் பலமாகச் சாடினார். ஆனால் என்றுமே அவற்றின் சமூக தத்துவார்த்தங் களில் தலையிட்டதோ எதிர்த்ததோ இல்லை.

அறிஞர் அண்ணா அவரது கட்சியின் முக்கிய கொள்கை முழக்க மாகவும், அவரது கட்சியின் பண்பாடாகவும், கடமை, கண்ணியம், கட்டுப்பாடு ஆகிய மூன்று வார்த்தைகளை முன்மொழிந்தார். பொது வாழ்வில் ஒவ்வொருவரும் கடைப்பிடிக்க வேண்டிய அடிப்படையான பண்பாடு களாக இவை கருதப்பட்டன.

திராவிடர் கழகத்தில் அண்ணாதுரை இடம் பெற்றிருந்தபொழுது பெரியாரின் திராவிட நாடு கொள்கைக்கு ஆதரவு நல்கினார்.

தி.மு.க.வின் ஆரம்ப காலகட்ட கொள்கையிலும் இது இடம் பெற் றிருந்தது குறிப்பிடத்தக்கது. பெரியாரின் வாரிசாக கருதப்பட்ட ஈ.வெ.கி. சம்பத் திராவிட நாடு கொள்கையை எதிர்த்து திராவிட நாடு கோரிக்கை நிச்சயமற்ற இலக்கை அடைய எடுக்கப்படும் வீண்முயற்சி என்று கருதி தி.மு.க.வில் இணைந்தவர் ஆவார்.

ஈ.வெ.கி. சம்பத்தின் கொள்கையை வலியுறுத்தும் விதமாக அண்ணாதுரை இவ்வாறு அறிவித்தார். 'நாம் அதிக தேர்தலை சந்திக்க சித்தமாயிருக்க வேண்டும். அதன் மூலம் அதிகத் தொகுதிகளை மக்களின் நம்பிக்கைகள் மூலம் வென்றிட எத்தனை தடைகள் வந்தாலும் மீண்டும் மீண்டும் அதை எதிர்த்து போராட எண்ணம் கொண்டு செயல்பட வேண்டும்'.

தமிழ்த்திரைக் கலைஞர்களை முன்நிறுத்தி திராவிட முன்னேற்றக் கழகம் செயல்பட்டது. இது ஈ.வெ.கி. சம்பத்திற்கு அக்கட்சியில் அதிருப்தியை உருவாக்கியது. அதன் காரணமாக தி.மு.க.விலிருந்து விலகி தமிழ் தேசிய கட்சி என்ற தனிக்கட்சியை 1961ல் துவங்கினார்.

1962ல் அண்ணா மாநிலங்களவையில் திராவிடர்கள் தங்கள் சுய மரியாதையை காத்துக் கொள்ள விரும்புகின்றனர். நாங்கள் கோருவது தென்னிந்தியா என்ற தனிநாடு என்று உரையாற்றினார்.

இந்தியா மொழிவாரி மாநிலமாக அந்தந்த மாநில மொழிகளுக்கு முக்கியத்துவம் தரும் வகையில் கன்னடம், தெலுங்கு மற்றும் மலை யாளம் என சென்னை இராஜதானியிலிருந்து அந்தந்த மொழிவாரியான மாநிலங்கள் பிரிக்கப்பட்டு தமிழர்கள் வாழும் பகுதி மதராஸ் மாநிலமாக

உருவாக்கப்பட்டது.

இதன் உள்ளார்ந்த உண்மையை அறிந்த பிறகு அண்ணாதுரை திராவிட நாடு திராவிடர்களுக்கே என்ற கோரிக்கையை கை விட்டு தமிழ்நாடு தமிழர்களுக்கே என்று மாற்றினார்.

இந்திய சீனப்போர் இந்திய அரசியலமைப்பில் சில மாறுதல்களை உருவாக்கியது. இந்தியாவின் 16வது திருத்தச் சட்டமாக பிரிவினை வாதத்தை முற்றிலும் தடைசெய்யும் விதமாக கொண்டு வரப்பட்டது. இந்த சட்டம் இந்திய நாடாளுமன்றத்தில் முன்வைக்கப்படும்பொழுது அண்ணாதுரை நாடாளுமன்ற உறுப்பினராக இருந்தார்.

இச்சட்டத்தை அண்ணாதுரை பலமாக ஆட்சேபித்தும் அச்சட்டம் நிறைவேற்றப்படுவதை அவரால் தடுக்க முடியவில்லை. அதன் விளைவாக தி.மு.க கட்சியினர் அக்கோரிக்கையை வலியுறுத்துவதிலிருந்து தங்களை விலக்கிக் கொண்டனர். தி.மு.க.வின் தனித்தமிழ் நாடு கோரிக்கை கிடப்பில் போடப்பட்டது.

அது முதல் அண்ணாதுரை நடுவண் அரசின் இணக்கமான ஆதரவை தென்னிந்திய மாநிலங்கள் பெறும் விதமாக தன்னுடைய மாநில சுயாட்சிக் கொள்கையை வலியுறுத்த ஆரம்பித்தார்.

மாநில சுயாட்சி கொள்கையில் அவர் கட்சியின் நிலைப்பாட்டை இவ்வாறு தெளிவுபடுத்தினார்.

திராவிட நாடு என்பது எங்களது தனிக் கொள்கை. அவற்றை பேசவோ, எழுதவோ உகந்த சூழ்நிலை இப்போது இல்லை. நாங்களே நாட்டின் நிலைமையறிந்து அதனால் எழும் விளைவுகளை அறிந்து கைவிட்டோம். அக்கட்சியே அவற்றிலிருந்து விலக்கிக் கொண்டபோது அக்கொள்கை பரவவோ மீண்டும் எழவோ வாய்ப்பில்லை. இதை முன்னிறுத்தியே அக்கொள்கையை கைவிட்டோம்.

26

திராவிடக் கழக வாரிசு யார்?

1933ம் ஆண்டு பெரியாரின் மனைவி நாகம்மையார் மறைந்த துயரம் மனதில் இருந்தபோதும், பொது வாழ்க்கைக்கு இனி குடும்ப பந்தம் இடையூறாக இருக்காது எனக் கூறி புறப்பட்டவர் தந்தை பெரியார். ஆனால் அவரை திருமணம் செய்து கொள்ள வலியுறுத்தி அவரது உறவினர்கள் எவ்வளவோ வற்புறுத்தியும் மறுமணத்திற்கு சம்மதிக்கவில்லை பெரியார்.

இந்த நிலையில்தான் நாகம்மையாரின் மறைவுக்குப் பிறகு 1943ம் ஆண்டு பெரியாரின் இயக்கத்தில் இணைந்தார் மணியம்மை.

தந்தை பெரியாருக்கு செவிலித் தாயாக, இயக்க புத்தக மூட்டைகளை சுமந்த விற்பனையாளராக, பெரியாரின் செயலாளராக, நற்பணியாள ராக, இப்படி இயக்கத்துக்கும் பெரியாருக்கும் தன் வாழ்வின் அத்தனை இன்னல்களையும் கடந்து, வாழ்க்கையை நடத்திக் கொண்டிருந்தார்.

தனக்குப் பிறகு கழகத்தின் சொத்துக்களுக்கு ஒரு வாரிசு வேண்டும்

என்கிற எண்ணம் பெரியாரை வாட்டி வதைத்தது. அப்படி மணியம்மையை வாரிசு ஆக்கவே 1949ல் அவரைத் திருமணம் செய்து கொள்ளும் முடிவுக்கு வந்தார் பெரியார்.

எதிர்ப்பு, ஏளனம், கிண்டல், கேலி வசவுகள், பழிதூற்றல் இயக்கப் பிளவு அனைத்தையும் தாண்டி சட்டப்படி பெரியாரின் திருமணம் நடந்து முடிந்தது.

பெரியார் - அண்ணா இடையே அவ்வப்போது கருத்து வேறுபாடுகள் இருந்தாலும் பெரியாரின் பொருந்தா திருமணம் தான் தி.மு.க உருவாக காரணம். அதுவே அட்சாரமாக அமைந்தது.

இந்தத் திருமணம் எங்களை இழிவுபடுத்துகிறது. எங்கள் கொள்கையை பழிக்கிறது. இயக்கத்திற்கு துடைக்க முடியாத பழியைத் தருகிறது என கடுமையாக விமர்சித்த அண்ணா வெட்கப்படுகிறோம் அயலாரைக் காண, வேதனைப்படுகிறோம் தனிமையில் எனும் தலைப்பில் நீண்ட நெடிய கடிதம் எழுதினார்.

மணியம்மையை பொறுத்தவரை பெரியாரின் கருத்து என்னவோ அதுதான் அவர் கருத்தும். பெரியார் - மணியம்மை எனும் திருமண ஏற்பாடு ஓர் இயக்க பாதுகாப்பு ஏற்பாடுதான் என விடுதலை நாளேட்டிலும், குடியரசு வார இதழிலும் கட்டுரைகள் வெளியானது. திருமணம் என்பது சட்டப்படியான பெயரே ஒழிய காரியப்படி மணியம்மை தனக்கு வாரிசு என அறிவித்தார் பெரியார்.

'எனக்கு அரசியல் வாரிசு யாரும் கிடையாது. எனது கொள்கைக்கும் கருத்துக்களுக்கும் தான் வாரிசு. வாரிசு என்பது தானாக ஏற்பட வேண்டும்' என்பது பெரியாரின் வார்த்தைகள். இதனை மெய்ப்பிக்கும் வகையில் பின்னாளில் பெரியார் - மணியம்மை திருமணம் நடைபெற்றது.

பல்வேறு விசயங்களில் அண்ணாவுக்கும் பெரியாருக்கும் கருத்து வேறுபாடுகள் இருந்தது உண்மைதான்.

திராவிட விடுதலைக்காக போராட அமைக்கப்பட்ட திராவிட விடுதலைப் படையை கருஞ்சட்டை தொண்டர்கள் படையாக மாற்றினார் பெரியார். இதில் உடன்பாடு இல்லாதபோதும் அதனை ஆதரித்தே பேசி வந்தார் அண்ணா.

ஆனால் கருஞ்சட்டைப் படையினர் மட்டுமல்ல அனைவரும் கருப்புச்சட்டை அணிய வேண்டும் என்று பெரியார் கூறியபோது எதிர்த்தார் அண்ணா. தமிழர்களின் உடை வெள்ளை வேட்டி வெள்ளை சட்டை எனும்போது இது மக்களிடமிருந்து கழகத்தை விலகச் செய்து விடும் என்றார்.

கம்பராமாயணத்தை எரிக்க வேண்டும் என்று பேசி வந்த அண்ணா பின்னாளில் கம்பருக்கு சிலை வைக்க முனைந்தார்.

பெரியார் தீவிரமாக பகுத்தறிவு பேசி வந்த நிலையில் 1949ம் ஆண்டு அவரை விட்டு பிரிவதற்கு முன்பே வேலைக்காரி நாடகத்தில் 'ஒன்றே குலம் ஒருவனே தேவன்' என அண்ணா பிரகடனம் செய்தார்.

அண்ணாவுக்கும் பெரியாருக்கும் இடையே நாடகம் மற்றும் சினிமா தொடர்பாக கருத்து வேறுபாடுகள் எல்லாம் இருந்தது. மக்களை அதிக மாக சென்று சேர்வதற்கு நாடகம், சினிமா எளிய வழி என்று நினைத்தார் அண்ணா. பெரியாருக்கு அதில் நம்பிக்கை இல்லை. மக்களை அவை மழுங்கடிக்கும் என்றே அவர் கணித்தார்.

இந்நிலையில் தான் 1944 பிப்ரவரி மாதம் பிரபல நாடகக் குழுவான டி. கே. சண்முகம் குழுவினரின் முயற்சியால் 'தமிழ் மாகாண நாடகக் கலை அபிவிருத்தி மாநாடு' கூட்டப்பட்டது.

அண்ணா சிறப்பு பேச்சாளராக கலந்து கொண்டார். ஆனால் பெரும் பாலும் பக்தி நாடகங்களையே நடத்தும் நாடகக் குழுக்களின் இந்த மாநாடு உள்நோக்கமுடையது என்பது பெரியார் கருத்து.

மாநாட்டிற்கு முன்பாகவே அதனை எதிர்த்து குடியரசு பத்திரிகை செய்தி வெளியிட்டு வந்த நிலையில், மாநாடு முடிந்தபின் மாநாடு படுதோல்வி என்று எழுதியது.

ஆனால் அண்ணாவின் திராவிட நாடு இதழில் மாநாடு வெற்றி என செய்தி வந்திருந்தது. பெரியாரும், அண்ணாவும் தலைவராகவும், பொதுச் செயலாராகவும் இருந்தபோதும் இரு வேறு பத்திரிகைகள் நடத்தி வந்தனர்.

காரணம் அண்ணா பெரியாருடன் இணைந்த காலம் தொட்டே இருவருக் கும் இடையில் சின்னச் சின்ன கருத்து மோதல்கள் இருந்து வந்தது. கட்டுரைகளில் இருக்கும் கருத்து தொடர்பாக ஏற்படும் சண்டையால் அண்ணா பெரியாரிடம் கோபித்துக் கொண்டு காஞ்சிபுரம் சென்று

விடுவார். பெரியார் கடிதம் எழுதி அழைத்த பிறகு வந்து சேர்ந்து கொள்வார் அண்ணா.

இந்த காலக் கட்டங்களில்தான் 1942ம் ஆண்டில் தனியாக திராவிட நாடு பத்திரிகையைத் தொடங்கினார் அண்ணா. தனது கருத்துக்களை சொல்ல அவருக்கு தனிப் பத்திரிகை தேவைப்பட்டது.

இந்திய சுதந்திரம் இந்தியா - பாகிஸ்தான் பிளவை மட்டுமல்ல அண்ணா - பெரியார் பிளவையும் ஏற்படுத்தியது. இருவரும் வெவ்வேறு கருத்துக் களை தங்களது ஏடுகளில் சொல்ல வந்தாலும் இந்த விவகாரத்தில் சர்ச்சை உச்சம் தொட்டது.

'1947 ஆகஸ்ட் 15ம் தேதி சுதந்திரம் கிடைக்கவில்லை. வெள்ளைக் காரன் கையிலிருந்து கொள்ளைக்காரர்களான பிராமணர்கள் கையில் செல் கிறது' என்பது பெரியாரின் நிலைப்பாடு.

ஆகையால் அதனை துக்க நாளாக அனுசரிக்க வேண்டும் என்று பெரியார் கூறினார். பொதுச் செயலாளர் அண்ணாவின் கருத்தைக் கேட்காமலேயே கழகத்தின் சார்பாக துக்கநாள் என அறிவித்தார்.

ஆனால் அண்ணாவோ இரண்டு எதிரிகளில் ஒருவர் ஒழிந்தார் என்பதால் அது இன்பநாள் என எழுதினார். காரணம் பிரிட்டிஷாருக்கு ஆதரவான வர்கள் என்கிற பழி விழுந்து விடக் கூடாதே என்பதற்காக அப்படி பதிவிட்டிருந்தார். இதற்காக கட்சியை விட்டு நீக்கினாலும் பரவாயில்லை என்று குறிப்பிட்டிருந்தார்.

1948ல் ஈரோடு மாநாட்டில் தனக்குப் பிறகு அண்ணா தான் தலைவர் என தெரிவித்து விட்டு பெட்டிச் சாவியை அண்ணாவிடம் கொடுக்கிறேன் என்று கூறிய பெரியார், தனக்குப் பிறகு அண்ணா தேர்தல் பாதையை தேர்ந்தெடுத்து சமரசத்திற்கு ஆட்பட்டு விடுவார் என்கிற எண்ணம் உறுதியாகவே அம்முடிவை கைவிட்டார் பெரியார்.

இதன் பிறகு தனது வாரிசாக ஈ.வி.கி.சம்பத்தை நியமிக்க முயற்சித்து அவரைத் தத்து எடுப்பதற்கான அனைத்து ஏற்பாடுகளையும் செய்தார். ஆனால் சம்பத்தும் அண்ணாவின் சீடராக இருப்பதைக் கண்டு அதையும் பாதியிலேயே நிறுத்தி விட்டார்.

இது தவிர ஏற்கனவே அர்ஜுனன் என்பவரைத் தத்தெடுக்க திட்டமிட் டிருந்த நிலையில் அவர் 1946ம் ஆண்டு உயிரிழந்து விட்டிருந்தார்.

இதனையடுத்து அவருக்கு மணியம்மையைத் தவிர வேறு நபர்கள் யாரும் நம்பிக்கைக்கு உரியவர்களாக தெரியவில்லை. ஆகையால் அவர் மணியம்மையைத் தேர்ந்தெடுத்தார். அண்ணா அதையே காரணம் காட்டி தனது ஆதரவாளர்களுடன் வெளியேறினார்.

தேர்தல் ஜனநாயகத்தின் மீது பெரியாருக்கு எப்போதும் நம்பிக்கை இல்லை. அவர் தேர்தல் பிரச்சாரங்களில் ஈடுபட்டது கூட பெரும் ஆபத்தை தவிர்க்கும் நோக்கிலே அன்றி மாற்றங்களைக் கொண்டு வர முடியும் என்கிற எண்ணத்தில் அல்ல.

ஆனால் அண்ணாவோ தேர்தல் ஜனநாயகம் வழியாக தான் படைக்க விரும்பும் பொன்னுலகத்தை அடைய முடியும் எனக் கருதினார்.

அண்ணா இதற்கான முயற்சியை பெரியாரின் சீடராக மாறுவதற்கு முன்பே ஈடுபட்டுள்ளார். அவருடைய அரசியல் வாழ்வே தேர்தலுடன் தொடங்கி இருக்கிறது என்று கூட சொல்ல முடியும். 1934ம் ஆண்டிலே பெரியாரின் அறிமுகம் அண்ணாவிற்கு கிடைத்திருந்த போதிலும் 1935ம் ஆண்டு தனது 26 வது வயதில் சென்னை நகர சபை தேர்தலுக்கு நீதிக்கட்சியின் சார்பாக போட்டியிட்டார் அண்ணா. அதில் அவரால் வெற்றி பெற முடியவில்லை.

இதன் பிறகே 1937ம் ஆண்டு சுயமரியாதை இயக்கத்திற்குள்ளும் பெரியார் நடத்தி வந்த குடியரசு பத்திரிகையும் தன்னைத் தீவிரமாக பிணைத்துக் கொண்டார். அதே சமயத்தில் பெரியாரோ தேர்தலில் போட்டியிட்டு வந்த நீதிக் கட்சியின் தலைவராகப் பொறுப்பேற்ற பிறகு, நீதிக்கட்சியையே தேர்தல் பாதையிலிருந்து வெளியேற்றுகிறார்.

அதனை திராவிடர் கழகமாக மாற்றுகிறார். இந்த மாற்றத்தை அவர் அண்ணா மூலம் கொண்டு வந்ததுதான் வரலாற்று முரண். 1944ம் ஆண்டு சேலம் மாநாட்டில் அண்ணா முன்மொழிந்த தீர்மானங்கள் அடிப்படையிலேயே நீதிக்கட்சி தேர்தல் பாதையை விடுத்து அரசியல் இயக்கமாக மாறியது.

திராவிடர் கழகத்தார் தேர்தலில் பங்கெடுக்காமல் பலத்தை நிரூபிக்காமல் எப்படி திராவிட நாடு பெற முடியும் என்கிற மறைமுகமான கேள்வியை அண்ணா எழுப்பினார்.

27

கடமை - கண்ணியம் - கட்டுப்பாடு

கடமை - கண்ணியம் - கட்டுப்பாடு என்ற கொள்கை முழக்கத்தின் காவலராக தமது பொது வாழ்வு முழுவதும் வாழ்ந்த அண்ணாதுரை, சின்ன காஞ்சிபுரத்தில் வரகுவாசல் தெருவில் கதவெண் 54 உள்ள வீட்டில் செங்குந்தக் கைக்கோள முதலியார் மரபில் கைத்தறி நெசவாளர் நடராஜன் முதலியார் - பங்காரு அம்பாள் தம்பதியருக்கு 1909 செப்டம்பர் 15ஆம் தேதியன்று மகனாகப் பிறந்தார்.

அண்ணாவின் அன்னை பங்காரு அம்மாள் அண்ணா சிறுவயதாக இருக்கும்போதே இறந்து விட்டதால் அவரது தந்தை நடராஜன் இராஜாமணி என்பவரை மறுமணம் செய்து கொண்டார்.

அண்ணாவை இராஜாமணி அம்மாள் தான் வளர்த்து வந்தார். அவரை அண்ணா தொத்தா என்று அன்புடன் அழைப்பார்.

அண்ணா மாணவப் பருவத்திலேயே ராணியம்மையாரை மணம் புரிந்தார். இவர்களுக்கு குழந்தை இல்லாததால் தமது தமக்கையின் பேரக்

குழந்தைகளை தத்தெடுத்து வளர்த்தனர்.

பச்சையப்பன் உயர்நிலைப் பள்ளியில் சேர்க்கப்பட்ட அண்ணாதுரை குடும்ப வறுமை காரணமாக பள்ளியிலிருந்து தனது படிப்பை தற்காலிக மாக நிறுத்திக் கொண்டு நகராட்சி அலுவலகத்தில் உதவியாளராக சிறிது காலம் பணிபுரிந்தார்.

1934ல் இளங்கலைமானி மேதகைமை (ஆனர்ஸ்) மற்றும் அதனைத் தொடர்ந்து முதுகலைமானி பொருளியல் மற்றும் அரசியல் பட்டப் படிப்புகளை சென்னை பச்சையப்பன் கல்லூரியில் பயின்றார்.

பின்பு பச்சையப்பன் உயர்நிலைப் பள்ளியில் ஆங்கில ஆசிரியராகப் பணி யாற்றினார். ஆசிரியப் பணியை இடைநிறுத்தி பத்திரிகைத் துறையிலும், அரசியலிலும் ஈடுபாடு கொண்டார்.

●

சட்டமன்றத்தில் அண்ணாதுரை எதிர்க்கட்சியாக இருந்தபொழுதும், ஆளுங்கட்சியாக இருந்தபோதும் அவரது பணி சிறந்ததாகவே கருதப் பட்டது.

அவரின் பேச்சு கண்ணியத்துடன் எதிர்த்து கேள்வி கேட்பவரையும் சிந்திக்க வைக்கவும் கோபக் கணைகளுடன் வார்த்தைகளை தொடுப் பவர்களையும் வெட்கித் தலைகுனிய வைக்கும் நிலையிலேயே அவரின் பேச்சுக்கள் அமைந்திருந்தன.

1962ல் அண்ணாதுரை மற்றும் அவரது கட்சியினர் 50 உறுப்பினர்கள் வெற்றி பெற்று சட்டமன்றத்தில் இடம் பெற்றிருந்தபோது ஆளும் காங்கிரஸ் சார்பில் வைக்கப்பட்ட குற்றச்சாட்டுக்கு மிக சாதுர்யமாக பதிலளித்ததைக் கண்டு ஆளுங்கட்சியான காங்கிரஸ் கட்சியே வியந்தது.

அவர்கள் அண்ணாவை நோக்கி வைத்த குற்றச்சாட்டு, அண்ணாதுரை யால் நல்ல எதிர்க்கட்சியாக இயங்கத் தெரியவில்லை என்று கேலியுடன் தெரிவித்த குற்றச்சாட்டுக்கு இவ்வாறு பதிலுரைத்தார்.

“நீங்கள் எதிர்க்கட்சி சரியில்லை என்று அடிக்கடி சொல்லிக் கொண்டிருப் பதைப் பார்த்தால் விரைவில் நீங்களே அந்தக் குறையைப் போக்கி விடு வீர்கள் என எண்ணுகிறேன். நாங்கள் ஒரு காலத்தில் நீங்கள் இப்போது உள்ள இடத்தில் அமர வேண்டியவர்கள் என்பதால் பொறுப்புணர்ந்து

அடக்கத்துடன் கூறுகிறேன்" என்று குறிப்பிட்டார் அண்ணா.

ஈரோடு பெட்டிச்சாவி மாநாடு நிகழ்ந்து ஓராண்டுக்குள்ளாகவே தி.க உடைந்து தி.மு.க உருவானது. தி.க போல இயக்க அரசியலை மட்டுமே முன்னெடுத்தது என்று சொன்னது.

ஆனால் பெரியார் சொன்னது போலவே தி.மு.க கட்சி தொடங்கிய நான்கே ஆண்டுகளில் தேர்தல் பாதையைத் தேர்ந்தெடுத்தது தி.மு.க.

தி.மு.க ஆட்சிக்கு வந்த பிறகு அண்ணா நினைத்தது போலேவே பெரியாரின் சமூக நீதிக் கொள்கைகள் சட்டமாகின. பெரியார் எச்சரித்தது போலவே தேர்தல் அரசியல் காரணமாக பல சமூக நீதிக் கொள்கைகளில் நிறைய சமரசம் செய்து கொள்ள தி.மு.க தள்ளப்பட்டது.

பெரியாரைப் பொருத்தவரையில் இந்த அரசு இயந்திரம் சுரண்டலின் வழிமுறையோடு இயங்குகிறது. அது எப்போதும் சாதி வர்க்க அடிப்படை யில் மேல்தட்டில் இருப்பவர்களின் நலனுக்காகவே இருக்கிறது. ஆகை யால் இந்த அரசால் சமூக, பொருளாதார ரீதியாக ஒடுக்கப்படுகின்ற வர்களுக்கு எதுவும் நன்மை செய்ய முடியாது என்கிற கருத்தைக் கொண்டிருந்தார்.

●

1957ல் நடைபெற்ற தி.மு.க. இந்தி எதிர்ப்பு மாநாட்டில், தமிழ்நாட்டில் மத்திய அரசால் இந்தி திணிக்கப்படுவதை வன்மையாக எதிர்ப்பதென தீர்மானம் நிறைவேற்றப்பட்டது.

அக்டோபர் 13, 1957 அன்றைய நாளை இந்தி எதிர்ப்பு நாளாக பெருந் திரளான மக்களுடன் அமைதியான முறையில் கடைப்பிடிப்பது என முடிவானது.

இப்போராட்டத்துக்கு தலைமை தாங்கிய கருணாநிதி மத்திய அரசின் இந்தித் திணிப்பை எதிர்த்து, மொழிப் போராட்டம் எங்கள் பண் பாட்டைப் பாதுகாக்க, இஃது எமது மக்களின் தன்மானம் மற்றும் எங்களது கட்சியின் அரசியல் கொள்கை. மேலும் இந்தி என்பது உணவு விடுதியிலிருந்து எடுத்துச் செல்லும் உணவு. ஆங்கிலம் என்பது ஒருவர் சொல்ல அதன்படி சமைக்கப்பட்ட உணவு.

தமிழ் என்பது குடும்பத் தேவையறிந்து, விருப்பமறிந்து ஊட்ட மளிக்கும் தாயிடமிருந்து பெறப்பட்ட உணவு என்று முழக்கமிட்டார். அக்டோபர் 1963 இந்தி எதிர்ப்பு மாநாடு சென்னையில் கூட்டப்பட்டது. இந்தித் திணிப்பு எதிர்ப்புப் போராட்டம் மத்திய அரசின் புரிந்து கொள்ளாமையை உணர்த்தும்விதமாக இந்திய அரசியலமைப்பு தேசிய மொழிகள் சட்ட எரிப்பு போராட்டம் நடத்துவதென மாநாட்டில் தீர்மானிக்கப்பட்டது.

நவம்பர் 16 அன்று அண்ணாதுரையும், நவம்பர் 19 அன்று கருணாநிதியும் கைது செய்யப்பட்டு 25 நவம்பர் அன்று உயர்நீதிமன்ற ஆணையால் விடுவிக்கப்பட்டனர்.

அண்ணாத்துரை முதலமைச்சரான இரண்டு வருடத்திற்குள் புற்றுநோய் தாக்குதலுக்குள்ளாகி மருத்துவ பராமரிப்பிலிருக்கும் பொழுது 3 பிப்ரவரி 1969 அன்று மரணமடைந்தார். அவர் புகையிலையை உட்கொள்ளும் பழக்கமுடையவராக இருந்ததால் இந்நோய் தீவிரமடைந்து மரண மடைந்தார்.

அவரின் இறுதி மரியாதையில் பெருந்திரளான மக்கள் கலந்து கொண்டனர். இந்நிகழ்வு கின்னஸ் உலக புத்தகத்தில் இடம் பெற்றது. இறுதி மரியாதையில் சுமார் 1 கோடியே 50 லட்சம் பேர் கலந்து கொண்டு இறுதி மரியாதை செலுத்தினர். இவரின் உடல் சென்னை மெரினா கடற்கரையில் அடக்கம் செய்யப்பட்டது.

இவரின் நினைவைப் போற்றும் வகையில் இவ்விடம் அண்ணா சதுக்கம் என்ற பெயரில் பொது மக்கள் அஞ்சலி செலுத்தும் வகையில் அமைக்கப் பட்டுள்ளது.

தமிழ்நாடு அரசு அண்ணாவின் நினைவாக இவர் வாழ்ந்த காஞ்சிபுரம் இல்லத்தை பேரறிஞர் அண்ணா நினைவு இல்லம் என்கிற பெயரில் நினைவுச் சின்னமாக மாற்றியுள்ளது.

இங்கு அண்ணா அமர்ந்த நிலையிலான சிலை வைக்கப்பட்டுள்ளது. அண்ணாவின் வாழ்க்கை வரலாறு தொடர்பான புகைப்படங்கள் கண் காட்சியாக வைக்கப்பட்டுள்ளது.

28

நீதிக்கட்சியிலிருந்து ஆட்சிக்கட்டில் வரை

அண்ணாதுரை அரசியலில் ஈடுபாடு கொண்டு நீதிக்கட்சியில் 1935ல் தன்னை ஈடுபடுத்திக் கொண்டார். நீதிக்கட்சி பிராமணரால்லாதோருக்கான அமைப்பாக 1917ல் மதராஸ் ஒருங்கிணைப்பு இயக்கம் என்ற அமைப்பிலிருந்து உருவாக்கப் பட்டது.

ஆரம்பத்தில் பிராமணரல்லாதோர் மாணவர்களின் கல்விச் செலவை ஏற்கும் விதத்திலும் அவர்களின் கல்வி மேம்பாட்டிற்கு வழிவகை செய்யும் விதமாக பல உதவிகளை புரிந்து வந்தது.

பின்னாளில் இது அரசியல் கட்சியாக சர்.பி.டி தியாகராய செட்டி மற்றும் டி.எம். நாயர் தலைமையில் துவங்கப்பட்டது.

இக்கட்சி பின்னர் தென்னிந்தியர் நலவுரிமைச்சங்கம் எனப் பெயரிடப் பட்டு பின் நீதிக்கட்சியாக பெயர் மாற்றம் கண்டது.

இக்கட்சியே சென்னை இராசதானியில் சுயாட்சி முறையைப் பின்பற்றி 1937ல் இந்திய தேசிய காங்கிரசால் தோற்கடிக்கப்படும் வரை ஆட்சியில்

இடம் பெற்றிருந்தது. அந்த நேரத்தில் அண்ணாதுரை நீதிக்கட்சியில் பெரியாருடன் சேர்ந்தார். பெரியார் அப்பொழுது நீதிக்கட்சியின் தலைவராகப் பொறுப் பேற்றிருந்தார்.

அண்ணாதுரை நீதிக்கட்சி பத்திரிக்கையின் உதவி ஆசிரியராக பொறுப்பேற்றிருந்தார். பின்பு விடுதலை மற்றும் அதன் துணைப் பத்திரிக்கையான குடியரசு பத்திரிகைக்கு ஆசிரியர் ஆனார்.

பிறகு தனியாக திராவிட நாடு என்ற தனிநாளிதழை தொடங்கினார்.

1944ல் பெரியார் நீதிக்கட்சியை திராவிடர் கழகம் என்று பெயர் மாற்றி னார். தேர்தலில் போட்டியிடுவதையும் கைவிட்டார்.

பிரித்தானிய காலனி ஆதிக்கத்தை இந்திய தேசிய காங்கிரசு மிக வன்மை யாக எதிர்த்து இந்தியாவின் சுதந்திரத்துக்கு வழிவகுத்தது.

இக்கட்சி பெரும்பாலும் பிராமணர்கள் மற்றும் வடஇந்தியர்களின் ஆதிக்கம் மிகுந்த கட்சியாக தென்னிந்திய மக்களாலும் குறிப்பாக பெரியாராலும் தமிழர்களாலும் பெரிதும் விமர்சிக்கப்பட்டது.

இவர்களிடமிருந்து தென்னிந்தியாவை மீட்க பெரியார் பெரிதும் விரும்பினார். இக்காரணங்களை முன்வைத்தே பெரியார் இந்தியாவின் சுதந்திர தினமான ஆகஸ்டு 15, 1947 அந்த நாளை கருப்பு தினமாக எடுத்துக் கொள்ளுமாறு தொண்டர்களுக்கு அழைப்பு விடுத்தார்.

அண்ணாதுரை இக்கருத்தில் முரண்பட்டார். இக்கருத்து பெரியாருக்கும் அவரின் ஆதரவாளர்களுக்கும் கருத்து வேறுபாட்டால் விரிசல் ஏற்படக் காரணமாயிற்று.

அண்ணாதுரை இந்தியாவின் சுதந்திரம் அனைவரின் தியாகத்தாலும், வியர்வையினாலும் விளைந்தது. அது வெறும் ஆரிய, வட இந்தியர்களால் மட்டும் பெற்றது அல்ல என்று வலியுறுத்தினார்.

திராவிடர் கழகம் ஜனநாயகமான தேர்தலில் பங்கு கொள்ளாமல் விலகி நிற்கும் பெரியாரின் கொள்கையை எதிர்த்தும் அண்ணாதுரை முரண் பட்டார். இதன் வெளிப்பாடாக 1948ல் நடைபெற்ற கட்சிக் கூட்டத்தி லிருந்தும் வெளிநடப்பு செய்தார்.

பெரியார் தேர்தலில் பங்குபெறுவதால் தனது பகுத்தறிவு, சுய மரியாதை, தீண்டாமை ஒழிப்பு மூடநம்பிக்கை ஒழிப்பு போன்ற அவரின் கொள்கை

களுக்கு சமாதானமாக போகக் கூடிய நிலையை அல்லது சற்று பின் வாங்கும் நிலைபாட்டை அவர் கட்சிக்கு ஏற்படுத்துவதில் பெரியார் விரும்பவில்லை.

அரசியலுக்கு அப்பாற்பட்டு இருந்தாலொழிய சமுதாய சீர்திருத்தங்களை, சமுதாய விழிப்புணர்வு பிரச்சாரங்களைத் தடையின்றி அரசுக் கெதிராகவும் மேற்கொள்ள முடியும் என்பதை பெரியார் நம்பினார்.

இறுதி நிகழ்வாக பெரியார் தன்னை விட 40 வயது இளையவரான மணியம்மையாரை மணம் புரிந்ததால் அண்ணாதுரை தனது ஆதரவாளர்களுடன் வெளியேறினார்.

அண்ணாதுரை மற்றும் பெரியாரின் அண்ணன் மகன் மற்றும் வாசு என கருதப்பட்டவரும் திராவிடர் கழகத்திலிருந்து பிரிந்தவருமான ஈ.வெ.கி. சம்பத் மற்றும் திராவிடர் கழகத்திலிருந்து பிரிந்தவர்களுடன் இணைந்து புதிய கட்சி துவங்க முடிவெடுக்கப்பட்டது.

அதன்படி 17 செப்டம்பர் 1949 அன்று திராவிட முன்னேற்றக் கழகம் என்ற கட்சி கொட்டும் மழையில் ராபிசன் பூங்காவில் தொடங்கப் பட்டது.

அண்ணாதுரை அதன் நிறுவன பொதுச் செயலாளர் ஆனார். அண்ணாதுரை ஏழைகள் மற்றும் கீழ்த்தட்டு சாதி வகுப்பினரின் சமூக உரிமைகளுக்காக பாடுபட்டமையால் அம்மக்களின் அபரிமிதமான செல்வாக்கை வெகு விரைவிலேயே பெற்றார் என்று இந்தியாவின் தலித் கலைக் களஞ்சியம் கூறுகிறது.

அவர் தொடங்கிய தி.மு.கவும் செல்வாக்கு பெற்றது. தேர்தல் அரசியலில் ஆர்வம் கொண்ட தி.மு.க. பங்கெடுத்த முதல் சட்டமன்ற தேர்தலிலேயே 13 இடங்களை கைப்பற்றியது.

●

தென்னாட்டின் அரசியல் வரலாற்றில் திராவிட அரசியலை நிலை நிறுத்தியவர், சமதர்மம் சமுதாயம் நிலவ, எல்லாமும் எல்லாருக்கும் கிடைக்க வேண்டும், தமிழினம் தலைநிமிர்ந்து நடக்க வேண்டும் என்று உழைத்தவர் பேரறிஞர் அண்ணா.

1967ம் ஆண்டு தமிழகத்தின் அரசியலில் வெள்ளி முளைத்தது. பேரறிஞர் அண்ணா முதலமைச்சரானார்.

பேரறிஞர் அண்ணா முதல் அமைச்சராக பணியாற்றிய காலத்தில் திராவிட முன்னேற்ற கழக அரசு செய்த சாதனைகள் திராவிட ஆட்சியின் தனித்தன்மையை உலகிற்கு உணர்த்தின.

திராவிட முன்னேற்றக் கழகத்தின் ஆட்சியில் பேரறிஞர் அண்ணா செய்த அற்புதமான சாதனைகள் சில :-

1. 1967ல் பேரறிஞர் அண்ணா முதலமைச்சர் ஆனதும் மெட்ராஸ் ஸ்டேட் என்று இருந்ததை தமிழ்நாடு என்று பெயரிட்டார்.
2. தந்தை பெரியாரின் கொள்கையான சுயமரியாதை திருமணங்கள் செல்லுபடியாகும் என அரசாணையை கொண்டு வந்தார்.
3. தமிழக மக்களின், மாணவர்களின் இந்தி எதிர்ப்பு உணர்ச்சியை மனதில் கொண்டு, இந்தியத் துணைக் கண்டம் முழுவதும் மும்மொழித் திட்டம் அமுலில் இருந்தபோது தமிழில் இரு மொழித் திட்டம் கொணர்ந்து தமிழ், ஆங்கிலம் இரண்டு மட்டும்தான் இங்கு இந்திக்கு இடமில்லை என்று தீர்மானம் இயற்றினார்.
4. பதவி ஏற்கும் போது கடவுள் பெயரால் என்று சொல்லி பதவி ஏற்காது மனசாட்சி படி உளமார எனச் சொல்லி பதவி ஏற்றார்.
5. அண்ணா அரசு அமைந்ததும் ஆகாஷ்வாணி என்பது வானொலி என அழைக்கப்பட்டது.
6. ஏழை, எளியோருக்கு பயன்படும் வகையில் சென்னை, கோவை இரு நகரங்களிலும் ரூபாய்க்கு 1 படி அரிசி வழங்கியது.
7. புன் செய் நிலங்களுக்கு நிலவரி ரத்து செய்யப்பட்டது.
8. பேருந்துகள் அரசுடைமை ஆக்கப்பட்டது.
9. பி.யு.சி வரையில் ஏழைகளுக்கு இலவசக் கல்வி அளிக்க ஏற்பாடு செய்யப்பட்டது.
10. பேருந்துகளில் திருக்குறள் இடம் பெறச் செய்தது.
11. கலப்பு திருமணம் செய்து கொள்வோரை ஊக்கப்படுத்தும் விதத்தில் தங்க விருது அளிக்கப்பட்டது.
12. சென்னையில் உள்ள குடிசை வாசிகளுக்கு தீ பிடிக்காத வீடுகள் கட்டித் தந்தார்.

13. *1968ல் இரண்டாவது உலகத்தமிழ் மாநாடு சென்னையில் நடத்தினார்.*

14. *கடற்கரைச் சாலையில் தமிழ்ச் சான்றோர்களுக்கு சிலை நிறுவினார்.*

15. *அரசு அலுவலங்களில் உள்ள கடவுள் படங்களை நீக்க உத்தர விட்டார்.*

16. *சென்னை செகரட்டரியேட் என்பதை தலைமைச் செயலகம் என மாற்றியமைத்தார்.*

17. *விதவைத் திருமணம் செய்து கொள்வோருக்கு வேலை வாய்ப்பில் முன்னுரிமை வழங்கினார்.*

●

7.6.1967 அன்று திருச்சி மாநகரில் பெரியார் மாளிகையில் பெரியாரால் நடத்தி வைக்கப்பட்ட கம்யூனிஸ்ட் கட்சித் தலைவர் ப.ஜீவானந்தம் அவர் களின் மகள் உஷாவின் திருமணத்தில் கலந்து கொண்டு உரையாற்றிய முதலமைச்சர் அண்ணாவின் உரையிலிருந்து :-

'என்னுடைய பொது வாழ்வில் எனக்கு கிடைத்த ஒரே தலைவரான பெரியார் அவர்களே! நமது தமிழ்நாட்டில் மட்டும் வயதானவர்கள் வீட்டிற்கு பெரியவர்களாக வீட்டிலேயே இருப்பார்கள். அவரது பிள்ளைகள் வெளியூர்களில் ஒருவர் டாக்டராகவும், ஒருவர் எஞ்சினிய ராகவும், ஒருவர் வக்கீலாகவும் இருப்பர்.

அந்தப் பெரியவர் தன் மகன்களைச் சுட்டிக்காட்டி அதோ போகிறானே அவன்தான் பெரியவன், டாக்டராக இருக்கிறான், இவன் அவனுக்கு அடுத்தவன் என்ஜினியராக இருக்கிறான். அவன் சிறியவன் வக்கீலாக இருக்கிறான். இவர்கள் எல்லோரும் எனது பிள்ளைகள் என்று கூறிப் பூரிப்பும் மகிழ்ச்சியும் அடைவர்.

அதுபோலப் பெரியவர்கள் நம்மாலே பயிற்சியளிக்கப்பட்டவர்கள் பல்வேறு கட்சிகளில் இருந்தாலும் அவன் என்னிடமிருந்தவன், இவன் என்னுடன் சுற்றியவன் என்று சொல்லிக் கொள்ளக்கூடிய பெருமை இந்தியாவிலேயே பெரியார் ஒருவருக்குத்தான் உண்டு.

காங்கிரசில் இருப்பவர்களைப் பார்த்து, தி.மு.க.வில் இருப்பவர்களைப் பார்த்து, கம்யூனிஸ்ட் சோசலிஸ்ட் கட்சியில் இருப்பவர்களைப் பார்த்து

இவர்கள் என்னிடமிருந்தவர்கள். இவர்களுக்கு நான் பயிற்சி கொடுத்தேன். இன்று இவர்கள் சிறப்போடு இருக்கிறார்கள் என்று சொல்லிக் கொள்ளக் கூடிய பெருமை அவர் ஒருவரையே சாரும்.

அவர் என்னுடைய தலைவர். நானும் அவரும் புரிகிறபோது கூட நான் அவரையேதான் தலைவராகக் கொண்டேன். வேறு ஒருவரைத் தலைவராகப் பெறவில்லை. அந்த அவசியமும் வரவில்லை. அன்று ஏற்றுக் கொண்டது போல இன்றும் அவரையே தலைவராகக் கொண்டுதான் பணி செய்து வருகின்றனர்.

சுயமரியாதை இயற்றும் ஒழுக்கச் சிதைவு இயக்கம் அல்ல. மனித சமுதாயத்த ஒழுக்க நெறிக்குக் கொண்டு வந்து முன்னேற்ற வேண்டும் என்பதற்காக பாடுபடும் இயக்கமாகும். சுய மரியாதை இயக்கம் பகுத்தறிவு இயக்கம் தமிழ் இயக்கத்தோடும் பிணைத்துக் கொண்டது.

பகுத்தறிவாதிகளாகிய நாங்கள் பகுத்தறிவால்தான் மனித சமுதாயத்தை முன்னேற்றத்திற்கு கொண்டு வரமுடியும். அதற்கு எதிராக இருக்கிற மதம், புராணம் இவைகள் எல்லாம் மக்களின் எண்ணத்திலிருந்து அகற்றப் பட வேண்டும் என்பதற்காகப் பாடுபட்டு வருகிறோம்.

சுயமரியாதை இயக்கம் வளர்ந்து பெண்ணுரிமையைப் பெற்றிருக்கிறது. ஆலயங்களில் நுழையும் உரிமையை பெற்றிருக்கிறது. இன்னும் பல உரிமைகளைப் பெற்றுத் தந்திருக்கிறது.

தமிழர்களின் குடும்பங்களில் பல சுயமரியாதைத் திருமணங்களை ஏற்று நடத்தியிருக்கின்றன. சட்டப்படி செல்லாது எனத் தெரிந்தும் அதனால் ஏற்படும் தொல்லைகளைப் பொருட்படுத்த மக்களுக்காகத் தானே சட்டம் என்பதை உணர்ந்து சுய மரியாதைத் திருமணம் செய்து கொண்டவர்கள் நமது வணக்கத்திற்குரியவர்களாவார்கள்.

எங்களது ஆட்சியில், விரைவில் சுயமரியாதை திருமணத்தை சட்டப்படி செல்லத்தக்கதாக சட்டம் கொண்டுவர இருக்கிறோம். ஏற்கனவே நடத்தி வைக்கப்பட்ட திருமணங்களும் சட்டப்படி செல்லத் தக்கதாகும் என்று சட்டம் கொண்டு வர இருக்கிறோம்.

பெரியாரவர்கள் நீண்ட நாட்களாக எதிர்பார்த்துக் கொண்டிருந்ததை நாங்கள் வந்து செய்யும் வாய்ப்புக் கிடைத்தமைக்காக பெருமகிழ்ச்சி அடைகிறேன்.

நெடுந்தொலைவு பிரிந்து சென்றிருந்த மகன் தன் தந்தைக்கு மிகப் பிடித்தமான பொருளைக் கொண்டு வந்து கொடுப்பதைப் போல நாங்கள் பெரியாரிடம் இக்கனியை (சட்டத்தை) சமர்ப்பிக்கின்றோம். எனக்கு முன் இருந்தவர்கள்கூட இதைச் செய்திருக்க முடியும். எனினும் நான் போய் நடத்த வேண்டிய வாய்ப்பு எனக்கு கிடைத்தமைக்கு பெரு மகிழ்ச்சியடைகிறேன்."

முதலமைச்சரின் இந்த உரையைக் கேட்ட பெரியார் அவர்கள் மகிழ்ச்சியின் உச்சத்திற்கே சென்று இந்த உரையை 'நான் அருள் வாக்காவே கருதிப் பாராட்டுகிறேன்' எனப் புகழ்ந்தார்.

29. அனல் பறக்கும் அண்ணாவின் பேருரைகள்

நிர்வாகத் திறமையும், நல்ல நம்பிக்கையும் பெற்றவர்களையும், திறமை படைத்த அமைச்சர்களையும் பொது வாழ்விற்கென்று தன்னை ஒப்படைத்து விட்டு அதைத் தன் கட்சி தவிர வேறு எந்தக் கட்சியிலும் சாதிக்க முடியாது என்று நம்பிக் கொண்டிருக்கிற தங்கள் கட்சியை எதிர்க்கின்றவர்கள் சிலரை அணைத்து அழித்தும், சிலரை ஒழித்துக் கட்ட திட்டமிடும் திரு. காமராஜரின் தலைமையில் இன்றைய மந்திரிசபை இருக்கிறது.

அது மாத்திரமல்ல. இந்தியத் துணைக்கண்டம் முழுவதும் பார்த்துப் பாடம் பெறக் கூடிய வகையில் நல்ல திறமை வாய்ந்த அதிகார இயந்திரம் நமக்கு ஒப்படைக்கப்பட்டிருக்கிறது.

ஆனால் இவ்வளவு நல்ல சூழ்நிலைக்கு பிறகும் விலைவாசிகள் ஏறியிருக்கிறது. வேலையில்லாத் திண்டாட்டம் தலைவிரித்து ஆடுகிறது நம் நாட்டில். பற்றாக்குறை நம் நாட்டில் எல்லாம் திக்கிலும் துரத்திக்

கொண்டு இருக்கிறது. சர்க்கார் அலுவலகங்களில் பணியாற்றுகிறவர்கள் அத்தனை பேரும் இன்றைய தினம் மனக்குறையோடுதான் இருக்கிறார் கள். அதைப் போக்க நல்ல சூழ்நிலை நம்மிடம் உருவாக்கப்படுவதில்லை.

எதிர்க்கட்சியில் உள்ளவர்கள் அத்தனை காரணங்களையும் காட்டி முறைப்படி குற்றம் சாட்டுகிறார்கள். காரணம் ஒரு கொள்கையை கடைப் பிடித்து அதன்படி நின்று தக்க ஆதாரங்களுடன், கட்டுப்பாட்டுடன், கண்ணியத்துடன் எடுத்துரைப்பதற்குள்ள தகுதி எதிர்க்கட்சிக்காரர் களிடம், குறிப்பாக திராவிட முன்னேற்றக் கழகத்தாரிடம் இருக்கிறது.

இந்தியத் துணைக்கண்டம் தன் மற்ற சட்ட அலைகளில் எல்லாம் என்ன நடந்து கொண்டிருக்கின்றன என்பதை நான் இந்த மன்றத்திற்கு கவன மூட்ட விரும்புகிறேன். சில நாட்களுக்கு முன்னால் பத்திரிகையில் பார்த் தேன். தேர்தலில் தோற்றுப் போன ஒருவர் கவர்னராக பதவி ஏற்று சட்ட சபையில் வந்து ஆற்றிய உரையை எதிர்த்து பெரிய அமளி நடந்திருக் கிறது.

•

பேசுகின்ற உரிமை உங்களுக்குத் தந்ததாலே இப்படியெல்லாம் பேசு கின்றீர்கள் என்று எடுத்துச் சொன்னார்கள். அப்போது என் மனக் கண்முன் ஸ்ரீ சத்தியமூர்த்தி தோன்றுகிறார். பிரிட்டிஷாரின் ஆட்சி நடந்த காலத்தில் தன்னந்தனியாக நின்று போராடிய நேரத்திலே இதே கோட்டையில் இருந்துதான் “உங்களுக்குப் பேச்சு சுதந்திரம் கொடுத் திருக்கிறோம். அப்படிப் பேசினீர்கள்” என்று அவர்கள் சொன்னார்கள். அதே கோட்டை இன்று ஆளுங்கட்சியாக இருக்கின்ற காங்கிரஸ்காரர் களுக்கு வந்திருக்கிறது.

“பேச்சு சுதந்திரம் கொடுத்தோம். நீங்கள் எங்கள் சுதந்திரத்தைப் பறித்து விட்டீர்கள்” என்று அன்றைக்கு சொன்ன பிரிட்டிஷ்காரர்கள் தேம்ஸ் நதிக்கரையில் நிற்கிறார்கள். இங்கு கூவம் நதிக்கரையில் நின்று கொண்டு அதே பழைய தத்துவத்தில் நீங்கள் உழன்று கொண்டிருக்க வேண்டாம்” என்று சொல்லிக் கொண்டு முடித்துக் கொள்கிறேன்.

- (6.5.1957 அண்ணாவின் சட்டமன்ற உரையாடலிலிருந்து)

உணவு தானியங்கள் என்பதை உணவுப் பொருள்கள் என்று மாற்றி அவைகள் மீது விற்பனை வரியை நீக்கினால் அதனால் சில லட்ச ரூபாய்

தான் வருமானம் குறையும். ஆனால் மக்கள் சாப்பிடுகின்றபொழுது சர்க்காரை மனதார வாழ்த்துவார்கள். உணவு சாப்பிடுகின்ற நேரத்திலே "நல்ல சர்க்கார் நாட்டிலே நிலவுகிறது. நல்ல மந்திரிசபை நாட்டிலே ஆள்கிறது. உணவுப் பொருள்கள் மீது வரியை எடுத்துவிட்டார்கள்" என்று மனமாற வாழ்த்துவார்கள். சட்டசபையிலே பல பேர்கள் வந்து போகிறார்கள். ஜனநாயகத்தின் பரிசாக இதை மதிப்பார்கள். முதல் கவனத்தில் முதலமைச்சரை வாழ்த்துவார்கள். இரண்டாவது கவனத்தில் நிதி அமைச்சரை வாழ்த்துவார்கள்.

உயர்திரு சி. சுப்பிரமணியம் மூன்றாவது கவனத்தில் இதை எடுத்துச் சொன்னவரை வாழ்த்துவார்கள். உயர்திரு சி.என். அண்ணாதுரை : சாப்பிடுகின்ற நேரத்திலே சாப்பாட்டுப் பொருள்கள் மீது வரியில்லை என்று பொது மக்கள் ஒருமுகமாக வாழ்த்துவார்கள். சாப்பிடும்போது வாழ்த்துவது நல்லது என்று வைதீகர்கள் கூறுவார்கள். மற்ற விசயத்தில் வைதீகத்தில் வேறுபட்ட கருத்தைக் கொண்ட நான் இந்த விசயத்தில் வேண்டுமானால் ஒத்துக் கொள்கிறேன்.

●

என் தொகுதியில் இருக்கும் ஒரு வறண்ட ஆற்றைப் பற்றி முதல் அமைச்சர் அவர்களின் ஈரமான நெஞ்சகத்திற்கு எடுத்துச் சொல்ல விரும்பு கிறேன். நான் சிறுவனாக பள்ளியில் படித்த காலத்திலேயே படித்துக் கொண்டிருக்கும்போது அங்கே இருந்த ஒரு ஆசிரியர் மணியை அடித்து பிள்ளைகள் வீட்டிற்குப் போகலாம்.பாலாற்றிலே தண்ணீர் வருகிறது என்றார்.

எங்கள் பகுதியில் பாலாற்றில் தண்ணீர் வந்ததென்றால் பள்ளிக்கூடத் திற்கு விடுமுறை விட்டுக் கொண்டாட வேண்டிய ஒரு காட்சியாகும்.

ஆனால் அது ஒரு நல்ல ஆறு. பெரிய ஆறு. ஆண்டுக்கொரு தடவை சபா நாயகருக்கு எடுத்து சொல்லிக் கொள்கிறேன். நாலு நாள் மூன்று நாள் பெய்கின்ற மழையில் தண்ணீர் வெள்ளமாக வருகிறது.

அந்தத் தண்ணீரை ஆங்காங்கு சிறு சிறு தேக்கங்களாக நிரப்பி செங்கல்பட்டில் நீர்ப்பாசனம் நடந்து வருகிறது. இரண்டு குறைபாடுகளை நான் சொல்ல வேண்டியிருக்கிறது.

ஆற்றுவெள்ளம் ஏரியில் தேக்கப்படுவதால் அந்த வெள்ளத்தில் அடித்து வரும் வண்டல் மண் அந்த ஏரியில் படிந்து ஆழம் குறைவது. அது நாளா வட்டத்தில் வடிகால்களை உடைத்துக்கொண்டு வெள்ளம் வந்தாலும் தண்ணீர் தங்காமல் கக்கிக் கொண்டு வெளியில் போகிறது.

எப்படி சில விசயங்களைப் படித்தாலும் உண்மைப் பொருளை தெரிந்து கொள்ள முடியாமல் தவறாமல் வெளியே கக்கி விடுகிறோமோ அதைப் போல பொங்கி வரும் நீரை வெளியே கக்கிவிடுகிறது.

பல தடவைகளில் சென்னை சர்க்காரும் மைசூர் சர்க்காரும் நடத்திய பல்வேறு மாதிரியான பேச்சுவார்த்தைகள் எந்த கட்டத்தில் இருக்கிறது என்று அறிய விரும்பினால் அது முடிந்து விட்டதென்று சொல்லுகிறார்கள்.

நம்முடைய ஊர்வாகப் பிரச்சனை எதனையும் முடிந்து விட்டது என்று கருதாமல் நமது மாநில முதலமைச்சர் அவர்கள் பாலாற்றைப் பற்றி மைசூர் ராஜ்ய முதலமைச்சரோடு மறுபடியும் கலந்து பேசி முன்னாலே நிபுணர்கள் எல்லாம் கலந்து பேசினார்கள். நமது முதலமைச்சர் காமராஜர் அவர்கள் நிபுணர் அல்ல. நிபுணர் அல்லாத ஒரு காரணத்தால் நாட்டு மக்கள் அவர்களிடத்தில் இன்றைய தினம் நிறைந்த நம்பிக்கை வைத்திருக்கிறார்கள்.

நிபுணர்கள் புள்ளி விபரங்களை நம்புவார்கள். நிபுணர் அல்லாத இவர் நாட்டு மக்களுடைய பசித்த வயிற்றினையும் காய்ந்த தலையினையும் கவலை படிந்த தி.மு.கழகத்தினையும் பார்த்துத்தான் நாட்டின் நிலைமையைத் தெரிந்து கொள்கிறார்.

ஆகையால் பாலாற்றுக்கு தண்ணீர் வருவதற்கு மைசூர் சர்க்காரிடம் உடனடியாக மறுபடியும் பேச்சு வார்த்தைகள் துவக்க வேண்டும்.

அதுவும் இல்லை என்றால் இன்றைக்கு ரஷ்ய நாட்டிலே இது போன்ற நிலைமையில் ஆற்றிற்கு மேலே தண்ணீர் இல்லாமல் போனாலும் சப் சாயில் வாட்டர் அதாவது பூமிக்கு அடியிலே இருக்கும் தண்ணீரை மின்சாரத் திட்டம் மூலமாக ஆங்காங்கு வெளியே கொண்டு வந்து அதன் மூலம் நீர்ப்பாசனம் நடத்துகிறார்கள். இதை நமது என்ஜீனியரிங் டிபார்ட்மெண்ட் எடுத்துச் சொல்லக்கூடும்.

அந்த முறையிலே பாலாற்றிற்கு தண்ணீர் கொண்டுவர வேண்டுமென்று எடுத்துச் சொல்ல விரும்புகிறேன். அப்படி பாலாற்றிற்கு தண்ணீர்

கொண்டு வந்து விட்டு எங்கள் கழகத்தைப் பற்றி செங்கல்பட்டு மாவட்டத்திலே எந்த மூலை முடுக்கிலே போய் திட்டினாலும் மாலை போடுவார்கள்.

எவ்வளவு வேண்டுமானாலும் திட்டட்டும். மன்னர் தண்ணீர் கொண்டு வந்தாரே என்று பாராட்டுவார்கள். அதிலே இரண்டு லாபம் இருக்கிறது. ஒன்று மக்களுடைய ஆதரவு இருக்கிறது. இரண்டு எங்களை அடக்குவதற்கு ஒரு வசதி கிடைக்கிறது. இன்றைக்கு பாலாற்றுக்கு தண்ணீர் கொண்டு வந்தால் போதும். அதற்கு ஆவன செய்ய வேண்டும்.

- (24.7.1957 அண்ணாவின் சட்டமன்ற உரையிலிருந்து....)

இன்றைய ஆட்சியாளர்களின் பெரிய செல்வத்தை நான் மதிக்கின்றேன். தேசிய விடுதலைப் போராட்டத்தில் மக்கள் அளித்த நல்லெண்ணத்தை ஆட்சியாளர்கள் தேசீய பாங்கில் போட்டு வைத்திருக்கிறார்கள். அந்த பாங்கில் அவர்கள் பத்து வருச காலத்தில் லட்சக்கணக்கான ரூபாய்களைப் பெற்று விட்டார்கள். இனியும் அவர்கள் அவ்வளவு தொகையைப் பெற முடியாது. ஸ்ரீ நேரு பண்டிதர் தேடித்தரும் புகழும் கூட பாங்கில் பணத்தைச் சேர்க்காது. ஆகவே நல்ல திட்டங்களை வெற்றிகரமாக நிறைவேற்ற வேண்டிய நடவடிக்கைகளை ஆட்சியாளர்கள் எடுக்க வேண்டும்.

- (26.7.1957ல் அண்ணாவின் சட்டமன்ற உரையிலிருந்து)

●

மக்கள் ஆளுகின்றவர்களிடம் நம்பிக்கையைத் தெரிவித்துக் கொள்வது ஐந்து ஆண்டு காலத்திற்கு ஒருமுறைதான். இடையே அவர்களுக்கு ஏற்படுகின்ற நம்பிக்கை இல்லாத மனக்கசப்பை, மனக்குறையை ஆளுகின்றவர்களுக்கு எடுத்துக்காட்டுவது எதிர்க்கட்சியின் பொறுப்பு.

இப்போது கொண்டு வரப்பட்டிருக்கிற நம்பிக்கை இல்லாத் தீர்மானமும் கூட உங்களைப் பதவியில் இருந்து இதன்மூலம் விலக்கி விட முடியும் என்கிற நம்பிக்கையில் எதிர்க்கட்சியால் கொண்டு வரப்பட வில்லை. அப்படி எதுவும் நடந்துவிடாது என்கிற உங்களுக்கும் இருக்கின்றபடியினால் தான் இங்கே உட்கார்ந்து சிறப்பான வாதங்களை எல்லாம் செய்து கொண்டிருக்கிறீர்கள் இல்லாவிடில் இங்கே உட்கார்ந்து வாதங்கள் புரிந்து கொண்டிருக்க மாட்டீர்கள். தனித்தனியாக தங்களுக்கு ஆள் சேர்க்க முயன்று கொண்டிருப்பீர்கள்.

ஆகையால் இந்த நம்பிக்கையில்லாத் தீர்மானத்தில் மகத்தான ஆபத்து அவர்களுக்கு வந்துவிடும் என்று நாங்கள் மனப்பால் குடிக்க வில்லை. அமைச்சர் அவையை தள்ளிவிட இந்தத் தீர்மானத்தால் முடியாது என்கிற ஒரு காரணமும் இருக்கலாம் நான் இந்தத் தீர் மானத்தை ஆதரிப்பதற்கு.

ஆளுகின்ற அமைச்சர் அவை பிரம்மாண்ட உருவில் இருக்கிறது. மிகச் சிறிய எண்ணிக்கையில் உள்ள எங்களால் அவர்களுக்கு பாடம் கற்பிக்க முடியும் என்று நாங்கள் நினைக்கவில்லை. காலம் ஒன்றுதான் அவர் களுக்கு படம் காட்ட முடியும். அவர்கள் ஆளும் கட்சி. நாங்கள் எதிர்க் கட்சிகள்.

எதிர்க்கட்சிகளில் இருக்கின்றவர்கள் ஒவ்வொரு கோணத்தில் இருந்து இந்த நம்பிக்கை இல்லாத் தீர்மானத்தை ஆதரிப்பதற்கு காரணம் எதிர்கால அமைதியாவது பாதுகாக்கப்பட வேண்டும் என்கிற ஒரு எண்ணம்தான்.

திரு.இமானுவேல் படுகொலை செய்யப்பட்டதைப் பற்றி இங்கு பேசி னார்கள். உண்மையில் அவர் தாழ்த்தப்பட்ட ஆதி திராவிட மக்களுக்கு மட்டுமல்ல, தமிழ்நாட்டிற்கே ஒரு பெரிய தியாகம் செய்திருக்கிறார்.

இமானுவேல் ராமநாதபுரத்து மண்ணிலே மறைந்த மாவீரன் மட்டுமே அல்ல. உலகமே புகழும். ஒரு வீரனாகவே அவரைக் கருதவேண்டும்.

நாட்டில் ஒற்றுமைக்காக பாடுபட்டு தன்னையே பலியாக்கிக் கொண்ட ஒரு தியாகியை இழந்தோம். அவர் பெயர் இந்நாட்டு சரித்திரத்திலே பொறிக்கப்பட வேண்டியது. திரு.முத்துராமலிங்கத் தேவர் மறவர்களுக்கு தலைவராக இருந்தார். அதேபோல் ஆதிதிராவிட மக்களின் தலைவராக விளங்கினார். திரு.இமானுவேல் என்பதே அமைச்சரவை அறியும். இந்நாடும் அறியும்.

முதுகுளத்தூர் இமானுவேல் படுகொலை செய்யப்பட்ட பிறகு அங்குள்ள மக்கள் தங்கள் தலைவரை இழந்ததற்காக ஆத்திரம் கொள்வதும் ஆத்திரத்தில் பழிக்குப்பழி வாங்க முயல்வதும் இயல்பு.

அவர்களின் வீரிட்டெழும் உணர்ச்சியை ஆட்சியாளர் உணர்ந்திருப்பாரே யானால் அங்கே போலீஸ் படையை உடனே அனுப்பி இருப்பார்கள். அந்த வட்டாரம் பூராவுமே போலீஸ் பாதுகாப்பில் வைக்கப்பட்டிருக்கும் அல்லது போலீஸ் நிர்வாகத்தில் வைக்கப்பட்டிருக்கும்.

சம்பவம் நடந்த நான்கு நாட்களில் மேலும் கலவரம் வளராது தடுப்பதற்கான நடவடிக்கைகளை எடுக்காது அவசர அவசரமாக துப்பாக்கி பிரயோகம் நடத்தப்பட்ட பிறகு வெங்கடேஸ்வரனை வைத்து விசாரணை நடத்தினார்கள். அவர்களின் நிர்வாகத் திறமையைப் பற்றி கனம் அமைச்சர் அவர்களே சொன்னார்கள்.

அதிகாரிகளின் நிர்வாகத் திறமையை அறிந்து கொள்ளக்கூடிய அளவிற்கு எனக்கு அரசியல் அறிவும் இல்லை. அனுபவமும் இல்லை. 10ம் தேதியன்று இமானுவேல் படுகொலை செய்யப்பட்டிருக்கிறார். நான்கு நாட்கள் கழித்து போலீஸ் படை வந்து துப்பாக்கிப் பிரயோகம் நடத்தி இருக்கிறது.

தாழ்த்தப்பட்ட மக்களின் தலைவர் போய்விட்டாரே என்று அந்த மக்கள் கொதித்தெழுவதில் என்ன ஆச்சர்யம்? திரு. சிதம்பர பாரதி அவர்கள் சொன்னார்கள் யாராவது இந்த தென்பாண்டிய மண்டலத்தில் திரு. முத்துராமலிங்கத் தேவருக்கு எதிராக பேசுவார்களேயானால் அவர்கள் தலை உருளும் என்று சொல்லுவதாகச் சொன்னார்கள். என்னை விட அவர் தைரியசாலி. இல்லாவிட்டால் இவ்வளவு தைரியமாக பேசுவாரா?

கலகம் நடந்த இடத்தில் விசாரணை நடத்துவதற்கு திரு. வெங்கடேஸ் வரன் அவர்களை விசாரணை நடத்துவதற்கு அனுப்பியிருக்கிறார்கள். தேனி தியாகராஜன் கூட இவரை புகழ்ந்திருக்கிறார்.

அப்பொழுது இருந்த சூழ்நிலையில் சாட்சிகள் எப்படி வருவார்கள்? ஒரு பக்கம் விசாரணை நடக்கிறது. மற்றொரு பக்கம் தீ வைத்துக் கொண்டே போகிறார்கள். கனம் போலீஸ் அமைச்சர் கூறுகிறார், அவர்களுக்கு வேண்டிய பாதுகாப்பு அளிக்கப்பட்டது என்று.

அங்கே இருக்கும் வீடுகள் ஏராளமாக தீக்கிரையாகிக் கொண்டிருக்கும் போது தீயை அணைப்பதற்கு தீயணைப்புப் படையை அனுப்பவில்லை. தீயணைப்புப் படை அரசாங்கத்திடம் இருந்தும் பயன்பட வேண்டிய சமயத்தில் உபயோகப் படுவதில்லை. அங்கு தீ பரவாமல் தடுப்பதற்கும் நடவடிக்கை எடுக்கப்படவில்லை. அங்குள்ள ஆட்சி தீ பரவாமல் தடுப்பதற்கும் தவறிவிட்டது.

இந்த 10 ஆண்டு காலமாக நான் கேட்கிறேன். நீங்கள் இந்த துப்பாக்கி பிரயோகத்தை பயன்படுத்தும் அளவிற்கு எந்த ஜனநாயக சர்க்காராவது பயன்படுத்தி இருக்கிறதா? நீங்கள் வணங்கும் ஆண்டவன் பெயரில் கேட்

கிறேன். நீங்கள் கடைப்பிடிக்கும் காந்திய நெறியின் பெயராலும் கேட்கிறேன். இத்தனை ஆண்டு காலமாக நம் நாட்டில் நடந்து துப்பாக்கி பிரயோகம் உலகத்திலே எந்த நாட்டிலாவது இந்த அளவுக்கு நடந்ததுண்டா?

நீங்கள் இந்தத் துப்பாக்கிப் பிரயோகம் நடத்துவதை நாங்கள் கண்டித்தால் உடனே போலீஸ் அமைச்சர், "நாங்கள் இங்கு மட்டுமா துப்பாக்கி பிரயோகம் நடத்தினோம். இதற்கு முன்னேயே தூத்துக்குடியிலே நடத்தினோம். டால்மியாபுரத்தில் நடத்தினோம். வால்பாறையிலே நடத்தினோம். பைத்தியக்கார மக்களே இதுதானே எங்கள் வேலை. இப்போது முதுகுளத்தூரிலே சுட்டதற்கு நீங்கள் இந்த நம்பிக்கையில்லாத் தீர்மானம் கொண்டு வந்தீர்களே" என்று சொல்லுவார்கள்.

ஆம். இன்னும் இந்த ஐந்தாண்டு ஆட்சிக் காலத்தில் இன்னும் எத்தனை முறை இந்தத் துப்பாக்கியின் தோட்டாக்களை பயன்படுத்தப் போகிறீர்களோ? யார் யார் பலியாக இருக்கிறார்களோ? என்று எண்ணி வேதனைப் படுகிறேன். அதனால்தான் உங்கள்மீது எங்களுக்கு நம்பிக்கை இல்லை என்று சொல்கிறேன்.

- (31.10.1957ல் சட்டமன்றத்தில் நம்பிக்கை இல்லாத் தீர்மான விவாதத்தின்போது அண்ணா பேசியது)

பாட்னா நகரத்தில் கிளர்ச்சி செய்யப்பட்ட நேரத்தில் காந்தியார் படத்தைக் கொளுத்தி இருக்கிறார்கள். நேருவுக்கு கொடும்பாவி கட்டி இழுத்திருக்கிறார்கள். அரசியல் சட்டத்தை கிழித்தெறிந்திருக்கிறார்கள். இன்னும் சொல்லப்போனால் நீங்களே அரசியல் சட்டத்தை ஏழு ஆண்டுகளுக்குள்ளாக பத்து தடவை கொளுத்தியிருக்கிறீர்கள்.

அரசியல் சட்டத்தைக் கொளுத்தும் காரியத்தை தான் ரொம்ப நாகரீகமாகப் பத்து தடவை திருத்தியிருக்கிறீர்கள். ரொம்பப் புனிதமான சட்டம் என்று போற்றப்படுகிற அந்தச் சட்டம் உங்களாலேயே திருத்தப் படுவது என்றால் என்ன? கொளுத்தப்பட்டது என்றுதான் ஆகிறது.

உயர்திரு. சி. சுப்பிரமணியம் : இந்த வார்த்தையை நான் அறிஞரிடத்தில் இருந்து எதிர்பார்க்கவில்லை.

திரு.சி.என். அண்ணாதுரை : நமது போலீஸ் அமைச்சர் அவர்கள் சொன்னார்கள், நாங்கள் எல்லாம் அரசியல் சட்டத்தை வேதம் என்று வைத்துக் கொள்வோம்.

நாங்கள் குறை கூறுவதைப் பற்றி ஆளுங்கட்சியில் உள்ள பலர் குறை கூறினார்கள். முடிவில் எங்களைக் குறை கூறினவர்களும் நிர்வாகத்திலுள்ள குறைகளையே எடுத்துச் சொன்னார்கள்.

இதை அவர்கள் எவ்வாறு நிறைவேற்றினார்கள் என்றால் "பிச்சைக்காரனுக்கும் பிச்சையில்லை போ....." என்று சொல்லி விரட்டிய நாட்டுப் பெண்ணைப் பார்த்து "அப்படிச் சொல்ல உனக்கு என்ன அதிகாரம்" எனக் கேட்ட கொடுமைக்கார மாமியார், பிச்சைக்காரனைத் திரும்ப அழைத்து "நான் சொல்லுகிறேன் பிச்சை இல்லை போ..." என்று சொல்லித் துரத்தினதைப் போல இருந்தது.

பெரும்பாலும் ஆட்சியாளரின் கட்சியில் இருந்து பேசிய உறுப்பினர்கள் எல்லாம் எங்களைப் பார்த்து "குறைகளையே அடுக்கிக் கொண்டிருக்கிறார்களே, குறை சொல்ல நீங்கள் யார்? என்று கேட்டுவிட்டு "அந்த உரிமை எங்களுக்குதான் உண்டு" என்பது போல கவர்னர் பெருமகனாரின் உரையில் குறைகளையே பொறுக்கினார்கள்.

அவர்களுடைய ஜனநாயகப் பண்பு உண்மையிலேயே வளர வேண்டும் என்று நான் பெரிதும் விரும்புகிறேன். அப்படி வளருமானால் எங்கள் வேலைகளும் தொல்லைகளும் பெரும்பாலும் குறைந்துவிடும் என்று கருதுகிறேன்.

- (6.5.1957 அன்று சட்டமன்றத்தில் ஆளுநர் உரை மீதான விவாதத்தில் அண்ணாதுரை)

30. அண்ணா சந்தித்த ஆரம்பகட்ட தேர்தல்கள்

1957-ஆம் ஆண்டுக்கும் 1962-ஆம் ஆண்டுக்கும் இடையே தமிழக அரசியலில் எத்தனை மாற்றங்கள். திரையுலகின் முடிசூடா மன்னன் பின்னர் அ.தி.மு.க.வை ஆரம்பித்த எம்.ஜி.ஆர். கருணாநிதியுடன் ஏற்பட்ட நட்பு வலுப்பெற தி.மு.க.வில் இணைந்தார்.

ஆனால் 1962-ஆம் ஆண்டு பொதுத் தேர்தலுக்கு இடையில் பெரியாரின் அண்ணன் மகன் தி.மு.க.வில் அண்ணாவுக்கு இணையாக விளங்கிய ஈ.வி.கே. சம்பத் 1961 ஏப்ரலில் வெளியேறினார். அவருடன் கண்ணதாசனும் வெளியேறினார்.

அவர்கள் தமிழ் தேசியக் கட்சியைத் தொடங்கினார். இந்தத் தேர்தலில் வலுவான காங்கிரசை எதிர்த்து தி.மு.க. போட்டியிட்டது. இந்தக் கால கட்டத்தில் இலங்கை தமிழர் பிரச்சனையை தி.மு.க. கையிலெடுத்திருந்தது.

தமிழருக்கான தனி நாடு, திராவிட நாடு கோரிக்கைகளும், சென்னை மாநிலத்துக்கு தமிழ்நாடு எனப் பெயரிட வேண்டும் போன்ற மொழி சார்ந்த பிரச்சனைகளும் தி.மு.க.வால் கையிலெடுக்கப்பட்டன.

இந்திய கம்யூனிஸ்ட் கட்சியில் இந்தியா முழுவதும் பெரிய அளவில் உள்கட்சி போராட்டம் வெடித்திருந்த நேரம். இந்தியாவுக்கு ஏற்ற பாதை தேசிய ஜனநாயகப் புரட்சியா? மக்கள் ஜனநாயகப் புரட்சியா? என்கிற போராட்டம் உட்கட்சி போராட்டமாக வலுவாக இருந்த நேரம்.

விவசாயிகளின் பிரச்சனை, தாழ்த்தப்பட்ட மக்களுக்கான உரிமைப் போராட்டம், நிலப்பிரபுத்துவ எதிர்ப்பு போர், நிலச் சீர்திருத்தம் போன்ற வற்றை தி.மு.க.வும் கையிலெடுத்தால் கம்யூனிஸ்ட்டுகள் இடத்தை திமுகவின் திராவிட கொள்கைகள் எளிதாகப் பின்னுக்குத் தள்ளின.

இந்தக் காலகட்டத்தில் எம்.ஜி.ஆர்., கே.ஆர்.ராமசாமி போன்றோரின் திரையுலக கவர்ச்சியிலும் பேச்சாற்றல், எழுத்தாற்றல்மிக்க தலைவர் களும் மக்களை எளிதாக அணுகினர். இதன் காரணமாக காங்கிரஸின் பலமான கோட்டையில் தி.மு.க. பெரிய தாக்குதலைக் கொடுத்தது.

1957 தேர்தலுக்குப் பின் தி.மு.க. பெரும் அளவில் வளர்ந்திருந்தது. இதற்கிடையே மூன்றாவது தேர்தலில் 15 என்கிற எண்ணிக்கையை 50 ஆக தி.மு.க. உயர்த்தியது. காங்கிரஸ் 12 இடங்களை இழந்தது. ஆனாலும் ஆட்சியை தக்க வைத்துக் கொண்டது.

அண்ணாவை குறி வைத்து நடத்திய தேர்தலில் அவர் தோற்றுப் போனார். ஆனால் நெடுஞ்செழியன், எஸ்.எஸ்.ஆர். போன்றோர் வென்றனர்.

அண்ணா இடத்தில் சட்டப் பேரவைத் தலைவராக நெடுஞ்செழியனும், துணைத்தலைவராக கருணாநிதியும் பொறுப்பேற்றனர். அண்ணா பின்னர் மாநிலங்களவை உறுப்பினர் ஆனார்.

இந்திய சுதந்திரத்திற்குப் பின்னர் காங்கிரஸ் எனும் பிரம்மாண்டக் கட்டமைப்பை 15 ஆண்டுகளில் தி.மு.க. முறியடித்த பின்னணி, அரசியல் சூழல், கையிலெடுத்த பிரச்சினைகள், அண்ணாவே தோற்ற வரலாறு ஆகியவற்றை உள்ளடக்கிய மூன்று சட்டப்பேரவை தேர்தல் குறித்த வரலாறு மிகவும் சுவராஸ்யமிக்கவையாகும்.

1952ல் முதல் சட்டப்பேரவைத் தேர்தல். திராவிட நாடு என்று சொல்லும் நான்கு மாநில மொழி பேசும் மக்களும் வாக்களித்த முதல் தேர்தலாக இது அமைந்தது.

இந்தத் தேர்தலில் பலமான இந்திய தேசிய காங்கிரஸும், ஆந்திரா, தமிழக, கேரளப் பகுதிகளில் பலம் வாய்ந்த கம்யூனிஸ்ட்டுகளும் கேரளப் பகுதிகளில் பலம் வாய்ந்த முஸ்லீம் லீக் கட்சியும் முக்கிய கட்சிகளாக களத்தில் நின்றன.

1949ல் தொடங்கப்பட்டு மூன்றே வயதான தி.மு.க இத்தேர்தலில் போட்டியிடவில்லை. இந்த தேர்தலில் மொத்தமுள்ள 375 தொகுதிகளில் காங்கிரஸ் கட்சி 152 இடத்திலும் இந்திய கம்யூனிஸ்ட் கட்சி 62 இடங் களிலும் மற்ற சிறு சிறு கட்சிகள் மொத்தமாக 161 இடங்களிலும் வென்றன. ராஜாஜி முதல்வர் ஆனார். கோஷ்டி பூசலால் 1954ல் காமராஜ் முதல்வரானார்.

ஒன்றுபட்ட மாகாணத்தில் தேர்தல் நடந்ததும் ஒன்றுபட்ட இந்திய கம்யூனிஸ்ட் கட்சி எதிர்க்கட்சியாக இருந்ததும் இத்தேர்தலின் சிறப்பு.

அடுத்த 2வது தேர்தல் வருமுன் சென்னை மாகாணத்தில் பல மாற்றங்கள் நிகழ்ந்தன. மொழிவாரி மாகாணங்கள் பிரிக்கப்படும் பணி 1953லிருந்து ஆரம்பித்து 1956-ஆம் ஆண்டு நவம்பர் முதல் நாளிலிருந்து மாநிலங்கள் சீரமைப்புச் சட்டம் நடைமுறைக்கு வந்தது.

ஆந்திரா, மைசூர், கேரளாவிற்கான பகுதிகள் அம்மாநிலத்துடன் இணைக்கப்பட்ட பின் சென்னை மாநில சட்டப்பேரவை உறுப்பினர் களின் எண்ணிக்கை 190 ஆகக் குறைந்தது.

பின்னர் கன்னியாகுமரி மாவட்டம், நெல்லையில் செங்கோட்டை வட்டமும் சென்னை மாநிலத்துடன் இணைந்ததால் எண்ணிக்கை 205ஆக உயர்ந்தது.

இந்த முறை 1957-ஆம் ஆண்டு இரண்டாவது சட்டப்பேரவை தேர்தல் நெருங்கியது. இம்முறை தி.முக தேர்தலில் போட்டியிடலாமா என 1956-ஆம் ஆண்டு மாநாட்டில் பொதுமக்கள் கருத்தைக் கேட்டார் அண்ணா. அதன் அடிப்படையில் தேர்தலில் தி.மு.க. போட்டியிடலாம் என முடிவெடுத்தார். இம்முறை மும்முனைப் போட்டி.

காமராஜர் ஆட்சியில் இரண்டாவது முறை தேர்தலைச் சந்தித்தது காங்கிரஸ். பெரியாரின் ஆதரவு வேறு.

இந்தத் தேர்தலில் வலுவான இந்தியக் கம்யூனிஸ்ட் கட்சியின் மார்க்சிய சித்தாந்தம் திமுகவின் தமிழ் தேசியவாதம், வடக்கு வாழ்கிறது எதற்கு தேய்கிறது என்கிற வாதத்தின் முன் தி.மு.க.வே பிரதான எதிர்க்கட்சியாக காங்கிரஸ் முன் நின்றது.

அண்ணா காஞ்சியிலும், தன்னுடைய 33வது வயதில் தி.மு.க. தலைவர் கருணாநிதி குளித்தலை தொகுதியிலும் முதன் முதலில் போட்டியிட்டதும் இந்தத் தேர்தலில்தான்.

திருக்கோஷ்டியூரில் கவிஞர் கண்ணதாசன், சேலத்தில் நாவலர் நெடுஞ் செழியன், தேனியில் நடிகர் எஸ்.எஸ்.ஆர்., எழும்பூரில் க.அன்பழகன், அன்பில் தர்மலிங்கம் ஆகியோரும் போட்டியிட்டனர்.

தேர்தல் முடிவில் காங்கிரஸ் பெருவெற்றி பெற்றது. காமராஜர் மீண்டும் முதல்வர் ஆனார். முதன்முதலில் தேர்தலில் 112 இடங்களில் போட்டியிட்ட தி.மு.க. 15 இடங்களில் வெற்றி பெற்றது.

அண்ணா, கருணாநிதி, அன்பழகன், ஆசைத்தம்பி, சத்தியவாணி முத்து, ப.உ. சண்முகம் போன்றோர் வெற்றி பெற்றனர்.

என்.எஸ். கிருஷ்ணன் போன்றோர் பிரச்சாரம் செய்தும் இந்தத் தேர்தலில் தி.மு.க.வின் முக்கியத் தலைவர்களான நாவலர் நெடுஞ்செழியன், கண்ணதாசன், அன்பில் தர்மலிங்கம், எஸ்.எஸ்.ஆர் உள்ளிட்ட நூற்றுக்கணக்கானோர் தோல்வி அடைந்தனர். புதிய கட்சியான தி.மு.க. வுக்கு பொதுச் சின்னம் கிடைக்காதது இதற்கான காரணமாக இருந்தது.

31

ஆட்சிக்கட்டிலில் அண்ணா

இந்தியா சுதந்திரம் அடைந்தது முதல் 20 ஆண்டுகாலம் தமிழ்நாட்டில் ஆளும் கட்சியாக இருந்த காங்கிரஸ் 1967 தேர்தலில் தோல்வி அடைந்தது. ஆட்சியை தி.மு.கழகம் கைப்பற்றியது.

புதிய முதல் அமைச்சராக தி.மு.கழக தலைவர் அண்ணா பதவி ஏற்றார். பதவி ஏற்பு விழா 1967 மார்ச் 6-ஆம் தேதி சென்னை ராஜாஜி மண்டபத்தில் நடந்தது.

கிண்டியில் உள்ள கவர்னர் மாளிகையில் தான் பதவி ஏற்பு விழா நடை பெறுவது வழக்கம். முதன்முதலாக ராஜாஜி மண்டபத்தில் நடை பெற்றது.

பதவியேற்பு விழாவை முன்னிட்டு ராஜாஜி மண்டபத்தைச் சுற்றிலும் பலத்த போலீஸ் காவல் போடப்பட்டு இருந்தது. குதிரைப் படையினரும் சுற்றிலும் நின்று காவல் புரிந்தார்கள்.

முன் அனுமதி பெற்றவர்களைத் தவிர வேறு யாரும் மண்டபத்தின் உள்ளே அனுமதிக்கப்படவில்லை. இதனால் மண்டபத்துக்கு வெளியே ஆயிரக்கணக்கானோர் தி.மு.கழக தொண்டர்கள் கொடிகளுடன் நின்று கொண்டு இருந்தார்கள்.

அமைச்சர்களாக நியமிக்கப்பட்டு இருந்த நெடுஞ்செழியன், கருணாநிதி, மதியழகன், சத்தியவாணிமுத்து, கோவிந்தசாமி, சாதிக் பாட்சா, மாதவன் முத்துசாமி ஆகியோர் 9.50 மணிக்கு மண்டபத்தின் உள்ளே வந்தார்கள். அவர்களை தமிழ்நாடு அரசாங்க தலைமை செயலாளர் சி.ஏ.ராம கிருஷ்ணன் வரவேற்றார்.

அமைச்சர்கள் அனைவரும் அவர்களுக்காக மேடையில் அமைக்கப்பட்டு இருந்த இடங்களில் உட்கார்ந்தார்கள். சரியாக 9.56 மணிக்கு அண்ணா வந்தார். அவரை தலைமைச் செயலாளர் வரவேற்றார். பின்னர் தமிழ்நாடு கவர்னர் உஜ்ஜல்சிங் அவர் மனைவியுடன் வந்தார்.

கவர்னருக்கு அண்ணா வணக்கம் தெரிவித்தார். மற்ற அமைச்சர்களை கவர்னருக்கு அறிமுகம் செய்து வைத்தார்.

பிறகு மேடையின் மத்தியில் கவர்னர் உட்கார்ந்தார். அவருக்கு வலது புறத்தில் அண்ணா, நெடுஞ்செழியன், கருணாநிதி, மதியழகன் ஆகியோரும் இடது புறத்தில் கோவிந்தசாமி, சத்தியவாணி முத்து, மாதவன், சாதிக் பாட்சா, முத்துசாமி ஆகியோரும் அமர்ந்தனர்.

பதவியேற்பு விழா 10 மணிக்கு தொடங்கியது. தலைமைச் செயலாளர் ராமகிருஷ்ணன் முதலில் அண்ணாவின் பெயரைச் சொல்லி அழைத்தார். உடனே அண்ணா பதவி ஏற்புக்காக இருந்த மேஜைக்கு வந்தார்.

பதவியேற்பு உறுதிமொழியை கவர்னர் ஆங்கிலத்தில் படித்தார். அதன் பின் அண்ணா அந்த உறுதிமொழியை தமிழில் வாசித்தார். பின் ரகசியக் காப்பு பிரமாணத்தை கவர்னர் ஆங்கிலத்தில் படிக்க, அதன்பின் அண்ணா தமிழில் அதையும் படித்து கையெழுத்து போட்டார்.

அமைச்சர்கள் நெடுஞ்செழியன், கருணாநிதி, மதியழகன், கோவிந்த சாமி, சத்தியவாணிமுத்து, மாதவன், சாதிக் பாட்சா, முத்துசாமி ஆகியோர் ஒருவர் பின் ஒருவராக வந்து உறுதிமொழியைப் படித்து பதவி ஏற்றார்கள்.

பதவி ஏற்பு முடிந்ததும் அவர்கள் அனைவரும் கவர்னருடன் போட்டோ எடுத்துக் கொண்டார்கள். பதவி நிகழ்ச்சிக்கு வெளிநாட்டு பத்திரிகை நிருபர்களும் புகைப்படக்காரர்களும் வந்திருந்தார்கள்.

பதவியேற்பு நிகழ்ச்சியைக் காண சுதந்திரா கட்சித் தலைவர் ராஜாஜி, தமிழரசு கழகத் தலைவர் ம.பொ.சிவஞானம், பழைய மந்திரி வெங்கட்ராமன் பழைய சபா நாயகர் செல்லபாண்டியன், மாணிக்கவேலர் ஆகியோர் வந்திருந்தனர்.

அண்ணாவின் மனைவி ராணி அம்மாள், மகன், மருமகள்கள் ஆகியோரும் நெடுஞ்செழியன், கருணாநிதி குடும்பத்தினரும் வந்திருந்தனர்.

பதவி ஏற்பு விழா முடிந்ததும் அண்ணாவும் மற்ற அமைச்சர்களும் ராஜாஜி யிடம் சென்றார்கள். அவர்களை ராஜாஜி வாழ்த்தினார். பழைய மந்திரி வெங்கடராமன் கை குலுக்கினார். 10.35 மணிக்கு மண்டபத்தை விட்டு அண்ணா வெளியே வந்தார். வெளியே கூடியிருந்த பல்லாயிரக்கணக்கான ஆண்களும் பெண்களும் மகிழ்ச்சி ஆரவாரம் செய்தார்கள்.

அமைச்சர்களை நோக்கி மாலைகளையும் பூக்களையும் வீசினார்கள். கூடியிருந்தவர்களை நோக்கி அண்ணா கைகளை அசைத்தார்.

பிறகு அண்ணாவும் மற்ற அமைச்சர்களும் கார்களில் கோட்டைக்கு சென்றார்கள். அண்ணாவின் அம்பாசிடர் கார் கோட்டைக்குள் நுழைந்தது. அதைத் தொடர்ந்து மற்ற மந்திரிகள் அவரவர் காரில் வந்தனர்.

வாசலில் அண்ணாவின் செயலாளராக நியமிக்கப்பட்டுள்ள சொக்கலிங்கமும் மற்ற அதிகாரிகளும் அவரை வரவேற்றார்கள். மாடியில் உள்ள முதல் அமைச்சர் அறைக்கு அழைத்துச் சென்றார்கள்.

சரியாக 10.43 மணிக்கு முதல் அமைச்சரின் அறைக்குள் அண்ணா நுழைந்து நாற்காலியில் அமர்ந்தார்.

அமைச்சர்கள் நெடுஞ்செழியன், கருணாநிதி, மற்ற அமைச்சர்கள் அந்த அறைக்கு வந்து உட்கார்ந்தார்கள்.

சுதந்திரா கட்சியைச் சேர்ந்த தலைவர் சா.கணேசன், அண்ணாவுக்கும் மற்ற அமைச்சர்களுக்கும் ரோஜாப்பூ மாலை போட்டு வாழ்த்துத் தெரிவித்தார்.

பிறகு அண்ணா ஒவ்வொரு அமைச்சரையும் அவரவர் அறைக்கு அழைத்துச் சென்று விட்டு வந்தார். அண்ணாவின் மேஜையில் வைப்பதற்காக திருவள்ளுவர் படம் ஒன்றை அன்பில் தர்மலிங்கம் வழங்கினார். மற்ற அமைச்சர்களுக்கு அண்ணாவின் படத்தை கொடுத்தார்.

அண்ணாவுக்கும் மற்ற அமைச்சர்களுக்கும் வாழ்த்து தெரிவிப்பதற்காகவும் மாலைகள் போடுவதற்காகவும் ஏராளமான பேர் கூடி இருந்தனர். அவர்கள் சாரைசாரையாக வந்து மாலை அணிவித்தனர்.

இதனிடையே தமிழக சட்டசபை தேர்தல் நடந்த அதே நேரத்தில் இந்தியா முழுவதும் பாராளுமன்ற தேர்தலும் நடந்து முடிந்திருந்தது. பல மாநிலங்களில் காங்கிரஸ் தோற்ற போதிலும், குறைந்த மெஜாரிட்டியுடன் மத்தியில் ஆட்சியைப் பிடித்தது. இந்திரா காந்தி மீண்டும் பிரதமரானார்.

அண்ணா பதவி ஏற்றபின் அவருடன் டெல்லியில் இருந்து பிரதமர் இந்திரா காந்தி டெலிபோனில் பேசினார்.

"தமிழ்நாட்டில் புதிதாகப் பதவி ஏற்றுள்ள தி.மு.க. அமைச்சரவைக்கு என் வாழ்த்துக்களை தெரிவித்துக் கொள்கிறேன்" என்று கூறினார்.

அவர் தொடர்ந்து பேசுகையில் "தி.மு.க. அரசுக்கு மத்திய அரசு முழு ஒத்துழைப்பையும் அளிக்கும்" என்று தெரிவித்தார்.

இந்திரா காந்தியின் வாழ்த்துக்கு அண்ணா நன்றி கூறினார்.

32
நாவன்மையும் எழுத்து வன்மையும்

அண்ணாதுரை மிகச்சிறந்த தமிழ் சொற்பொழிவாளரும் மேடைப் பேச்சாளரும் ஆவார். தமிழில் சிலேடையாக அடுக்கு மொழிகளுடன் மிக நாகரிகமான முறையில் அனைவரையும் கவர்கின்ற வகையில் கரகரத்த குரலில் தனிக்குரல் வளத்துடன் பேசும் திறன் பெற்று விளங்கினார். எழுத்தாற்றலிலும் தன்னிகரற்றவராக விளங்கினார் அண்ணா.

பல புதினங்களும், சிறுகதைகளும் மற்றும் அரசியல் நாடகங்களுக்கும் நாடகமாக்கும் திரைக்கதைகள் எழுதியவர் அண்ணா. அவரே கதா பாத்திரமேற்று நாடகங்களில் திராவிடர்கழக பிரச்சார நாடகங்களில் நடித்துள்ளார்.

திரைப்படங்களை முக்கிய பிரச்சார ஊடகங்களாக அரசியலுக்காக பயன்படுத்தியர் அண்ணாத்துரை. இவரின் முதல் திரைப்படம் நல்ல தம்பி (1948). இதில் முக்கிய கதாபாத்திரத்தில் கலைவாணர் என்.எஸ். கிருஷ்ணன் நடித்துள்ளார். இது ஜமீன்தாரி ஒழிப்புமுறையை வலியுறுத்தி எடுக்கப்பட்ட திரைப்படமாகும்.

இவரின் வேலைக்காரி (1949) ஓர் இரவு ஆகிய நாடகங்களும், தாய் மகளுக்கு கட்டிய தாலி, ரங்கோன்ராதா, வண்டிக்காரன் மகன் ஆகிய கதைகளும் திரைப்படமாக எடுக்கப் பட்டுள்ளன. திராவிட அரசியலின் பிரச்சாரமாக இத்திரைப்படங்கள் திகழ்ந்தன.

வேலைக்காரியில் அண்ணாதுரை அடக்குமுறையை கையாளும் நிலச்சுவான்தாரர்கள் ஜவஹர்லால் நேரு மற்றும் காந்தியுடன் எப்படி கூட்டணி வைத்துள்ளார்கள் என்பதை விளக்குகின்ற விதமாக எடுத்துக் காட்டப்பட்டது.

இவரின் திரைப்படங்கள் பெரும்பாலும் பிராமண எதிர்ப்பு மற்றும் காங்கிரஸ் எதிர்ப்பு பிரச்சாரங்களாக விளங்கின. இப்பிரச்சாரங்களை மக்களுக்கு எடுத்துச் செல்லும் நாடக மேடை கலைஞர்கள் மற்றும் திரைக் கலைஞர்களை அண்ணாதுரைக்கு பக்கபலமாக விளங்கியவர்கள், டி.வி. நாராயணசாமி, கே.ஆர். ராமசாமி, என்.என். கிருஷ்ணன், எஸ்.எஸ். ராஜேந்திரன், சிவாஜி கணேசன் மற்றும் எம்.ஜி.ராமச்சந்திரன்.

அண்ணாவின் நூல்களில் அதிகம் சர்ச்சைகளை ஏற்படுத்தியது ஆரிய மாயை எனும் நூலாகும். இது பிராமணர்களை கடுமையாக சாடியதாக விமர்சிக்கப்பட்டது.

ஆரிய இனச் சேர்க்கை திரைமறைவுகளை உருவகப்படுத்தும் விதமாக எழுதப்பட்டிருப்பதாக விமர்சனம் செய்யப்பட்டது.

இந்த நூலுக்காகவும், கிளர்ச்சி செய்கின்ற நூல் என்ற காரணத்திற்காகவும் அவருக்கு ரூபாய் 700 அபராதமும், சிறைத் தண்டனையும் அளிக்கப் பட்டது.

●

எழுத்துலகின் பகுத்தறிவுச் சிற்பியாகத் திகழ்ந்த அண்ணாதுரை தனது கருத்துக்களை கவிதை, நாடகம், கதை, கடிதம், சொற்பொழிவு, கட்டுரை, உரையாடல், வானொலி உரை, திரைப்படம் எனப் பல்வேறு வடிவங்களில் தொடர்ந்து வெளியிட்டு வந்தார்.

குடியரசு, விடுதலை, திராவிடநாடு, மாலைமணி, நம் நாடு, காஞ்சி என தான் நேரடியாகப் பொறுப்பு வகித்த இதழ்களில் மட்டுமின்றி மன்றம், முரசொலி, தென்றல் என திராவிட இயக்கத்தின் பிற தலைவர்கள் வெளி

யிட்ட இதழ்களிலும் தனது படைப்புகளை வெளியிட்டிருக்கிறார்.

அண்ணாதுரை எழுதியுள்ள நூல்கள் :

படைப்பு		வகை
• அதிர்ச்சிக்கு வைத்தியம்	-	கட்டுரை
• அவர்கள் சந்திப்பு	-	உரையாடல்
• ஆரியமாயை	-	கட்டுரை
• இலட்சிய வரலாறு	-	கட்டுரை
• உலகப் பெரியார்	-	வானொலி உரைகளும் கட்டுரைகளும்
• எது இசை?	-	சொற்பொழிவுகளும் பாடல்களும்
• கபோதி புரக்காதல்	-	பெருங்கதை
• கம்பரசம்	-	இலக்கியத் திறனாய்வு
• கலிங்கராணி	-	பெருங்கதை
• கல் சுமந்த கசடர்	-	நாடகம்
• காதல் ஜோதி	-	நாடகம்
• குமரிக்கோட்டம்	-	நெடுங்கதை
• குமாஸ்தாவின் பெண்	-	பெருங்கதை
• சமதர்மம்	-	கட்டுரை
• சமூக சேவகி சாருபாலா	-	சிறுகதை
• சூழ்நிலை	-	சொற்பொழிவு
• சொல்லும் பயனும்	-	கட்டுரைகள்
• பணத்தோட்டம்	-	கட்டுரைகள்
• பார்வதி பி.ஏ.	-	நெடுங்கதை
• புராண மதங்கள்	-	கட்டுரைகள்
• மக்கள் தீர்ப்பு	-	நெடுங்கதை
• மாஜி கடவுள்கள்	-	கட்டுரைகள்
• மே தினம்	-	சொற்பொழிவு
• தமிழகம்	-	கட்டுரை
• தாழ்ந்த தமிழகம்	-	சொற்பொழிவு
• தீ பரவட்டும்	-	சொற்பொழிவு
• நாட்டின் நாயகர்கள்	-	கட்டுரை

- நிலையும் நினைப்பும் - சொற்பொழிவு
- நூல் நிலையங்கள் - கட்டுரை
- ரங்கோன்ராதா - பெருங்கதை
- ரோமாபுரி ராணிகள் - பெருங்கதை
- வர்ணாஸ்ரமம் - கட்டுரை
- வளம் காண வழி - சட்டமன்ற உரை
- வள்ளி நாயகியின் கோபம் - கதைகள்
- விடுதலைப்போர் - கட்டுரைகள்
- வெள்ளை மாளிகையில் - புதினம்
- ஜபமாலை - சிறுகதைகள்

சிறுகதைத் தொகுதிகள் :

அண்ணாவின் ஆறு சிறுகதைகள்
சாது
செவ்வாழை

பெருங்கதைகள் :

கபோதிபுரத்துக் காதல்
கோமளத்தின் கோபம்
சிங்களச் சீமாட்டி
குமாஸ்தாவின் பெண்
குமரிக்கோட்டம்
பிடி சாம்பல்
மக்கள் தீர்ப்பு
திருமலை கண்ட திவ்யஜோதி
தஞ்சை வீழ்ச்சி
பவழபஸ்பம்
எட்டு நாட்கள்
உடன்பிறந்தார் இருவர்
மக்கள் கரமும் மன்னன் சிரமும்
அரசாண்ட ஆண்டி
சந்திரோதயம்
புதிய பொலிவு

ஒளியூரில் ஓமகுண்டம்
கடைசிக் களவி
இதயம் இரும்பானால்
இரத்தம் பொங்கிய இருபது ஆண்டுகள்

●

அண்ணாதுரை தமிழிலும் ஆங்கிலத்திலும் மிகச் சிறப்பாக சொற்பொழி வாற்றவும் எழுதவும் வல்லவராகத் திகழ்ந்தார்.

இவர் மிகச் சிறந்த முற்போக்கு சீர்திருத்த நாடகங்களை எழுதியுள்ளார். அவற்றுள் சிலவற்றை இயக்கியும் நடித்தும் உள்ளார்.

தமிழ்த் திரைப்படங்களுக்கு கதை வசனம் எழுதியவரும் தன்னுடைய திராவிட சீர்திருத்தக் கருத்துகளை அதன் மூலம் முதன்முதலாக பரப்பிய வரும் இவரே.

நடுத்தர வர்க்க நெசவாளர் குடும்பத்தில் பிறந்தவரான அண்ணாதுரை தன் ஆரம்ப கால வாழ்க்கையை பள்ளி ஆசிரியராகத் துவங்கியவர் சென்னையில் தன் அரசியல் ஈடுபாட்டினை முதன்முதலில் பத்திரிகை யாளராக வெளிப்படுத்தினார்.

ஒரு தடவை சில இங்கிலாந்து மாணவர்கள் அண்ணாவை பரிகசிப்பதற் காக அவரிடம் ஏனென்றால் (Because) என்ற வார்த்தை மூன்று தடவை தொடர்ந்து வருகிற மாதிரி வாக்கியம் கூற முடியுமா என்று கேட்டனர்.

அதற்கு அவர் No sentence can end with because because, because is a conjunction. எந்தத் தொடரிலும் இறுதியில் வராச் சொல் 'ஏனென்றால் ஏனென்றால், ஏனென்றால் என்பது இணைப்புச் சொல்' என்று உடனே பதிலளித்தார் அண்ணா.

33

பெரியாரை மறவாத பேரறிஞர் அண்ணா

சுதந்திரம் அடைந்தது முதல் இந்த நாட்டை ஆண்டு வந்த பலம் பொருந்திய காங்கிரஸ் ஆட்சியை அகற்ற, அண்ணா பிற கட்சிகளைத் தன்னுடன் கூட்டணி யாகச் சேர்த்துக் கொண்டு 1967ல் தேர்தலை சந்தித்தார்.

ராஜாஜியின் சதந்திரா கட்சி, காயிதே மில்லத் அவர்களின் முஸ்லீம் லீக் கட்சி, சி.பா. ஆதித்தனாரின் நாம் தமிழர் கட்சி, ம.பொ. சிவஞானத்தின் தமிழரசு கட்சி, மூக்கையாத் தேவரின் பார்வர்ட் பிளாக் ஆகிய கட்சிகள் இந்தக் கூட்டணியில் இருந்தன.

திராவிடர் இனத்தின் ஒப்பற்ற தலைவரும் கலக்காரருமாகத் திகழ்ந்த தந்தை பெரியார் பார்ப்பன ஆதிக்க கட்டமைப்பை முற்றிலும் துடைத்து எறிய போராடிக் கொண்டிருந்தார்.

தன்னுடைய தலைமை மாணவராக இருந்த அறிஞர் அண்ணா அவர்கள் தந்தை பெரியாரையும், பெரியார் இயக்கத்தையும் விட்டுப் பிரிந்து தி.மு.க. என்ற அரசியல் கட்சியைத் தொடங்கி 1967ல் இராஜாஜி மற்றும்

சில அரசியல் கட்சிகளுடன் கூட்டணி அமைத்து தேர்தலில் பெரும் வெற்றியையும் பெற்று விட்டார்.

அனைவரும் ஆவலுடன் எதிர்பார்த்துக் கொண்டிருந்த 1967 சட்ட மன்ற தேர்தலுக்கான நாட்கள் நெருங்கி வந்த வேளையில் பெரியாரின் சிந்தனையெல்லாம் காமராஜரைச் சுற்றிச் சுற்றியே வந்து கொண்டிருந்தது.

"காமராஜரை ஒழித்தால் சமதர்மத்தை ஒழித்தது போலாகும் என்பதால் பார்ப்பனர்கள் காங்கிரசை ஒழிக்க நினைக்கின்றனர். இன்று நாட்டில் நடப்பது இனப்போரே ஆகும். மத மூட நம்பிக்கையாளர்களால் சமதர்ம ஆட்சியை ஏற்படுத்திட முடியாது. மனுதர்ம ஆட்சியைக் கொண்டு வரத் துடிக்கும் ராஜகோபாலச்சாரியாருக்கு கண்ணீர் துளிகளே நாற்காலி ஆகி விட்டனர். எனவே அவர்களை புறக்கணியுங்கள்" என்று தி.மு.க. தலைவர் அண்ணாவையும், பிறரையும் பெரியார் பிரச்சாரங்கள் கூறி வந்தார்.

பெருந்தலைவர் காமராஜரின் ஆட்சியில் தமிழகம் பெரும் முன்னேற்றங்களைக் கண்டதோடு பெரியாரின் கனவுகளை நனவாக்கி நல்லாட்சி புரிந்தது என்பதால் நிபந்தனையற்ற தனது ஆதரவைக் காங்கிரஸ் இயக்கத்திற்கு அளிக்க வேண்டியவரானார் பெரியார்.

தள்ளாத வயதிலும் தாம் மேற்கொண்ட முடிவால் காங்கிரசை ஆதரித்து நாடு முழுவதும் பிரச்சாரம் செய்தார் பெரியார். ஆனால் முடிவோ வேறாக இருந்தது.

மகத்தான வெற்றியை திராவிட முன்னேற்ற கழகக் கூட்டணி பெற்றது. தனிப் பெரும்பான்மையோடு தேர்தலில் தி.மு.க வென்றது. காங்கிரஸ் கட்சி படுதோல்வியைச் சந்தித்தது. காமராஜரும் தன் விருதுநகர் தொகுதியில் தோல்வியைத் தழுவினார்.

காங்கிரசின் படுதோல்வியும், குறிப்பாக காமராஜரின் தோல்வியும் பெரியாரை மிகவும் பாதித்தது.

ராஜாஜியை கூட்டு சேர்த்துக் கொண்டு அண்ணா வென்றதில் கூடுதல் எரிச்சல் அடைந்திருந்த பெரியார் அதனை வெளிப்படுத்தினார்.

"பொதுவாக காமராஜர் தோல்வியைத் தவிர மற்ற தோல்வி எதுவும் எனக்கு அவ்வளவாக கவலை தரவில்லை. நமது மக்கள் ஜனநாயக

உரிமைக்கு தகுதியற்றவர்கள் என்பது எனது வெகுநாளைய கருத்து. இப்போதைய வெற்றியை மாற்ற வேண்டும் என்பதில் இந்த வெற்றியை அளித்த மக்களின் யோக்கியதையை சரிவர நிர்ணயிப்போமானால் நாம் ஒன்றும் தனிமுயற்சி எடுத்துப் பாடுபட வேண்டியதில்லை".

நம் உயிர் போன்ற கொள்கைக்கு இந்த ஆட்சியில் கேடு நேராத வரை, ஆட்சியின் போக்கைப் பற்றி நாம் கவலைப்பட அவசியமில்லை என்றே கருதுகிறோம்.

பொதுவாக இதுபோன்ற பார்ப்பனர் வெற்றி பற்றி எனக்கு இதற்கு முன் மூன்று அனுபவங்கள் உண்டு. மூன்றிலும் பார்ப்பனர் வெற்றி நிலைத்த பாடில்லை. ஆதலால் இன்றையப் பார்ப்பனர் வெற்றி பற்றியும் ஒன்றும் குடிமுழுகிப் போய் விடவில்லை என்றே நம் மக்களுக்குத் தெரிவித்துக் கொள்ளுகிறேன். நானும் அதிகக் கவலைப்படவில்லை.

பொதுவாக நம் நாட்டுக்கு இப்படி ஓர் நிலை வரக்கூடும் என்று கருதியே 1963ல் காமராஜர் தமிழ்நாட்டு முதல் மந்திரி பதவியை விட்டு அகில இந்தியக் கட்சிப் பணிக்கு சென்றபோதே நான் கூடாது என்று பத்திரிக்கையில் எழுதியதோடு, 'தங்களின் ராஜினாமா தமிழர்களுக்கும், தமிழ் நாட்டிற்கும், தங்களுக்கும் தற்கொலைக்கு ஒப்பாகும்' என்று தந்தியும் அனுப்பினேன்.

அவர் விலகியதன் பயனாகத் தமிழ்நாட்டில் பார்ப்பன ஆதிக்கத்துக்கு அனுகூலமான ஆட்சி ஏற்படுவதுடன் பொறுப்புள்ள ஆட்சி அமைவதற்கு இல்லாமலே போய் விட்டது. வடநாட்டில் பொறாமை, துவேஷம் கோஷ்டி ஏற்பட இடம் ஏற்பட்டு விட்டது.

காமராஜர் தோல்வியைப் பற்றி பலர் என்னிடம் வந்து துக்கம் விசாரிக்கும் தன்மை போல் தங்கள் வருத்தத்தை தெரிவித்துக் கொண்டார்கள்.

"1967 பிப்ரவரி 23ம் தேதி தோல்வியைப் பற்றி கவலைப்படுவதை விட 1966 நவம்பர் 7ம் தேதி டெல்லியில் நடைபெற்ற கொலை முயற்சியில் அவர் உயிர் தப்பியதை நினைத்து மகிழ்ச்சி கொள்ளுங்கள் என்று சொல்லி அனுப்பினேன். நானும் அப்படியே நினைத்துத்தான் சரிபடுத்திக் கொண்டேன்"

காமராஜரின், காங்கிரசின் தோல்வியை தன் தோல்வியாகக் கருதிய பெரியாரின் மனம் இப்படியிருக்க, இமாலய வெற்றியைப் பெற்ற

திராவிடமுடன் முன்னேற்றக் கழகம் அண்ணா தலைமையில் ஆட்சியைப் பிடித்தது.

இந்தத் தேர்தலில் அண்ணா பாராளுமன்றத்திற்காகத் தென் சென்னைத் தொகுதியில் நின்று வெற்றி பெற்றார். சட்டமன்றத் தேர்தலில் போட்டியிடாவிட்டாலும் சட்டசபை தி.மு.க. தலைவராக தேர்வு செய்யப்பட்டார்.

இந்நிலையில் எவரும் எதிர்பாராத ஒரு நிகழ்வு நடந்தது. தாம் கண்ட தலைவரும் கொண்ட தலைவரும் அவர் ஒருவரே என்று எந்தப் பெரியாரைப் பற்றி அண்ணா கூறினாரோ அந்தப் பெரியாரை விட்டு விலக நேரிட்டதோடு, அவரால் 18 ஆண்டு காலம் ஏச்சுக்கும் பேச்சுக்கும் ஆளானாரோ அந்தப் பெரியாரை காண வேண்டும், அவரிடம் வாழ்த்துப் பெற வேண்டும் என்ற தனது எண்ணத்தை கழக முன்னணியினருக்குத் தெரிவித்தார்.

அவரது எண்ணத்தை அறிந்த அவர்கள் ஆச்சரியம் அடைந்தனர். பெரியாரைச் சந்தித்தே ஆக வேண்டும் என்ற அண்ணாவின் உறுதி 2.3.1967 அன்று நிகழ்ந்தது.

திருச்சியில் இருந்த பெரியாரைச் சந்திக்க நாவலர் நெடுஞ்செழியன், கலைஞர் கருணாநிதி, அன்பில் தர்மலிங்கம் ஆகியோருடன் காரில் புறப் பட்ட அண்ணா, தன் குழுவினருடன் சென்று பெரியார் தங்கியிருந்த இல்லம் சென்றார்.

அனைவரையும் இன்முகத்துடன் வரவேற்ற அன்னை மணியம்மையார், தந்தை பெரியாரிடம் விபரம் கூற, உணர்ச்சி வசப்பட்டவராக இருந்த பெரியாரிடம் சென்ற அண்ணா, "அய்யா நலமாக இருக்கின்றீர்களா? என்று கேட்க தடுமாற்றத்துடன் சுகமா இருக்கிறேன். நீங்கள் எல்லாரும் நலமா? ரொம்ப சந்தோஷம்" என்றார். உணர்ச்சிப் பெருக்கில் இருவர் கண்களிலும் கண்ணீர்.

6.3.1967 அன்று தான் முதலமைச்சராகப் பதவியேற்க இருப்பதைச் சொன்ன அண்ணா தங்கள் ஆசி பெற்றுச் செல்லவே வந்தோம் என்றார். சிற்றுண்டிக்குப் பின் விடைபெற்ற அண்ணாவிடம், என்னைக் கூச்சப்பட வைத்து விட்டீர்கள் என்றார் பெரியார். அச்சமயம் அவர்களின் மனதில் என்னென்ன ஓடின என்பது அவர்களுக்கே வெளிச்சம்.

உணர்ச்சிப் பெருக்கில் மௌனமாகிப் போன பெரியாரிடம் 'நாங்கள் எப்படி நடந்து கொள்ள வேண்டும் என்பதை நீங்கள் தான் சொல்லித் தர வேண்டும்' என்றார் அண்ணா.

நம்மால் உருவாக்கப்பட்டவர்கள் என்றாலும் நம்மைக் குறை கூறிப் பிரிந்து சென்றவர்கள், நம்மிடம் அன்றாடம் ஏச்சையும் பேச்சையும் வாங்கிக் கட்டிக் கொண்டவர்கள், கொஞ்ச நஞ்சமல்ல பதினெட்டு ஆண்டுகாலம் இத்தகைய நிலையில் வளர்ந்தவர்கள் என்றாலும் அடிப்படைக் கொள்கைகளில் மாற்றம் ஏதும் கொள்ளாமல் நிலை நிறுத்தியதோடு, தம்மிடம் ஆசிவாங்க ஓடோடி வந்த அண்ணாவையும், அவர்களின் தம்பி மகனையும் எண்ணி பெருமிதம் கொண்டார் பெரியார்.

6.3.1967 அன்று தன்னோடு நாவலர் நெடுஞ்செழியன், கலைஞர் கருணாநிதி, மதியழகன், கோவிந்தசாமி, சத்தியவாணிமுத்து, மாதவன், சாதிக் பாட்ஷா, மற்றும் முத்துசாமி ஆகியோரை அமைச்சர்களாக இணைத்துக் கொண்டு முதலமைச்சராகப் பதவியேற்ற அண்ணா 'இந்த அமைச்சரவை தந்தை பெரியாருக்கு காணிக்கை' என்றார்.

அண்ணா திரும்பி வந்து பெரியாரைச் சந்தித்ததும் பெரியார் அவர்களை அரவணைத்ததும் திராவிட கழகத்தார் சிலருக்கு பிடிக் வில்லை. அதனை வெளிப்படையாகவே தெரிவிக்கத் தொடங்கினர்.

ஆனால் அந்தக் கருத்துக்களை பெரியார் ஏற்கவில்லை. தம் வாழ்வில் இன நலன் ஒன்றையே குறிக்கோளாகக் கொண்டவர், அதற்காக எதையும் விலை கொடுக்கத் தயாரானவர் என்ற காரணத்தால் தன் தொண்டர்களின் எண்ணங்களுக்கு தெளிவான தனது பதிலை 9.3.1967 விடுதலையில் விரிவாகக் கூறினார்.

"தேர்தல் முடிவுக்கு பின்னிட்டு நான் தெரிவித்த எனது கருத்தாகிய அறிக்கையைப் பற்றி எனது தோழர்களிடையிலும், காங்கிரஸ்காரர்களி டையிலும், பொது மக்களிடையிலும் ஒரு தவறான எண்ணம் ஏற்பட்டிருப்பதாகத் தெரிகிறது."

சிலரை நேரில் பார்த்த அளவிலும், சிலரால் எனக்கு எழுதப்பட்ட கடிதங் களைப் பார்த்த அளவிலும் எதிர்கட்சித் தலைவர்கள் என்னைக் கண்டு பேசிய பிறகு எனது கருத்து மாறி விட்டதாகவும், எனது எதிர்ப்பு உணர்ச்சியை நான் கைவிட்டு விட்டதாகவும் எதிரிகளுக்கு ஆதரவாகப்

போவதாகவும், இதனால் எதிர்காலம் மிகவும் மோசமாய் போய்விடு மென்றும், நாம் ஆதரிக்க ஆரம்பித்துவிட்டால் எதிரிகள் தலை, கால் தெரியாமல் ஆடுவார்கள் என்றும் இதனால் சாதாரண மக்களும், நம் கழகத் தோழர்களும் பழிவாங்கப்படுவார்கள் என்றும் என்னை நம்பியவர் களை நான் காட்டிக் கொடுத்து விட்டதாக ஆகுமென்றும், முடிவாக நானும் எதிரிகளைக் கண்டு பயந்து போய் வளைந்து கொடுத்து விட்டேன் என்றும் பிளேட்டைத் திருப்பி போட்டு விட்டேன் என்றும் இந்த நிலைமையை யாருமே எதிர்பார்க்கவில்லையென்றும் தெரிவித் திருப்பதோடு, சிலர் கடுமையான பதங்களை பிரயோகப்படுத்தி கீழ்த் தரமான நிலையில் கையெழுத்தில்லாத கடிதங்கள் மூலம் தெரிவித்திருக் கிறார்கள்.

இவற்றைக் கண்டு நான் ஆச்சர்யப்படவில்லை. மனதில் இதைப் பற்றி எவ்வித கலக்கமும் கொள்ளவில்லை. ஏனென்றால் இப்படிப்பட்ட சமயத்தில் நான் எப்படி நடந்து கொள்ள வேண்டும் என்பதைத் தெரி விக்க வேண்டிய பொறுப்பில் உள்ளவன் என்றும், அதற்கு நான் ஒருவன் தான் நடுநிலைமையில் இருப்பவன், இருக்க வேண்டியவன் என்றும் கருதிக் கொண்டிருப்பவன்.

ஆனதால் எனது கருத்தைத் தெரிவித்துக் கொண்டதற்காக மற்றவர்கள் என் மீது ஆத்திரப்பட்டவர்களானால் அதற்காக வருத்தப்படுவதோ அல்லது என் கருத்தை திருத்திக் கொள்வதோ, மாற்றிக் கொள்வதோ என்றால் அது எனது பதவிக்கு அழகல்ல என்றுதான் நான் கருதிக் கொள்ள வேண்டும்.

இன்றைய நிலைமை மிகமிக அதிசயமானதும் நெருக்கடியானதும் ஆகும். இராஜாஜி இவர்களைப் பயன்படுத்திக் கொள்ளும்போது என்ன சொன்னார்? இராமன் குரங்குகளை பயன்படுத்திக் கொண்டதுபோல நான் இவர்களைப் பயன்படுத்திக் கொள்கிறேன்.

இவர்கள் கைக்கு ஆட்சி வரும்படியாகக் காங்கிரசை தோற்கடித்தால் தான் காங்கிரசுக்கும், காங்கிரஸ் ஆதரவாளர்களுக்கும் வெட்கம் வரும். காங்கிரசுக்கு செருப்பால் அடித்தது போன்ற அடி கொடுக்க வேண்டு மென்றால் இவர்களைக் கொண்டு காங்கிரசைத் தோற்கடிக்க வேண்டும் என்பதாக ஒன்றுக்கு மேற்பட்ட தடவைகளில் சொன்னார்.

அந்தப்படியே காங்கிரசைத் தோற்கடித்து இவர்களைக் கொண்டு வந்து பதவியில் வைத்து விட்டார். பதவிக்கு வந்தவர்களும் இராஜாஜி யால்தான் பதவிக்கு வந்தோம் என்று கருதி நன்றி மேல் நன்றி தெரிவித்து ஆசீர்வாதத்தின் மேல் ஆசீர்வாதம் பெற்றுக் கொண்டிருக்கிறார்கள்.

இந்த நிலையில் நமது கடமை என்ன? உட்கார்ந்து கொண்டு அவமானப் பட்டதாக காட்டிக் கொண்டு அதிலிருந்து தப்பித்துக் கொள்ள நாமாக அவர்களுக்கு தொல்லை கொடுப்பதா? கூடுமானவரை தொல்லை கொடுக்க வேண்டிய அவசியம் நேரிடாமல் பார்த்துக் கொள்ளும் முயற்சி யையாவது செய்து பார்த்து விடுவதா?

நாம் தொல்லை கொடுப்பது என்று ஆரம்பித்துவிட்டால் குதூகுலமாய் பின் விளைவுகளைப் பற்றிக் கூட எண்ணாமல் நமக்கு ஆதரவு கொடுக்க மக்கள் முன் வருவார்கள் என்பது எனக்குத் தெரியும்.

இதனால் பதவியிலிருப்பவர்கள் தொல்லைப்படலாமே தவிர மாறுதல டைந்து விட முடியுமா? அவர்களைப் பாதுகாப்பதற்கென்று பார்ப்பனர், பத்திரிகைகாரார், பணக்காரரர் முன் வருவார்கள்.

ஏனென்றால் அண்ணாதுரை தீர்க்கதரிசி அல்லவானாலும் கெட்டிக்காரர். எவ்வளவு சீக்கிரம் பார்ப்பனர்களை விட்டு வெளியேற முடியுமோ வெளியேறி நமது மந்திரியாகி ஆனாலும் ஆகக் கூடும். நமக்கே, அண்ணா துரை மந்திரி சபையை ஆதரித்து மறுபடியும் அவரே வந்தால் தேவலாம் என்று கருதும்படியான நிலைமை வந்தாலும் வரலாம்.

நாம் காமராஜரின் கையைப் பலப்படுத்த வேண்டும் என்கிற கொள்கை யில் இருந்தோம், இருக்கிறோமே தவிர காங்கிரசின் அடிமை அல்லவே. அதுவும் நிபந்தனையற்ற அடிமை அல்லவே.

அப்படி இருந்தால் பக்தவச்சலம் கண்டன நாள் கொண்டாடி இருப் போமா? இன்றுதான் ஆகட்டும். நாம் எந்த அளவில் இந்த மந்திரி சபையை ஆதரிப்பவர்களாக ஆகி விட்டோம்? கொஞ்ச நாளைக்கு எதிர்ப்பு காட்ட வேண்டாம் என்கின்ற நிலையில்தானே இருக்கிறோம்.

காங்கிரஸ்காரரை நினைத்துக் கொண்டு நாம் ஒன்றும் செய்ய வேண்டிய தில்லை. பக்தவச்சலமே ஆறுமாத வாய்தா கொடுத்திருக் கிறாரே, நான் அப்படி வாய்தா கூட கொடுக்கவில்லையே! சமயம் எதிர் பாருங்கள் என்பதாகத்தான் சொல்கிறேன்?

இதனால் நான் பயந்து விட்டேன் என்று சொல்லப்படுவதனால் எனக்கு உள்ள மரியாதை எவ்வளவு? தோழர்களே மனதை விட்டு விடாமல் உறுதியான மனத்தைக் கொண்டு எதையும் சிந்தியுங்கள்.

பெரியாரின் விரிவான விளக்கமான இந்த அறிக்கையால் திராவிட கழகத் தொண்டர்களும் நடுநிலை வகிப்போரும் அமைதி கொண்டனர். பதவி யேற்ற அண்ணா தனது அமைச்சரவையை பார்ப்பனர் எவரும் இல்லாத வாறு அமைத்தார்.

பதவியேற்பின் போது உறுதிமொழி எடுத்துக் கொண்ட அமைச்சர்கள் வரலாற்றில் முதன்முறையாக, 'கடவுள் சாட்சி'யாக என்ற வார்த்தை யைப் பயன்படுத்தாமல் 'உளமார' எனச் சொல்லி பதவியேற்றது போன்ற நடவடிக்கைகள் பெரியாரை மிகவும் மகிழ்ச்சியடையச் செய்தன.

திராவிட முன்னேற்றக் கழகத்தோடு கூட்டணி வைத்து தேர்தலில் வென்ற ராஜாஜி எப்படியும் அண்ணாவின் அமைச்சரவையில் இடம் பெற வேண்டும் என்று எண்ணியது ஈடேறவில்லை என்ற காரணத்தால் சபா நாயகர் தேர்தலில் தி.மு.க.வை எதிர்த்துப் போட்டியிட்டு தோல்வி அடைய நேரிட்டது.

அதன்பின் ஊடகங்கள் கேட்ட கேள்விகளுக்கு பதில் அளித்த ராஜாஜி 'தேன் நிலவு முடிந்து விட்டது' என்றார். பார்ப்பனிய எதிர்ப்புக் கொள்கையை அண்ணா கைவிடவில்லை என்ற நிலையில் பெரிதும் ஆனந்தமடைந்தார் பெரியார்.

எதிர்பாராத வகையில் திராவிட முன்னேற்றக் கழகம் வெற்றி பெற்றதை யும், தம் இனத் தலைவராம் ராஜாஜியின் துணையோடு வெற்றி பெற்ற பின்னர், அவர் விரும்பியவாறு அவரை அமைச்சரவையில் சேர்த்துக் கொள்ளாமல் புறக்கணித்ததையும், அனைத்திற்கும் மேலாக எவரும் எதிர் பாராத திருப்பமாக தந்தை பெரியாரைச் சந்தித்த அண்ணா, ஆட்சியே அவருக்கு காணிக்கை என்று கூறியதும் பார்ப்பனப் பத்திரிகைகளுக்கு மிகுந்த எரிச்சலையூட்டின.

'கண்ட்ரோல் என்பதே எனக்குப் பிடிக்காது' என்று ராஜகோபாலச் சாரியார் சொல்வது போலவும் 'அதனால்தான் என் மீதுள்ள உங்கள் கண்ட்ரோலை நான் மெல்ல மெல்ல விலக்குகிறேன்' என்று அண்ணா கூறுவது போலவும் கேலிச் சித்திரம் வெளியிட்டது ஆனந்த விகடன்.

பெரிய சிம்மாசனத்தில் பெரியார் அமர்ந்திருப்பது போலவும், அண்ணாவும் அமைச்சர் பெருமக்களும் எதிரே மரியாதையோடு நிற்பதை ஆச்சார்யார் ஒளிந்திருந்து பார்ப்பது போலவும், 'யாமிருக்க பயமேன்' என்ற தலைப்பில் சுதேசமித்திரம் படம் வெளியிட்டது.

அண்ணா ஆட்சிப் பொறுப்பை ஏற்றது முதல் பெரியார் 'விடுதலை' இதழில் ஆட்சியாளர்களுக்கான பல அறிவுரைகளைத் தொடர்ந்து எழுதி வந்தார். மக்களின் உணவுப் பிரச்சனை சமாளிப்பது, அதிலும் ஆங்கில வழிக்கல்வியின் முக்கியம் ஆகியன பற்றி எழுதினார்.

16.4.1967 அன்று சென்னை கோட்டையில் தமிழ்நாடு அரசு தலைமைச் செயலகம் என்ற மின் பெயர்ப்பலகையை முதலமைச்சர் அண்ணா திறந்து வைத்தார்.

அரசுக் கோப்புகளிலும் நடைமுறைகளிலும் மரியாதை நிமித்தமாகக் கூறப்பட்டு வந்த ஸ்ரீ, ஸ்ரீமதி, குமாரி போன்ற வடசொற்களுக்கு மாற்றாக திரு, திருமதி, செல்வி என்ற சொற்கள் பயன்படுத்தப்படும் என்ற அரசாணை 26.4.1967 அன்று வெளியிடப்பட்டது. இந்த நிகழ்வுகளில் மகிழ்ந்தார் பெரியார்.

சமதர்மத் திட்டத்தின் பெரும் நம்பிக்கை கொண்டிருந்த பெரியார் மகிழும் வகையில் 19.4.1967 அன்று தனியார் மின் நிறுவனங்கள் அனைத்தும் அரசுடைமையாக்கப்படும் என்ற அறிவிப்பை முதலமைச்சர் அண்ணா வெளியிட்டார்.

28.4.1967 அன்று பெரம்பலூர் மாவட்டம் ஓகளூர் என்ற ஊரில் அரசுப் பள்ளியில் புதிய கட்டடத் திறப்பு விழா அமைச்சர் ஏ.கோவிந்தசாமி தலைமையில் நடந்தது. அதில் கலந்து கொண்ட பெரியார், முதல்வர் அண்ணாவின் படத்தைத் திறந்து வைத்து உரையாற்றினார்.

அண்ணாவின் ஆட்சியை அப்போது பாராட்டி வந்த பெரியார் சில விசயங்களை கண்டிக்கவும் தயங்கவில்லை. ரூபாய்க்கு ஒருபடி அரிசித் திட்டத்தை தவறு என்றார். 'இதனால் மிக்க நட்டம் ஏற்படும். இந்த அரிசி விலை குறைப்போ நியுசன்ஸ். அனாவசியத் தொல்லை' என்றார்.

●

இந்தத் தேர்தலில் எம்.ஜி.ஆரின் பிரச்சாரம் பெரும் துணையாக தி.மு.க.வுக்கு அமைந்தது. இம்முறை கருணாநிதி தஞ்சாவூரில் காங்கிரஸ் கட்சியின் வேட்பாளர் மிகப்பெரும் பஸ் முதலாளியை எதிர்த்துப் போட்டியிட்டார்.

வெல்லவே முடியாது என்று தமிழகமே எதிர்பார்த்த நிலையில் தனது நண்பர் கருணாநிதிக்காக அங்கேயே பல நாள் பிரச்சாரம் செய்த எம்.ஜி.ஆரின் பிரச்சாரமும் பெரும் வெற்றி பெற உதவியது.

1962 வெற்றிக்கும் 4வது பொதுத் தேர்தலான 1967ஆம் ஆண்டுக்கு மிடையே எத்தனை மாற்றங்கள்.

1962ல் சீனப் போரில் இந்தியா தோல்வி, திராவிட நாடு கொள்கையை தி.மு.க. கைவிட்ட சம்பவம், 1964ல் பிரதமர் நேருவின் திடீர் மரணம் அதனைத் தொடர்ந்து பிரதமரான லால்பகதூர் சாஸ்திரியின் மரணம், இந்திரா காந்தி பிரதமரானது எனப் பல சம்பவங்கள்.

1964 ஆம் ஆண்டு அகில இந்திய அளவில் இந்திய கம்யூனிஸ்ட் கட்சி இரண்டாக உடைந்தது. மார்க்சிஸ்ட் கம்யூனிஸ்ட் கட்சி உதயமானது.

இந்தக் காலகட்டத்தில்தான் தி.மு.க.வால் மொழிப் போர் கையிலெடுக்கப் பட்டது. இந்தித் திணிப்புக்கு எதிராக மொழிப் பிரச்சனையைத் தி.மு.க. கையிலெடுத்தது.

மிகப் பெரிய அளவில் இளைஞர்கள் இக்கால கட்டத்தில் தி.மு.க.வின் பின்னால் வந்தனர்.

காமராஜர் முதல்வர் பதவியை விட்டு விலகி பக்தவச்சலத்தை முதல்வராக்கினார். மொழிப் பிரச்சனையுடன் உணவுப் பஞ்சம் உள்ளிட்டவை சேர, எலிக்கறி சாப்பிடச் சொன்னதாக காங்கிரஸுக்கு எதிரான தி.மு.க.வின் போராட்டம் வெடித்தது. அண்ணாவின் படி அரிசித் திட்டம் பெரிதாக எடுபட்டது.

இதற்குள் 1965ஆம் ஆண்டின் தொகுதி சீரமைப்பு நடவடிக்கைகளின் விளைவாக சென்னை சட்டப் பேரவையின் உறுப்பினர் எண்ணிக்கையும் 234ஆக உயர்த்தப்பட்டது. இவற்றில் 44 இடங்கள் தனித்தொகுதியாக அறிவிக்கப்பட்டன.

1967ஆம் ஆண்டு பிப்ரவரி மாதம் சென்னை மாநிலத்தின் நான்காவது சட்டப் பேரவைத் தேர்தல் நடந்தது. அந்த நேரத்தில் தி.மு.க.வின் பிரச்சார பீரங்கி எம்.ஜி.ஆர். சுடப்பட்டார். இதுவும் தி.மு.க.வுக்கு மிகப்பெரிய வாய்ப்பாக அமைந்தது.

1967ஆம் ஆண்டு 4வது பொதுத் தேர்தலில் தி.மு.க. தலைமையில் ராஜாஜியின் சுதந்திரா கட்சி மார்க்சிஸ்ட் கம்யூனிஸ்ட் கட்சி, முஸ்லீம் லீக் உள்ளிட்டவை இணைந்து போட்டியிட்டன.

காங்கிரஸ் கட்சி தனித்து போட்டியிட்டது. தி.மு.க. கூட்டணி பெரிய அளவில் வெற்றி பெற்றது. 179 இடங்களில் வென்ற கூட்டணியில் தி.மு.க. மட்டுமே 137 இடங்களில் வென்றது. காங்கிரஸ் கட்சி 232 இடங்களில் போட்டியிட்டு 51 இடங்களை மட்டுமே பெற்று 88 இடங்களை இழந்தது.

அண்ணா முதல்வர் ஆனார். ஆனால் அந்தத் தேர்தலில் அண்ணா சட்ட சபைக்கு போட்டியிடவில்லை. மக்களவைக்கு போட்டியிட்டு தென் சென்னை எம்.பி. ஆனார். அதற்குப் பிறகு எம்.பி. பதவியை ராஜினாமா செய்து சட்ட மேலவைக்குள் நுழைந்ததன் மூலம் முதல்வர் ஆனார்.

34
கூட்டாட்சியும் கூட்டணியாட்சியும்

தேசிய அரசியல் சதுரங்கத்தில் தவிர்க்கவே முடியாதவராகத் திகழ்ந்த ராஜ தந்திரி கருணாநிதி. வாய்ப்பு, உழைப்பு இரண்டும் சேர்ந்துதான் அவருக்கு மேடை அமைத்துக் கொடுத்தன.

கருணாநிதி இதுநாள் வரை கட்டிக் காத்த திராவிட இயக்கத்தின் மூல உணர்வுகள் மீது எந்த மாசும் படியாமலும், கடல் கொள்ளையர்களால் அவை கைப்பற்றப்படாமலும் திராவிட இயக்கம் அதன் இளைய தலைமுறையால் கரை சேர்க்கப்பட வேண்டும். இயக்கத்தின் நிறுவனர்கள் விரும்பியபடி இந்தியக் கூட்டாட்சி என்ற துறைமுகத்தை அது சென்றடைய வேண்டும்.

பெரியாரிடமிருந்து அண்ணா சுவீகரித்துக் கொண்ட திராவிட இயக்கக் கொள்கைப்படி மத்திய அரசு என்பது மைய அரசு தானே தவிர உச்ச அரசு அல்ல. அண்ணாவின் கூட்டாட்சிக் கொள்கை என்பது ஒரு தேசிய கனவு.

அண்ணாவின் மரணம் திராவிட இயக்கத்தைத் தாண்டியும் ஒரு பேரிழப்பு என்றாலும் கருணாநிதியின் அரசியல் அண்ணாவின் அரசியலை அடியொற்றியதாக அமைந்தது.

ஏழைகளுக்கு ஆதரவான, விவசாயிகளுக்கு ஆதரவான, சாமானிய மக்களுக்கு ஆதரவான, சாதியத்துக்கும் மதவாதத்துக்கும் எதிரான கொள்கைகளின் வழியே ஆட்சியதிகாரத்தை அணுகுவது அந்த அரசியல்.

தமிழ்நாட்டில் தி.மு.க., அ.தி.மு.க. இரண்டும் மாறி மாறி ஆண்டு வருவதால் தொடர்ந்து ஆட்சிப் பீடத்திலேயே இருக்கிறது திராவிட இயக்கம்.

மாநிலக் கட்சிகள் இணைந்து ஒரு வலுவான தேசியக் கூட்டணியை உருவாக்க வேண்டும் என்ற தேசியக் கனவு தி.மு.க.விடம் எப்போதும் உண்டு. கூட்டணி ஆட்சியின் மூலமாக உண்மையான கூட்டாட்சி முறைக்கு இந்நாட்டை அழைத்துச் செல்லும் கனவு அது.

டெல்லியில் 1970ல் நடைபெற்ற தேசிய வளர்ச்சிக் குழுக் கூட்டத்தில் கலைஞர் மாநில சுயாட்சி குறித்துப் பேசியது தொடர்பாக மறுநாள் இந்துஸ்தான் டைம்ஸ் இப்படி எழுதியிருந்தது.

கூட்டாட்சிக்கும், கூட்டணியாட்சிக்கும் உள்ள வேறுபாட்டுக்கு ஒரு புதிய விளக்கத்தைக் கொடுத்திருக்கிறார் கலைஞர்.

லெனின் சோவியத் ஒன்றியத்தை பல்வேறு சமமான தேசிய சோவியத் குடியரசுகளின் அரசியல் ஒன்றியமாகவே பார்த்தார். அண்ணா வழியில் வந்த கலைஞரும் அப்படியே பார்த்தார்.

மாநிலங்கள் சமமான கூட்டாளிகளாகக் கருதப்படும் வரையிலும் அரசியலமைப்புச் சட்டத்தில் மாற்றம் வேண்டும் என்பது தி.மு.க.வின் தொடர் முழக்கங்களில் ஒன்று.

ஒருபுறம் கூட்டாட்சிச் சூழலை உருவாக்க அரசியலமைப்புச் சட்டப் படியான மாற்றங்களுக்குத் தொடர்ந்து தி.மு.க. முயற்சித்தது. வந்தாலும் மறுபுறம் மத்திய அரசில் மாநிலக் கட்சிகளும் பிரதான பங்கு வகிக்கும் கூட்டணி அரசை அமைப்பதன் மூலம் மாநிலங்களுக்கான முக்கியத் துவத்தை பெறும் முயற்சிகளிலும் அது இறங்கியது.

1971லிலேயே காங்கிரஸுடனான கூட்டணி மூலம் தேசிய அரசியலில் தி.மு.க. அடியெடுத்து வைத்து விட்டாலும் 1988 செப்டம்பர் 17 அன்று

கலைஞர் முன்னின்று உருவாக்கிய தேசிய முன்னணி, அகில இந்திய அரசியல் அளவில் ஒரு முக்கியமான முன்னெடுப்பாகும்.

காங்கிரஸ், பாஜகவுக்கு மாற்றான முக்கியமான ஒரு முயற்சி இது. ஏழு கட்சிகள் சேர்ந்து அமைத்த இக்கூட்டணி, விரைவில் வி.பி.சிங் தலைமையில் ஆட்சியும் அமைத்தது.

போதிய எண்ணிக்கை பலமின்மை, ஒற்றுமையின்மை ஆகியவற்றோடு வி.பி.சிங் முன்னெடுத்த வரலாற்று நடவடிக்கையான பிற்படுத்தப்பட்டோருக்கான இடஒதுக்கீடும் சேர்ந்து அவருடைய ஆட்சியை 11 மாதங்களிலேயே முடிவுக்கு கொண்டு வந்தன.

அடுத்து 1996ல் ஐக்கிய முன்னணியை கட்டுவதில் பெரும்பங்கு வகித்தார் கலைஞர். இக்கூட்டணியும் ஆட்சியில் அமர்ந்தது.

தேவகௌடா, குஜ்ரால் என்று இரு பிரதமர்களைத் தேர்ந்தெடுப்பதில் முக்கிய பங்காற்றினார் கலைஞர். ஆனாலும் ஒற்றுமையின்மை இரு ஆண்டுகளுக்குள் ஆட்சியையும் இக்கூட்டணியையும் குலைத்தது.

இதற்குப்பின் நிலையான ஆட்சி எனும் தேசிய நலனைக் கொண்டு பாஜக தலைமையிலான தேசிய ஜனநாயகக் கூட்டணியிலும் பின்னர் காங்கிரஸ் தலைமையிலான ஐக்கிய முற்போக்கு கூட்டணியிலும் இடம் பெற்றது தி.மு.க. சமூக நீதிக்கான இயக்கத்தை வெற்றிகரமான அரசியல் கட்சியாக மாற்றிய முதல் தலைமுறை அரசியல்வாதிகளில் முக்கியமானவர் கருணாநிதி.

கருணாநிதியின் நெடிய அரசியல் வாழ்வை சமீபத்திய வரலாற்றைப் பிரதிபலிக்கும் கண்ணாடிகளில் ஒன்றாகவே குறிப்பிடலாம்.

நாட்டின் பிற பகுதிளுடன் ஒப்பிடுகையில் தமிழ்நாட்டில் சமூகநீதி இயக்கத்தின் சாதனைகளையும் இந்தியாவில் கூட்டரசைக் கட்டமைப்பதில் திராவிட இயக்கத்தின் பங்களிப்புகளையும் வெளிக்காட்டும் கண்ணாடி அவருடைய வாழ்க்கை.

மக்கள் தொகையில் மிகச் சிறிய எண்ணிக்கையை கொண்ட சாதிய அடுக்குகளில் கீழே இருக்கும் ஒரு சமூகத்திலிருந்து வந்து, இவ்வளவு உயர்ந்த இடத்தை கருணாநிதி தக்க வைத்திருப்பது சமூகப் புரட்சியே அன்றி வேறல்ல. அந்தப் புரட்சிக்கு அவரும் காரணமாக இருந்திருக்கிறார்.

தமிழ்நாட்டின் திராவிட இயக்கம் நாட்டின் பிற பகுதியில் உள்ள இயக்கங்களுக்கு ஒரு வழிகாட்டி. அரை நூற்றாண்டாகத் தமிழ்நாட்டின் ஆட்சியதிகாரம் இரு திராவிடக் கட்சிகளையும் தாண்டிச் செல்லாமல் இருக்க சமூக நீதி இயக்கமே முக்கியமான காரணம்.

தமிழ்நாட்டில் சமூக நீதி இயக்கம் வலுவாக காலூன்றியதற்கான முக்கியமான காரணங்களில் ஒன்று, அதன் பலன் பிற்படுத்தப்பட்ட வகுப்பைச் சேர்ந்த வசதி படைத்தவர்களுக்கு மட்டும் பலன் தந்ததோடு நிற்கவில்லை என்பதேயாகும்.

தமிழ்நாட்டின் இடஒதுக்கீடு 50%க்கும் அதிகமாக உயர கருணாநிதி முக்கியமான காரணம். சமூகநீதி அரசியலை அரசுத் திட்டங்களாக உருமாற்றியது அவருடைய இன்னொரு முக்கியமான சாதனை.

சமூக நலத்திட்டங்களை செயல்படுத்துவதில் தி.மு.க., அ.தி.மு.க இடையில் ஆரோக்கியமான போட்டி எப்போதும் நிலவியது. இதனால்தான் சமூக நலத்திட்ட அமலாக்கத்திலும் வளர்ச்சியிலும் இந்திய அளவில் நாடு முன்னே நிற்கிறது.

இந்திய ஜனநாயகத்துக்கு திராவிட இயக்கத்தின் நிரந்தரமான பங்களிப்பு என்றால் அது 'இந்தி - இந்து - இந்துஸ்தான்' என்ற தேசிய வாதத்தை ஏற்க மறுத்து அது உறுதியாக நிற்பதுதான். கருணாநிதியின் ஆட்சியில் மாநில அரசு ஒருபோதும் மத்திய அரசுக்கு கீழான அரசாக செயல்பட்டதேயில்லை.

மத்திய மாநில உறவு தொடர்பாக அவர் நியமித்த ராஜமன்னர் குழுவின் பரிந்துரைகளை மத்திய அரசு நிராகரித்தாலும் கூட்டாட்சியை வலுப்படுத்துவதற்கான கதவை அது திறந்தது. சுதந்திர தினத்தன்று தேசியக் கொடியை ஏற்றும் உரிமையைப் பெற்றுக் கொடுத்தவரும் அவரே. தன்னுடைய ஆட்சியையே விலையாகக் கொடுத்து நெருக்கடி நிலை அமலாக்கத்தைத் துணியோடு எதிர்த்த முதல்வர் என்று வரலாற்றில் என்றும் கருணாநிதி நினைவு கூறப்படுவார்.

தி.மு.க. குறிப்பாக அண்ணா வழிவந்த கருணாநிதி மாநில சுயாட்சிக் கோரிக்கையை ஒரு தேசிய முழக்கமாகவே வளர்த்தெடுத்தவர். 1950ல் இந்திய அரசியலமைப்புச் சட்டம் காஷ்மீருக்கு வழங்கிய அதிகாரங்களைப் போன்ற அதிகாரங்களையே எல்லா மாநிலங்களுக்கும் கேட்கிறது தமிழகம். அதைத்தான் மாநில சுயாட்சி என்று தி.மு.க. குறிப்பிடுகிறது.

சுதந்திர இந்தியாவின் மேல்முனையில் இருக்கும் காஷ்மீருக்கும் கீழ் முனையில் இருக்கும் தமிழ்நாட்டுக்கும் வரலாற்றின் ஆரம்பத்திலிருந்தே அநேக ஒற்றுமைகள் இருந்து வருவதை அடுக்கலாம்.

தனித்த மொழி, தனித்த கலாச்சாரம், தனித்த அடையாளம் மட்டுமல்ல, இரு பிராந்தியங்களுமே தனிநாடு கேட்டவை. இன்று உச்சபட்ச மாநில சுயாட்சிக்கான உரத்த குரலை ஒலிப்பவை.

நமது தேசத்துக்கென்று ஒரு கூட்டாட்சி அமைப்பு இருக்கும் போதிலும் நம்முடைய நாடாளுமன்ற அமைப்பும் அரசு நிர்வாகமும் நடைபெறும் விதத்தைப் பார்க்கும்போது ஒரு விசயம் தெளிவாகப் புலப்படும். அது மத்திய மாநில அரசுகளுக்கான தராசுத்தட்டுகள் இணையாக நிற்க வில்லை என்பதேயாகும்.

35

திராவிடத்தின் திட்டவட்டமான மாற்றுப்பாதை

தத்துவங்கள், பாதைகள் வெவ்வேறு என்றாலும், இந்திய வரலாற்றை அணுகும் பார்வையில் காங்கிரஸ், பாஜக, கம்யூனிஸ்ட் கட்சிகள் மூன்றுமே டெல்லி யிலிருந்தே இந்தியாவைப் பார்க்க விரும்புகின்றன.

மாநிலங்களை கிளைகளாக அல்லாமல், அவற்றை இந்த இந்தியப் பெருமரத்தின் ஆன்மாவாகப் பார்க்கும் பார்வையை தி.மு.கவே முன் வைக்கிறது.

அண்ணா வழிவந்த கருணாநிதி 1971ல் டெல்லியின் முன் வைத்த 'ராஜமன்னர் குழு அறிக்கை' ஒரு மாற்று அரசியல் சட்டத்துக்கான முன் மொழிவு.

1974ல் தமிழ்நாடு சட்டமன்றத்தில் தி.மு.க நிறைவேற்றிய மாநில சுயாட்சித் தீர்மானம் ஒரு மாற்று அரசியல் பாதைக்கான தொடக்கப் பிரகடனம்.

இந்தியா என்ற வரையறைக்குட்பட்டு மாநிலங்களுக்கான இங்கு வாழும் பல்வேறு தேசிய இனங்களுக்கான உச்சபட்ச அதிகாரப் பகிர்வுச் சாத்தியங்களைத் தமிழகம் முன்வைக்கிறது.

அரசியலமைப்பில் மட்டுமல்லாமல், சமூகத்தைப் பார்க்கும் பார்வையி லேயே டெல்லியிடமிருந்து திட்ட வட்டமான மாற்றுப் பார்வை ஒன்று தனக்கிருப்பதையும் திராவிட இயக்கம் வழி தமிழகம் வெளிப்படுத்தி யிருக்கிறது.

சாதியப் பாகுபாடுகள் தான் இந்தியாவின் தலையாய பிரச்சனை என்ற உண்மையைத் தொடர்ந்து இந்த நூற்றாண்டுகளாக முகம் கொடுத்துக் கொண்டிருக்கிறது திராவிட இயக்கம்.

கருணாநிதி அரசியலின் அடிநாதமே சுயமரியாதைதான் என்பதற்கான அடையாளங்கள், அவரது ஆரம்ப வாழ்க்கையிலிருந்தே பிரகாசிக்கத் தொடங்கி விட்டன.

கருணாநிதியை அவருடைய தந்தை முத்துவேலர் உள்ளூர் பள்ளிக் கூடத்தில் சேர்த்து 'வித்யாரம்பம்' நிகழ்ச்சியை விமர்சையாகக் கொண் டாடினார். இசையிலும் தன் மகன் சிறந்து விளங்க வேண்டுமென விரும்பினார்.

அந்த இசைப் பயிற்சிக்காலம்தான் கருணாநிதிக்கு சமூக இழிவுகள் எவை என்று அடையாளம் காட்டின.

சமூகத்தில் சாதி அடிப்படையில் வர்ணசிரம அடுக்குகள் இருப்பதும் கருணாநிதிக்கு புரிந்தது. இசை வகுப்புகள் ஆலயங்களில்தான் நடக்கும். இடையில் துண்டு மட்டும் கட்டிக் கொள்ள வேண்டும். மேலுக்கு துண்டு அணியக் கூடாது என்று அவருக்கு அறிவுறுத்தப்பட்டது. தோளில் துண்டு போடக் கூடாது, காலுக்கு செருப்பு அணியக் கூடாது என்றும் கட்டுப் பாடுகள் விதிக்கப்பட்டன.

'இசை வகுப்புகள்தான் உண்மையில் எனக்கு அரசியல் வகுப்புகளாக இருந்தன. சாதிகளின் படிநிலைகளில் மேலே இருந்த சிலர், பெரும் பாலான மக்களைத் தாழ்ந்தவர்களாகவும், தங்களை உயர்ந்தவர்களா கவும் கருதிக் கொண்டு, குரூரமான மகிழ்ச்சியோடு மட்டம் தட்டுவதைப் பார்த்தேன். பெரும்பாலான மக்களை தாம் இழிவாக நடத்துகிறோம்

என்ற உணர்வு கூட அவர்களுக்கு இல்லை' என்று கருணாநிதி நினைவு கூறியுள்ளார்.

கண்ணியத்துடன் நடத்தப்படாத இடத்தில் அவரால் தொடர்ந்து இசை படிக்க முடியவில்லை.

அங்கே கற்றுத்தரப்பட்ட பாடல்கள் முக்தியடைவது குறித்தும் இறுதி யாகத் தெரிந்து கொள்ள வேண்டிய உண்மைகள் பற்றியும் தான் இருந்தன.

ஆனால் மக்களுடைய சமூக நிலையோ அவர்களுடைய சாதி வர்க்க அடிப்படையிலேயே தீர்மானிக்கப்படுவதாக இருந்தது.

யார் எங்கே அமர்வது, என்ன விதமான பாடல்களைப் பாடுவது, எந்த இடத்தில் யார் பாட வேண்டும் என்பதெல்லாம் சாதி அடிப்படையி லேயே தீர்மானிக்கப்பட்டன.

'நான் பிறந்த இடத்தில் மேல்தட்டு மக்களில் நல்ல மனம் கொண்டவர் கள் இல்லாமல் இல்லை. ஆனால் அவர்களுடைய செயல்கள் சீழ் பிடித்த புண்ணுக்கு புனுகு தடவுவதைப் போலத்தான் இருந்தன.

சமூகப் புறக்கணிப்பு, அவமதிப்பு என்றால் என்ன என்று அவர்களுக்கு தெரியாது. அவமதிப்புக்குள்ளானவரால்தான் புரையோடிய இந்தப் புண்ணுக்கு அறுவை சிகிச்சைதான் தீர்வு என்று சிந்திக்க முடியும். திருக் குவளையில் பயின்ற அந்த மூன்று ஆண்டுகளில் இந்தச் சிந்தனைதான் எனக்கு ஏற்பட்டது' என்று பதிவு செய்துள்ளார் கருணாநிதி.

மகனின் உணர்வுகளைப் புரிந்து கொண்ட முத்துவேலர், இசையில் அவர் பெற்ற பயிற்சியை முடித்துக் கொள்ள சம்மதித்தார். அதற்கு ஈடாக படுக்கச் செல்லும்போது ஏராளமான கதைகளையும், பாடல்களையும் சொல்லிக் கொடுத்தார். அப்பாவிடமிருந்து கேட்டுக் கொண்ட புராண தொன்ம கதைகளே பின்னாளில் முழுநேர அரசியல்வாதியாக மாறும் போது கை கொடுத்தன.

பிராமணர் அல்லாதார் இயக்கத்தின் விரிவான பரப்பெல்லையை ஊன்றிப் பின்பற்றினால்தான், கருணாநிதியின் வாழ்க்கையையும், போராட்டங் களையும், சாதனைகளையும் அவருக்கிருந்த வரம்புகளையும், தோல்வி களையும் புரிந்து கொள்ள முடியும்.

பிராமணர் அல்லாதார் இயக்கம், பிராமணர்களின் கல்வி, செல்வம், அந்தஸ்து ஆகியவற்றைப் பார்த்து பொறாமையால் உருவானது அல்ல, மிகுந்த கவனத்தோடு உருவாக்கப்பட்ட அரசியல் இயக்கம்.

அண்ணா, இரா.நெடுஞ்செழியன், க. அன்பழகன், கே.ஏ. மதியழகன் போன்ற தி.மு.க.வின் முன்னணித் தலைவர்களைப் போல பல்கலைக் கழகத்தில் பயின்றவர் அல்ல கருணாநிதி. ஆனால் தான் பேச வேண்டிய பொருளையும், அதற்கான மொழியையும் நன்கு கையாண்டு புலமை யைக் காட்ட வேண்டிய நிலையில் இருந்தவர்.

சுயமரியாதை என்ற உணர்வில் அவருக்கிருந்த உறுதி காரணமாகவே சொந்தமாக 'முரசொலி' பத்திரிகையை நடத்தினார்.

இதே போல கருணாநிதியின் உயிர்மூச்சு போல அமைந்தது சமூக நீதி விவகாரம். சாதி அடிப்படையிலான இட ஒதுக்கீட்டுடன் நின்று விடாமல் சமூக நீதிக்காக செய்ய வேண்டிய பணிகளை அவர் தொடர்ந்து வலி யுறுத்தி வந்தார்.

"மாநில உணர்வு என்பது மாநிலங்களுக்கு அதிகாரம் கோரும் உத்தி. அதைக் குறுகிய வாதம் என்று கருதுவது தவறு. நியாயமானதும் பறிக்க முடியாததுமான உரிமைகளைக் கேட்பது தனிநாடு கோரிக்கையோ, பிரிவினை கோரிக்கையோ அல்ல. மத்திய அரசுடன் பொருந்தக்கூடிய கூட்டாட்சி அமைப்பின் மையக் கருத்துதான் இந்த உரிமைகளும், கோரிக்கைகளும். சுருக்கமாகச் சொன்னால் மாநிலத்தில் சுயாட்சி, மத்தியில் கூட்டாட்சி நிலவ வேண்டும்" என்று தெளிவுபடுத்தியவர் கருணாநிதி.

கருணாநிதியுடைய சமூகநீதிக் கொள்கையின் ஒரு அம்சம்தான் தமிழகத்தின் அனைத்து வீடுகளுக்கும் மின் இணைப்பு, அனைத்துக் கிராமங்களுக்கும் சாலைகள் மற்றும் பேருந்துப் போக்குவரத்து வசதி என்ற திட்டங்களாகும்.

தமிழகத்தில் 1969லேயே கிராமப் புறங்களில் 100% மின் இணைப்புகள் வழங்கத் தீவிரம் காட்டினார் கருணாநிதி. இந்த இலக்கை அடைந்ததில் தமிழகம்தான் முதலிடம் வகித்தது.

"நகர்ப்புற - கிராமப்புற வேறுபாட்டை சுட்டிக்காட்ட மின் இணைப்பு நல்ல உதாரணம். அனைத்து வகை ஏற்றத்தாழ்வுகளையும் போக்குவதில்

எங்களுக்கிருக்கும் உறுதி காரணமாக அனைத்து கிராமங்களுக்கும் மின் இணைப்பு வழங்குவது எங்களுடைய முன்னுரிமைக் கடமையாக இருக் கிறது" என்று குறிப்பிட்டார் கருணாநிதி.

●

இந்தியாவின் வெகுஜன அரசியல் தளத்தில் சாதிய மேலாதிக்கத்துக்கு எதிரான வெற்றிகரமான ஒரே அரசியல் இயக்கம் அதுவே. பிராமணியத் துக்கு எதிரான பிரகடனத்தோடு ஒற்றைத்துவ அலையில் சிக்கிவிடாமல் ஒரு மாற்று அரசியல் கலாச்சாரத்தை முன்னெடுத்து இந்திய அரசியலில் வெற்றி பெற்றிருக்கும் ஒரு இயக்கம் வேறு இங்கு ஏது?

இந்தி மயமாக்கப்பட்ட சுதந்திர இந்தியாவின் தேசியவாதம் இத்தனை ஆண்டுகளில் நாடெங்கிலும் உண்டாக்கி இருக்கும் மோசமான விளைவு களில் ஒன்று உள்ளூர் அடையாள அழிவு! விளைவாக சாதிய, மத அடை யாளங்கள் பெற்றிருக்கும் கூடுதல் பலம்!

இன்று தமிழ்நாட்டில் சாதி - மத வரையறைகளைத் தமிழர் என்ற அடையாளத்தால் கடக்க வாய்ப்புள்ள சாத்தியங்கள் ஏனைய பல மாநிலங்களில் கிடையாது.

குழந்தைக்கு பெயர் சூட்டுதல் முதல் சுயமரியாதைத் திருமணங்கள் வரை வாழ்வியலில் தமிழ் அடையாள மாற்றுக்கலாச்சாரத்தை திராவிட இயக்கம் வளர்த்தெடுத்ததற்கு இதில் முக்கியமான பங்குண்டு.

இந்தி ஆதிக்கத்துக்கு எதிராக உறுதியாக நின்ற திராவிட இயக்கம் ஆங்கிலத்தை ஒரு மாற்றாக முன்னிறுத்தியதன் விளைவுகளை பொருளா தாரத்தில் அறுவடை செய்து கொண்டது.

இந்திய நிலப்பரப்பில் வெறும் 3.95% (1.3 லட்சம் சதுர கி.மீ) மட்டுமே கொண்டது தமிழ்நாடு. ஒன்றிணைந்த ராஜஸ்தான், மத்திய பிரதேசம், மகாராஷ்டிரம் இந்த மாநிலங்களோடு ஒப்பிடுகையில் பாதி கூட கிடையாது.

மக்கள் தொகையில் அதிகம் என்றாலும் நிலப்பரப்பளவில், குஜராத், ஆந்திரம், கர்நாடகத்தையும் விடவும் சிறியது. இன்றைய தமிழ்நாட்டின் வளர்ச்சி எப்படி சாத்தியமானது?

எல்லோரையும் உள்ளடக்கிய வளர்ச்சிப் பார்வை! விவசாயத்தைப் புறக்கணித்து விடாத வளர்ச்சியை முன்னெடுத்து தமிழகம். 1970களின் தொடக்கத்திலேயே நில உச்சவரம்புச் சட்டத்தின் மூலம் நிலப் பகிர்வைக் கொண்டு வந்தார் கருணாநிதி.

இதன் விளைவாக தமிழகத்தின் 98% பேர் சிறு விவசாயிகள் ஆயினர். நேரடிக் கொள்முதல் நிலையங்கள், இலவச மின்சாரம், உழவர் சந்தைகள், குறைந்த வட்டியிலான வங்கிக்கடன், சுமை பெருகிய காலத்தில் கடன் தள்ளுபடி சிக்கனப் பாசனத் திட்டத்தில் கவனம் என்று விவசாயிகளுக்கு உகந்த சூழலை உருவாக்குவதிலும் தி.மு.க. தொடர்ந்து கவனம் அளித்தது.

உலகமயமாக்கல் சூழலில் முந்திக் கொள்வதிலும் தமிழகம் முன்னே நின்றது. தகவல் தொழில் நுட்பத்துறைக்கான கொள்கையை நாட்டுக்கே முன்னோடியாக 1997ல் கருணாநிதி கொண்டு வந்ததை எவரும் மறுக்க முடியாது.

●

"தமிழ் மக்களுக்குப் பணியாற்ற என் தலையில் இருக்கும் கிரீடத்தை வேண்டுமானால் யாரேனும் பறிக்க முடியும். ஆனால், என் கையில் இருக்கும் போர்வாளை யாராலும் பறிக்க முடியாது" என 1969ல் முதன் முறையாக தமிழ்நாட்டின் முதலமைச்சராகப் பொறுப்பேற்றுக் கொண்ட போது கலைஞர் கருணாநிதி இப்படித்தான் பேசினார்.

அரை நூற்றாண்டுக்கும் மேலான அரசியல் வரலாற்றில் தவிர்க்க முடியாத ஒரு நெருப்பு உச்சரிப்பு கருணாநிதி எனும் பெயர்.

தனது காலம் முழுவதுக்குமான தமிழகத்தின் எதிர்ப்புக்குரல் கருணாநிதிக்கு உரிமையானது. தன்னம்பிக்கையின் உந்து சக்தியாக ஒரு இனத்தின் ஒட்டுமொத்த தலைவனாக போராளியாக, உரிமையாளராக தமிழகத்தில் தன்னை என்றென்றும் நிலைநிறுத்திக் கொண்டவர் கலைஞர்.

'பள்ளியில் சேர்க்காவிட்டால் கமலாயக்குளத்தில் குதித்து தற்கொலை செய்து கொள்வேன்' என தனது பள்ளிப் பருவத்தில் பள்ளித் தலைமை ஆசிரியரை மிரட்டியது முதல் 94 வயதில் தனது இறுதி மூச்சை நிறுத்திக் கொண்ட தருணத்தில், அவரது உடல் அடக்கத்துக்காக தி.மு.க.வினர்

நீதிமன்றத்தின் படியேறி போராடி நீதிபெற்றது வரை, கருணாநிதியின் அரசியல் வாழ்வும் தனிமனித வாழ்வும் சட்டப் போராட்டங்களின் ஓயாத சத்தும் நிறைந்தவை என்றால் மிகையில்லை!

பெயருக்கு ஒரு முதலமைச்சராக மட்டுமே இருந்து விட்டுப் போனவர் அல்ல கருணாநிதி. அனுதினமும் அரசியல் காற்றைச் சுவாசித்து வந்த கருணாநிதிக்கு பெரியார், அண்ணா, உள்ளிட்ட தலைவர்களுடன் நெருக்கமாக பழகும் வாய்ப்புகள் இருந்ததால் புடம் போட்ட தங்கமாக தன்னை அனுதினமும் ஒளிர வைத்துக் கொண்டிருந்தார்.

இந்தியர் அனைவரும் உற்றுப் பார்த்து வியந்து மயங்கும் அளவுக்கு அரசியல் களத்தில் உயர்ந்து சட்டப் பேரவையில் பொன்விழா கண்டவர் கருணாநிதி.

அரசியல் களத்தில் வாள் சுழற்றும் அனைவருக்கும் அரிச்சுவடியாக இவரது வாழ்க்கை திறந்த புத்தகமாகக் திகழ்கிறது.

திருவாரூர் அருகே உள்ள திருக்குவளையில் முத்துவேலர் அஞ்சுகம் தம்பதிக்கு 1924 ஜூன் 3ம் தேதி பிறந்த கருணாநிதி சுயமரியாதைச் சுடராகவே வளர்ந்து உலகுக்கு ஒளி பரப்பினார்.

மாணவர்களைத் திரட்டி, மொழிப் போராட்டத்தில் பங்கெடுத்தார். துண்டுப் பிரசுரம், சுவரொட்டி என்று அரசியல் அரிச்சுவடி வாசித்தார். மாணவனாக இருந்து கொண்டே 'மாணவநேசன்' என்ற கையெழுத்துப் பத்திரிகையைத் தொடங்கினார். இதுதான் பின்னாளில் 'முரசொலி'யாக மாறியது.

பெரியாரின் 'குடிஅரசு' இதழில் துணை ஆசிரியராகப் பணியாற்றினார்.

'ஆமையைக் காக்க ஓட்டைப் படைத்த இறைவன், சாலை ஓரங்களில் வாழும் ஏழைக்கு ஏன் ஒரு வீட்டைப் படைக்கவில்லை?' என்று புரட்சித் தீயாக கேள்வி எழுப்பினார்.

பராசக்தியில் 'கோயிலே குழப்பம் விளைவித்தேன். பூசாரியைத் தாக்கி னேன். கோயில் கூடாது என்பதற்காக அல்ல. கோயில் கொடியவர்களின் கூடாரமாக இருக்கக் கூடாது என்பதற்காக' என்று கருணாநிதி எழுதிய உணர்ச்சிமிக்க வசனங்கள் சமூகத்தில் கொந்தளிப்பை ஏற்படுத்தியது.

கருணாநிதிக்கு சிறு வயதிலிருந்தே நாடக தொடர்பும், நாடகம் எழுதுவதில் இருந்த ஆர்வமும், குடிஅரசு இதழில் பணியாற்றிக் கொண்டிருந்த காலத்தில் சினிமாவுக்கான வாய்ப்பை கொண்டு வந்து சேர்த்தது.

பெரியாரின் சம்மதத்தோடு திரைத்துறைக்கு நகர்ந்தார் கருணாநிதி. அவருக்கு வசனம் எழுத முதல் வாய்ப்பு 'ராஜகுமாரி' படத்துக்கு கிடைத்தது.

முரசொலியை அச்சுப் பத்திரிகையாக மாற்றும் பணிகளில் ஈடுபட்டார். பெரியார் - மணியம்மை ஆகியோர்களின் திருமண விவகாரத்தில் ஏற்பட்ட கருத்து மோதலால் பெரியாரிடமிருந்து விலகிய அண்ணா அப்போதுதான் தி.மு.கவை தொடங்கினார்.

தி.மு.க அறிவிக்கும் போராட்டங்களில் நேரடியாகப் பங்கேற்றுக் கொண்ட வெகுஜன மக்களின் ஆதரவைத் திரட்ட சினிமாவிலும் தொடர்ந்து கருணாநிதி இயங்கி வந்தார்.

முதன்முறையாக பொதுத் தேர்தலில் 1957ல் களமிறங்கியது தி.மு.க. சொந்தத் தொகுதியான நாகையில் போட்டியிட விரும்பினார் கருணாநிதி. ஆனால் குளத்தலையைக் கொடுத்தார் அண்ணா. வென்றார் கருணாநிதி. 1962 தேர்தலிலும் வென்றார் கலைஞர்.

'வரலாற்றின் முதல் பகுதியை நான் எழுதினேன். பிற்பகுதியை என் தம்பி கருணாநிதி எழுதுவார்' என்றார் அண்ணா.

1967ல் காங்கிரசை வீழ்த்தி ஆட்சியைக் கைப்பற்றியது திமுக. விலைவாசி உயர்வு, மொழிப்போர், ஆட்சிக்கு எதிரான அதிருப்தி என்றும் எல்லாமு மாகச் சேர்ந்து காங்கிரசை தோற்கடித்திருந்தது.

மக்கள் கோரிக்கைகளையெல்லாம் ஒவ்வொன்றாக நிறைவேற்றிக் கொண்டிருந்த நேரத்தில் முதலமைச்சர் அண்ணாவின் மறைவு பேரிடி யானது.

கட்சியின் மூத்த தலைவர்கள் பலரும் கருணாநிதி பக்கம் இருந்த நிலையில் தற்காலிக முதல்வராக இருந்த நாவலர் நெடுஞ்செழியன் பதவி விலக கருணாநிதி முதல்வரானார். கருணாநிதி கட்சித் தலைவரானார். நாவலர் நெடுஞ்செழியன் பொதுச் செயலாளரானார். கருணாநிதி

வகித்த பொருளாளர் பதவி எம்.ஜி.ஆரிடம் சென்றது. அதுநாள்வரை இருந்த காங்கிரஸ் எதிர்ப்பு கொள்கையின் நிலைப்பாட்டில் மாற்றம் ஏற்பட்டது. உறவுக்கு கை கொடுப்போம், உரிமைக்கு குரல் கொடுப் போம் என்றார் கலைஞர்.

இதன் பிறகே சுதந்திரத் தினத்தன்று ஆளுநர் தேசியக் கொடி ஏற்றும் நடைமுறை மாற்றப்பட்டு முதலமைச்சராக இருந்த கருணாநிதியின் முயற்சியால் மாநில முதல்வர்கள் தேசிய கொடியேற்றும் நடைமுறை அமலுக்கு வந்தது. அனைத்து சாதியினரும் அர்ச்சகராகலாம் என்ற அர்ச்சகர் சட்டம் கொண்டு வந்து நிறைவேற்றினார் கருணாநிதி.

இந்திரா காங்கிரசுடன் கூட்டணி வைத்து 1971ல் ஆட்சியைத் தக்க வைத்தார் கருணாநிதி. இந்த முறை தி.மு.க வென்ற இடங்கள் 183. அதற்கு முன்பு வரை அத்தனை இடங்கள் எந்த ஒரு கட்சியும் பெற்றிருக்கவில்லை. அத்தகைய பிரம்மாண்ட வெற்றி அது.

இந்த காலகட்டத்தில் தான் தமிழ்நாட்டில் புரட்சிகர திட்டங்கள் பல செயல்படுத்தப்பட்டன. குறிப்பாக மனிதனை மனிதனே இழுத்துச் செல்லும் கை ரிக்ஷாவை ஒழிக்க கருணாநிதி 'கைரிக்ஷா ஒழிப்புத் திட்டம்' கொண்டு வந்தார்.

நெருக்கடி நிலைக்குப் பிறகு நடைபெற்ற தேர்தலில் அ.தி.மு.க. வெற்றி பெற்றது. அடுத்து வந்த 13 ஆண்டுகள் அதாவது தாம் இறக்கும் வரை தமிழகத்தின் முதலமைச்சராக இருந்தார் எம்.ஜி.ஆர்.

அத்தருணத்தில் வலுவான எதிர்கட்சித் தலைவராக மக்களின் உரிமைக் காக குரல் எழுப்பினார். சட்டமன்றத்தில் ஆளுங்கட்சியின் ஒவ்வொரு அசைவையும் உன்னிப்பாக கவனித்து கேள்வி எழுப்புவது, விமர்சிப்பது, சட்டமன்றத்துக்கு உள்ளும் புறமும் போராட்டங்கள் நடத்தி அரசுக்கு அரசியல் அழுத்தம் கொடுப்பது என்று வீரியமிக்க எதிர்க் கட்சி அரசியலை கையிலெடுத்தார் கருணாநிதி. எம்.ஜி.ஆர் மறைவுக்கு பிறகு வந்த தேர்தலில் தி.மு.க மீண்டும் அரியணை ஏறியது.

36

அய்யங்காரை அதிர்ச்சியூட்டிய சம்பவம்

கஸ்தூரி அய்யங்கார் என்ற அந்த பள்ளித் தலைமை ஆசிரியருக்கு ஒரு அதிர்ச்சியூட்டும் சம்பவமாகத் தானே அது இருக்கும்!

தனக்குப் பள்ளியில் அனுமதி இல்லை என்றால் கமலாலயம் தெப்பக் குளத்தில் விழுந்து உயிரை மாய்த்துக் கொள்வேன் என்று தன்னை மிரட்டிய அந்த சிறுவன் அவருக்கு ஒரு அதிசயம்தான்.

அந்தச் சிறுவன் கருணாநிதி தன்னை அனுமதிக்காத எந்தச் சட்டத்தையும் உடைத்து உள்ளே செல்ல ஒரே வழி எதிர்த்து நின்று போராடுவது தான் என்பதை எப்படியோ அந்தச் சிறுவயதிலேயே கண்டு கொண்டார். அதை வெற்றிகரமாக சாதித்து ஐந்தாம் வகுப்புக்குள் அடி எடுத்து வைத்தவர் தன் வாழ்நாள் இறுதி வரையிலும் அந்தப் போர்க்குணத்தை விடவே இல்லை.

திருக்குவளை கிராமம், திருவாரூர் பக்கம். 1924 ஜூன் 3 அன்று முத்துவேலர் - அஞ்சுகம் தம்பதியின் மூன்றாவது குழந்தையாகப் பிறந்தவர்

தான் தட்சிணாமூர்த்தி என்கிற கருணாநிதி. இவருக்கு முன்னதாகப் பிறந்த இருவரும் பெண் பிள்ளைகள். பெரிய நாயகம், சண்முகசுந்தரம் என்று இருவர். இவர்களில் சண்முக சுந்தரத்தின் புதல்வர்கள் முரசொலி மாறனும், செல்வமும். பெரிய நாயகத்தின் மகன் இயக்குநர் அமிர்தம்.

எளிய விவசாயக் குடும்பத்தைச் சேர்ந்த முத்துவேலர் சிறந்த கவிஞர். பண்டிதரை விட அழகாக கதை சொல்லக் கூடியவர். தந்தையிடமிருந்து தான் ஆரம்பத்தில் நிறையக் கற்றார் கருணாநிதி.

சமூகத்துக்கு கலைஞர் ஆற்றிய பெரும் பங்களிப்புகளுக்காக அவர் போற்றப்பட்டாலும் குடும்ப அரசியல் ஈடுபட்டதாக மிகவும் விமர்சிக்கப்பட்டார். அதை முற்றிலும் ஒதுக்கி விட முடியாது.

தனது இறுதிக்காலம் வரை மு.க. ஸ்டாலினை கட்சித் தலைவராகவோ, முதலமைச்சராகவோ ஆக்காவிட்டாலும், ஸ்டாலினின் மூத்த சகோதரர் மு.க. அழகிரி, இளைய சகோதரி கனிமொழி ஆகியோரை அரசியலுக்கு கொண்டு வந்தது, தனது அக்காள் மகன் தயாநிதி மாறனை மத்திய அமைச்சர் ஆக்கியது ஆகியவற்றுக்கு தி.மு.க.வால் எவ்வகையிலும் நியாயம் கற்பிக்க முடியவில்லை.

அவர்களின் அரசியல் பங்களிப்பு இன்றுவரை பேசுபொருளாகவே இருந்து வருகிறது.

அதே சமயம் சகோதரர்களுக்கு இடையே நடக்கும் அதிகாரப் போட்டிக்கு இடையிலும் கருணாநிதி சிக்கிக் கொண்டார்.

கருணாநிதி தனது அரசியல் வாரிசாக அறிவித்த ஸ்டாலின் தலைமை ஏற்பதற்கு எதிராக பேசிய அழகிரியை கட்சியை விட்டே நீக்கும் அளவுக்கு இது கருணாநிதியை இட்டுச் சென்றது.

கருணாநிதி அறிவியல் பூர்வமாக அல்லது மதிநுட்பத்துடன் ஊழல் செய்வார் என்று அவர் மீது சுமத்தப்படும் குற்றச்சாட்டை தி.மு.க. வன்மையாக மறுக்கிறது. சென்னை மாநகரில் 2001ல் மேம்பாலங்கள் கட்டுவதில் ஊழல் நிகழ்ந்ததாக ஜெயலலிதா அரசால் நள்ளிரவில் கைது செய்யப்பட்டது அரசியல் பழிவாங்கலாக பார்க்கப்பட்டது.

2ஜி வழக்கில் கருணாநிதியின் தி.மு.க. கட்சியைச் சேர்நத அமைச்சர் ஆ.ராசா மற்றும் அவரது மகள் கனிமொழி ஆகியோர் மீது சுமத்தப்பட்ட

குற்றச்சாட்டுகளில் இருந்து அவர்களை விசாரணை நீதிமன்றம் விடுவித்த போதும் அது தி.மு.க.வுக்கு கடுமையான சேதாரத்தை உண்டாக்கியது.

அடுத்து வந்த பொதுத் தேர்தல், அதைத் தொடர்ந்து வந்த தேர்தல் களிலும் தி. மு. க. தோல்வியைச் சந்திக்க அது முக்கிய காரணமாக இருந்தது. அரசியல் ரீதியாகவும் தார்மீக ரீதியாகவும் கருணாநிதி சிக்கல்களை எதிர்கொள்ள இது வழிவகுத்தது.

37

கலைஞரை வசீகரித்த நூல்

கருணாநிதியின் பள்ளி வாழ்க்கையில் அவரை வசீகரித்த நூல் 'பனகல் அரசர்' என்பதாகும். சுமார் 50 பக்கங்களைக் கொண்ட இந்நூலின் செய்திகள் கருணா நிதியை மிகவும் சிந்திக்கத் தூண்டியது.

பிராமணரல்லாதோர்க்கு அரசியல், பணிகளில் இடஓதுக்கீடு, தேவதாசி ஒழிப்புச் சட்டம், கோயில்களைத் தனியாரிடமிருந்து மீட்டது போன்ற ஏராளமான நன்மைகளை செய்திருந்தது நீதிக்கட்சி.

உயர்சாதி ஆதிக்கம் ஓங்கி வளர்ந்திருந்த தஞ்சை மண்ணில் ஒரு வைதீக, ஆனால் பிற்படுத்தப்பட்ட குடும்பத்தில் பிறந்த கருணாநிதியின் மனதில் பனகல் அரசரும், திராவிடர்களின் முதல் இயக்கமும் இறுக அணைத்துக் கொண்டது என்றே கூறலாம்.

அதே சமயத்தில் தலைவர்களை பொறுத்தமட்டில் கருணாநிதியின் உள்ளத்தில் நீங்கா இடம் பெற்றிருந்தார்கள் பெரியாரும் அண்ணாவும்.

பெரியார் ஆசிரியராக இருந்த குடியரசு இதழ் பள்ளிப்பாடங்களை விட கருணாநிதியின் சிந்தையில் புகுந்தன.

பட்டுக்கோட்டை அழகிரியின் ஆழமான மேடைப் பேச்சால் கருணாநிதி வசீகரிக்கப்பட்டார்.

அப்போது கருணாநிதிக்கு 14 வயது. நண்பர்களுடன் தினம்தோறும் மாலைப் பொழுதுகளில் வாருங்கள் எல்லோரும் போருக்கு சென்றிடு வோம்! வந்திருக்கும் இந்திப் பேயை விரட்டித் திருப்பிடுவோம் என்று முழக்கமிட்டு ஊர்வலத்துக்கு தலைமையேற்று நடத்துவது வழக்கம்.

அண்ணாதுரை ஆசிரியராக வலம்வந்த 'திராவிடம் நாடு' இதழில் கருணாநிதி எழுதிய முதல் கட்டுரை 1942ல் வெளிவந்தது.

'இளமைப் பலி' எனும் தலைப்பில் அந்தக் கட்டுரையை எழுதியபோது கருணாநிதிக்கு வயது 18.

திருவாரூரில் கட்டுரை ஆசிரியராக கருணாநிதியை சந்தித்த அண்ணா ஆச்சரியப்பட்டார். அனுபவத்துக்கு மீறிய அந்தக் கட்டுரை அமைந்திருந் தது கண்டு பாராட்டியதுடன் கருணாநிதி எழுதுவதை விட்டு படிப்பதில் அதிக கவனம் செலுத்த அறிவுரை கூறினார்.

ஆனால் கலை, இலக்கியம், அரசியல் என்று பொது வாழ்க்கையிலேயே அதிக நேரத்தை செலவிட்ட கருணாநிதிக்கு காதலும் வந்தது.

ஆனால் அந்த முதல் காதல் கைகூடவும் இல்லை. சுயமரியாதைக்கார னுக்கு பெண் இல்லை என்றனர் காதலியின் பெற்றோர்.

சீர்திருத்த திருமணத்துக்கு வீட்டில் பார்த்த பெண் வீட்டார் ஒப்புக் கொண்டதையடுத்து 1944ல் கருணாநிதி - பத்மா திருமணம் நடந்தது.

அடுத்த வாரமே 10 நாட்கள் பிரச்சாரத்துக்கு புறப்பட்டு விட்டார் கருணாநிதி. பத்மாவதிக்கு பிறந்த ஆண் குழந்தைதான் மு.க. முத்து. பத்மா 1948ல் காலமானார்.

செப்டம்பர் 15, 1948ல் தயாளு அம்மாளை கருணாநிதி திருமணம் செய்து கொண்டார். இவர்களின் பிள்ளைகளே அழகிரி, ஸ்டாலின், செல்வி, தமிழரசு. மூன்றாவது மனைவியாகிய ராஜாத்தி அம்மாளுக்கு பிறந்தவர் கனிமொழி.

*1948*ல் நடந்த திராவிடர் கழக மாநாட்டின் முதல் நாள் கலவரத்தில் முடிந்தது. அதற்குப் பின்னர் நடந்த தாக்குதலில் சுயநினைவு இழந்து, சாக்கடையோரத்தில் தூக்கி வீசப்பட்ட கருணாநிதியை ஒரு மூதாட்டி காப்பாற்றியிருந்தார். பெரியாரே அடிபட்ட இடங்களில் மருந்து தடவியது கலைஞரின் நெஞ்சை நெகிழச் செய்தது.

பெரியாரிடத்தில் குடியரசு துணையாசிரியரால் ஓராண்டு பயின்று முடித்த நேரத்தில் ராஜகுமாரி படத்துக்கு எழுத கருணாநிதிக்கு அழைப்பு வந்தது.

படத்தின் நாயகன் எம்.ஜி.ஆர். கருணாநிதி - எம்.ஜி.ஆர். என்ற இரு ஆளுமைகளும் திராவிட இயக்கத்தை சினிமா மூலம் பட்டிதொட்டிகளி ளெல்லாம் கொண்டு சென்றனர்.

ஆனால் கருணாநிதி எழுதி வெளிவந்த அபிமன்யு *(1948)* படத்தின் டைட்டில் கார்டில் அவர் பெயர் இடம் பெறவில்லை. இதையடுத்து திருவாரூக்குத் திரும்பி விட்டார் கருணாநிதி.

துண்டுத்தாளில் வெளிவந்து கொண்டிருந்த முரசொலி, வார இதழாக உருவெடுத்தது.

38
கலைஞரின் பிரச்சார யுக்திகள்

தேர்தல் பிரச்சாரத்தின்போது சுவர்களில் விளம்பரம் செய்யும் முறையை தொடங்கி வைத்தவர் கருணாநிதிதான். இதற்காக தான் பிறந்த ஊரான திருவாரூரிலிருந்து ராஜன் என்ற ஓவியரை தொகுதிக்கு வரவழைத்திருந்தார் கலைஞர்.

இதேபோல லாலாபேட்டையில் இருந்த ராமலிங்கம் என்ற ஓவிய ஆசிரியர். இவர்கள் இருவரின் கை வண்ணத்தில் தான் தி.மு.க.வின் சின்னமான உதயசூரியன் சுவர்களில் மிளிர்ந்தன.

சுவர் விளம்பரங்களில் பொது மக்களைக் கவரும் வகையில்,

"நாட்டு வாட்டம் போக்கிட சர்க்கார்
நோட்டு அடித்தால் போதாது"

"காகிதப் பூ மணக்காது
காங்கிரஸ் ஆட்சி இனிக்காது"

"டாட்டா பிர்லா கூட்டாளி
பாட்டாளிக்கு பகையாளி"

போன்ற கலைஞரின் வசனங்கள் பெரிய தாக்கத்தை ஏற்படுத்தியிருந்தன. மற்றொரு புதிய முறையையும் கருணாநிதி புகுத்தினார். அதுதான் 'டோர்சிலிப்' எனப்படும் வீடு வீடாக சென்று வாக்கு சேகரிக்கும் முறை.

அதாவது ஒரு வீட்டில் வாக்கு சேகரிக்கும்போது அந்த வீட்டின் கதவில் "எங்கள் ஓட்டு எங்க வீட்டுப் பிள்ளை கருணாநிதிக்கே" என்ற வாசகமும், உதயசூரியன் படமும் பொறிக்கப்பட்ட துண்டு பிரசுரங்களை ஒட்டி விடுவார்கள்.

இதற்காகவே கலைஞர் பிரச்சாரத்துக்கு செல்லும்போது, கூடவே பசைவாலி மற்றும் துண்டு பிரச்சாரங்களுடன் தொண்டர்கள் சுற்றிச் சுற்றி வருவார்கள். அதேபோல எங்கள் வீட்டுப் பிள்ளை எங்கள் வாக்கு கருணாநிதிக்கு என்று பொறிக்கப்பட்ட மாத காலண்டர்களையும் வீடுதோறும் வழங்கியவர் கருணாநிதி.

கலைஞரின் பிரச்சாரத்திற்காக அண்ணா, எம்.ஜி.ஆர், என்.எஸ். கிருஷ்ணன் ஆகியோர் வந்திருந்தனர். அண்ணா, எம்.ஜி.ஆர். ஆகியோர் தங்களது பேச்சு திறமையால் வாக்கு சேகரித்தனர். என்.எஸ். கிருஷ்ணன் வில்லுப்பாட்டு நடத்தி வாக்கு சேகரித்தார்.

அப்போது கலைஞரிடம் ஒரு ஃபியட் கார் இருந்தது. அந்த காரில் முன்புறம் மூன்று பேரும், பின்புறம் மூன்று பேர் என ஆறு பேர் பயணித்து தான் தொகுதி முழுவதும் பிரச்சாரத்தை மேற்கொண்டார் கலைஞர்.

பிரச்சாரத்தின்போது ஆங்காங்கே தொண்டர்களின் வீடுகளில் தங்கிக் கொள்வார் கலைஞர். லாலாபேட்டையில் முத்து நாயுடு என்ற தி.மு.க. தொண்டர் வீட்டில் தங்கிக் கொள்வார்.

அதேபோல கரூர் பகுதிக்கு பிரச்சாரத்திற்கு வரும்போது அங்குள்ள வேலுப்பிள்ளை என்பவரின் வீட்டில் தங்கிக் கொள்வார்.

பிரச்சாரம் முடிந்து இரவு 12 மணிக்கு அல்லது அதிகாலை இரண்டு மணிக்கு வருவார். அந்த நேரத்தில் இரவு உணவு விடுதிகள் எங்கேயும் திறந்திருக்காது.

கலைஞர் கரூர் மார்க்கெட் ரோட்டில் எஸ்.வி. சாமியப்பன் என்ற லாரி உரிமையாளரின் லாரி செட் இருந்தது. அந்த செட்டில்தான் தி.மு.க. காரியாலயம் இயங்கி வந்தது. அதில் போய் கருணாநிதி தங்கிக் கொள்வார்.

கலைஞர் சாமியப்பனிடம் இரண்டு ரூபாய் கொடுப்பார். அதில் எட்டு பொட்டலங்களில் இட்லி வாங்கி வருவார். அதனை எல்லோரும் சாப்பிடுவார்கள்.

அந்த காலக்கட்டத்தில் தொலைபேசி அவ்வளவாக எளிதாக கிடைக்காத காலக்கட்டம். தற்போது கரூர் காவல் நிலையம் எதிரே இப்போது உள்ள அஞ்சல் அலுவலகத்தில்தான் அப்போது டெலிபோன் இருந்தது.

மு. கருணாநிதி முதன்முதலில் போட்டியிட்டது கரூர் மாவட்டத்தில் உள்ள குளித்தலை தொகுதியில். அச்சு ஊடகம் மட்டுமே இருந்த கால கட்டம் அது. அதுவும் பெரிய அளவில் நாடு வளர்ந்திராத 1957ஆம் ஆண்டு நடந்த பொதுத் தேர்தலில் தான் தி.மு.க. முதன் முதலில் தேர்தல் களம் கண்டது.

1957ஆம் ஆண்டில் நடைபெற்ற தேர்தலில், கலைஞர் கருணாநிதி நாகப்பட்டினம் தொகுதியில் போட்டியிட விரும்பினார். ஏனெனில் அவர் பிறந்த திருக்குவளை அந்தத் தொகுதியில் தான் இருந்தது.

ஆனால் அண்ணா, கலைஞரை குளித்தலை தொகுதியில் போட்டியிடும் படி கேட்டுக் கொண்டார். அதனை ஏற்று கலைஞர் முதன்முதலில் குளித்தலை தொகுதியில் போட்டியிட்டார். அப்போது கலைஞரை எதிர்த்து காங்கிரஸ் கட்சி சார்பில் காட்டுப்புத்தூர் தர்மலிங்கம் என்பவரும் கம்யூனிஸ்ட் கட்சி சார்பில் வக்கீல் சண்முகமும் போட்டியிட்டனர்.

அக்காலத்தில் குளித்தலைத் தொகுதி ஒன்றுபட்ட திருச்சி மாவட்டத் தில் இருந்தது. திருச்சி, புதுக்கோட்டை, கரூர், பெரம்பலூர், அரியலூர் உள்ளிட்ட மாவட்டங்கள் ஒன்றுபட்ட திருச்சி மாவட்டம் ஆக இருந்தன.

குளித்தலை தொகுதி திருச்சி மாவட்டத்தில் உள்ள அந்த நல்லூரில் தொடங்கி நங்கவரம், நச்சலூர், மருதூர், பொட்டவாய்த்தலை, குளித்தலை, லாலாபேட்டை, கரூர் நகர் பகுதியிலுள்ள திருமாநிலையூர் என்ற இடம் வரை விரிவடைந்திருந்தது.

அந்தத் தொகுதியின் ஒருபுறம் காவிரிக்கரை அமைந்திருந்தாலும் அதன் மறுபுறம் வானம் பார்த்த பூமி. பிரச்சாரத்தின்போது மதிய நேரத்தில் எங்காவது உணவருந்தலாம் என்றாலும் இப்போது இருப்பது போல உணவு விடுதிகள் அந்தக் காலத்தில் கிடையாது.

அப்போது கரூரில் உள்ள நபர்கள் யாருக்காவது டிரங்க் கால் போட வேண்டுமென்றால் இந்த இணைப்பாக வாசலில் வந்து காத்திருப்பார்கள்.

கலைஞர் பிரச்சாரத்திற்கு வந்துள்ளது தெரிந்ததும் அந்த இணைப்பகத்தில் வேலை பார்த்த சிவராமன் என்பவர் வரிசையாக காத்திருப்பவர்களுக்கு இடையே கலைஞருக்கு சென்னைக்கு டிரங்க் கால் போட்டுக் கொடுப்பார்.

கலைஞர் டிரங்க் கால் போட்டு சென்னையில் இருக்கும் மாறனிடம் பேசுவார். பிரச்சாரத்துக்கு பணம், பிரசுரங்களை அனுப்புவது குறித்து பேசுவார்.

இரவில் இரண்டு மணிக்கு படுத்தாலும் அதிகாலை 4 1/2 மணிக்கெல்லாம் கலைஞர் எழுந்து கொள்வது வழக்கம். குளித்து முடித்து விட்டு தூங்கும் மற்ற தொண்டர்களையும் எழுப்பி விடுவார். அதேபோல அதிகாலையி லேயே கிளம்பி விடுவார் கலைஞர். அப்போது தி.மு.க. கட்சிக்காரர்களை பார்க்க மாட்டார். எதிர்கட்சியினை அவர்கள் வீட்டிலேயே சந்தித்து தி.மு.க.விற்கு வாக்கு கேட்டார்.

கலைஞரின் கார் ஓட்டுனரான பர்வீன்கனி டோர் ஸ்லிப்பை அந்த எதிர்க் கட்சியினர் வீட்டு கதவில் ஒட்டி விடுவார். பிறகு கதவில் ஒட்டியிருந்த டோர் ஸ்லீப் பார்த்து காங்கிரஸ் உள்ளிட்டவர்கள் கருணாநிதி வந்தாரா. உங்களிடம் ஓட்டு கேட்டாரா? தி.மு.க.வை ஆதரிக்கப் போகிறீர்களா? என்றெல்லாம் கேட்க ஆரம்பித்து விடுவார்கள்.

தேர்தல் பிரச்சாரத்தின்போது வெள்ளிமலை உட்பட மங்கலம், காணியானாம்பட்டி உள்ளிட்ட பகுதிகளில் நீர் ஆதாரமான குடகனாறு நீர்த்தேக்கத்தை அமைக்க பாடுபடுவேன் என்றும் நங்கவரம் விவசாயிகள் பிரச்சனை, குளித்தலை முசிறி இடையே காவிரியாற்றில் குறுக்கே போக்குவரத்துக்கான வசதி உள்பட பல்வேறு விசயங்கள் தேர்தல் பிரச்சாரத்தில் முக்கிய இடம் பிடித்தன.

கருணாநிதி வெற்றி பெற்ற பிறகு குளித்தலை தொகுதியில் தேர்தல் நேரத்தில் வாக்குறுதி கொடுத்தபடி குளித்தலை - முசிறி இடையே காவிரி ஆற்றில் போக்குவரத்து பாலத்தையும், கரூர் பகுதியில் பாசனத்துக்காக குடகனாறு திட்டத்தையும் உருவாக்க நடவடிக்கை எடுக்கப்பட்டது.

39

இளமைப் பலியும் இலக்கிய வாழ்வும்

அண்ணாவின் திராவிட நாடு இதழில் கலைஞர் கருணாநிதிதான் பள்ளியில் படித்த காலத்திலேயே ஒரு கட்டுரை எழுதினார். அதன் தலைப்பு "இளமைப் பலி" என்பதாகும்.

கலைஞரின் கட்டுரையைப் படித்த அண்ணா கட்டுரையாளர் மிகப் பெரியவராக இருக்க வேண்டும் என்று எண்ணிக் கொண்டார். ஒரு சமயம் அண்ணா திருவாரூரில் நடைபெற்ற கூட்டத்திற்கு பேச வந்தார்.

"இளமைப் பலி" கட்டுரையாளர் மு. கருணாநிதி நினைவு வரவே அவரைப் பார்க்க விரும்பினார். அண்ணா அழைக்கிறார் என்றதும் எண்ணங்களினால் எழுச்சி கொண்டார். யாரைக் காண வேண்டும், கண்டு ஆசை தீர பேசவேண்டும் என்று பல நாட்களாக ஆர்வத் துடிப்புடன் காத்துக் கிடந்தாரோ அவரே தன்னை அழைப்பதைக் கேட்டதும் பூரிப் படைந்தார்.

உடனே துள்ளிக் கிளம்பினார். அண்ணாவைக் கண்டதும் கருணா நிதிக்கு கைகட்டி நிற்கத் தோன்றியதே தவிர பேச வாய் வரவில்லை. மகிழ்ச்சிப் பெருக்கு.

"கருணாநிதியை அழைத்து வா என்றால் யாரோ ஒரு சிறுவனை முன்னால் கொண்டு வந்து நிறுத்தியிருக்கிறீர்களே" என்று அண்ணாவுக்கு வியப்பு! "யார் இந்தச் சிறுவன்" என்று பார்வையினால் கேட்டார். அவரது வியப்பைப் புரிந்து கொண்டு "இவர்தான் நீங்கள் பார்க்க விரும்பிய கருணாநிதி" என்று தெரிவித்தார்கள்.

அண்ணாவுக்கு ஏற்பட்ட வியப்பு மேலும் மிகுந்தது!

"இந்தச் சிறுவனா கருணாநிதி? இவனா அந்தக் கட்டுரையை அத்தனைச் சிறப்பாக எழுதினான்" என்று ஆச்சர்யமும் சேர்ந்து கொண்டது.

இரண்டும் இந்தச் சிறுவன்தான் என்பது உறுதியானதும் அண்ணா கருணாநிதியைக் கட்டித் தழுவிக் கொண்டார். அந்த வயதில் பள்ளி மாணவனாகிய கருணாநிதிக்கு ஏற்பட்டிருந்த எழுத்தாற்றலை அவர் பாராட்டினார்.

பாராட்டியது மட்டுமல்ல. மற்றொன்றும் சொன்னார் அண்ணா. "இது பள்ளியில் படிக்கும் வயது உனக்கு. கட்டுரை எழுதுவதிலேயே கவனம் செலுத்தாமல் நன்றாகப் படி".

●

கருணாநிதி தனது மூத்த பிள்ளை என்று குறிப்பிடுவது முரசொலி பத்திரிகையைத்தான். முரசொலி அண்ணாவின் காலத்திலேயே அதிகார பூர்வமாக வந்த பத்திரிகைகளில் ஒன்றாகும்.

இன்னும் குறிப்பாக கூற வேண்டுமானால் தி.மு.க.வை விட 7 ஆண்டுகள் மூத்தது அது. ஆம் 1942ல் துவங்கப்பட்டது முரசொலி. தி.மு.க. 1949ல் துவங்கப்பட்ட கட்சி.

கட்சியின் போர் முரசாக ஒலித்தாலும் முரசொலியை வளர்த்தெடுத்ததில் கருணாநிதியின் குடும்பத்தார் அனைவருக்கும் அதில் முக்கியமான பங்கு உண்டு.

மொத்தம் பன்னிரெண்டு பக்கங்கள் என்றாலும் முந்தைய காலங்களில் கருணாநிதியே எட்டு பக்கங்கள் வரை எழுதுவார்.

பிழைகளை பொறுக்கவே மாட்டார் கருணாநிதி. கோபத்துடன் அபராதமும் போடுவாராம். தப்பு பார்த்து பொறுக்காமல் அலுவலகத் தையே பூட்டி விட்டுப் போன நாட்களெல்லாம் உண்டாம்.

ஆம். "இப்படித் தமிழைக் காயப்படுத்தி பத்திரிகை நடத்தத் தேவை யில்லை" என்று சொல்லி விட்டு அலுவலகத்தைப் பூட்டி விட்டு சாவியை சட்டைப் பையில் போட்டுக் கொண்டு போய் விடுவாராம். கடுமையாக எச்சரித்த பிறகுதான் கோபம் தணிந்து சாவியைத் தருவாராம்.

கலைஞருக்கு தமிழ்ப் பல்கலைக்கழகத்தின் படைப்பிலக்கியம் பரிசை பெற்றுக் கொடுத்த புதினம் தென்பாண்டிச்சிங்கம். அழகு நடையில் எழுதப்பட்டுள்ள இந்த நாவல் வரலாற்று நிகழ்வுகளை புள்ளி விவரங் களோடு எடுத்துரைப்பதோடு நில்லாமல் தற்கால சூழலுடன் அவற்றை பொருத்தி சமூகத்தை விழிப்படையச் செய்வதாக அமைந்திருக்கும்.

கலை என்பது வாழ்க்கையை மேம்படுத்துவதற்கான கருவியாக இருக்க வேண்டுமே ஒழிய வாழ்க்கைக்கு பயன்படாத சொற்குவியலாக, பொழுது போக்காக மட்டுமே அமைந்துவிடக் கூடாது என்று கருதுவார் கலைஞர்.

அதன் அடிப்படையிலேயே அவர் தமிழ் உலகிற்கு வழங்கிய 16 புதினங் களும் பகுத்தறிவை வளர்ப்பதாக, சாதிமத பேதங்களின் ஒழிப்பை வலியுறுத்துவதாக, போலித்தனமான வாழ்க்கையை சாடுவதாக, தமிழரின் பழம்பெருமைகளை போற்றுவதாக மண வாழ்க்கையில் ஆண் பெண் சமத்துவத்தை குறிப்பதாக அமைந்திருக்கும்.

கலைஞரது முதல் நாவலான புதையல் மூடத்தனத்தில் முக்கிய மனிதர்கள் புதையலை அடைவதற்காக செய்யும் மிருகத்தனமான உயிர் பலிகள், போலிச்சாமியார்களின் கயமை போன்றவற்றை எடுத்துக்காட்டி பகுத்தறிவது வெளிச்சத்தை பாய்ச்சுவதாக அமைந்திருக்கும்.

ஒரே ரத்தம் என்ற புதினத்தில் ஒடுக்கப்பட்ட சமூகத்தைச் சேர்ந்த மக்களின் துன்பங்களையும் அந்த மக்கள் தங்கள் தாழ்வு மனப்பான்மையி லிருந்து விடுபட வேண்டிய அவசியத்தையும் உணர்த்துகிறார்.

மிக முக்கியமாக கலப்பு மணம் பெருக வேண்டும் என்ற கருத்தையும் இந்த புதினத்தில் வலியுறுத்தியிருப்பார்.

தனது "ஒரு மரம் பூத்தது" என்னும் நாவலின் மூலம் விதவை மறுமணத்தை பற்றி சமுதாயத்திற்கு பக்குவமாக புரிய வைத்திருப்பார் கலைஞர்.

●

காலம் கடந்தும் அனைவரின் வாழ்விலும் நீங்காத இடம் பெற்றிருக்கும் கலைஞர் கருணாநிதி தமிழர்களுக்கும் தமிழுக்கும் அளித்த பெருங் கொடைகள் ஏராளம்.

மு. கருணாநிதி அறிமுகப்படுத்திய திட்டங்கள் காலத்தை வென்று நிற்ப தற்கு அவர் தீட்டிய திட்டங்களின் சிறப்பே சாட்சியாகும்.

கலைஞர் அறிமுகப்படுத்திய திட்டங்கள் :

➤ தமிழ்நாடு குடிசை மாற்று வாரியம் மற்றும் தமிழ்நாடு குடிநீர் வடிகால் வாரியம் உருவாக்கப்பட்டது.

➤ கை ரிக்ஷாவின் பயன்பாடு ஒழிக்கப்பட்டு சைக்கிள் ரிக்ஷா அளிக்கப்பட்டது. ஒரு மனிதனை மற்றொரு மனிதன் ரிக்ஷாவில் வைத்து தள்ளிச் செல்லும் முறையை ஒழித்தார்.

➤ சின்னஞ்சிறு கிராமங்களுக்கும் கூட சாலை வசதிகள் உருவாக்கப் பட்டது. தனியார்வசம் சிக்கியிருந்த போக்குவரத்துத்துறை அரசுடைமை ஆக்கப்பட்டது.

➤ சிப் காட் தொழில் வளாகங்கள் உருவாக்கப்பட்டது.

➤ சிட்கோ தொழில் வளாகங்கள் கொண்டுவரப்பட்டது.

➤ மாநிலத்தின் பல்வேறு இடங்களில் தொழில்நுட்ப பூங்காக்கள் உருவாக்கப்பட்டது.

➤ சேலத்தில் உருக்காலை கொண்டு வரப்பட்டது.

➤ தமிழக கிராமங்கள் அனைத்திற்கும் மின்சார வசதி உருவாக்கப் பட்டது.

➤ 14,600 கோடி ரூபாய் மதிப்பிலான சென்னை மெட்ரோ திட்டம் கலைஞர் கருணாநிதியால் கொண்டு வரப்பட்டதாகும்.

➤ 108 ஆம்புலன்ஸ் சேவைகள் அறிமுகப்படுத்தப்பட்டது.

- அரசு ஊழியர் குடும்ப நலத்திட்டம் உருவாக்கப்பட்டது.
- தமிழக காவல் துறையினருக்கு ஆணையம் அமைக்கப்பட்டது.
- மே 1-ஆம் தேதி ஊதியத்துடன் கூடிய அரசு விடுமுறை அறிவிக்கப் பட்டது.
- விவசாயிகளுக்கு இலவச மின்சாரம் உருவாக்கப்பட்டது.
- உழவர் சந்தைகள் அமைக்கப்பட்டு விளைபொருட்கள் இடைத் தரகர்கள் இல்லாமல் வாடிக்கையாளர்களுக்கு கிடைக்க ஏற்பாடு செய்யப்பட்டது.
- விவசாயிகளுக்காக 7000 கோடி ரூபாய் கடனை தள்ளுபடி செய்து அறிவித்தது.
- கிராமப்புற வளர்ச்சிக்கென 'நமக்கு நாமே திட்டம்' உருவாக்கப் பட்டது.
- கிராமப்புற மேம்பாட்டிற்கான அண்ணா மறுமலர்ச்சித் திட்டங்கள் அறிமுகப்படுத்தப்பட்டது.
- தி.மு.க. கட்சியின் மூத்த பெண் தலைவர் மூவலூர் ராமாமிர்தம் அவர்களின் நினைவாக ஏழைப் பெண்களுக்கு திருமண உதவித் திட்டம்.
- கைம்பெண்களின் மறுமணத்தை ஊக்குவிக்கும் விதமாக கைம்பெண் மறுமண உதவித் திட்டம் ஆகியவற்றை கொண்டு வந்தவர்.
- அரசு வேலைவாய்ப்புகளில் பெண்களுக்கு 30% இட ஒதுக்கீடு அளிக்கப்பட்டது.
- சொத்தில் பெண்களுக்கு சம உரிமை சட்டம் நிறைவேற்றப் பட்டது.
- 33% பெண்களுக்கான இடஒதுக்கீடு அளிக்கப்பட்டு மிகவும் வெற்றி கரமாக உள்ளாட்சித் தேர்தல்கள் நடத்தப்பட்டது.
- கர்ப்பிணிப் பெண்களுக்கு மாதம் ஆயிரம் ரூபாய் நிதி உதவி அளிக்கப்பட்டது.

- ஏழைப் பெண்களுக்கு இலவச எரிவாயு இணைப்புடன் கூடிய எரிவாயு அடுப்புகள் வழங்கப்பட்டது.
- மனோன்மணியம் சுந்தரம் பிள்ளை அவர்களின் பாடலை தமிழ்த்தாய் வாழ்த்தாக அறிவித்து 1970களில் இருந்து அனைத்து பொது நிகழ்ச்சிகளிலும் பாடப்பட்டது.
- ஆளுநர்கள் இல்லாமல் குடியரசு தினம் மற்றும் சுதந்திர தினம் போன்ற நாட்களில் மாநில முதல்வர்கள் கொடியேற்ற வழிவகை செய்யப்பட்டது.
- தமிழ் படித்தவர்களுக்கு அரசு வேலைகளில் முன்னுரிமை அளிக்கும் வகையில் 20% இட ஒதுக்கீடு வழங்கியவர் கருணாநிதி.
- அனைத்து சாதியினரும் அர்ச்சகராகலாம் என்ற அறிவிப்பாணை வெளியிட்டவர் கலைஞர்.
- பிற்பட்டவர்களுக்கு 31 சதவீதம் தாழ்த்தப்பட்ட மக்களுக்கு 18 சதவீதம் இட ஒதுக்கீடு வழங்கப்பட்டது.
- அனைத்து சமூகத்தினரும் சேர்ந்து வாழும் வகையில் சமத்துவ புரங்கள் தமிழகமெங்கும் உருவாக்கப்பட்டன.
- இஸ்லாமிய சமூகத்தினருக்கு 3.5% இட ஒதுக்கீட்டினை அளித்தார்.
- உருது பேசும் இஸ்லாமியர்களை பிற்படுத்தப்பட்டவர்கள் பட்டியலில் இணைத்தார்.
- ஆதிதிராவிட மக்களுக்கு இலவச வீடுகள் கட்டித் தரப்பட்டது.
- கலப்புத் திருமணங்கள் பெருமளவில் ஊக்குவிக்கப்பட்டது. கலப்புத் திருமணம் செய்து கொள்பவர்களுக்கு ஊக்கத்தொகை தந்து கௌரவம் செய்தது தி.மு.க. அரசு.
- பொறியாளர் பட்டம் படிப்பிற்கு நடைமுறையில் இருந்த நுழைவுத் தேர்வினை ரத்து செய்தது.
- மாணவர்களுக்கு இலவச பஸ் பாஸ் வழங்கப்பட்டது.
- மதிய சத்துணவில் இரண்டு முட்டை தந்து சிறப்பு ஆணை வெளியிடப்பட்டது.

- நெல்லையில் மனோன்மணியம் பல்கலைக்கழகம் தொடங்கி சேலத்தில் பெரியார் பல்கலைக்கழகம் சென்னையில் எம்.ஜி.ஆர். மருத்துவப் பல்கலைக்கழகங்கள் கட்டப்பட்டது.
- ஒகேனக்கல் கூட்டுக் குடிநீர் திட்டம் கொண்டு வரப்பட்டது.
- தென்கிழக்கு ஆசியாவின் மிகப் பெரிய நூலகமான அண்ணா நூற்றாண்டு நினைவு நூலகத்தினை நிறுவியவர் கலைஞர் கருணாநிதி.
- பிச்சைக்காரர்கள் மற்றும் தொழுநோயாளிகளுக்கான மறுவாழ்வு மையங்கள் கொண்டு வரப்பட்டது.
- ஊனமுற்றோர் மறுவாழ்வுத் திட்டத்தினை கொண்டு வந்தவர்.
- மருத்துவக் காப்பீட்டுத் திட்டம் அல்லது கலைஞர் காப்பீட்டுத் திட்டம் கொண்டு வரப்பட்டது.
- மக்களுக்கு இலவச கண் மருத்துவ முகாம்கள் நடத்தப்பட்டு பின்னர் இலவச கண் கண்ணாடிகள் வழங்கப்பட்டது.
- அரவாணிகள் என்று அழைக்கப்பட்ட மூன்றாம் பாலினத்தவர் களை திருநங்கைகள் திருநம்பிகள் என்று பெயர் சூட்டி அவர்களுக்கென தனி நல வாரியம் அமைக்கப்பட்டது.
- நாட்டுப்புறக் கலைஞர்களுக்கென நல வாரியத்தினையும் அமைத்துக் கொடுத்தது தி.மு.க. தலைமை.
- மொழிப் போராட்டத்தில் பங்கேற்ற வீரர்களுக்கு ஓய்வூதியம் அளிக்கப்பட்டது.
- சுதந்திரப் போராட்ட தியாகிகளுக்கான ஓய்வூதியத்தை உயர்த்தி அறிவித்தது.
- ஏழை மக்களுக்கு இலவச வேஷ்டி சேலைகள் கலைஞர் ஆட்சியில் தான் வழங்கப்பட்டது.
- நேரடி நெல் கொள்முதல் மையங்கள் அமைக்கப்பட்டது.
- இஸ்லாமியர்களுக்கான உருது அகாடமி உருவாக்கப்பட்டது.

- சென்னையில் போக்குவரத்து நெரிசலைக் கட்டுப்படுத்த 23 மேம்பாலங்கள் கட்டப்பட்டது.
- ஒப்பந்தப் பணியாளர்கள் மற்றும் போக்குவரத்து துறை ஊழியர்களுக்கு ஓய்வூதிய திட்டங்கள் அறிமுகப்படுத்தப்பட்டன.
- 420 பேரூராட்சிகள் உருவாக்கப்பட்டது.
- ராமநாதபுரம் - பரமக்குடி கூட்டுக் குடிநீர் திட்டம் கொண்டு வரப்பட்டது.
- மதுரையில் உயர்நீதிமன்ற கிளை நிறுவப்பட்டது.
- ராஜராஜன் ஆயிரமாவது ஆண்டுவிழா வெகு விமர்சையாக கொண்டாடப்பட்டது.
- இலவச வண்ண தொலைக்காட்சிப் பெட்டி வழங்கப்பட்டது.

●

கலைஞர் கருணாநிதி நாடகத்தை சமூக மாற்றம், பகுத்தறிவு போன்றவற்றுடன் தேர்தல் அரசியல் பிரச்சாரத்திற்கான கருவியாகவும் திறமையுடன் கையாண்டுள்ளார்.

தமிழ் சொல்லுக்கு அளப்பரிற ஆற்றல் இருக்கிறது என்பதற்கு கலைஞரின் நாடகங்கள் ஒரு சாட்சி. நாடகங்களில் தான் சொல்ல விரும்பும் ஆழமான கருத்துக்களை எளிதில் பொது மக்களைக் கவரும் விதமாக மேடையில் அமைப்பதில் கலைஞர் வித்தகராக விளங்கினார்.

சமூக சீர்த்திருத்தம், மூடநம்பிக்கை ஒழிப்பு, அரசியல் செய்திகள் போன்றவை அவரது நாடகங்களில் பின்னிப் பிணைந்திருக்கும்.

அடித்தள மக்களின் அவலக்குரல் அவரின் நாடகத்தில் எதிரொலித்தன. இவையே பிற்காலத்தில் அவரது அரசியல் நோக்கங்களுக்கு துணை செய்தன.

"தூக்குமேடை, மகான் பெற்ற மகான்" போன்றவை அவரது சமூக சீர்த் திருத்த நாடகங்களுக்கு எடுத்துக்காட்டுகள். அதேபோல நச்சுக் கோப்பை, சாக்கிரட்டீசு போன்ற நாடகங்கள் மூடநம்பிக்கையை எதிர்த்து பிரச்சாரம் செய்தன.

"குடிசைதான் ஒருபுறத்தே கூரிய வேல்வாள் வரிசையாய் வைத்திருக்கும்" எனத் தொடங்கும் புகழ்மிக்க வசனம் இடம் பெற்ற நாடகம் பரப்பிரம்மம். புறநானூற்றுப் பாடலை அடிப்படையாகக் கொண்டு எழுதப்பட்ட இந்த நாடகத்தின் மூலம் வசூலான தொகையை தஞ்சை புயலில் பாதிக்கப்பட்டவர்களுக்கு கலைஞர் வழங்கினார் என்பது குறிப்பிடத்தக்கது.

இதனைத் தொடர்ந்து சிலப்பதிகாரம், சேரன் செங்குட்டுவன், ராமாயணத்தை கிண்டல் செய்து எழுதிய பரதாயனம் போன்ற இலக்கிய நாடகங்கள் பலவற்றை கலைஞர் தனக்கே உரிய தனித்தன்மையுடன் எழுதினார்.

கலைஞரின் "திருவாளர் தேசியம்பிள்ளை" போன்ற நாடகம் தேர்தல் பிரச்சாரத்திற்காக காங்கிரஸ் கட்சியை நையாண்டியுடன் விமர்சிப்பதாக அமைந்திருக்கும். தி.மு.க.விற்கு உதயசூரியன் சின்னமாக கிடைத்த பிறகு அதனை பிரபலப்படுத்துவதற்காக 'உதயசூரியன்' என்ற பெயரிலேயே நாடகம் ஒன்றை இயற்றினார் கருணாநிதி.

கலைஞர் முதன்முதலில் எழுதி அரங்கேற்றிய நாடகம் "பழனியப்பன்". இது திருவாரூர் பேபி டாக்கீஸில் 1944ஆம் ஆண்டு அரங்கேற்றப்பட்டது. பின்னர் இந்த நாடகம் நச்சுக்கோப்பை என்ற பெயரில் தமிழகம் முழுவதும் அரங்கேற்றம் செய்யப்பட்டது.

தூக்குமேடை, பரப்பிரம்மம், சிலப்பதிகாரம், மணிமகுடம், ஒரே ரத்தம், காகிதப் பூ, நானே அறிவாளி, வெள்ளிக்கிழமை, உதயசூரியன், திருவாளர் தேசியம்பிள்ளை, அனார்கலி, சாம்ராட் அசோகன், சேரன் செங்குட்டுவன், நாடகக் கஸ்பியம், பரதாயணம் உட்பட 21 நாடகங்களை கலைஞர் எழுதியுள்ளார்.

40

முஸ்லீம் லீகும் திராவிட இயக்கமும்

முஸ்லீம் லீக்குடனான திராவிட இயக்கத்தின் பிணைப்பு என்பது தொப்புள் கொடி உறவைப் போன்றதாகும்.

திராவிட இயக்கத்துக்கு முன்பிருந்தே தமிழகத்தில் திராவிடக் கலாச்சாரம் இருந்து வந்தது. இந்துக்களும் முஸ்லீம் களும் மாமன் மச்சான் என்ற உறவு முறை பூண்டு பழகும் கலாச்சாரத்தை கொண்டிருந்தார்கள். இந்தக் கலாச் சாரத்தை திராவிட இயக்கம் வளர்த்தெடுத்தது என்றே கூற வேண்டும்.

இந்தியா - பாகிஸ்தான் பிரிவினையின்போது இந்தியாவே எங்கள் தாயகம் என்று இங்கேயே இருந்துவிட்ட முஸ்லீம்கள் இந்திய யூனியன் முஸ்லீம் லீக்கைத் தொடங்கினார்கள். காயிதே மில்லத் அதன் தலைவ ரானார்.

திராவிட இயக்கத்தின் தாயான நீதிக்கட்சி சென்னை மாகாணத்தை ஆண்டபோதே இஸ்லாமியர் ஒருவரை அமைச்சராக்கியது. இஸ்லாமியர் களுக்கு வேலை வாய்ப்பில் ஒதுக்கீடு வழங்கியது.

தி.மு.க.வைத் தொடங்கிய அண்ணா கடவுள் மறுப்பிலிருந்து மாறுபட்டு "ஒன்றே குலம் ஒருவனே தேவன்" என்றபோது முஸ்லீம்கள் மேலும் நெருக்கமானார்கள்.

மாநில சுயாட்சி, சமூகநீதி, இந்தி எதிர்ப்பு, சுயமரியாதை, இடஒதுக்கீடு என்று தி.மு.க.வின் கொள்கைகளுக்கும், இந்திய யூனியன் முஸ்லீம் லீக்கின் கொள்கைகளுக்கும் நெருங்கிய தொடர்பு உண்டு.

ஆனால் திராவிட நாடு கோரிக்கையை காயிதே மில்லத் ஆதரிக்கவில்லை. ஏற்கனவே பாகிஸ்தான் பிரிவினை காரணமாக பிரிவினைவாதிகள் பழி சுமந்து கொண்டிருந்த முஸ்லீம்களை இது மேலும் மோசமாகப் பாதிக்கும் என்று அவர் எண்ணினர்.

சீனப் போரின்போது திராவிட நாடு முழக்கத்தை கைவிடுவதாக அறிவித்தார் அண்ணா. இதன் தொடர்ச்சியாக 1967ல் முதல் முறையாக தி.மு.க.வுடன் கூட்டணி அமைத்தது இந்திய யூனியன் முஸ்லீம் லீக்.

மூன்று உறுப்பினர்கள் சட்டமன்றத்துக்குள் சென்றார்கள். ஆனால் வெளியே ஒட்டுமொத்த முஸ்லீம் மக்களும் மைய நீரோட்டத்தில் இணைய வழிவகுத்திருந்தது தி.மு.க.வுடனான உறவு.

தமிழ்நாட்டைப் பொறுத்தமட்டில் கலைஞருக்கும், முஸ்லீம்களுக்கு மான உறவில் வேறு எந்தத் தலைவரையும் ஒப்பிடவே முடியாது. இன்று எல்லோரும் போற்றும் காமராஜர் ஆட்சிக் காலத்தில் கூட முஸ்லீம்களை போலீஸ் வேலையில் எடுக்க யோசிக்கும் நிலை இருந்தது வரலாறு.

இந்த நிலையெல்லாம் தி.மு.க. ஆட்சிக்கு வந்த பின்னர் தான் மாறியது. இதற்கெல்லாம் முக்கிய காரணம் கருணாநிதியே.

முஸ்லீம்களைப் புரிந்து கொள்வதில் முஸ்லீம் மனதுடன் இருப்பவர் அவர். மிலாடி நபி விழாவுக்கு அரசு விடுமுறை அளித்தது, உருது பேசும் முஸ்லீம்களையும் பிற்படுத்தப்பட்டோர் பட்டியலில் சேர்த்தது, முஸ்லீம் களுக்காக தனியாக 3.5% இடஒதுக்கீடு அளித்தது, காயிதே மில்லத், உமறுப்புலவருக்கு மணிமண்டபம் கட்டியது, முஸ்லீம்களின் கல்வி, சமூக பொருளாதார மேம்பாட்டுக்காக சிறுபான்மையினர் நல இயக்குநரகம் தொடங்கியது என பட்டியலிடலாம்.

உருது அகாடெமி, முஸ்லீம் மாணவர்களுக்கான கல்வி உதவித் தொகை, அரசு விடுதிகள், ஆதரவற்ற கணவனால் கைவிடப்பட்ட முஸ்லீம் பெண்களுக்கு மகளிர் உதவும் சங்கம், வேலை வாய்ப்பு மற்றும் தொழில் பயிற்சி உலமாக்கள் மற்றும் பணியாளர்கள் நலவாரியம், உலமா ஓய்வூதியம் அதிகரிப்பு, தமிழ்நாடு சிறுபான்மையினர் ஆணையத்துக்கு சட்டப்படியான அங்கீகாரம், சிறுபான்மையினர் பொருளாதார மேம்பாட்டுக் கழகம் தொடங்கி, சிறு வணிகர்களுக்கான கடன் ஏற்பாடு என்று ஏராளமான உதவிகள் கலைஞரால் அளிக்கப்பட்டவை.

முஸ்லீம்கள் நலனுக்கு எதிரான எந்த நடவடிக்கை இந்நாட்டில் எடுக்கப் பட்டாலும் அதற்கு எதிராக ஒலிக்கும் முதல் குரல்களில் ஒன்றாக கருணாநிதியின் குரல் இருந்தது.

41

தமிழ்நாடு சட்டமன்றமும் திராவிட சித்தாந்தமும்

நாடு முழுவதும் பரவிய பல புரட்சிகர சீர்திருத்தங்களுக்கு வித்திட்ட இடம் தமிழ்நாடு சட்டமன்றம்.

வியத்தகு வரலாறும் சீரிய பெருமையும் கொண்ட தமிழ்நாடு சட்டமன்றம் நூற்றாண்டு பழம் பெருமையை சமீபத்தில் அடைந்துள்ளது. ஆம்... நூற்றாண்டைக் கொண்டாடியுள்ளது தமிழ்நாடு சட்டமன்றம்.

சென்னை மாகாணமாக இருந்த காலத்தில் இருந்தே சட்டமன்றம் செயல் பட்ட பெருமை கொண்டது தமிழக சட்டமன்றம். 1920-ஆம் ஆண்டே தேர்தலை சந்தித்த மன்றம் தமிழக சட்டமன்றம்.

சென்னை மாகாணத்தில் மக்களால் தேர்ந்தெடுக்கப்பட்ட பிரதிநிதி களைக் கொண்ட சட்டமன்றம் 1921 ஜனவரி 12-ஆம் தேதி தொடங்கி வைக்கப்பட்டது.

அப்போது சென்னை மாகாணத்தின் ஆளுநராக இருந்தவர் விலிங்டன் பிரபு. தமிழக சட்டமன்றம் உருவாக்கப்பட்ட காலகட்டத்தில் 3 ஆண்டு

களுக்கு ஒருமுறை தேர்தல் நடத்தப்பட்டது.

முதல் தேர்தல் 1920-ஆம் ஆண்டு நடத்தப்பட்ட நிலையில் 1923, 1926, 1930 ஆகிய ஆண்டுகளில் அடுத்தடுத்த தேர்தல்கள் நடத்தப்பட்டன. பெண்கள் தேர்தலில் வாக்களிக்க 1920ல் தடை இருந்தது.

சட்டத்தின் இந்தப் பிரிவை நீக்கி பெண்களுக்கும் வாக்களிக்க வகை செய்யும் தீர்மானம் 1921 ஏப்ரல் 1-ஆம் தேதி சட்டமன்றத்தில் கொண்டு வரப்பட்டது. எனினும் 1923ல் தான் இது நடைமுறைக்கு வந்தது.

இயற்றப்பட்ட சட்டத்தின் அடிப்படையில் 1926 முதல் பெண்கள் தேர்தலில் வாக்களிக்கவும், தேர்தலில் போட்டியிடவும், நியமிக்கப்படவும் தகுதி பெற்றனர்.

தமிழக சட்டமன்றத்தின் முதல் பெண் உறுப்பினர் என்ற பெருமைக்குரியவர் டாக்டர் முத்துலட்சுமி ரெட்டி. 1935-ஆம் ஆண்டு இந்திய அரசுச் சட்டத்தின்படி 1937 முதல் சென்னை உள்ளிட்ட மாகாணங்களில் ஈரவைகளைக் கொண்ட சட்டமன்றங்களாக அறிமுகப்படுத்தப்பட்டன.

இவை சட்டமன்றப் பேரவை மற்றும் சட்டமன்ற மேலவை என்று அழைக்கப்பட்டன. 1952ல் நடைபெற்ற தேர்தலில் வயது வந்த அனைவரும் வாக்களிக்கத் தகுதியானவர்கள் என்று அறிவிக்கப்பட்டது.

சுதந்திரத்திற்குப் பின் தமிழக சட்டமன்றத்தின் முதல் நிதி அமைச்சர் சி.சுப்பிரமணியன் 1957 - 58ல் முதல்முறையாக பட்ஜெட் உரையாற்றினார்.

1986ல் எம்.ஜி.ஆரால் மேலவை கலைக்கப்பட்ட நிலையில் ஓரவை மன்றமாக தமிழ்நாடு சட்டப்பேரவை மாறியது.

தேவதாசி முறை ஒழிப்புச் சட்டம், பெண்களுக்கு வாக்குரிமை, இட ஒதுக்கீடு, நில அரசுகளுக்கும் கொடியேற்றும் உரிமை, மாநிலப் பெயர் மாற்றம், இந்து சமய அறநிலையத்துறை உருவாக்கம், அனைத்துச் சாதியினரும் அர்ச்சகராகலாம் போன்ற புரட்சிகளுக்கு வித்திட்ட இடம் தமிழ்நாடு சட்டமன்றம்.

ஆட்சி கலைப்புகள் குடியரசு ஆட்சி நிறுவப்பட்ட நிகழ்வுகள், சர்ச்சைகள், வாக்குவாதங்கள், வெளிநடப்புகள், கூச்சல் குழப்பங்கள் என எத்தனையோ அசாதாரணச் சம்பவங்களும் இங்கு அரங்கேறி இருக்கின்றன.

நூற்றாண்டுகளைப் புரட்டிப் பார்க்கும்போது தமிழ்நாடு சட்ட மன்றம் கடந்து வந்திருக்கும் பாதை முழுவதும் வரலாற்றின் முக்கிய தடங்கள் பதிந்து நிறைந்திருக்கின்றன.

•

சுதந்திர இந்தியாவில் திராவிடக் கட்சிகள் சார்பில் கடந்த 55 ஆண்டுகளில் தமிழகத்தை நீண்ட காலம் முதல்வராக மட்டுமல்லாமல் எதிர்கட்சித் தலைவராகவும் பணியாற்றியவர் மு.கருணாநிதி.

புதிய சட்டங்களைக் கொண்டு வருவதிலும் தங்களுக்கு உடன்பாடில் லாத சட்டங்களை எதிர்ப்பதிலும் பெரும் பங்காற்றியவர் கலைஞர்.

இந்தியாவில் சுதந்திரத்திற்குப் பின்னர், நாடாளுமன்றத்திலும் சட்ட மன்றத்திலும் இயற்றப்பட்ட சட்டங்கள் ஆயிரக்கணக்கில் உண்டு. அப்படி இயற்றப்பட்ட சட்டங்கள் நடைமுறையில் எந்த அளவிற்குப் பயன்பட்டன. அவற்றைச் செயல்படுத்தும் அதிகார வர்க்கம் எந்த அளவிற்கு சட்டங்களை செயல்படுத்த முற்பட்டன என்பதை ஆய்வு செய்த பின்பே அச்சட்டத்தின் சாதனை பற்றி முழக்கமிட முடியும்.

பொதுவாக சட்டம் என்பது ஒரு அரசை அல்லது ஆட்சியாளரை மதிப்பிடும் குறியீடாகவே சட்ட வரலாறு பார்க்கிறது.

சமூகநீதி குறித்தும், பெண்ணுரிமை குறித்தும், தொழிலாளர் உரிமை பற்றியும் விவசாயிகளின் நலன் குறித்தும் திராவிடக் கட்சிகள் ஏராள மான சட்டங்களைக் கொண்டு வந்துள்ளன.

தி.மு.க.வை ஆட்சிப் பொறுப்பில் ஏற்றி அடுத்த இரண்டாண்டுகளில் அண்ணா மறைந்து விட்டாலும் அந்தக் குறுகிய காலகட்டத்தில் சரித்திர முக்கியத்துவம் வாய்ந்த சில சட்டங்களை நிறைவேற்றி நல்ல துவக்கத்தை அவர் கொடுத்துச் சென்றார்.

42
மாநில சுயாட்சியும் கொடி உரிமையும்

தி.மு.க குறிப்பாக அண்ணாவழி வந்த கருணாநிதி மாநில சுயாட்சிக் கோரிக்கையை ஒரு தேசிய முழக்கமாகவே வளர்த்தெடுத்தவர்.

1950ல் இந்திய அரசியலமைப்புச் சட்டம் காஷ்மீருக்கு வழங்கிய அதிகாரங்களைப் போன்ற அதிகாரங்களையே எல்லா மாநிலங்களுக்கும் கேட்கிறது தமிழகம். அதைத்தான் மாநில சுயாட்சி என்று தி.மு.க. குறிப்பிடுகிறது.

சுதந்திர இந்தியாவின் மேல்முனையில் இருக்கும் காஷ்மீருக்கும் கீழ்முனையில் இருக்கும் தமிழ்நாட்டுக்கும் வரலாற்றின் ஆரம்பித்திலிருந்தே அநேக ஒற்றுமைகள் இருந்து வருவதை அடுக்கலாம்.

தனித்த மொழி, தனித்த கலாச்சாரம், தனித்த அடையாளம் மட்டுமல்ல இரு பிராந்தியங்களுமே தனிநாடு கேட்டவை. இன்று உச்சபட்ச மாநில சுயாட்சிக்கான உரத்த குரலை ஒலிப்பவை.

நமது தேசத்துக்கென்று ஒரு கூட்டாட்சி அமைப்பு இருக்கும் போதிலும் நம்முடைய நாடாளுமன்ற அமைப்பும் அரசு நிர்வாகமும் நடைபெறும் விதத்தைப் பார்க்கும்போது ஒரு விசயம் தெளிவாகப் புலப்படும். அது மத்திய, மாநில அரசுகளுக்கான தராசுத் தட்டுகள் இணையாக நிற்கவில்லை என்பதேயாகும்.

●

மாநிலங்களுக்கான உரிமையைப் பறைசாற்றும் வகையில் கர்நாடகத்தில் இன்று மாநிலங்களுக்கு கொடி உரிமை பேசப்படுகிறது. இதனை 52 வருடங்களுக்கு முன்பே 1970ல் பேசியவர் கலைஞர்.

அன்றைக்கு இக்கோரிக்கையைக் கடுமையாக எதிர்ப்பவர்களாக இருந்த வர்கள் ஸ்தாபன காங்கிரஸும், இன்றைய பா.ஜ.க.வின் தாயான ஜன சங்கமும் என்றாலும் டெல்லியில் 1970 ஆகஸ்ட் 27ல் பத்திரிகையாளர்கள் முன் தமிழக அரசின் கொடி எப்படி இருக்கும் என்றுதான் வடிவமைத்த மாதிரியை முதல்வர் கலைஞர் வெளியிட்டார்.

தேசியக்கொடி மேல் பக்கத்திலும், தமிழகத்தின் இலச்சினையான கோபுர முத்திரை வலது பக்கத்தின் கீழ்முனையிலும் இருக்கும் வகையில் அந்த மாதிரி இருந்தது. இப்பிரச்சனையில் அச்சமயம் தீர்வு ஏதும் காணப்பட வில்லை.

இந்நிலையில் 'சுதந்திர தினவிழாவில் தேசிக் கொடியை ஏற்றும் உரிமையை முதல்வர்களுக்கு வழங்க வேண்டும்' என்று வலியுறுத்த தொடங்கினார் கலைஞர்.

பிரதமர் இந்திரா இதனை ஏற்றார். இதன் விளைவாகவே மாநில முதல்வர்கள் கொடியேற்றும் உரிமையை இன்று பெற்றிருக்கிறார்கள்.

'தி.மு.க. தேசிய இயக்கமாக நிலைக்கும் இந்தியாவின் அரசியல் ஜாதகத்தை இந்த இயக்கம் கணிக்கும்' என்று பேசினார் கலைஞர். அது உண்மை. இந்திய மாநிலங்கள் எதிர்காலத்தில் பெறப்போகும் அப்படி யான உரிமைகள் எல்லாவற்றுக்குமான அடித்தளக் கற்களை அமைத்தவர் களின் வரிசையில் கலைஞரின் பெயர் கட்டாயம் இருக்கும்.

தேசிய இனங்களுக்குத் தங்களுக்கான எதிர்காலத்தை தீர்மானித்துக் கொள்வதற்கான சுயநிர்ணய உரிமை வேண்டும் என்ற எண்ணமே

திராவிட இயக்கத்தின் 'திராவிட நாடு' முழக்கத்தின் மைய ஆதாரமாக இருந்தது.

இந்திய சுதந்திரத்துக்கு முன்னர் தொடங்கிய இந்தக் கருத்தாக்கம் பின்னரும் நீடித்தது. புதிய ஆட்சியில் இந்தி பேசும் மாநிலங்களின் கையே ஓங்கியிருந்ததும் தென்னிந்தியா தன்னுடைய மாறுபட்ட கலாச்சாரத்துக்கு ஏற்ப அரசியலிலும் தனிப்போக்கை கொண்டிருந்ததும் இதற்கான நியாயங்களாக இருந்தன.

ஆனால் பிரிவினைவாதச் சட்டத்தின் பெயரால் நேரு இப்படியான கோரிக்கைகளையும் அதற்குப் பின்னிருந்த அமைப்புகளையும் முடக்க முற்பட்டபோது, அடுத்த நிலையில் உயிர் பெற்ற முழக்கமே 'மாநில சுயாட்சி.'

சுதந்திரத்துக்கு முன்பிருந்தும் சுதந்திர இந்தியாவின் உருவாக்கத்தின் போதும் மாநிலங்களுக்கு அதிகமான உரிமைகளைக் கோரும் 'மாநிலங் களின் உரிமை' விவாதம் ஏற்கனவே இருந்தது என்றாலும், அண்ணாவின் இந்தக் கோரிக்கை புது உத்வேகத்தைக் கொடுத்தது.

'மத்தியில் கூட்டாட்சி மாநிலத்தில் சுயாட்சி' என்ற கலைஞரின் சொல் லாடல் புது வடிவைக் கொடுத்தது.

அண்ணாவின் கனவை நிறைவேற்றும் வகையில் தான் பதவியேற்றவுட னேயே 1969 மார்ச் 17ல் டெல்லி பத்திரிக்கையாளர்களை சந்தித்த கலைஞர், 'மத்திய மாநில அரசுகளின் அதிகாரங்கள் குறித்து ஆராய ஒரு குழு அமைக்கப்படும்' என்று அறிவித்தார்.

அப்படி ஆராய உருவாக்கப்பட்ட குழுவே நீதிபதி ராஜமன்னார் தலைமை யில் ஏ.லட்சுமணசாமி முதலியார், பி.சந்திரா ரெட்டி ஆகியோரை உறுப்பினர்களாகக் கொண்டு உருவாக்கப்பட்ட குழுவாகும்.

பல தரப்பினரிடமும் கருத்துக்களைத் திரட்டிய இக்குழு 383 பக்கங் களைக் கொண்ட தன்னுடைய அறிக்கையை 1971 மே 27ல் அளித்தது.

மத்திய மாநில பிரச்சினைகள் எழுப்பப்படும் போதெல்லாம் தீர்வாக வைக்கப்படும் ஒரு மகா சாசனமாக, அரிய ஆவணமாகப் பேசப்படும் ராஜமன்னர் குழுவின் பரிந்துரைகளில் முக்கியமான அம்சங்கள் சில :

1. அரசியலமைப்புச் சட்டத்தின் 7வது இணைப்பிலுள்ள அதிகாரப் பட்டியல்களின் பொருளடக்கத்தை மாற்றியமைத்து, மாநிலங் களுக்கும், சட்டமியற்றும் அதிகாரத்தை வழங்க வேண்டும்.
2. மாநிலங்களுக்கான வருவாயை அதிகப்படுத்த வேண்டும். வரிச் சீர்திருத்தம் வேண்டும்.
3. மாநில அரசுகளின் ஆலோசனையைப் பெற்றே ஆளுநர் நியமிக்கப் பட வேண்டும். அதே போல உயர்நீதிமன்ற நீதிபதிகளை நியமிக்கும் போது மாநில அரசு ஆளுநர், உயர்நீதிமன்றத் தலைமை நீதிபதி ஆகியோரின் கருத்துகள் முக்கியமாகக் கருதப்பட வேண்டும்.
4. நெருக்கடி நிலை அறிவிப்பு தொடர்பாக முடிவெடுக்கும்போது மாநிலங்களில் மன்றத்துடன் கலந்தாலோசித்தே முடிவு எடுக்கப்பட வேண்டும்.
5. மாநிலங்களவையில் அனைத்து மாநிலங்களுக்கும் சமமான எண்ணிக்கையில் பிரதநிதித்துவம் வழங்க வேண்டும்.
6. அரசியலமைப்புச் சட்டத்தில் திருத்தம் செய்ய வேண்டுமென்றால் மூன்றில் இரு பங்கு மாநில சட்டமன்றங்கள் அதை ஏற்க வேண்டும்.
7. இப்படி பொது ஒழுங்கு, வணிகம், மொழி, பொது ஊழியங்கள் அது முன் வைத்த பலபரிந்துரைகள் மத்திய மாநில உறவுக்கு ஒரு அருமை யான வழிகாட்டியாகவும், பன்மைத்துவத்தை பாதுகாக்கும் வழிமுறையாகவும் இன்றும் பார்க்கப்படுகிறது.

ராஜமன்னர் குழுவின் பரிந்துரைகளை முன்வைத்து இந்திரா காந்தி தலைமையிலான அரசுக்கு அழுத்தம் கொடுத்தார் கலைஞர்.

வட இந்தியாவில் கட்சி வேறுபாடுகளுக்கு அப்பாற்பட்டுக் கடும் அதிர்வு களை உண்டாக்கினாலும், பிரதமர் இந்திராகாந்தி, 'பரிசீலித்து நடவடிக்கை எடுக்கப்படும்' என்று பதில் கடிதம் அனுப்பினார்.

அதற்குப் பின் 1984ல் நீதிபதி சர்க்காரியா தலைமையில் மத்திய மாநில உரிமைகளை ஆராய குழு அமைத்தார் இந்திராகாந்தி.

தொடர்ந்து மாநில உரிமைகளை முன்னிறுத்தி ஆந்திராவில் என்.டி.ராம ராவ், அஸாமில் மகந்தா ஆகியோர் நடத்திய மாநாட்டில் இந்த ராஜ மன்னர் குழு அறிக்கை விவாதப் பொருளாக இருந்தது.

காஷ்மீரில் ஃபரூக் அப்துல்லா நடத்திய மாநாட்டில், 'வெளியுறவு, பாதுகாப்பு, தொலைத்தொடர்பு, நிதி போன்ற துறைகளை மட்டும் மத்திய அரசு வைத்துக் கொண்டு மற்ற அதிகாரங்களை மாநிலங்களுக்கு வழங்க வேண்டும்' என்று தீர்மானம் நிறைவேற்றப்பட்டது.

அதற்குப் பின்னர் மேற்கு வங்க முதல்வர் ஜோதிபாசு அரசும், 'ராஜ மன்னர் குழுவின் அடிப்படையில் மாநிலங்களுக்கு அதிகாரங்கள் வேண்டும்' என்று மத்திய அரசுக்கு அறிக்கை அனுப்பியது. கர்நாடக முதல்வர் ராமகிருஷ்ண ஹெக்டே இது குறித்துப் பேச தென் மாநில முதல்வர்கள் மாநாட்டைக் கூட்டினார்.

இலங்கை உள்நாட்டுப் போருக்கு தீர்வு காணும் வகையில், திம்புவில் நடைபெற்ற பேச்சு வார்த்தையின் போதும் கூட ராஜமன்னர் குழுவின் அறிக்கை அடிப்படையில் விவாதங்கள் நடந்தன.

அதன்பின் வாஜ்பாய் பிரதமராக இருந்தபோது 2002ல் நீதிபதி வெங்கடாச்சலையா தலைமையிலும், மன்மோகன்சிங் பிரதமராக இருந்தபோது 2010ல் நீதிபதி பூன்ச் தலைமையிலும் குழு அமைக்கப்பட்டு, மத்திய, மாநில உறவுகள் குறித்தான விரிவான அறிக்கை பெறப்பட்டது.

இந்திரா, வாஜ்பாய், மன்மோகன்சிங் எல்லோருடைய இப்படியான நகர்வுகளின் பின்னணியிலும் தி.மு.க.வின் அழுத்தம் இருந்தது. கலைஞரின் தொலைநோக்குப் பார்வையும் இதில் பிரதிபலித்தது.

நாடாளுமன்றத்துக்கும் சட்டமன்றங்களுக்கும் 1957ல் ஒரே சமயத்தில் நடைபெற்ற பொதுத் தேர்தல் இந்திய வரலாற்றில முக்கியமான திருப்பு முனை மொழிவாரி மாநிலங்கள் உருவாக்கப்பட்ட பிறகு நடந்த முதல் பொது தேர்தல் அது.

நாட்டுக்கு சுதந்திரம் வாங்கிக் கொடுத்தோம் என்பதை மட்டும் சொல்லியே மக்களிடம் தொடர்ந்து ஓட்டுக்களை வாங்க முடியாது என்பதை காங்கிரஸுக்கு உணர்த்திய தேர்தலும் அதுதான்.

தமிழில் ஆற்றொழுக்காகப் பேசும் கருணாநிதி இந்தத் தேர்தலில்தான் முதன்முறையாக திருச்சி மாவட்டம் குளித்தலை தொகுதியில் போட்டி யிட்டு சட்டமன்ற உறுப்பினராக நுழைந்தார். தி.மு.க. சட்டமன்றக் கட்சி யின் கொறடாவாகத் தேர்ந்தெடுக்கப்பட்டார்.

1962ல் தஞ்சாவூரிலிருந்து வென்ற பிறகு சட்டமன்ற எதிர்க்கட்சித் துணைத் தலைவர் ஆனார். 1967ல் சென்னையின் சைதாப்பேட்டைத் தொகுதியிலிருந்து வெற்றி பெற்று பொதுப் பணித்துறை அமைச்சரானார்.

1969ல் முதல்வர் அண்ணாவின் மறைவுக்குப் பின் முதலமைச்சராகத் தேர்ந்தெடுக்கப்பட்டார். 1971ல் மீண்டும் சைதாப்பேட்டையில் தேர்ந்தெடுக்கப்பட்டு நெருக்கடி நிலை அறிவிப்புக்கு பிறகு 1976ல் ஆட்சி கலைக்கப்படும் வரை முதல்வராகத் தொடர்ந்தார்.

1977, 1980களில் அண்ணா நகரிலிருந்து வெற்றி பெற்று எதிர்க்கட்சித் தலைவராகப் பணியாற்றினார். 1983ல் இலங்கையில் நடந்த இனப் படுகொலையைக் கண்டித்து உறுப்பினர் பதவியிலிருந்து விலகினார்.

பின்னர் சட்ட மேலவைக்கு தேர்ந்தெடுக்கப்பட்டு எதிர்க்கட்சித் தலைவ ராகப் பணியாற்றினார். 1986ல் சட்ட மேலவையை முதல்வர் எம்.ஜி.ஆர். கலைக்கும் வரை அதில் உறுப்பினராக இருந்தார் கருணாநிதி.

1989 பொதுத் தேர்தலில் சென்னை துறைமுகம் தொகுதியில் வென்று 13 ஆண்டுக்கால இடைவெளிக்குப் பிறகு மீண்டும் முதல்வர் ஆனார்.

1991 சட்டமன்றத் தேர்தலிலும் அத்தொகுதியில் வென்றார். ஆனால் ராஜிவ்காந்தி படுகொலைச் சம்பவத்தால் கட்சிக்கு பெருந்தோல்வி ஏற்பட்டது. அதற்கு தார்மிகப் பொறுப்பேற்று உறுப்பினர் பதவியை ராஜினாமா செய்தார்.

1996 பொதுத் தேர்தலில் சேப்பாக்கம் தொகுதியிலிருந்து தேர்ந்தெடுக்கப் பட்டு மீண்டும் முதலமைச்சராகப் பதவியேற்றார். 2001, 2006 தேர்தல் களிலும் சேப்பாக்கம் தொகுதியிலிருந்தே தேர்ந்தெடுக்கப்பட்டார்.

2011ல் சொந்த மாவட்டத்தில் திருவாரூர் தொகுதியிலிருந்து தேர்ந் தெடுக்கப்பட்டார். 2016 பொதுத் தேர்தலிலும் திருவாரூரில் வென்றார்.

43

யார் முதல்வர் வேட்பாளர்?

1977-ஆம் ஆண்டு தேர்தலில் வெற்றி பெற்றிருந்த அ.தி.மு.க. அரசு கவனத்தைக் கவரும் சில நடவடிக்கைகளை மேற் கொண்டது.

திருமலைப் பிள்ளை சாலையில் முன்னாள் முதல் அமைச்சர் காமராஜர் வசித்து வந்த வீடு வாங்கப்பட்டு நினைவில்லம் ஆக்கப் பட்டது.

பெரியாரின் நூற்றாண்டு விழாவை ஒட்டி 1978-ஆம் ஆண்டு அக்டோபர் 19-ஆம் தேதி முதல் தமிழ் எழுத்துச் சீர்திருத்தம் அமல்படுத்தப்பட்டது.

அப்போது இட ஒதுக்கீட்டிற்கான "க்ரீமி லேயர்" முறையை அறிமுகப் படுத்தியிருந்தார் எம்.ஜி.ஆர். பிற்படுத்தப்பட்ட மாணவர்கள் இட ஒதுக்கீட்டைப் பெற அவர்களது பெற்றோரின் வருட வருவாய் ஒன்பதா யிரத்துக்குள் இருக்க வேண்டுமென அறிவிக்கப்பட்டது.

இதற்கு தி.மு.க., தி.க. ஆகியவை கடும் எதிர்ப்பைத் தெரிவித்திருந்தன. இது பெரிய விவகாரமாகவும் உருவெடுத்து வந்தது.

தமிழ்நாட்டில் மதுவிலக்கு ரத்து செய்யப்பட்டது. 30 வயதுக்கு மேற் பட்டவர்கள் மது அருந்துவதற்கான உரிமத்தைப் பெற்று மது அருந்த லாம் என அறிவிக்கப்பட்டிருந்தது. இதற்கு தாசில்தார் அலுவலகத்தில் 25 ரூபாய் கட்டணம் செலுத்த வேண்டும்.

இதற்கிடையில் 1979ல் தி.மு.க., அ.தி.மு.க. ஆகிய கட்சிகளை இணைப் பதற்கான முயற்சிகள் ஜனதா கட்சித் தலைவரான பிஜூபட் நாயக் தலைமையில் நடைபெற்றன. ஆனால் அதில் வெற்றி கிடைக்கவில்லை. ஜனதா அரசு கவிழ்ந்துவிட்ட நிலையில் நாடாளுமன்ற தேர்தல் அறிவிக்கப்பட்டது.

நெருக்கடி நிலை காலகட்டத்தில் இந்திய அளவில் கடுமையான நெருக்கடி களை எதிர்கொண்ட கட்சி தி.மு.க. தான். ஆனாலும் 1980 நாடாளுமன்றத் தேர்தலில் தி.மு.க. இந்திரா காங்கிரசுடன் கூட்டணி அமைக்க முன் வந்தது.

மீண்டும் ஆட்சிக்கு வர விரும்பிய இந்திராவும் இந்தக் கூட்டணியை விரும்பினார்.

இந்தக் கூட்டணியில் இந்திரா காங்கிரஸ் 23 தொகுதிகளிலும், தி.மு.க. 160 தொகுதிகளிலும், முஸ்லிம் லீக் ஒரு தொகுதியிலும் போட்டியிட்டன.

அ.தி.மு.க. கூட்டணியில் அ.தி.மு.க 24 தொகுதிகளிலும், ஜனதா 10 தொகுதிகளிலும், இடதுசாரிக் கட்சிகள் தலா 3 தொகுதிகளிலும் போட்டி யிட்டன.

இந்த நாடாளுமன்றத் தேர்தலில் தி.மு.க. கூட்டணி அமோக வெற்றியைப் பெற்றது. இ.காங்கிரஸ் போட்டியிட்ட 23 தொகுதிகளில் 21 தொகுதிகளில் வெற்றி பெற்றது. கூட்டணியில் இருந்த மற்ற கட்சிகள் போட்டியிட்ட தொகுதிகள் அனைத்திலும் வெற்றி பெற்றன. கோபிச் செட்டிப்பாளையம், சிவகாசி ஆகிய தொகுதிகளில் மட்டுமே அ.தி.மு.க வென்றிருந்தது.

1977ல் தான் தமிழ்நாட்டில் சட்டமன்றத் தேர்தல் நடந்திருந்ததால் அ.தி.மு.க அரசு 1982 வரை ஆட்சியில் இருந்திருக்க முடியும்.

ஆனால் பிரதமராகப் பதவியேற்ற இந்திரா நாடாளுமன்றத் தேர்தலில் எந்தெந்த மாநிலங்களில் எல்லாம் ஆளும் கூட்டணி தோல்வியடைந்

திருக்கிறதோ அங்கிருந்த மாநில அரசுகளை கலைக்க முடிவு செய்தார்.

முன்பு ஜனதா கட்சி சொன்ன அதே லாஜிக்கை சொன்னார் இந்திரா. அதாவது, மக்களவைத் தேர்தலில் தோற்றுப் போன கட்சி மாநிலத்தை ஆளும் உரிமையை இழந்து விட்டது.

ஆகவே தமிழ்நாட்டுடன் சேர்த்து 9 மாநிலங்களின் ஆட்சி கலைக்கப் பட்டது. 1977ல் ஜனதா கட்சி ஆட்சிக்கு வந்தபோது இதேபோல 9 மாநிலங்களின் ஆட்சி கலைக்கப்பட்டிருந்தது. 1980-ஆம் ஆண்டு மே மாதம் தேர்தல்கள் நடக்கும் என அறிவிக்கப்பட்டது.

இதையடுத்து கூட்டணிப் பேச்சு வார்த்தைகள் தொடங்கின. அ.தி.மு.க. கூட்டணியைப் பொறுத்தவரை ஜனதா, கட்சி முதலில் 60 இடங்களைக் கேட்டது. பிறகு 46 இடங்களையாவது தரும்படி கோரியது. ஆனால் எம்.ஜி.ஆர். 26 தொகுதிகளை மட்டுமே தர முன்வந்தார். இதனால் இக்கட்சியுடன் கூட்டணி அமையவில்லை.

சி.பி.எம்., சி.பி.ஐ., காந்தி காமராஜ், தேசிய காங்கிரஸ், தமிழ்நாடு காமராஜ் காங்கிரஸ், பார்வர்டு பிளாக், அர்ஸ் காங்கிரஸ், மக்கள் கட்சி, தமிழ்நாடு முஸ்லிம் லீக், கிறிஸ்தவ ஜனநாயக முன்னணி, இந்தியக் குடியரசுக் கட்சி ஆகிய கட்சிகளுடன் கூட்டணி அமைக்கப்பட்டது.

சி.பி.எம்., சி.பி.ஐ., ஆகிய கட்சிகளுக்கு தலா 16 இடங்கள் ஒதுக்கப் பட்டன. கா.கா.தே.கா.வுக்கு 12 இடங்களும், காமராஜ் காங்கிரசுக்கு 7 இடங்களும் வழங்கப்பட்டன. மீதமுள்ள இடங்களில் அ.தி.மு.க. போட்டி யிட்டது. அ.தி.மு.க.வின் சின்னத்தில் சிறிய கட்சிகள் போட்டியிட்டன.

தி.மு.க. கூட்டணியைப் பொறுத்தவரை இந்திரா காங்கிரசுடன் கூட்டணி தொடர்ந்தது. ஆனால் இந்தமுறை இடங்களைப் பகிர்ந்து கொள்வதில் கடுமையாக இருந்தது அக்கட்சி.

தமிழ்நாடு காங்கிரஸ் கமிட்டியின் தலைவராக இருந்த எம்.பி.சுப்பிர மணியம் நியமிக்கப்பட்டார். இவர் கருணாநிதியுடன் மோதல் போக்கு உடையவராக கருதப்பட்டார்.

ஆகவே தேர்தல் பேச்சு வார்த்தை மிகவும் சிக்கலானதாகவே இருந்தது. இதனால் முதலில் முஸ்லிம் லீக் கட்சியுடன் பேச்சு வார்த்தையை முடித்தது தி.மு.க. எட்டு இடங்கள் அக்கட்சிக்கு ஒதுக்கப்பட்டன.

மீதமிருந்த 226 இடங்களில் தி.மு.க.வும், இ.காங்கிரசும் 113 இடங்களில் போட்டி இடுவதென முடிவெடுக்கப்பட்டது.

இந்த 113 இடங்களில் இரு கட்சிகளும் தங்கள் கூட்டணியில் உள்ள சிறிய கட்சிகளுக்கு தலா நான்கு இடங்களைக் கொடுத்து விடவேண்டும் என ஏற்பாடு. ஆகவே இரு கட்சிகளும் தலா 109 இடங்களில் போட்டியிட்டன.

பிறகு காங்கிரசும், தி.மு.க.வும், தேசிய பார்வர்டு பிளாக், உழைப்பாளர் முன்னேற்ற கட்சி, பசும்பொன் தேவர் கட்சி, சக்திதாசன் குடியரசுக் கட்சி, கிறிஸ்தவ முன்னணி ஆகிய கட்சிகளுக்கு இரண்டு ஒன்று என இடங்கள் ஒதுக்கின.

ஜனதா கட்சி தனித்து 95 தொகுதிகளில் போட்டியிட்டது.

தி.மு.க.வும், இ. காங்கிரசும் சமமான எண்ணிக்கையில் போட்டியிடுவதால், முதல்வர் யார் என்பதை பிறகு தீர்மானிக்கலாம் என பேச ஆரம்பித்தனர் காங்கிரஸ் தலைவர்கள்.

தமிழ்நாட்டிற்கு வந்த காங்கிரஸ் மத்திய நிதி அமைச்சர் ஆர்.வெங்கட்ராமன், யார் முதலமைச்சர் என்று இப்போது எப்படி சொல்ல முடியும்? சரிசமமாகப் போட்டியிடுகிறோம். பின் கூடுதல் தொகுதிகளில் வெற்றி பெறுகிறார்களோ அந்தக் கட்சி எம்.எல்.ஏ.க்களுக்கே அந்த உரிமை இருக்கிறது. எனவே தேர்தலுக்குப் பிறகு அது பற்றி முடிவாகும் என்று பேசினார்.

இது தி.மு.க.வில் பெரும் சலசலப்பை ஏற்படுத்தியது. கூட்டணிப் பேச்சு வார்த்தையை நிறுத்த முடிவு செய்தது தி.மு.க.

முடிவில் மு. கருணாநிதியே முதல்வராக இருப்பார் என இந்திரா காந்தி அறிவித்தார். ஆனாலும் தி. மு. க. கூடுதல் இடங்களைப் பெற்றால் மட்டுமே இது சாத்தியம் என்ற எண்ணம் தி.மு.க.வுக்கு ஏற்பட்டது.

இது ஒரு புறமிருக்க, காங்கிரஸ் கட்சிக்குள் வேட்பாளர்களை முடிவு செய்வதில் பெரும் குழப்பம் ஏற்பட்டது. பல இடங்களில் இரண்டு மூன்று காங்கிரஸ்காரர்கள் வேட்புமனுக்களை தாக்கல் செய்தனர்.

சில காங்கிரஸ் தலைவர்களுக்கு இடங்கள் கிடைக்காததால் அவர்கள் கட்சியை விட்டு விலகி சுயேட்சையாக தங்கள் தொகுதிகளில் போட்டி

யிட்டனர். இப்படிப்பட்ட குழப்பங்களுக்கு நடுவில் தேர்தலைச் சந்திக்க தயாரானது தி.மு.க. காங்கிரஸ் கூட்டணி.

ஆனால் நாடாளுமன்றத் தேர்தலில் பெரும் தோல்வியடைந்த வுடனேயே சில தகுந்த நடவடிக்கைகளை மேற்கொண்டார் எம்.ஜி.ஆர். பிற்படுத்தப்பட்டோர் இட ஒதுக்கீட்டிற்கான வருமான வரம்பு நீக்கப் பட்டது. மேலும் பிற்படுத்தப்பட்டோருக்கான இட ஒதுக்கீடு 50 சதவீத மாக உயர்த்தப்பட்டது.

தேர்தல் பிரச்சாரத்தின்போது தனது ஆட்சி அநியாயமாகக் கலைக்கப் பட்டதாக திரும்பத் திரும்ப முழங்கினார் எம்.ஜி.ஆர்.

தாலிக்குத் தங்கம், சிறப்பான நிர்வாகம் ஆகியவற்றை தனது முழக்கங் களாக முன் வைத்தது தி.மு.க.

இடஒதுக்கீட்டு கொள்கையை மாற்றியதால் திராவிடர் கழகம் எம்.ஜி.ஆருக்கு ஆதரவளிக்க, காங்கிரஸ் கூட்டணியின் காரணமாக தி.மு.க.வுக்காக பிரச்சாரம் செய்தார் சிவாஜி கணேசன்.

தமிழ்நாட்டில் வாக்குப்பதிவு இரு கட்டங்களாக நடைபெற்றது. மே 28-ஆம் தேதி 114 தொகுதிகளுக்கும், மே 31-ஆம் தேதி 120 தொகுதிகளுக் கும் வாக்குப்பதிவு நடைபெற்றது. வாக்குகள் ஜுன் 1-ஆம் தேதி எண்ணப் பட்டன.

எதிர்பார்த்ததைப் போலவே அ.தி.மு.க தனித்து 129 இடங்களைப் பெற்றது. மார்க்சிஸ்ட் கம்யூனிஸ்ட் கட்சி 11 இடங்களிலும், இந்திய கம்யூனிஸ்ட் கட்சி 9 இடங்களிலும், கா.கா.தே. 6 இடங்களிலும், பார்வர்டு பிளாக் ஒரு இடத்திலும், சிறிய கட்சிகள் 6 இடங்களிலும் வெற்றி பெற்றன.

தி.மு.க. கூட்டணி பெரும் தோல்வியை எதிர்கொண்டது. ஒட்டு மொத்த மாகவே இந்தக் கூட்டணிக்கு 69 இடங்களே கிடைத்தன. தி.மு.க. 38 தொகுதிகளிலும், இ. காங்கிரஸ் 31 இடங்களிலும் முஸ்லிம் லீக் 1 இடத் திலும் வெற்றி பெற்றன.

மதுரை மேற்கு தொகுதியில் போட்டிட்ட எம்.ஜி.ரை எதிர்த்து பொன். முத்துராமலிங்கம் நிறுத்தப்பட்டிருந்தார். அங்கே எம்.ஜி.ஆர். 21 ஆயிரம் வாக்குகள் வித்தியாசத்தில் வெற்றி பெற்றார்.

சென்னை அண்ணா நகர் தொகுதியில் போட்டியிட்ட மு.கருணாநிதி 699 வாக்குகள் வித்தியாசத்தில் வெற்றி பெற்றார்.

அ.தி.மு.க.வில் சபாநாயகராக இருந்த முனு.ஆதி, ப.உ. சண்முகம், நடிகர் ஐசரி வேலன் ஆகியோர் தோல்வியடைந்தனர்.

தி.மு.க.வைப் பொறுத்தமட்டில் சாதிக் பாட்ஷா, நாஞ்சில் மனோகரன் ஆகியோர் தோல்வியடைந்தனர்.

முதல்வராக தேர்வு செய்யப்பட்ட எம்.ஜி.ஆர் கலைவாணர் அரங்கில் ஜுன் 9-ஆம் தேதி பதவியேற்றார். 17 அமைச்சர்கள் இந்த அமைச்சரவை யில் இருந்தனர்.

44

என் உயரம் எனக்குத் தெரியும்!

உலகத் தமிழர்களின் தலைவராக போற்றப்பட்டாலும் இலங்கைத் தமிழர் களுக்கு துரோகம் செய்ததாக கருணாநிதி குற்றச்சாட்டுக்கு உள்ளானார்.

2009ல் இலங்கை உள்நாட்டுப் போரின் இறுதி நாட்களில் அப்பாவி தமிழர்கள் கொல்லப்படுவதைத் தடுக்க கருணாநிதி எதையும் செய்யவில்லை என்று கருணாநிதி விமர்சிக்கப்பட்டார்.

உண்மையில் போர் நிற்காதபோதும் போர் நின்றதாக காங்கிரஸ் தலைவர்கள் தம்மை ஏமாற்றியதாக கருணாநிதி உணர்ந்ததாக தி.மு.க. செய்தித் தொடர்பாளர் கூறியதை பலரும் நம்ப மறுத்தனர் என்பது உண்மை.

1996 முதல் 2014 வரை அ.தி.மு.க. தேசிய ஜனநாயக கூட்டணியில் அங்கம் வகித்த 13 மாதங்கள் நீங்கலாக தி.மு.க. மத்திய அரசில் அங்கம் வகிக்க கருணாநிதியின் அரசியல் நுட்பம் காரணமாக அமைந்தது.

மாநில அரசுகள் அதிக தன்னாட்சி அதிகாரம் பெறுவதிலும் மத்திய மாநில

அரசுகளின் உறவை வரையறுப்பதிலும் கருணாநிதி முக்கியப் பங்காற்றினார். 1969ல் ராஜமன்னார் கமிட்டி அமைத்தது அதில் முக்கியமான ஒன்று.

மாநிலங்களுக்கு இடையேயான கவுன்சில் ஒன்றை அமைக்கவும், மத்திய அரசு மாநில அரசைக் கலைக்க அதிகாரம் வழங்கும் இந்திய அரசியல் அமைப்பின் பிரிவு 365ஐ ஒழிக்கவும் அந்தக் கமிட்டி பரிந்துரை செய்தது. மத்திய அரசு அந்த பரிந்துரைகளை ஏற்றுக் கொள்ளா விட்டா லும் மாநில சுயாட்சியை விட்டுக் கொடுக்காதவராகவே கருணாநிதி விளங்கினார்.

மூச்சுள்ள வரை கலைஞரின் அனைத்து செயல்பாடுகளுக்கும் வெற்றி களுக்கும் அவரது சமூகநீதிக் கொள்கையே ஆணிவேராக அமைந்திருந் ததை அரசியல் வரலாறு அறிந்த எவரும் மறுக்க முடியாது.

இரண்டு ஆயுதங்களோடுதான் கருணாநிதி அரசியல் போர்க்களத்தில் நுழைந்தார். ஒன்று அவரது நாவன்மை, மற்றொன்று அவரது எழுதுகோல் வன்மை.

பிரிட்டிஷ் இந்தியாவில் பிறந்து, தமிழ்நாட்டை 5 முறை ஆட்சி செய்த கருணாநிதி தாம் போட்டியிட்ட 13 சட்டமன்றத் தேர்தல்களில் ஒன்றில் கூட தோல்வியடைந்ததில்லை. ஏழு தசஸ்தங்கள் பொது வாழ்வில் பங்களித்த மிகச் சில அரசியல் தலைவர்களில் கருணாநிதிக்கு மிக முக்கிய மான இடம் உண்டு.

கருணாநிதிக்கு முன்பு தி.மு.க. முன்னணித் தலைவர்களாக இருந்த அண்ணாதுரை, மதியழகன் உள்ளிட்டோர் அப்போதே முதுகலைப் பட்டம் பெற்றவர்களாக இருந்தனர். ஆனால் பள்ளிப்படிப்பை பாதியில் நிறுத்திய கருணாநிதி அவர்களை விட அதிக நூல்களை எழுதினார். எழுத்து மீதான அவரது தீராக்காதல் அவரை பல உயரங்களுக்கு அழைத்துச் சென்றது.

பதினேழு வயதிலேயே இந்தித் திணிப்புக்கு எதிராக மாணவர்களை ஒன்று திரட்டிய கருணாநிதி தமிழ்நாடு மாணவர் மன்றம் என்ற மாணவர் அமைப்பைத் தொடங்கினார்.

கருணாநிதி தனது அரசியல் ஆசானான அண்ணாவை 1940களில் சந்தித்தார். பெரியாருடன் உண்டான கருத்து வேறுபாட்டால் தி.மு.க.

எனும் புதிய அரசியல் கட்சியைத் தொடங்கியபோது அண்ணாவுக்கு நெருக்கமான நம்பிக்கைக்கு உரிய தளபதியானார். கட்சியின் பிரச்சாரக் குழுவின் உறுப்பினராக மட்டுமல்லாது கட்சியின் முக்கிய சக்தியாகவும் திகழ்ந்தார்.

சுதந்திர இந்தியாவில் நடைபெற்ற முதல் தேர்தல் 1952ல் நடைபெற்றபோது, அதில் தி.மு.க. பங்கேற்கவில்லை என்றாலும் தவிர்க்க முடியாத தலைவராகவே கருணாநிதி இருந்தார்.

1967 தேர்தலில் வென்று தி.மு.க. ஆட்சியமைத்தபோது கருணாநிதி ஏற்கனவே 10 ஆண்டுகால சட்டமன்ற அனுபவம் உள்ளவராக திகழ்ந்தார்.

1969ல் அண்ணா மறைவுக்குப் பிறகு முதலமைச்சராக பொறுப்பேற்ற கருணாநிதி சந்தை மற்றும் சமூக நலன் ஆகியவற்றை ஒருங்கிணைத்த தொலைநோக்கைக் கொண்டிருந்தார். தமிழ்நாடு தொழில்துறையில் முன்னேற வேண்டும் என்று அவர் விரும்பினார். ஆனால் அதற்கு சாமானியர்களின் நலனை விலையாக கொடுக்கவில்லை.

தேசிய அரசியலுக்கு கணிசமான பங்களிப்பை வழங்கியிருந்தாலும், தேசிய அரசியலில் தமக்கென ஓர் இடத்தைப் பிடிக்க அவர் எப்போதுமே முயன்றதில்லை.

தமக்கு பிரதமர் ஆவதற்கான சூழல் வந்தபோதும் அப்பதவிக்கு பிறரையே அவர் தேர்வு செய்தார். பிரதமர் பதவி குறித்து கேள்வி எழுப்பப் பட்ட போதெல்லாம் ‘என் உயரம் எனக்குத் தெரியும்’ என்று அவரே பல தருணங்களில் வெளிப்படையாகக் கூறியுள்ளார்.

1969ல் காங்கிரஸ் கட்சி, ஸ்தாபன காங்கிரஸ், இந்திரா காங்கிரஸ் என பிளவுபட்டபோது தன் வசம் 25 நாடாளுமன்ற உறுப்பினர்களைக் கொண்டிருந்த அவர் இந்திரா காந்தியின் பக்கம் நின்றார்.

அதே ஆண்டு சில மாதங்களுக்கு முன்பு அண்ணாதுரை மறைவுக்குப் பிறகு முதலமைச்சராகப் பதவி ஏற்றுக் கொண்ட கருணாநிதி குறித்து பேசிய இந்திரா, “அவர் ஒரு மோதல் போக்குடையவர் என்று கேள்விப் பட்டேன்” என்று கூறி இருந்தார். அந்த மோதல் போக்குடையவர்தான் இந்திராவைக் காப்பாற்ற முன்வந்தார்.

கட்சியின் அதிகாரப்பூர்வ வேட்பாளருக்கு எதிராக தமது சொந்த வேட்பாளரை 1969 குடியரசுத் தலைவர் தேர்தலில் இந்திரா கள

மிறக்கினார். அப்போதும் கருணாநிதி இந்திரா காந்திக்கு ஆதரவளித்தார்.

மத்திய அரசு நிலையாக இருக்க வேண்டும் என வலியுறுத்தினாலும், ஒரே இடத்தில் அதிகாரம் குவிக்கப்படுவதை கடுமையாக எதிர்த்தார்.

ராஜிவ் காந்தியிடமிருந்து விலகி வந்தபின் தேசிய முன்னணி அரசை வி.பி. சிங் அமைத்தபோது ஆட்சியமைப்பதில் கருணாநிதி முக்கிய பங்காற்றினார். தமிழக நலன்களுக்கு மிகவும் முக்கியமானதாக இருந்த காவிரி நடுவர் மன்றம், இலங்கையில் இருந்து இந்திய அமைதிப்படையை திரும்ப அழைத்தல் மற்றும் பிற்படுத்தப்பட்ட பிரிவினருக்கு இடஓதுக்கீடு வாங்கிய மண்டல் கமிஷன் பரிந்துரைகளை அமல்படுத்துதல் ஆகியவற்றை அப்போது கருணாநிதி உறுதி செய்தார்.

வி.பி. சிங் விலகிய பின்னும் தேவகௌடா மற்றும் ஐ.கே. குஜ்ரால் ஆகியோரை பிரதமராக தேர்வு செய்வதில் முக்கிய பங்காற்றினார்.

மதவாத சக்திகளுக்கு எதிராக போரிடுபவராக மட்டுமே அறியப்பட்ட கருணாநிதி 1999ல் பாரதிய ஜனதாவுடன் கூட்டணி அமைத்து நாட்டையே அதிர்ச்சிக்குள்ளாக்கினார். ஆனால் ராமர்கோவில் விவகாரத்தை கையில் எடுக்க மாட்டோம் எனும் உத்தரவாதத்தை பாரதிய ஜனதாவிடம் வாங்கிக் கொண்டார்.

தங்கள் அரசியலின் முக்கிய நோக்கமாக இருக்கும் ஒன்றைச் செய்ய மாட்டோம் என்று ஒரு தேசிய கட்சி மாநில கட்சி ஒன்றிடம் உத்தரவாதம் அளிப்பது வழக்கத்துக்கு மாறான ஒன்றாகும்.

ராமர் எனும் கடவுள் இருந்ததே இல்லை. அது ஒரு புராணக் கதை மட்டுமே என்றும் கூறி கருணாநிதி பாரதிய ஜனதா மற்றும் அதை ஆதரிக்கும் வலதுசாரி அமைப்பினரின் கோபத்துக்கு ஆளானார்.

முதலமைச்சர் போன்ற ஓர் உயரிய அரசியல் சாசனப் பொறுப்பில் அமர்ந்து கொண்டு ராமர் குறித்து அவர் அவ்வாறு கூறியிருக்கக் கூடாது என்று எல்.கே. அத்வானி கண்டித்தார். ஆனால் கருணாநிதி தன் கூற்றுக்கு ஆதரவாக நேரு கூறியதைச் சுட்டிக் காட்டினார்.

திராவிடர்கள் மீது தங்கள் மேலாதிக்கத்தை செலுத்துவதற்காக இட்டுக் கட்டப்பட்ட கதையே ராமாயணம் என்று கூறிய ஜவஹர்லால் நேருவையும் விட, ராமரைக் காக்க, வருபவர்கள் ஒன்றும் பெரியவர்கள் அல்ல என்று கருணாநிதி அப்போது கூறினார்.

2001ஆம் ஆண்டு தேசிய ஜனநாயகக் கூட்டணியினர் ஒருங்கிணைப்புக்கு கூட்டத்தில் இருந்து பேசியபோது, தாம் ஏன் அக்கூட்டணியில் சேர்ந்தேன் என்று கருணாநிதி கூறினார்.

வாஜ்பாய் உடனான நட்பில் வெல்வதற்காக இந்திய கம்யூனிஸ்ட் மார்க்சிஸ்ட் கம்யூனிஸ்ட் திரிணாமுல் காங்கிரஸ் போன்ற கட்சிகளில் இருக்கும் நண்பர்களை நான் இழக்க வேண்டி உள்ளது என்றால், அதற்கு காரணம் ஜனநாயகத்தை மீண்டும் நிலைநாட்ட நாங்கள் 1975ல் ஒன்றாகப் போராடிய அவசர நிலை நாட்களில் இருந்தே நாங்கள் நட்பில் உள்ளோம் என்றார் கருணாநிதி.

எனக்கு பாரதிய கட்சியை விட அதன் தலைமைப் பொறுப்பில் யார் உள்ளார்கள் என்பதே முக்கியம்.

பள்ளிப்படிப்பை பாதியில் நிறுத்தியவராக இருந்தாலும் தம் திறமைகள் குறித்து எப்போதுமே அவர் குறைவாக நினைத்ததில்லை. இந்தி மற்றும் ஆங்கிலம் ஆகிய மொழிகளில் அவர் சரளமாக இல்லாத போதும் தேசியத் தலைவர்களுடன் மிகவும் மிடுக்குடன் நடந்து கொண்டார்.

அவர்கள் அரசியலில் தாக்குப்பிடிக்க தாம் மிகவும் முக்கியம் என்பதை அவர்களுக்கு உணர்த்தினார்.

பா.ஜ.க.வுடன் இருந்து விலகியதும் காங்கிரஸ் கட்சியுடன் இணக்கத்துடன் நெருங்கி காங்கிரஸ் தலைமையில் ஐக்கிய முற்போக்கு கூட்டணி அமைவதில் முக்கிய பங்காற்றினார்.

சோனியா காந்தி மற்றும் மன்மோகன் சிங் ஆகியோர் தேசிய முக்கியத்துவம் வாய்ந்த விவகாரங்களில் அறிவுரை வேண்டிய அடிக்கடி கருணாநிதியை நாடியுள்ளதாக பலமுறை வெளிப்படையாகத் தெரிவித்துள்ளனர்.

"அவர் அரை நூற்றாண்டு காலமாக பொது வாழ்வில் உள்ளார். அவரது அனுபவமும் அறிவும் நாட்டை நிர்வகிப்பதில் உதவுவது எங்களுக்கு மிகவும் அதிர்ஷ்ட வசமானது" என்று மன்மோகன்சிங் கூறியுள்ளார்.

45

பெரியாரின் நெஞ்சில் தைத்த முள்

அனைத்து சாதியினரும் அர்ச்சகர் ஆகும் சட்டத்தை கடந்த 2.10.1970ல் அப்போதைய முதலமைச்சர் கருணாநிதி சட்டப் பேரவையில் நிறைவேற்றினார்.

எனினும் பல்வேறு வழக்குகள் சட்டப் போராட்டங்கள் காரணமாக இந்த சட்டத்தை அப்போது தி.மு.க.வால் நிறைவேற்ற முடியவில்லை.

பெரியாரின் ஆசையாக இந்தத் திட்டத்தை கருணாநிதி குறிப்பிட்டார். பெரியார் உயிருடன் இருக்கும்போது இந்த சட்டத்தை நிறைவேற்ற முடியவில்லை என்றும் பெரியாரின் நெஞ்சில் தைத்த முள் என்றும் இதனை கருணாநிதி எப்போதும் குறிப்பிடுவார்.

தற்போது 51 ஆண்டுகள் கழித்து பெரியாரின் கனவையும், கலைஞரின் சட்டத்தையும் நிறைவேற்றியுள்ளார் தமிழக முதலமைச்சர் மு.க.ஸ்டாலின்.

அனைத்து சாதியினரும் அர்ச்சகர் ஆகலாம் திட்டத்தின் கீழ் 58 பேரை அர்ச்சகராக நியமனம் செய்து முதலமைச்சர் மு.க.ஸ்டாலின் பணி ஆணை வழங்கினார்.

அனைத்து சாதியினரும் அர்ச்சகராகும் திட்டம் 2021 ஆகஸ்ட் 14ல் சென்னையில் தொடங்கி வைக்கப்பட்டது. இதில் சிறப்பு விருந்தினர்களாக குன்றக்குடி பொன்னம்பல அடிகளார், சாந்தலிங்க மருதாசல அடிகள், குமரகுருபர சுவாமிகள், சீரவை ஆதினம், ஆன்மீகச் சொற்பொழிவாளர் சுகி.சிவம், மற்றும் அமைச்சர்கள் மா.சுப்பிரமணியன், கே.என்.நேரு, சேகர்பாபு ஆகியோர் பங்கேற்றனர்.

விழாவில் பங்கேற்ற முதல்வர் மு.க.ஸ்டாலின் அர்ச்சகர் பயிற்சி முடித்த 29 ஓதுவார்கள் உட்பட 58 பேருக்கு பணி நியமன ஆணைகளை வழங்கினார்.

இவர்கள் சென்னை மயிலாப்பூர், கபாலீஸ்வரர் கோயில், திருச்சி சமயபுரம் மாரியம்மன் உள்ளிட்ட 58 கோயில் பணியாளர்களாக நியமனம் செய்யப்பட்டுள்ளனர்.

46

ஐந்து முறை முதலமைச்சர்

கலைஞர் கருணாநிதி தாம் போட்டியிட்ட அனைத்து தேர்தல்களிலும் வெற்றி பெற்றுள்ளார். 1957ஆம் ஆண்டு சுயேச்சையாகவும் மற்ற அனைத்து தேர்தல்களிலும் தி.மு.க. வேட்பாளராகவும் போட்டியிட்டார். மேலவை உறுப்பினராக இருந்ததால் 1984ஆம் ஆண்டு நடந்த தேர்தலில் மட்டும் போட்டியிடவில்லை.

ஆண்டு	தொகுதி	வாக்கு வேறுபாடு	போட்டியிட்டவர்
1957	குளித்தலை	*8296*	கே.ஏ. தர்மலிங்கம் *(காங்கிரஸ்)*
1962	தஞ்சாவூர்	*1928*	பரிசுத்த நாடார் *(காங்கிரஸ்)*
1967	சைதாப்பேட்டை	*20482*	என்.ஜி.வினாயகமூர்த்தி *(காங்கிரஸ்)*
1971	சைதாப்பேட்டை	*12511*	என். காமலிங்கம் *(காங்கிரஸ்)*
1977	அண்ணாநகர்	*16438*	ஜி. கிருஷ்ணமூர்த்தி *(அ.தி.மு.க.)*

1980	அண்ணாநகர்	699	எச்.வி.ஹண்டே (அ.தி.மு.க.)
1989	துறைமுகம்	31991	கே.எ.வகாப் (முஸ்லீம் லீக்)
1991	துறைமுகம்	890	கே. சுப்பு (காங்கிரஸ்)
1996	சேப்பாக்கம்	35784	நெல்லைகண்ணன் (காங்கிரஸ்)
2001	சேப்பாக்கம்	4834	தாமோதரன் (காங்கிரஸ்)
2006	சேப்பாக்கம்	8526	தாவூத்மியான் (சுயேட்சை)
2011	திருவாரூர்	50249	எம்.இராசேந்திரன் (அ.தி.மு.க.)
2016	திருவாரூர்	68366	பன்னீர்செல்வம் (அ.தி.மு.க.)

1967ஆம் ஆண்டில் தி.மு.க. ஆட்சியைப் பிடித்த பின்னர் கா.ந.அண்ணாதுரை தலைமையில் அமைக்கப்பட்ட அமைச்சரவையில் பொதுப் பணித்துறை அமைச்சராக பதவி வகித்தார்.

முதலமைச்சராக :

1969-1971 - கா.ந. அண்ணாதுரை மறைவுக்குப் பின் முதல் முறையாக கருணாநிதி முதலமைச்சர்

1971-1976 - இரண்டாவது முறையாக

1989-1991 - எம்.ஜி.ஆர். மறைவுக்குப் பின் மூன்றாம் முறை ஆட்சி

1996-2001 - நான்காம் முறை ஆட்சி

2006-2011 - ஐந்தாம் முறை ஆட்சி

என ஐந்து முறை முதலமைச்சராக மு. கருணாநிதி இருந்துள்ளார்.

●

எண்பதாண்டு கால பொது வாழ்க்கை. தி.மு.க எனும் கட்சி வென்றாலும், தோற்றாலும், ஆட்சிக்கு வந்தாலும் சரி, எதிர்க்கட்சியாக இருந்தாலும் சரி, கருணாநிதி போட்டியிட்ட அனைத்து சட்டமன்ற தேர்தலிலும் வெற்றி. அடுத்தடுத்து அலுப்பில்லாமல் அறுபது ஆண்டுகளுக்கு கருணா நிதியை இந்த தமிழகம் சட்டமன்ற உறுப்பினராக்கியிருக்கிறது. ஐந்து முறை முதலமைச்சர் நாற்காலியில் அமரச் செய்து அழகு பார்த்திருக்கிறது. 95 ஆண்டுகாலம் இந்த தமிழ்ச் சமூகத்தோடு கருணாநிதியின் வாழ்க்கை பின்னிப் பிணைந்திருக்கிறது.

ஆயினும் தன்னுடைய இன்னுயிர் நீங்கிய போது மண்ணில் அடங்கி ஓய்வு பெற கருணாநிதி எனும் அரசியல் போராளி ஆறடி மண்ணைப் பெற அதிரடியான சட்டப் போராட்டத்தினை அன்று நள்ளிரவில் நடத்திட வேண்டியிருந்ததை இந்த பூவுலகம் முழுவதும் விழித்த விழி மூடாது நெஞ்சின் படபடப்பு ஓயாது பார்த்துக் கொண்டிருந்தது.

உலகின் நீண்ட அழகிய கடற்கரையில் ஒன்றான மெரீனா கடற்கரையில், தமிழ் மண்ணுக்காக போராடுவதற்கென்றே பிறந்த போராளிக்கு அவர் நடத்திய கடைசி சட்ட போராட்டம் தந்தது வெற்றி எனும் தீர்ப்பை.

கருணாநிதி தன்னுடைய பேராளுமையை நிரூபிக்க கடைசி வரை போராடியதை தமிழ் மண்ணில் எவரும் மறந்து விட முடியாது.

திராவிட நாடு எனும் தனிப்பெரும் கனவோடு அரசியல் களம் புகுந்த பெரியார் அண்ணா வழியில் வந்த கருணாநிதி மத்தியில் கூட்டாட்சி மாநிலத்தில் சுயாட்சி என்ற முழக்கத்தோடு யதார்த்தம் உணர்ந்த சித்தாந்த வழிகளை சமரசத்தோடு ஏற்றுக் கொண்டவர்.

அண்ணா வழியில் மாநிலங்களுக்கு முக்கியத்துவம் அளிப்பதாக இந்திய அரசமைப்புச் சட்டம் மாற்றியமைக்கப்பட வேண்டும் என்று கருணாநிதி நாட்டிலேயே முதன்முறையாக மாநில சுயாட்சியை வலியுறுத்தி சட்ட மன்றத்தில் தீர்மானம் நிறைவேற்றினார்.

மாநிலங்களுக்கு என்று கொடி கேட்டவர் தமிழ்நாட்டுக்கு என்று ஒரு தனிக்கொடியையும் முன்மொழிந்தார்.

கூட்டாட்சிக்கான பாதைபோல கூட்டணிகளைக் கையாண்டவர். இந்தியாவின் கூட்டணியுகத்துக்கு வித்திட்டவர்களில் ஒருவரானார் கருணாநிதி.

அவர் முன்னெடுத்த சமூகநீதி ஆட்சிக் கொள்கை அதுவரை அரசுப் பணியைப் பார்த்திராத ஒரு பெரும் கூட்டத்தை அரசு அலுவலகங் களுக்குள் நிறைத்தது.

போர்க்குணமிக்க சட்டப் போராளியான கருணாநிதிக்கு ஜனநாயகத்தின் மீது அழுத்தமும் அபாரமுமான பிடிமானம் இருந்தது உண்மை. மாற்றுக் கருத்துக்களுக்கு என்றென்றும் மனதார வரவேற்பும் அங்கீகாரத்தையும் சட்டமன்றங்களில் ஏற்படுத்தித் தந்தவர் கருணாநிதி.

விளிம்பு நிலை சமூகத்தினருக்கு கட்சிப் பதவிகளில் இட ஒதுக்கீட்டை கொண்டு வந்தார்.

எந்த ஒரு சமூகமும் பெரிதாக தலைதூக்கி விடாதபடியும் அதே சமயம் எல்லாச் சமூகங்களுக்கும் பிரதிநிதித்துவம் கிடைக்கும்படியும் செய்வதில் கருணாநிதி திறமையாக செயல்பட்டார்.

கருணாநிதி வாழ்ந்த வாழ்க்கை என்பது முற்றிலும் எல்லை கடந்த, இலக்கணம் மீறிய, காவியத்தன்மை மிளிர்ந்த, அபூர்வ கலவைமிக்க வாழ்க்கையாகும்.

சண்ட மாருதம் செய்து ஓய்ந்த அந்த நூற்றாண்டுப் போராளியின் புகழ் பாட ஒவ்வொருவருக்குள்ளும் ஏதேனும் ஒரு கதை ஒளிந்து கொண்டு தான் இருக்கும் என்பதை எவரும் மறுக்க முடியாது.

கலைஞர் தன் வாழ்நாள் முழுவதும் சட்டப் போராட்டங்களை ஏந்திய படி நீதிமன்றத்தோடு இணைந்தே பணியாற்றியுள்ளார். அவர் தனது அண்ணன் அண்ணாவின் அருகிலேயே ஓய்வெடுக்கும் உரிமையை கோரி யிருந்தார். ஆனால் அ.தி.மு.க. அரசு மறுத்தது.

இதனால் இறந்தும் சட்டப் போராட்டம் நடத்தி தனது அண்ணனின் அருகிலேயே ஓய்வெடுக்கும் உரிமையை போராடி வென்றார். இன்னும் கூற வேண்டுமானால் கல்லறை புகுந்த பின்பும் கருணாநிதியின் சட்ட போராட்டம் தொடரத்தான் செய்கிறது.

மதுரையில் கலைஞர் சிலை வைக்க அ.தி.மு.க. அரசு மறுத்தபோதும் சட்டப் போராட்டம் நடத்தி தனக்கான சிலை வைத்திடும் உரிமையை போராடி பெற்றுள்ளார். இறந்த பின்னரும்கூட கலைஞரின் சட்டப் போராட்டம் முற்றுப் பெறவில்லை!

47

தி.மு.க.வுக்கு சோதனைக் காலம்

தி.மு.க. விடுதலைப் புலிகளுக்கு ஆதரவாக செயல்பட்டது என்று குற்றம் சாட்டி ஆட்சிக்கு வந்த ஜெயலலிதாவின் ஆட்சிக் காலத்தில் விடுதலைப் புலிகள் என்று கூறி சிறைகளில் அடைக்கப் பட்டிருந்தவர்கள் அடிக்கடி தப்பிக்கும் நிகழ்வுகள் நடைபெற்றன.

ஜெயலலிதாவின் ஆட்சி இத்தகைய குற்றச்சாட்டுகளை எதிர் கொண்டிருந்த நிலையில் தி.மு.க.விலும் நிலைமை அமைதியாக இல்லை.

கட்சிக்கு சொல்லாமல் வைகோ யாழ்ப்பாணத்துக்கு ரகசிய பயணத்தை மேற்கொண்ட விவகாரம் கட்சிக்குள் பெரும் சலசலப்பை ஏற்படுத்தி யிருந்தது.

இதனையடுத்து தமிழக அரசின் தலைமை செயலரிடமிருந்து கருணா நிதிக்கு ஒரு கடிதம் அனுப்பப்பட்டது. அந்தக் கடிதத்தில் விடுதலைப் புலிகளால் அவரது உயிக்கு ஆபத்து வரலாம் என மத்திய அரசுக்கு தகவல் தெரிய வந்திருப்பதால் அவருக்கு உரிய பாதுகாப்பை வழங்க

முதலமைச்சர் கூறியிருப்பதாக அந்தக் கடிதம் தெரிவித்தது. இந்தச் செய்தியை செய்தியாளர்களிடம் தெரிவித்தார் கருணாநிதி.

இதனையடுத்து அறிக்கை ஒன்றை வெளியிட்ட வைகோ, "மத்திய அரசின் உளவுத் துறையினர் தி.மு.க.வில் குழப்பத்தை ஏற்படுத்த கடந்த சில மாதங்களாக முயன்று வருவதாக தலைவர் கலைஞர் பலமுறை கூறி யிருப்பதை நினைவு கூர்கிறேன். என்னால் தி.மு.க தலைவர் கலை ஞருக்கோ, கட்சிக்கோ கடுகளவும் கேடு வராமல் தடுக்க என்னைப் பலி யிடத்தான் வேண்டுமென்றால் அதற்கும் நான் சித்தமாக இருக்கிறேன்" என்று தெரிவித்திருந்தார்.

வை.கோ.வுக்கு ஆதரவாக தி.மு.க.வில் ஒரு பிரிவினர் திரள ஆரம்பித்தனர்.

இதன் உச்சகட்டமாக வை.கோ.வுக்கு விளக்கம் கேட்டு கடிதம் அனுப்பி னார் பொதுச் செயலாளர் க.அன்பழகன். முடிவில் 1993-ஆம் ஆண்டு நவம்பர் மாதம் 11-ஆம் தேதி கட்சியிலிருந்து நீக்கப்பட்டார் வை.கோ.

அவருடன் குறிப்பிடத்தக்க எண்ணிக்கையில் தி.மு.க.வின் மாவட்டச் செயலாளர்கள் பிரிந்து சென்றனர். இதைத் தொடர்ந்து மறுமலர்ச்சி திராவிட முன்னேற்றக் கழகம் என்ற பெயரில் புதிய கட்சியைத் துவங்கிய வைகோ, அ.தி.மு.க.வுக்கும், தி.மு.க.வுக்கும் மாற்றாக அந்தக் கட்சியை முன்வைத்தார்.

ஜெயலலிதாவின் 5 ஆண்டுகால ஆட்சி முடிவை நெருங்கியபோது ஜெயலலிதா மீதும் அவரது அமைச்சர்கள் பலர் மீதும் பெரும் ஊழல் குற்றச்சாட்டுகள் இருந்தன.

பாட்ஷா படத்தின் வெள்ளிவிழாவில் தமிழ்நாட்டின் ஒழுங்கு பிரச்சனை குறித்து ரஜினிகாந்த் குறிப்பிட்ட கருத்துகளுக்கு மேடையில் இருந்த ஆர்.எம். வீரப்பன் மறுப்பு தெரிவிக்கவில்லை என்பதால் அவரை அமைச்சர் பதவியிலிருந்து நீக்கினார் ஜெயலலிதா.

இதற்காக ஆர்.எம்.வீரப்பனிடம் மன்னிப்பு கேட்ட ரஜினிகாந்த் 1995 செப்டம்பர் மாத இறுதியில் அறிக்கை ஒன்றை வெளியிட்டார்.

அதில் "அ.தி.மு.க.வினரும், எம்.ஜி.ஆர். ரசிகர்களும், தொண்டர்களும் செல்வி ஜெயலலிதா தலைமையில் மறுபடியும் ஆட்சி அமைத்துக் கொடுத்தால் தமிழக மக்களை ஆண்டவனாலும் காப்பாற்ற முடியாது"

என கூறியிருந்தார்.

இப்படியான நிகழ்வுகளுக்கு மத்தியில் தமிழகத்தில் தேர்தல் நெருங்கியது. ஜெயலலிதா மீது கடுமையான எதிர்ப்புணர்வு உருவாக விருந்த நிலையில், கூட்டணிகளை அமைப்பதில் மும்முரம் காட்டியது தி.மு.க.

அதே சமயம் ரஜினிகாந்தை முன்னிலைப்படுத்தி, காங்கிரஸ் தேர்தலைச் சந்திக்க வேண்டும் என்ற குரல்களும் எழுந்து கொண்டிருந்தன.

இந்த நிலையில் திடீரென அ.தி.மு.க.வுடன் கூட்டணி அமைக்கப் போவதாக அறிவித்தார் பிரதமர் பி.வி. நரசிம்மராவ். இந்த அறிவிப்பு தமிழக காங்கிரஸ் தலைவர்களிடம் பெரும் அதிர்ச்சியை ஏற்படுத்தியது.

அ.தி.மு.க. மீது அதிருப்தி அலை எழுந்திருப்பதால் அக்கட்சியுடன் கூட்டணி வைக்கக்கூடாது என மூப்பனார் உள்ளிட்ட தலைவர்கள் தில்லி சென்று வலியுறுத்தி வந்த நிலையிலும் இந்தக் கூட்டணி அறிவிப்பு வெளி வந்தது.

இதையடுத்து தமிழ்நாடு காங்கிரஸ் கட்சி இரண்டாக உடைந்தது. மூப்பனார், ப.சிதம்பரம் தனியாகப் பிரிந்து தமிழ் மாநில காங்கிரஸ் என்ற கட்சியை உருவாக்கினார். அந்தக் கட்சி தி.மு.க.வுடன் கூட்டணி அமைத்தது.

இந்திய கம்யூனிஸ்ட் கட்சியில் இந்த கூட்டணியில் இணைந்தது. இதற்கு ரஜினிகாந்த்தின் ஆதரவும் இருந்தது.

எஞ்சியிருந்த ம.தி.மு.க., பா.ம.க., சி.பி.எம்., ஜனதா தளம் ஆகியவை தொடர்ந்து பேச்சு வார்த்தை நடத்தின. ஆனால் கூட்டணிக்கு யார் தலைமை ஏற்பது என்பது தொடர்பான உடன்பாடு எட்டப்படாததால் ம.தி.மு.க., பா.ம.க., கூட்டணிகள் ஏற்படவில்லை.

ஆகவே ம.தி.மு.க., மார்க்சிஸ்ட் கம்யூனிஸ்ட் கட்சி, ஜனதா தளம் உள்ளிட்ட கட்சிகளைக் கொண்ட ஒரு கூட்டணியை உருவாக்கினார் வை.கோ.

பாட்டாளி மக்கள் கட்சி, வாழப்பாடி தலைமையில் இருந்த திவாரி காங்கிரஸ் கட்சி உள்ளிட்ட கட்சிகளுடன் சேர்ந்து ஒரு கூட்டணியை அழைத்தது.

அ.தி.மு.க. கூட்டணியை பொறுத்தவரை சட்டமன்ற தேர்தலில் அக் கட்சி 168 தொகுதிகளிலும் காங்கிரஸ் 66 தொகுதிகளிலும் போட்டியிடுவ தென முடிவானது. நாடாளுமன்ற தேர்தலைப் பொறுத்தவரை அ.தி.மு.க. வுக்கு 10 இடங்களும் காங்கிரசுக்கு 30 இடங்களும் ஒதுக்கப்பட்டன.

தி.மு.க. கூட்டணியில் தமிழ் மாநில காங்கிரஸ் கட்சிக்கு 40 சட்டமன்றத் தொகுதிகளும், நாடாளுமன்றத் தொகுதிகளும் ஒதுக்கப்பட்டன. இந்திய கம்யூனிஸ்ட் கட்சிக்கு 11 சட்டமன்றத் தொகுதிகளும், 2 நாடாளுமன்றத் தொகுதிகளும் ஒதுக்கப்பட்டன.

முஸ்லீம் லீக், அகில இந்திய பார்வர்டு பிளாக் கட்சிக்கு 5, 2 என சட்டமன்ற தொகுதிகள் ஒதுக்கப்பட்டன. முடிவாக தி.மு.க 176 சட்டமன்றத் தொகுதிகளிலும் 17 நாடாளுமன்ற தொகுதிகளிலும் போட்டியிட்டது.

பாட்டாளி மக்கள் கட்சி கூட்டணியில் அக்கட்சி 116 இடங்களில் போட்டியிட்டது. திவாரி காங்கிரஸ் 50 இடங்களில் போட்டியிட்டது. ம.தி.மு.க. கூட்டணியில் ம.தி.மு.க. 175 இடங்களிலும் மார்க்சிஸ்ட் கம்யூனிஸ்ட் கட்சி 40 இடங்களிலும், ஜனதா தளம் 17 இடங்களிலும், சமாஜ்வாதி கட்சி இரண்டு இடங்களிலும் போட்டியிட்டன. வை.கோ விளாத்திகுளம் சட்டமன்ற தொகுதியில் போட்டியிட்டார்.

அ.தி.மு.க. மீது கடுமையான ஊழல் குற்றச்சாட்டுகள் இருந்தாலும் தொட்டில் குழந்தைத் திட்டம் உள்ளிட்ட திட்டங்களை முன்வைத்து பிரம்மாண்டமான பிரச்சாரத்தில் இறங்கினார் ஜெயலலிதா.

ஆனால் தி.மு.க. காங்கிரஸ் கூட்டணியின் பிரச்சாரம் ஜெயலலிதா ஆட்சிக் காலத்தில் நடந்த முறைகேடுகளை குறிவைத்து இருந்தது.

இந்த முறை தமிழ்நாட்டில் தேர்தல் இரண்டு கட்டங்களாக ஏப்ரல் 27-ஆம் தேதியும், மே 2-ஆம் தேதியும் நடைபெற்றன. எதிர்பார்த்தபடியே தி.மு.க. கூட்டணி அபார வெற்றி பெற்றிருந்தது. அந்த அணிக்கு மொத்தமாக 220 இடங்கள் கிடைத்தன. அதில் தி.மு.க. மட்டும் 173 இடங்களிலும், த.மா.கா. 39 இடங்களிலும், சி.பி.ஐ. 8 இடங்களிலும், பார்வர்டு பிளாக் ஒரு இடத்திலும் வெற்றி பெற்றன.

நாடாளுமன்ற தேர்தலைப் பொறுத்தவரை புதுச்சேரியைத் தவிர, அனைத்து இடங்களையும் தி.மு.க. கூட்டணி கைப்பற்றியது.

அ.தி.மு.கூட்டணி சார்பில் டி.ஆர். சுந்தரம், திருநாவுக்கரசு, தாமரைக்கனி, கருப்பசாமி ஆகிய நான்கு பேர் மட்டுமே வெற்றி பெற்றிருந்தனர். காங்கிரஸ் கட்சியைப் பொறுத்தவரை, புதுச்சேரி மக்களவைத் தொகுதியைத் தவிர வேறு எந்தத் தொகுதியிலும் வெற்றி பெறவில்லை. பாட்டாளி மக்கள் கட்சி நான்கு சட்டமன்றத் தொகுதிகளைக் கைப்பற்றியது.

ஆனால் வை.கோ.வின் கூட்டணியில் ம.தி.மு.க. அனைத்து இடங்களிலும் தோல்வி அடைந்தது. கூட்டணி கட்சியான ஜனதா தளத்திற்கும் சி.பி.எம்.மிற்கும் தலா ஒரு இடம் கிடைத்தது.

இந்தத் தேர்தலில் ஜெயலலிதா வைகோ உள்ளிட்ட தலைவர்கள் தோற்றுப் போயினர்.

ஆளுநர் சென்னா ரெட்டி பதவிப் பிரமாணம் செய்து வைக்க மே 13-ஆம் தேதி நான்காவது முறையாக முதல்வராகப் பதவியேற்றார் மு.கருணாநிதி.

இதற்கு முன்பு காமராஜர், எம்.ஜி.ஆர், மு.கருணாநிதி ஆகியோர் மூன்று முறை முதல்வராக பதவியேற்றிருந்தனர்.

மு. கருணாநிதி அமைத்த அமைச்சரவையில் க. அன்பழகன், நாஞ்சில் மனோகரன், ஆற்காடு வீராசாமி, கே.என். நேரு, ரகுமான்கான் உள்ளிட்ட 28 பேர் இடம் பெற்றிருந்தனர்.

●

ராஜீவ் காந்தியின் மரணத்திற்குப் பிறகு நடந்த 1991 தேர்தலில் பெரும் வெற்றி பெற்று ஆட்சிக்கு வந்த ஜெயலலிதா மலிவு விலை மதுவை தடை செய்யும் உத்தரவில் தனது முதல் கையெழுத்தை இட்டார்.

அந்தத் தருணத்தில் ராஜீவ் காந்தி கொலை வழக்கு விசாரணைகள் தீவிர மடைந்ததால், புலிகள் இயக்கம் அதன் ஆதரவாளர்கள் மீதான ஒடுக்கு முறையும் தீவிரமாக இருந்தது.

தடா என்ற சட்டத்தின் கீழ் பலர் கைது செய்யப்பட்ட நிகழ்வும் பெரும் விமர்சனத்தை ஏற்படுத்தியது.

விலைவாசி உயர்வைக் கண்டித்து 1992-ஆம் ஆண்டு பிப்ரவரி மூன்றாம் தேதி ஆளுநர் மாளிகையை நோக்கிச் சென்ற தி.மு.க. மற்றும் கூட்டணிக்

கட்சியினரின் ஊர்வலத்தின் மீது காவல்துறையினர் துப்பாக்கிச் சூடு நடத்தியதில் ஒருவர் கொல்லப்பட்டு பலர் காயமடைந்திருந்தனர்.

ஜெயலலிதாவின் இந்த முதலாவது ஆட்சிக் காலத்தில் பத்திரிகைகள் கடும் ஒடுக்குமுறைக்கு ஆளாக்கப்பட்டன. நக்கீரன், தினகரன், இல்லுஸ்ட்ரேட்டர் வீக்லி, முரசொலி, மாலை முரசு ஆகிய பத்திரிகைகள் மீது வழக்குகள் தொடரப்பட்டன.

மெல்ல மெல்ல அ.தி.மு.க அரசு மீதான விமர்சனங்கள் அதிகரித்து வந்த நிலையில், 1992 பிப்ரவரியில் கும்பகோணத்தில் நடந்த நிகழ்வு ஜெயலலிதா அரசுக்கு பெரும் கரும்புள்ளியாக அமைந்தது.

கும்பகோணத்தில் நடந்த மகாமகத்தில் ஜெயலலிதாவும் அவரது தோழி சசிகலாவும் பங்கேற்ற நிலையில், அந்நகரில் கடும் நெரிசல் ஏற்பட்டு அதில் சிக்கியும், கட்டிட இடிபாடுகளில் சிக்கியும் சுமார் 60 பேர் வரை உயிரிழந்தனர். இந்த நிகழ்வு நாடு முழுவதும் பெரும் அதிர்ச்சியை ஏற்படுத்தியது.

அதே ஆண்டு மே மாதம் 19-ஆம் தேதி ஐ.ஏ.எஸ். அதிகாரியாக இருந்த எஸ்.சந்திரலேகா மீது அமிலம் வீசப்பட்டது. இவர் தமிழ்நாடு தொழில் வளர்ச்சி கழகத்தின் பொறுப்பில் இருந்தபோது ஸ்பிக் நிறுவனத்தின் பங்குகளை தனியாருக்கு விற்பதில் அரசுக்கு ஒத்துழைக்கவில்லை என ஏற்கனவே பேச்சுக்கள் இருந்த நிலையில் இந்த அமிலத் தாக்குதல் சம்பவம் நடைபெற்றது.

இதற்கிடையில் விவசாயிகளின் ஆத்திரத்தை ஏற்படுத்தும் வகையிலான ஒரு நடவடிக்கையை அறிவித்தார் ஜெயலலிதா. அதன்படி விவசாய பம்ப் செட்களுக்கு முந்தைய தி.மு.க. அரசால் வழங்கப்பட்ட இலவச மின்சாரத்தை ரத்து செய்வதாக அறிவித்தார். இது கடும் எதிர்ப்பை ஏற்படுத்தியதால் அந்த உத்தரவு பிறகு திரும்பப் பெறப்பட்டது.

இந்த நிலையில்தான் அ.தி.மு.க.வின் வெற்றியைக் கொண்டாட வீர வரலாற்றின் வெற்றி மாநாடு என்ற பெயரில் ஒரு மிகப் பெரிய மாநாட்டை மதுரையில் நடத்தினார் ஜெயலலிதா.

இந்த மாநாட்டில் பேசிய ஜெயலலிதா "கடந்த தேர்தலில் அ.தி.மு.க.வுக்கு மக்கள் அளித்த மகத்தான வெற்றிக்கு ராஜீவ் காந்தி மரணத்தால்

ஏற்பட்ட அனுதாப அலைதான் காரணம் என்று சொல்வதை ஏற்க முடியாது" என்றார். இவரது இந்தப் பேச்சு காங்கிரஸ் கட்சிக்குள் பெரும் அதிருப்தியை ஏற்படுத்தியது.

தமிழ்நாடு காங்கிரஸ் கமிட்டியின் தலைவராக இருந்த வாழப்பாடி கே. ராமமூர்த்தி, ஜெயலலிதாவின் அரசை கடுமையாக விமர்சிக்க ஆரம் பித்தார். இதன் விளைவாக மத்திய அரசுக்கு அளித்து வந்த ஆதரவை விலக்கிக் கொண்டார் ஜெயலலிதா.

அதே நேரம் ஜெயலலிதா அரசு மீதான ஊழல் புகார்கள் குவிந்தபடி இருந்தன. அரசுக்கு சொந்தமான டான்சி நிலத்தை குறைந்த விலைக்கு வாங்கியதாகக் குற்றச்சாட்டு, ஸ்பிக் நிறுவன பங்குகளை விற்பதில் ஊழல், அரசுக்கு சொந்தமான பீர் தொழிற்சாலையை டெண்டர் விடாமல் தனியாருக்கு விற்றதில் ஊழல் உள்ளிட்ட குற்றச்சாட்டுகளை அரசு எதிர் கொண்டிருந்த நிலையில், ஜெயலலிதா நடத்திய ஒரு திருமணம் பெரும் சர்ச்சையை ஏற்படுத்தியது.

ஜெயலலிதாவின் தோழி வி.கே. சசிகலாவின் அக்காள் மகனான வி.என்.சுதாகரனை தனது வளர்ப்பு மகனாகத் தத்தெடுத்த ஜெயலலிதா அவருக்கு திருமணம் செய்ய முடிவெடுத்தார்.

அதன்படி நடிகர் சிவாஜி கணேசனின் பேத்தியோடு திருமணம் நிச்சயம் ஆனது. இந்தத் திருமணத்திற்காக செய்யப்பட்ட செலவுகளும் ஏற்பாடு களும் பெரும் சர்ச்சையை ஏற்படுத்தின.

இந்தத் திருமணத்திற்காக அரசு எந்திரம் முறைகேடாக பயன்படுத்தப் பட்டதாக குற்றம் சாட்டப்பட்டது.

48

அண்ணா அறிவாலயம் கலைஞரின் உயிராலயம்

கலைஞர் என்ற பட்டத்திற்கு முழுமையான பொறுத்தமுடையவர் கலைஞர். எதிர்மறை அரசியலை எப்போதும் நேர் மறையாக செய்து வெற்றி கண்டவர் கலைஞர். சூழ்ச்சியை சூழ்ச்சியால் வென்றவர் கலைஞர்.

அவருக்கு அன்றே தெரியும் விவேகானந்தரை குமரிமுனையிலிருந்து அப்புறப்படுத்த முடியாது என்பது. எனவேதான் வள்ளுவனை அங்கே வானுயர நிறுவினார்.

கலைஞர் நன்கறிவார், வால்மீகி ராமாயண உபநிடதங்களை நிறுத்தச் சொல்ல முடியாது என்று. எனவேதான் திருக்குறளை முன்னிலைப் படுத்தினார்.

கலைஞர் தீர்க்கமாக அறிவார். சீதையின் செயலை விமர்சிக்க முடியாது என்று. ஆகையால்தான் கண்ணகியின் கற்புத்திறத்தை காட்சிப்படுத்தினார் பரவலாக.

நன்றாகவே அறிவார் கலைஞர் மகாபாரதத்தை திரையிட்டு மறைக்க முடியாதென்று. எனவேதான் சிலப்பதிகாரத்தை வெகுஜன காவியமாக பகிரங்கப்படுத்தினார்.

●

அண்ணா அறிவாலயம் திறப்பு விழாவின்போது பேரறிஞர் அண்ணாவின் மனைவி ராணியம்மையார் சிறப்பு விருந்தினராகக் கலந்து கொண்டார்.

இவ்விழாவில் பேசிய கலைஞர், "அண்ணா நமக்கு பலமான அடித்தளம் அமைத்து தந்திருக்கிற காரணத்தினால்தான் எதிர்ப்புக் கணைகளை முறியடித்து கழகம் வானளாவி உயர்ந்து நிற்கிறது.

கழக உடன்பிறப்புகளின் உழைப்பும் தியாகமும்தான் இங்கு அண்ணா அறிவாலயமாக அழகுற மிளிர்கிறது என்றவர் தொடர்ந்து இதைக் கண்டு நெகிழ்ந்து போய் நிற்கிறேன். என்றாலும் அண்ணன் இல்லை. அந்த அண்ணனுக்காக... அந்த அண்ணன் பெயரால் ஓர் அறிவாலயம் காணுகிற இந்த நிகழ்ச்சியில் நம்முடைய அண்ணியார் அவர்கள் வருகை தந்து எங்களுடைய முயற்சியை வாழ்த்தியிருக்கிறார்கள். அவர்களுக்கு நன்றி கூறிக்கொள்ள கடமைப்பட்டிருக்கிறேன்" என்றார் நா தழுதழுக்க.

அண்ணா அறிவாலயம் என்பது வெறும் கட்சி அலுவலகம் மட்டுமல்ல. அதுபோன்ற கூட்டத்தையே எந்த கட்சி அலுவலகத்திலும் இல்லாத அளவுக்கு மிகவும் சிறப்பம்சத்தோடு கட்டியிருந்தார் கலைஞர்.

இந்த அறிவாலயத்துக்குள் பேராசிரியர் ஆய்வு நூலகம், கலைஞர் கருவூலம், வெற்றிச்செல்வி இலவச கண் மருத்துவமனை, கலைஞர் அரங்கம், பூங்கா உள்ளிட்டவை அமைந்திருக்கின்றன.

இங்குள்ள நூலகத்தில் சுமார் 50000 புத்தகங்களுடன் அனைத்து வகை ஆய்வு நூல்களும் இருக்கின்றன.

கலைஞர் கருவூலத்தில் இதுவரை கலைஞர் அன்பளிப்பாக வாங்கிய சிறிய பேனா முதல் பெரிய அளவிலான உலோகச் சிலைகள் வரை என அனைத்தும் பாதுகாக்கப்பட்டு வருகின்றன.

நீதிக்கட்சி ஆரம்பம் முதல் இன்றைய தமிழக அரசியல் வரை அனைத்து நிகழ்வுகளும் புகைப்படச் செய்திகளாக கருவூலத்தின் மற்றொரு பெட்டகத்தில் காட்சிக்காக வைக்கப்பட்டுள்ளன. இந்தப் பெட்டகம்

அப்போதைய குடியரசுத் தலைவர் கே.ஆர்.நாராயணனால் திறந்து வைக்கப்பட்டது.

அதேபோன்று இங்குள்ள இலவச கண் மருத்துவமனையில் ஒவ்வொரு மாதமும் சுமார் 30க்கும் மேற்பட்டோருக்கு இலவசமாக அறுவை சிகிச்சைக்கு ஏற்பாடு செய்யப்படுகிறது.

அண்ணா அறிவாலயத்தினுள் சிறிய திரை அரங்கும் உள்ளது. இங்கு திராவிட இயக்கம் கடந்து வந்த பாதை, அண்ணா, பெரியார் இயக்க வரலாறு ஆகியவை குறும்படங்களாகத் திரையிடப்பட்டு வருகின்றன.

தி.மு.க. தொண்டர்களுக்கு அறிவாலயமாகவும், கலைஞருக்கு உயிராலயமுமாக உள்ளது. அப்படிப்பட்ட அந்த வீட்டில் காலை 5 மணிக்கே கலைஞரைப் பார்க்கலாம். ஒரு மணி நேர நடைப்பயிற்சிக்குப் பிறகு கோபாலபுரம் வீட்டுக்கு செல்வார். பிறகு சரியாக 10.45 மணியளவில் மீண்டும் அறிவாலயத்துக்கு வந்து விடுவார். பின்பு கலைஞர் தொலைக்காட்சியில் மதியம் 1 மணி செய்தியைப் பார்த்துவிட்டு, மதிய உணவுக்காக வீட்டுக்குச் செல்லும் கலைஞர் மீண்டும் மாலை 6.30 மணிக்கு அறிவாலயம் வந்து விடுவார்.

கலைஞர் தொலைக்காட்சியில் இரவு செய்தியை பார்த்துவிட்டு 8.30 மணியளவில் வீட்டுக்குக் கிளம்பி விடுவார். இவைதான் கலைஞர் அறிவாலயத்தில் அன்றாடம் செய்யும் பணிகள். அவர் சென்னையில் இருக்கும் நாட்களில் காய்ச்சல் இருந்தால்கூட அறிவாலயம் வராமல் இருந்ததே கிடையாது.

அதேபோல் கலைஞர் வெளியூர் பயணங்களை முடித்து விட்டு இரவு நேரத்தில் சென்னை வந்தால்கூட அறிவாலயத்துக்கு வண்டியை விடு ஒரு எட்டு பார்த்துவிட்டு போவோம் என்று தன் கார் டிரைவரிடம் சொல்வாராம்.

49
நான் கலந்து கொள்ளும் கடைசி நிகழ்ச்சி

அரசியல் குடும்பங்களில் இருப்பவர்கள் இயக்கத்தைக் காக்க வேண்டி தலைமறை வாகப் போவதும், சிறை செல்வதும் சாதாரண விஷயங்கள்தான். ஆனால் ஆட்சியையும் முதலமைச்சர் பதவியையும் இழக்கத் துணிவதற்கும், அதைச் சிரிப் புடன் ஏற்பதற்கும் அவருக்கிருக்கும் மனஉறுதிதான் இந்த வயதிலும் தி.மு.க.வை கட்டிக் காக்க வைக்கிறது.

நாடு முழுவதும் நெருக்கடி நிலை அமலுக்கு வந்த போதிலும் அதைத் தமிழ்நாட்டிற்குள் விட மாட்டேன் என்று கருணாநிதி உறுதியாக எதிர்த்து நின்றது இந்திய அரசியலில் அவருடைய மிக முக்கியமான பங்களிப்பாக பார்க்கப்பட்டது.

நெருக்கடி நிலை பிறப்பிக்கப்பட்ட ஜூன் 25, 1975 அடுத்த 24 மணி நேரத்துக்குள் தி.மு.க. செயற்குழு கூட்டப்பட்டது. விடியற்காலை 4 மணிக்கு கருணாநிதி தயாரித்த கண்டனத் தீர்மானம் நிறைவேற்றப் பட்டது.

இந்தியாவிலேயே முதன்முதலாக கட்சி ரீதியான கண்டனத் தீர்மானம் நிறைவேற்றிய பெருமை தி.மு.க.வுக்கு உண்டு என்று எழுதினார் கருணாநிதி.

தொடர்ந்து தி.மு.க. நடத்திய கூட்டத்தில் லட்சக்கணக்கானோர் பங்கேற்றனர்.

"எந்த நிலையிலும் எத்தகைய நெருக்கடி ஏற்பட்டாலும் இந்தியாவின் மக்களாட்சி முறைக்கு கேடு ஏற்படாமல் பாதுகாப்பதற்குத் தயங்க மாட்டோம்" என்று அந்த உணர்ச்சிப் பிழம்பான கூட்டம் சூளுரை எடுத்துக் கொண்டது. அடுத்த ஆறு மாதங்கள் இந்தியாவின் ஜனநாயகத் தீவாக தமிழகம் செயல்பட்டது. விளைவாக தி.மு.க. ஆட்சி கலைக்கப் பட்டது. மு.க. ஸ்டாலின் முரசொலி மாறன் உட்பட 20000 தி.மு.க.வினர் கைது செய்யப்பட்டனர். சித்ரவதைகளை எதிர்கொண்டனர். இதன் விளைவை இந்திரா காந்தி 1977 தேர்தலில் அறுவடை செய்தார். ரேபரேலா தொகுதியில் அவர் தோற்றார்.

1976 ஜனவரி 31 மாலை 5 மணி. சென்னை டான்போஸ்கோ பள்ளி ஆண்டு விழாவையொட்டி பள்ளியின் புதிய கட்டிடத்திற்கு அடிக்கல் நாட்டி விட்டு, மாணவர்களுக்கு பரிசுகள் வழங்கி விட்டுப் பேசுகிறார் கருணாநிதி.

இங்கு முதலமைச்சராக வந்திருக்கிறேன். அநேகமாக முதலமைச்சர் என்ற நிலையில் நான் கலந்து கொள்ளும் கடைசி நிகழ்ச்சியாக இது இருக்கும்!

விழா முடிந்ததும் வீட்டுக்குச் செல்கிறார். அங்கு நடந்ததை அவரே 'நெஞ்சுக்கு நீதி' இரண்டாம் பாகத்தில் எழுதுகிறார்.

"வீட்டு வாசலில் இறங்கி உள்ளே செல்வதற்குப் படியேறுவதற்கு முன்பே எனது மருமகன்கள் அமிர்தம், செல்வம் இருவரும் கையில் ஒரு துண்டுத் தாளை வைத்துக் கொண்டு, 'ஆட்சியைக் கலைத்து விட்டார்கள்' என்றனர்.

செய்தி நிறுவன இயந்திரத்தில் அடிக்கப்பட்ட செய்திதான் அது. அப்பாடா சஸ்பென்ஸ் முடிந்தது என்று கூறிக் கொண்டே, தெருப்பக்கம் திரும்பிப் பார்த்து, நான் பயன்படுத்திக் கொண்டிருந்த அரசாங்க காரை உடனே தலைமை செயலகத்துக்கு எடுத்துச் சென்று விடுமாறு சொல்லி விட்டு மாடிக்குச் சென்றேன்.

என்னிடம் பணியாற்றிய தனி அலுவலர்கள் கண்ணீர் வடித்துக் கதறியழுதனர்.

'சே... என்ன இது பைத்தியக்காரத்தனம்? தைரியமாக இருங்கள்' என்று கூறிவிட்டு அந்த நல்ல செய்தியை நண்பர்களுக்குச் சொல்ல டெலிபோனை எடுத்தேன். என்ன ஆச்சரியம். அதற்குள் என் டெலிபோன் இணைப்பு துண்டிக்கப்பட்டு விட்டது."

கருணாநிதி மந்திரி சபை டிஸ்மிஸ்

சர்வகட்சி தலைவர்கள் அமோக வரவேற்பு

டிஸ்மிசான மந்திரிகள்

துணிவான நடவடிக்கை எம்.ஜி.ஆர். அறிக்கை

பக்தவத்சலம்

சத்தியவாணி

பட்டாசு கொளுத்தி அ.தி.மு.க. வெற்றி விழா

தி.மு.க. மீது கவர்னர்

50

திராவிடக் கலைஞரின் கலையும் இலக்கியமும்

"இந்திய அரசியலில் பெரும் கவர்ச்சிக்கு உரியவர்களில் குறிப்பிடத் தக்கவர். எந்த வீழ்ச்சிக்கு இடையிலும் எழுந்து நிற்பவர். எந்த ஒரு பெரிய மனிதரும் நேருக்கு நேர் சந்தித்தால் அவரிடம் சரணாகதி அடைந்து விடுவார் கள்"

- கருணாநிதியைப் பற்றி அவரது உற்ற நண்பர் கவியரசர் கண்ணதாசன் சொன்ன வாசகம் இது.

அரசியலில் அரை நூற்றாண்டு காலம் தனித்த அடையாளத்தைத் தக்க வைத்தவராக இருந்த கருணாநிதி தஞ்சை, திருவாரூர், நாகப்பட்டினம் பகுதிகளில் தெரு நாடகங்களை மேடையேற்றிதான் தனது கலைப் பயணத்தை தொடங்கினார்.

நாடகங்கள் வழியே சமூகத்தில் ஆக்கபூர்வமான மாற்றங்களை ஏற்படுத்த முடியும் என்று உறுதியாக இருந்தவர் கருணாநிதி. அதனால் இளம் வயதிலேயே அப்பணிகளில் தன்னை ஈடுபடுத்திக் கொண்டார்.

பள்ளிப் பருவத்திலேயே அவர் தொடங்கிய தமிழ் மாணவர் மன்றம் வாயிலாகவும், அந்த காலகட்டத்தில் அவர் சார்ந்திருந்த நீதிக்கட்சியின் மூலமாகவும், பல்வேறு சமூக நாடகங்களை அரங்கேற்றினார்.

கருணாநிதியின் முதல் நாடகமான 'பழனியப்பன்' திருவாரூர் பேபி டாக்கீஸில் 1944ல் அரங்கேற்றப்பட்டது. அது அவருக்கு நற்பெயரை ஏற்படுத்தியதோடு, 'யார் இந்த கருணாநிதி' என்று அனைவரையும் கேட்க வைத்தது.

நாடகம் மற்றும் திரைத்துறையில் கருணாநிதி கட்டாயம் சாதிப்பார் என்பதை உணர்ந்த பெரியார், அண்ணா போன்றவர்கள் அவரை ஊக்கப் படுத்தினர். ஒரு கட்டத்தில் அவர்களது சம்மதத்தோடு திரைத்துறை எழுத்தாளராக தனது பயணத்தை தொடங்கினார் கருணாநிதி.

வசனகர்த்தா என்ற வாசல், முதல் வாய்ப்பாக 1947ஆம் ஆண்டு ராஜகுமாரி படத்தில் திறந்தது. அப்படத்தின் நாயகன் எம்.ஜி.ஆர்.

அதன் பிறகு மந்திரிகுமாரி, மருதநாட்டு இளவரசி எனப் பல படங் களுக்கு வசனம் எழுதினார். இந்த காலகட்டத்தில் தான் என்.எஸ். கிருஷ்ணன், எம்.ஜி.ஆர்., சிவாஜி கணேசன் உள்ளிட்டவர்களுடன் அவருக்கு நெருக்கம் ஏற்பட்டது.

சினிமாவை பொறுத்தவரை அண்ணாதுரைக்கு சீனியர் கருணாநிதி.

கிட்டதட்ட 65 ஆண்டுகாலம் சினிமா துறையில் பணியாற்றியிருக் கிறார் கருணாநிதி. தனது கடைசிப் படமாக அவர் பணியாற்றியது பிரசாந்த், பிரபு உள்ளிட்டோர் நடிப்பில் வெளியான 'பொன்னர் சங்கர்' திரைப் படம்.

வசனகர்த்தாவாக பராசக்தி படத்துக்காக அவர் பெற்ற சம்பளம் ரூ.500. அப்படத்தின் கதாநாயகன் சிவாஜி கணேசனின் சம்பளம் அப்போது ரூ.250.

தமிழ்த் திரைத்துறை வரலாற்றிலேயே ஒரு பாட்டுப் புத்தகம் போல பராசக்தி படத்தின் வசனப் புத்தகம் விற்பனையில் சாதனை படைத்தது.

கருணாநிதி மொத்தமாக 69 திரைப்படங்களில் பணியாற்றி உள்ளார். இதில் 'பிள்ளையே பிள்ளை' படத்தில் அவரது மகன் மு.க. முத்துவும், 'ஒரே ரத்தம்' படத்தில் மு.க. ஸ்டாலினும் நடித்தனர்.

தமிழ் சினிமாவில் 1940-50களில் அதிக அளவில் சமஸ்கிருதம், தெலுங்கு கலந்த வசனங்கள் இடம் பெற்றன. அவற்றையெல்லாம் மாற்றி எளிமையாக எல்லோருக்கும் புரியும்படி எழுதியவர் கருணாநிதி.

இதனால மாடர்ன் தியேட்டர்ஸ், ஜுபிடர் பிலிம்ஸ் என அந்தக் கால கட்டத்தில் முன்னிலை வகித்து வந்த திரைப்பட நிறுவனங்கள் அவரை தொடர்ந்து தங்களது படங்களில் எழுத வைத்தன.

பூம்புகார், மனோகரா, மணமகள், திரும்பிப்பார், மருத நாட்டு இளவரசி, மந்திரிகுமாரி, தேவகி, அபிமன்யு, பணம், நாம், மலைக்கள்ளன், ரங்கோன்ராதா, புதையல், புதுமைப்பித்தன், குறவஞ்சி, எல்லோரும் இந்நாட்டு மன்னர், அரசிளங்குமரி உள்ளிட்ட 69 படங்களில் பணியாற்றி யுள்ள கருணாநிதி 26 படங்களைத் தயாரித்துள்ளார்.

1957ல் தி.மு.க. சார்பில் போட்டியிடுவதற்கு முன்பே சினிமாத் துறை கருணாநிதியை பணக்காரராக்கி விட்டது.

கருணாநிதி வசனத்தில் 1954ல் வெளியான 'மனோகரா' இந்தியில் மொழி மாற்றம் செய்யப்பட்டது. இவரது 6 படங்கள் தெலுங்கில் வெளியாகி யுள்ளது. தனது நாடக திரைத்துறைப் பயணத்தில் 21 நாடகங்களிலும் 69 படங்களிலும் பணியாற்றி இருக்கிறார்.

இவற்றில் கருணாநிதி கதை, வசனம் எழுதி எம்.ஜி.ஆர் நடித்த படங் களின் எண்ணிக்கை 9. சிவாஜி கணேசன் நடித்த படங்கள் 8. இவற்றில் பராசக்தி, மனோகரா இரண்டும் தமிழ் சினிமாவில் உச்சம் தொட்ட படைப்புகள்.

சினிமாவைத் தாண்டி எம்.ஜி.ஆர்., சிவாஜியுடன் நெருங்கிய ஆத்மார்த்த மான நட்பு கொண்டிருந்தார் கருணாநிதி.

கருணாநிதியுடன் எந்த நிகழ்ச்சியில் பங்கேற்றாலும் 'என் அருமை நண்பனைப் பற்றி நான் என்ன பேசுவது? கலைஞரைப் பற்றிப் பேசினால் நானும் அதில் கலந்திருப்பேனே' என்று நெகிழ்ச்சியோடு கூறுவார் சிவாஜி.

கருணாநிதி கடைசியாக வசனம் எழுதிய தொலைக்காட்சித் தொடர் 'இராமானுஜர் - மதத்தில் புரட்சி செய்த மகான்'. இந்தத் தொடர் வசன மும் தொலைக்காட்சியில் வரவேற்பை பெற்றது. இந்தப் பணியில் அவர்

ஈடுபட்டபோது அவருக்கு 92.

தூக்குமேடை நாடகத்துக்காக எம்.ஆர்.ராதாவால் 'கலைஞர்' என்ற பட்டம் பெற்றார் கருணாநிதி. அது முதல் தலைவர்கள் மட்டுமல்லாமல் தொண்டர்கள் வரை அனைவராலும் 'கலைஞர்' என்று அன்போடு அழைக்கப்பட்டார். தன் வாழ்நாளின் கடைசி வரை கலைத் துறையிலும் ஆர்வம் காட்டி உண்மையான கலைஞராகவே திகழ்ந்தார் கருணாநிதி.

●

கலைஞரின் திரைப்பயணம் :

- ராஜகுமாரி (வசனம்) - 11.04.1946
- அபிமன்யு (வசனம்) - 06.05.1948
- மருதநாட்டு இளவரசி (கதை, வசனம்) - 1950
- மந்திரி குமாரி (கதை, வசனம், பாடல்) - 11950
- தேவகி (கதை, வசனம்) - 1951
- மணமகள் (திரைக்கதை, வசனம்) - 1951
- பராசக்தி (திரைக்கதை, வசனம்) - 1951
- பணம் (திரைக்கதை, வசனம்) - 1952
- நாம் (கதை, வசனம்) - 1953
- திரும்பிப்பார் (கதை, வசனம்) - 1953
- மனோகரா (திரைக்கதை, வசனம்) - 1954
- மலைக்கள்ளன் (திரைக்கதை, வசனம்) - 1954
- அம்மையப்பன் (கதை, வசனம்) - 1954
- ராஜாராணி (கதை, வசனம்) - 1956
- ரங்கோன்ராதா (திரைக்கதை, வசனம்) - 1956
- புதையல் (கதை, வசனம்) - 1957
- புதுமைப்பித்தன் (கதை, வசனம்) - 1957
- குறவஞ்சி (கதை, வசனம், பாடல்) - 1960
- எல்லோரும் இந்நாட்டு மன்னர் (வசனம்) - 1960
- அரசிளங்குமரி (கதை, வசனம்) - 1961
- தாயில்லாப்பிள்ளை (திரைக்கதை, வசனம்) - 1961
- இருவர் உள்ளம் (திரைக்கதை, வசனம்) - 1963

- காஞ்சித்தலைவன் (கதை, வசனம், பாடல்) - 1963
- பூம்புகார் (திரைக்கதை, வசனம், பாடல்) - 1965
- அவன் பித்தனா (திரைக்கதை, வசனம், பாடல்) - 1966
- மறக்க முடியுமா? (திரைக்கதை, வசனம், பாடல்) - 1966
- மணிமகுடம் (கதை, வசனம்) - 1966
- தங்கத்தம்பி (கதை, வசனம்) - 1967
- வாலிப விருந்து (கதை, வசனம்) - 1967
- எங்கள் தங்கம் (கதை) - 1970
- பிள்ளையோ பிள்ளை (கதை, வசனம்) - 1972
- அணையாவிளக்கு (கதை) - 1975
- வண்டிக்காரன் மகன் (திரைக்கதை, வசனம்) - 1978
- நெஞ்சுக்கு நீதி (கதை, வசனம், பாடல்) - 1979
- ஆடு பாம்பே (கதை, வசனம்) - 1979
- குலக்கொழுந்து (கதை, வசனம்) - 1981
- மாடிவீட்டு ஏழை (திரைக்கதை, வசனம்) - 1981
- தூக்குமேடை (கதை, வசனம், பாடல்) - 1982
- காகித ஓடம் (திரைக்கதை, வசனம்) - 1986
- பாலைவன ரோஜாக்கள் (திரைக்கதை, வசனம்) - 1986
- நீதிக்குத் தண்டனை (கதை, வசனம், பாடல்) - 1987
- ஒரே ரத்தம் (கதை, வசனம்) - 1987
- மக்கள் ஆணையிட்டால் (திரைக்கதை, வசனம்) - 1988
- பாசப் பறவைகள் (திரைக்கதை, வசனம்) - 1988
- இது எங்கள் நீதி (திரைக்கதை, வசனம், பாடல்) - 1988
- பாடாத தேனீக்கள் (திரைக்கதை, வசனம், பாடல்) - 1988
- தென்றல் சுடும் (திரைக்கதை, வசனம்) - 1989
- பொறுத்தது போதும் (திரைக்கதை, வசனம்) - 1989
- நியாயத்தராசு (திரைக்கதை, வசனம்) - 1989
- பாசமழை (கதை, வசனம்) - 1989
- காவலுக்கு கெட்டிக்காரன் (திரைக்கதை, வசனம்) - 1990
- மதுரை மீனாட்சி (திரைக்கதை, வசனம், பாடல்) - 1993

- புதிய பராசக்தி (திரைக்கதை, வசனம்) - 1996
- மண்ணின் மைந்தன் (திரைக்கதை, வசனம்) - 2005
- பாசக்கிளிகள் (திரைக்கதை, வசனம்) - 2006
- உளியின் ஓசை (திரைக்கதை, வசனம்) - 2008
- பெண்சிங்கம் (திரைக்கதை, வசனம்) - 2010
- இளைஞன் (திரைக்கதை, வசனம்) - 2011
- பொன்னர் சங்கர் (திரைக்கதை, வசனம்) - 09.04.2011

●

- சாந்தா (அ) பழனியப்பன் - 1943
- நச்சுக்கோப்பை - 1943
- மகான் பெற்ற மகன் (அம்மையப்பன்) - 1953
- மணிமகுடம் - 1956
- தூக்குமேடை - 1951
- உதயசூரியன் - 1959
- ஒரே முத்தம் - 1964
- திருவாளர் தேசியம்பிள்ளை - 1967
- சிலப்பதிகார நாடகக் காப்பியம் - 1967
- பரதாயணம் - 1978
- புனித இராஜ்யம் - 1979
- நான்மணிமாலை
- காகிதப்பூ - 1966
- பரப்பிரம்மம் - 1953
- நானே அறிவாளி - 1971
- அனார்கலி - 1967
- சாக்ரடீஸ் - 1967
- உன்னைத்தான் தம்பி
- சேரன் செங்குட்டுவன் - 1978

●

- *மந்திரிகுமாரி - 1950*
- *பராசக்தி - 1952*
- *நாம் - 1953*
- *அம்மையப்பன் - 1954*
- *ராஜாராணி - 1956*
- *ரங்கோன்ராதா - 1956*
- *குறவஞ்சி - 1960*
- *காஞ்சித்தலைவன் - 1963*
- *பூம்புகார் - 1964*
- *பூமாலை - 1965*
- *மறக்க முடியுமா? - 1966*
- *நெஞ்சுக்கு நீதி - 1979*
- *தூக்குமேடை - 1982*
- *வீரன் வேலுத்தம்பி - 1987*
- *ஒரே ரத்தம் - 1987*
- *மக்கள் ஆணையிட்டால் - 1988*
- *இது எங்கள் நீதி - 1988*
- *மதுரை மீனாட்சி - 1993*

●

- *உணர்ச்சி மாலை - 1951*
- *பெருமூச்சு - 1952*
- *விடுதலைக் கிளர்ச்சி - 1952*
- *களத்தில் கருணாநிதி - 1952*
- *பேசும் கலை வளர்ப்போம் - 1981*
- *பூந்தோட்டமும் இனமுழக்கமும் - 1986*
- *யாரால்? யாரால்? யாரால்? - 1981*
- *மலரும் நினைவுகள் - 1996*
- *இலங்கைத் தமிழா இதுகேளாய் - 1981*
- *திராவிட சம்பத்து - 1951*
- *தலை தாழாச் சிங்கம் தந்தை பெரியார் - 1981*
- *உரிமையின் குரலும் உண்மையின் தெளிவும்*
- *இருளும் ஒளியும்*

- சரித்திரத் திருப்பம்
- உண்மைகளின் வெளிச்சத்தில் - 1983
- மயிலிறகு - 1993
- அகிம்ஷா மூர்த்திகள் - 1953
- இனமுழக்கம்
- அல்லி தர்பார் - 1953
- கருணாநிதியின் வர்ணனைகள்
- சுழல்விளக்கு - 1952
- துடிக்கும் இளமை
- நாடும் நாடகமும் - 1953

- சங்கிலிச் சாமிகள் - 1945
- கிழவன் கனவு - 1948
- பிள்ளையோ பிள்ளை - 1948
- தப்பி விட்டார்கள் - 1952
- தாய்மை - 1956
- கண்ணடக்கம் - 1957
- நாடும் நாடகமும் - 1968
- முடியாத தொடர்கதை - 1982
- கலைஞர் கருணாநிதியின் சிறுகதைகள் - 1977
- நளாயினி
- பழக்கூடை - 1979
- வாழ முடியாதவர்கள்
- தேனலைகள் - 1985
- ஒரு மரம் பூத்தது - 1979

- இனியவை இருபது - 1973
- இந்தியாவில் ஒரு தீவு - 1978
- ஆறுமாதக் கடுங்காவல் - 1985
- நெஞ்சுக்கு நீதி (முதல் பாகம்) - 1975
- நெஞ்சுக்கு நீதி (2ம் பாகம்) - 1987
- நெஞ்சுக்கு நீதி (3ம் பாகம்) - 1997

- நெஞ்சுக்கு நீதி (4ம் பாகம்) - 2003
- நெஞ்சுக்கு நீதி (5ம் பாகம்) - 2013
- நெஞ்சுக்கு நீதி (6ம் பாகம்) - 2013
- கையில் அள்ளிய கடல் (பேட்டிகளின் தெகுப்பு) - 1998

●

- சிறையில் பூத்த சின்னச்சின்ன மலர்கள் - 1978
- வைரமணிகள் - 1982
- கலைஞரின் சிந்தனைச் சிதறல்கள் - 1996
- கலைஞரின் நவமணிகள் - 1984
- சிந்தனை ஆழி - 1953
- கருணாநிதியின் கருத்துரைகள் - 1967
- கலைஞரின் கருத்துரைகள் - 1971
- கலைஞரின் உவமைக் களஞ்சியம் - 1978
- கலைஞரின் சொல்நயம் - 1984
- கலைஞரின் சின்னச்சின்ன மலர்கள் - 1994
- கலைஞரின் முத்தமிழ் சிந்தனைத் துளிகள்
- கலைஞர் உரையில் கண்டெடுத்த முத்துக்கள்
- கலைஞரின் உவமை நயங்கள் - 1972

●

- கலைஞரின் சட்டமன்ற உரைகள் - 1
- கலைஞரின் சட்டமன்ற உரைகள் - 2
- கலைஞரின் சட்டமன்ற உரைகள் - 3
- கலைஞரின் சட்டமன்ற உரைகள் - 4
- கலைஞரின் சட்டமன்ற உரைகள் - 5
- கலைஞரின் சட்டமன்ற உரைகள் - 6
- கலைஞரின் சட்டமன்ற உரைகள் - 7
- கலைஞரின் சட்டமன்ற உரைகள் - 8
- கலைஞரின் சட்டமன்ற உரைகள் - 9
- கலைஞரின் சட்டமன்ற உரைகள் - 10
- கலைஞரின் சட்டமன்ற உரைகள் - 11
- கலைஞரின் சட்டமன்ற உரைகள் - 12

●

கதைகளிலும், இதழ்களிலும், நூல்களிலும் கடித வடிவத்தை ஒரு உத்தியாகக் கொண்டு கட்டுரை வரைவதை புனைவுக் கடிதம் எனலாம்.

தமிழில் இந்த முயற்சியை முதலில் தொடங்கியவர் மு.வ. அவரைத் தொடர்ந்து அண்ணா 'எனது தம்பிக்கு கடிதம்' மூலம் இதனை மிக அழகாகக் கையாண்டார்.

அண்ணாவைத் தொடர்ந்து எழுதத் தொடங்கிய கலைஞர் கடிதம் இலக்கியத்தை ஒரு சொல்லின் மூலம் மரபு மாறாமல் இறுதிவரை எழுதினார்.

பொதுவாக கட்சித் தொண்டர்களுக்கு உடன்பிறப்பே என்ற விளிப்புடன் கடிதத்தை துவங்குவார். அதுபோக பழைய நண்பனே, மாஜி நண்பா என்ற விளிப்புடனும் சில கடிதங்கள் குறிப்பிட்ட நபர்களுக்கு எழுதியிருப்பார்.

கலைஞரின் கடிதங்கள் அரசியல் செய்திகளோடு நாட்டு நிகழ்வுகளையும், பொருளாதார, கலாச்சார, சமுதாய துறைகளில் போக்குகளையும் ஆய்வு செய்வதாக அமைந்திருக்கும்.

அவரது கடிதங்களில் முக்கிய கூறுகளாக சாதி ஒழிப்பு, மூடநம்பிக்கை ஒழிப்பு, மொழி உணர்வு ஆகியவற்றுடன் திருக்குறள் மற்றும் சங்க இலக்கியத்தின் செல்வாக்கும் மிகுந்திருக்கும்.

படிப்பவரின் உள்ளத்தில் எளிமையாக தான் கூற நினைக்கும் கருத்துக்கள் சென்று சேரும் வகையில் குட்டிக்கதைகள், உருவகக் கதைகள், உவமை உருவகம், பண்பாட்டுத் தலைவர்கள், வரலாற்று நாயகர்கள், இலக்கிய வாதிகள் போன்றோரின் வாழ்க்கை நிகழ்வுகள்.

1938ஆம் ஆண்டு தனது 14 வயதில் "ஓடி வந்த இந்தப் பெண்ணே நீ தேடி வந்த கோழையுள்ள நாடி தல்லவே" எனத் தொடங்கும் பாடல் வரிகளுடன் தனது கவிதைப் பயணத்தை தொடங்கி தனது இறுதிக்காலம் வரை தமிழ் உலகிற்கு எண்ணற்ற கவிதைகளை வழங்கியுள்ளார்.

அவரது கவிதைகளில் யாப்பு, எதுகை, மோனை என மரபுக்கவிதைகள் போன்று அனைத்து இலக்கண நயமும் பொருந்தி இருக்கும். அதே சமயம் புதுமைகளைப் புகுத்த மரபை தனக்கு ஏற்ப வளைத்துக் கொள்ளவும் அவர் தயங்கியதில்லை.

"தமிழ் இலக்கிய வரலாற்றில் ஒரு முன்னுதாரணம் இல்லாத முதல் உதாரணம் முத்தமிழறிஞர் கலைஞர்" என்று கவிப்பேரரசு கலைஞரின் கவிதையைச் சிலாகித்துக் கூறுவார்.

அவரது முதல் கவிதைத் தொகுப்பின் பெயரே 'கவிதையல்ல' என்பது தான். இதுவே அவரது கவித்துவத்திற்கு ஒரு சான்று.

கலைஞரின் கவிதை மழை என்னும் கவிதைத் தொகுப்பு நூல் 1707 பக்கங்களைக் கொண்டது. 1988 முதல் 2004 வரை தமது 68 ஆண்டு காலத்தில் கலைஞர் எழுதிய கவிதைகளை 210 தலைப்புகளில் இந்த நூலில் இடம் பெற்றுள்ளது.

தந்தை பெரியாருடன் பிணக்கு ஏற்பட்டதைத் தொடர்ந்து தி.க.விலிருந்து விலகி 1949ல் பெரியாரின் பிறந்த நாளான செப்டம்பர் 17 அன்று தி.மு.க.வை அண்ணா உருவாக்கியபோது உற்ற துணையாகியிருந்தார் மு.கருணாநிதி.

வெள்ளையனை வெளியேற்றிய காங்கிரசை அப்புறப்படுத்துவதென்பது அத்தனை எளிதான ஒன்றானது இல்லை. இன்னும் கூற வேண்டுமானால் அது தற்கொலைக்கு ஒப்பானது. ஆம் அப்படிப்பட்ட காலம்.

இச்சூழலில்தான் பெரியாரும் காங்கிரசுடன் சேர்ந்து கொண்டு தி.மு.க.வை கடுமையாக எதிர்த்தார். இருபத்தைந்து வயது நிரம்பிய கருணாநிதியை அப்போது கட்சியின் பிரச்சாரக் குழு உறுப்பினராக்கி யிருந்தார் அண்ணா.

சமதர்ம சமுதாயத்தின் அன்றைய தேவைகளான சாதி மறுப்பு, ஏழை பணக்காரன் பேதம் மறுப்பு, மூடநம்பிக்கை மீதான சாடல் போன்ற வற்றை அண்ணாதுரையின் வேலைக்காரி, நல்ல தம்பி, ஓர் இரவு போன்ற திரைப்படங்கள் அன்றைக்கு முழங்கிக் கொண்டிருந்தன.

கருணாநிதியின் சிந்தனைத் தாக்கம் இவற்றை இணைத்துக் கொண்டு இவற்றோடு அன்றைய அரசியல் சீர்கேடுகளையும் அம்பலத்திற்கு கொண்டு வந்தன.

கருணாநிதி, எம்.ஜி.ஆர். கூட்டணியில் வெளியான ராஜகுமாரி, மந்திரி குமாரி, மருதநாட்டு இளவரசி படங்கள் பெரும் வெற்றி பெற்றன.

பராசக்தி படத்தில் சமூக அநீதிகளை எதிர்த்து நெருப்பைக் கக்கிய கருணாநிதியின் வசனங்கள் அவரைப் புகழின் உச்சத்துக்கு கொண்டு போனது.

திக்குமுக்காடச் செய்த கருணாநிதியின் திரை உலக தாக்குதல்களால் காங்கிரஸ் கட்சி திணறியது.

'அம்பாள் எந்தக் காலத்திலடா பேசினாள் அறிவு கெட்டவனே' என்ற பகுத்தறிவுப் பிரச்சாரம், தெய்வ நம்பிக்கை கொண்டவர்களையும் வசீகரித்தது. இசைத்தட்டுகள் ஒலித்த இடங்களில் பராசக்தியின் வசன ஒலித்தட்டுகள் ஒலிக்கத் தொடங்கின.

கருணாநிதியையும், பராசக்தியையும் எதிர்த்துத் தீர்மானம் நிறை வேற்றும் நிலைக்குத் தள்ளப்பட்டார்கள் காங்கிரஸ்காரர்கள்.

அண்ணாவைப் போலவே பேச்சால் தன் வயப்படுத்தும் வித்தையை யும் கருணாநிதி கற்றிருந்தார். அமைப்பு ரீதியான ஆற்றலும் கொண்டவர் என்பதால் கட்சியில் குழு மனப்பான்மை, கட்சி வளர்ச்சியின்மை போன்ற பிரச்சனைகள் ஏற்பட்டால் சரி செய்ய அவரையே அனுப்பினார் அண்ணா.

திராவிட இயக்கம் தன்னுடைய வருங்காலத்துக்கு ஊறுவிளை விக்குமோ என்று அஞ்சி 1944-45ல் அண்ணாவின் 'சிவாஜி கண்ட இந்து ராஜ்யம்' நாடகத்திலிருந்து எம்.ஜி.ஆர் விலகிக் கொண்டதும், அதன் பிறகு அந்த நாடகத்தில் நடித்த கணேசன் பின்னர் சிவாஜி கணேசனாக உருவெடுத் ததும் வரலாறு.

அதே எம்.ஜி.ஆர் தன்னை திராவிட இயக்கத்தோடும் கருணாநிதி யோடும் இறுக இணைத்துக் கொண்ட வித்தையும் நடந்தது.

இருவரும் இணைந்து, உருவாக்கிய மலைக்கள்ளன் (1954) அவர்களின் கூட்டணியை பறைசாற்றியது. அவ்வாண்டு ஒரு நாடக நிகழ்ச்சியில் 'புரட்சி நடிகர்' என்று எம்.ஜி.ஆருக்குப் பட்டம் சூட்டினார் கலைஞர்.

51
அன்பகமும் எம்.ஜி.ஆர். அரசும்

1949ஆம் ஆண்டு அறிஞர் அண்ணாவால் திராவிட முன்னேற்றக் கழகம் உருவாக்கப்பட்டபோது கட்சிப் பணிகளுக்காக ஓர் அலுவலகம் தேவைப்பட்டது. அதனால் 1951ஆம் ஆண்டு ராயபுரத்தில் ஒரு சிறிய கட்டடம் கட்டப்பட்டது. அதுதான் அப்போதைய தி.மு.க. அலுவலகம். தி.மு.க.வின் அந்தக் கட்டடத்துக்குப் பேரறிஞர் அண்ணாவால் 'அறிவகம்' எனப் பெயர் சூட்டப்பட்டது. பின்னாளில் கட்சியின் பிரம்மாண்டத்துக்கு தக்கவாறு கட்டடம் தேவைப்பட 1964ல் தேனாம்பேட்டையில் அன்பகம் கட்டப்பட்டது.

இந்த அன்பகம்தான் இன்றைய தி.மு.க.வின் இளைஞர் அணி தலைமை அலுவலகம். அதன்பின்பு தி.மு.க. அசுர வளர்ச்சியடைய கட்சிப் பணிகளுக்காக அன்பகத்தில் இடப்பற்றாக்குறை ஏற்பட்டது.

அதனால் மிகப்பெரிய அளவில் கட்சி அலுவலகம் கட்டியாக வேண்டிய தீர்வுக்கு கலைஞர் வந்தார். இந்தக் காரணங்களுக்காக தேனாம்பேட்டையின் மையத்தில் அண்ணா சாலையை ஒட்டி 86 கிரவுண்ட் நிலம் 1972ல்

வாங்கப்பட்டது.

பின்னர் 1980ஆம் ஆண்டு அதற்கான கட்டடப்பணி ஆரம்பிக்கப் பட்டது. நிதிப் பற்றாக்குறையால் ஆமை வேகத்தில் நகர்ந்தது. அந்தக் காலக்கட்டத்தில் தி.மு.க. சட்டமன்ற உறுப்பினர்கள் அலுவலகம் ஓமந்தூரார் அரசினர் தோட்டத்தில் இருந்தது.

திடீரென ஒரு நாள் ஓமந்தூரார் தோட்டத்தில் இருந்த தி.மு.க. சட்ட மன்ற உறுப்பினர்கள் அலுவலகத்தை அதிரடியாக காலி செய்யச் சொல்லி பொருட்களையெல்லாம் வெளியேற்றியது அப்போதைய எம்.ஜி.ஆர். அரசு. இதனால் கலைஞருக்கு அண்ணா அறிவாலயத்தை உடனடியாகக் கட்டப்பட வேண்டிய நிர்ப்பந்தம் ஏற்பட்டது.

இதனையடுத்து நிதிப்பற்றாக்குறையினால் ஒவ்வோர் ஊரிலும் நிதி திரட்டும் பணி தீவிரமாக தொடங்கியது. இந்தக் காலக்கட்டத்தில் அறிவாலயத்தை கட்டுவதற்காக கலைஞர் எந்த விழாவானாலும் கலந்து கொண்டார். அதற்காகத் தரப்படும் தொகை கட்சியின் நிதியில் சேர்க்கப் பட்டதோடு கட்டடம் கட்டவும் பயன்பட்டது.

இதற்காக கலைஞர் ஒரே நாளில் பத்து மேடை விழாக்களில் கலந்து கொண்ட நிகழ்வுகளும் உண்டு. இப்படி வழங்கப்பட்ட தொகையெல் லாம் அண்ணா அறிவாலயத்தின் சுவர்களாக உயர்ந்து கொண்டே வந்தது. இதனையடுத்து அந்த உற்சாகத்தில் தொண்டர்களுக்கு உணர்ச்சிமிகு கடிதம் ஒன்றை எழுதி மேலும் அவர்களை ஊக்கப்படுத்தினார்.

1985ஆம் ஆண்டில் மட்டும் சுமார் ஒரு கோடி ரூபாய் வசூலானது. இதற்குக் காரணம் கலைஞரின் விடாமுயற்சியும் கழகத் தொண்டர்களின் கடின உழைப்புமே ஆகும்.

இதனிடையே ஒட்டுமொத்த இடத்தில் 10 சதவிகித இடத்தை மாநகராட்சி பெயருக்குப் பத்திரம் செய்து கொடுத்தால்தான் மேற்படி கட்டடம் கட்டுவதற்கு அனுமதி தர முடியும் என்று சென்னை பெருநகர வளர்ச்சிக் குழுமம் அறிவித்தது.

அதைக் கொடுத்த பிறகுதான் அறிவாலயத்தை கட்ட எம்.ஜி.ஆர். அரசு அனுமதி அளித்தது. இவ்வளவு பிரச்சனைகளையும் கடந்து தான் 16.09.1987 அன்று திறப்பு விழா கண்டது அண்ணா அறிவாலயம்.

52

கலைஞரின் சமூகநீதியைத் தொடரும் ஸ்டாலின்

மா நிலங்களின் தன்மைக்கேற்றவாறு தான் அதன் அரசியலும் இருக்கின்றன. எல்லாம் வெவ்வேறாக இருந்தாலும் மத்திய அரசு என்ற ஒற்றைக் குடையின் கீழ் இயங்க வேண்டிய சூழ்நிலையில் எல்லா மாநிலங்களுக்கும் பொதுவான ஆட்சி முறையை செயல்படுத்த முடியாதல்லவா! அதனால்தான் ஒவ்வொரு மாநிலங்களுக்கும் சுயாட்சி அதிகாரத்தை வழங்கி இருக்கிறது இந்திய அரசியலமைப்பு.

இந்தியாவில் தேசியக் கட்சிகள் ஆளும் மாநிலங்கள் மத்திய அரசின் ஆட்சியை தங்களுக்குப் பொருந்தாவிட்டாலும் ஏற்றுக் கொள்கின்றன. ஆனால் மாநிலக் கட்சிகள் ஆளும் மாநிலங்களுக்கு சுயாட்சியின் அவசியம் புரியாமல் மத்திய அரசின் போக்கிற்கே தங்களை மாற்றிக் கொள்கின்றன.

ஆனால் இவைகளில் விதிவிலக்காக இருக்கிறது ஒரு மாநிலம். மற்ற மாநிலங்களுக்கு சுயாட்சி பாடம் எடுக்கும் மாநிலம். மற்ற மாநிலங்களுக்கும் சேர்த்து பேசும் மாநிலம்.

இந்தியாவின் தென்கோடியில் இருக்கும் மாநிலமான தமிழ்நாடு தான் அது. மாநில சுயாட்சிக்காகவே அண்ணா காலம் முதல் மு.க.ஸ்டாலின் காலம் வரை மத்திய அரசுடன் சண்டையிட்டிருக்கிறது தி.மு.க.

மாநிலங்களுக்கு இடையேயான கவுன்சிலை அமைக்க வேண்டுமென அடிக்கடி டெல்லிக்கு காவடி தூக்கும்போது கேட்க வேண்டியதுதானே என்ற கேள்வி எழுந்தபோது, காவடி தூக்கும் நிலைமை தமிழகத்துக்கு மட்டுமல்ல எல்லா மாநிலங்களுக்கும் இருக்கிறது. அதை மாற்ற வேண்டும் என்பதற்காகத்தான் மாநில சுயாட்சி கேட்கிறோம் என்றார் கலைஞர்.

மாநில சுயாட்சி கேட்பது என்பது தமிழ்நாட்டிற்கு மட்டுமான குரல் அல்ல. இந்தியா முழுமைக்குமான குரல். மற்ற மாநிலங்களுக்கும் சேர்த்து பேசியதால் தான் கலைஞர் தேசிய அளவிற்கான தலைவராக உயர்ந்தார்.

பிரதமர் ஆவதற்கான வாய்ப்பு வந்தபோதுகூட என் உயரம் எனக்குத் தெரியும் என்று ஒதுங்கிக் கொண்டார். அதுபோன்றதொரு சூழல் மீண்டும் தமிழ்நாட்டில் உருவாகியிருக்கிறது. அண்ணா காலத்தில் தொடங்கிய சுயாட்சி முழக்கம் ஸ்டாலின் காலம் வரை தொடர்கிறது.

ஜி.எஸ்.டி. நிலுவையைக் கேட்பது முதல் கல்வியை மாநிலப் பட்டியலுக்கு கொண்டு வரவேண்டும் என்று கேட்பது வரை மற்ற மாநிலங்களுக்கும் சேர்த்தே தான் குரல் கொடுக்கிறது தமிழ்நாடு.

தன் மாநிலத்திற்கு மட்டுமல்லாமல் மற்ற மாநிலங்களுக்கும் சேர்த்து சிந்திக்கும் போராடும் அண்ணாவின், கலைஞரின் வழித்தடத்தை தொடர்வதால் ஸ்டாலினும் தேசிய அளவிற்கான தலைவராக உயர்ந்திருக்கிறார் என்றே சொல்லலாம்.

மாநில சுயாட்சிக்கு எப்பொழுதெல்லாம் ஆபத்து வருகிறதோ அப்போ தெல்லாம் எழும் முதல் குரல் ஸ்டாலினுடையதாகத்தான் இருக்கிறது.

சமூக நீதிதான் திராவிட இயக்கத்தின் அடிப்படை. அந்த அடிப்படையில் இருந்தும் வழுவாமல் தொடர்கிறார் ஸ்டாலின். சமத்துவம், சமதர்மம் போன்ற இலட்சியங்களைப் பேசுவது சுலபம். சாதிப்பது கடினம். அந்த இலட்சியத்தின் சாயலை முழுப்பயனைக் கூட அல்ல - சாயலைப் பெறு வதற்கே பல நாடுகளில் பயங்கரப் புரட்சிகள் நடந்திருக்கின்றன. நினை விருக்கட்டும் என்றார் அண்ணா.

மருத்துவக் கல்விக்கான அகில இந்தியத் தொகுப்பில் பிற்படுத்தப் பட்ட வகுப்பினருக்கு 27% இடஒதுக்கீடு வழங்கப்படும் என்று மத்திய அரசு அறிவித்ததன் பின்னணி தி.மு.க.வினர் நீண்ட சட்டப் போராட்டம் தான் இந்தியா முழுமைக்குமான பிற்படுத்தப்பட்ட வகுப்பினருக்கான இடஒதுக்கீட்டைப் பெற்றுத் தந்தது.

நீட் தேர்வு வேண்டாம். அது சமூக நீதிக்கு எதிரானது என்பதை ஆரம்பம் முதலே கூறிவரும் தி.மு.க. தற்போது வரை அதில் விடாப்பிடி யாக இருக்கிறது.

கல்வித் துறையை நிர்வகிப்பதில் மாநில அரசுகளின் முதன்மையை மீட்டெடுக்க வேண்டியதன் அவசியம் குறித்து வலியுறுத்தியும், அதற்குத் தேவையான ஒருங்கிணைந்த முயற்சியை எடுக்க வேண்டுமெனக் கோரியும் 12 மாநில முதல்வர்களுக்கு தமிழக முதல்வர் மு.க. ஸ்டாலின் கடிதம் எழுதி மாநில சுயாட்சி பாடம் எடுத்திருக்கிறார்.

வாழப் பிறந்த மனிதன் சுதந்திரத்தோடு உலவ வேண்டுமானால் அவன் வாழும் சமூகத்தில் நீதி வேண்டும். அந்நீதி நிலைத்திருக்க வழி வேண்டும். சமூகத்தில் அநீதி மலிந்து கொடுமை மிகுந்து விட்டால் அதில் மனிதன் சுதந்திரத்தை தேடினால் கிடைக்குமா? சுதந்திரத்தை தேடினால் கிடைக்குமா? சுதந்திரத்தை நாடினால் முடியுமா? என்றார் அண்ணா.

எல்லோருக்கும் எல்லாம் என்பதை அடிப்படையாகக் கொண்டது தான் சமூக நீதி. அனைவருக்கும் சமமான பொருளாதார, அரசியல் சமூக உரிமை களும் வாய்ப்புகளும் அமைய வேண்டும் என்பது தான் சமூகநீதி.

அனைவருக்குமான சமவாய்ப்புகள் என்பதன் மூலம் நமது அரசியல் சட்டத்தை இயற்றியவர்கள் காண விரும்பிய சமத்துவச் சமுதாயத்தை அடைய முடியும் என்று கூறிய ஸ்டாலின், நாடு முழுவதும் சமூக நீதிக் கொள்கையை முன்னெடுத்து பிற்படுத்தப்பட்ட, பட்டியலின மற்றும் பழங்குடியின மக்களின் இடஒதுக்கீடு நலன்களை பாதுகாக்கும் வகையில் அனைத்திந்திய சமூகநீதி கூட்டமைப்பை உருவாக்கி இந்தியா முழுவதும் உள்ள 37 அரசியல் தலைவர்களுக்கு அனுப்பியிருக்கிறார்.

நாட்டையே ஆளும் மத்திய அரசின் தலையீட்டைத் தடுப்பதுதான் மாநில அரசுகளுக்கு மிகப்பெரிய சவால்.

மாநில அரசுக்கு மத்திய அரசால் இடையூறு ஏற்படும் போதெல்லாம் அதை துணிவுடன் எதிர்த்திருக்கிறது தி.மு.க. ஆட்டுக்குத் தாடியும் மாநிலத்துக்கு ஆளுநரும் எதற்கு என்று அண்ணா காலத்து தி.மு.க. ஆரம்பித்து வைத்தது முதல் கொக்கென்று நினைத்தாயோ கொங்கணவா என்று ஆளுநரை எச்சரிப்பது வரை மாநிலத்தில் ஆளுநருக்கான இடம் எது என்பதை ஸ்டாலின் காலத்து தி.மு.க.வும் சுட்டிக் காட்டியே வருகிறது.

அதேபோல மத்திய அரசின் எதேச்சதிகார போக்கிற்கு எதிராக எழும் முதல் குரலும் தெற்கிலிருந்து தான் ஒலிக்கிறது.

இந்திரா காந்தி எமர்ஜென்சியைக் கொண்டு வந்தபோது அதை எதிர்த்து ஆட்சியை இழந்த வரலாறு தி.மு.க.வுடையது. அந்தத் துணிவைப் பார்த்து வியந்தவர்தான் இந்திரா காந்தி. அதே துணிவோடு தான் மத்திய அரசு கொண்டு வந்த வேளாண் சட்டங்கள் முதல் சி.ஏ.ஏ. வரை அனைத்தை யும் எதிர்க்கிறார் ஸ்டாலின்.

காஷ்மீர் மீதான அடக்குமுறையை எதிர்ப்பது முதல் ஹதராஸில் நடக்கும் சம்பவத்திற்கு தமிழ்நாட்டில் போராட்டம் நடத்துவது வரை தி.மு.க.வின் குரல் ஒலிக்கிறது.

கர்நாடகாவில் ஹிஜய் பிரச்சனை என்றால் அந்த பிரச்சனையை நாடாளுமன்றத்தில் தி.மு.க. பேசுகிறது.

மாநிலத்திற்காக மட்டுமல்ல நாட்டின் நலனுக்காகவும் சிந்திக்கும் இயக்கமாக இருந்திருக்கிறது தி.மு.க.

இந்தியாவிற்கு ஒரு பிரச்சனை வந்தபோது திராவிட நாடு கோரிக்கையை கைவிட்டு இந்தியாவை ஆதரித்தார் அண்ணா. அதேபோல தான் இந்தியாவை ராட்சத பலத்தோடு ஆளும் பா.ஜ.க.வை வீழ்த்த வேண்டும் என்பது பா.ஜ.க அல்லாத தலைவர்களை ஒன்று திரட்ட ஆரம்பித்திருக் கிறார் ஸ்டாலின்.

மக்களின் சுக துக்கத்தோடு பின்னிப் பிணைந்திருப்பது மாநில அரசு தானே தவிர மத்திய அரசு அல்ல. மாநில அரசினர்தான் மக்களின் குறை களை நேருக்கு நேர் சந்திக்க வேண்டியவர்கள். மத்திய அரசின் வலிவு அச்சத்தைத் தர, கலக்கத்தைத் தர என்றால், நமது கூட்டு சக்தியின் மூலம், நம்மில் ஒவ்வொருவருடைய வலுவையும் கொண்டு அந்த அக்ரம வலிவை

சிறுகச் சிறுக குறைப்பதுதான் எங்கள் கடமையாக இருக்கும் என்றார் அண்ணா.

அதே போன்றதொரு நிலை தற்போது உருவாகியிருக்கும் நிலையில் பிற மாநிலத் தலைவர்களை அணி சேர்க்கும் முயற்சியில் ஈடுபட்டிருக்கிறார் ஸ்டாலின்.

கலைஞர் சிலை திறப்பின்போது இந்தியா முழுவதும் உள்ள தலைவர்களை அழைத்து வந்து ஒரே மேடையில் அமர்த்தும் திறன் ஸ்டாலினுக்கு இருந்தது. அதே திறத்தோடுதான் இப்போது பா.ஜ.க.வுக்கு எதிராக ஒன்றிணையவும் முயற்சிகளை எடுத்து வருகிறார் மு.க. ஸ்டாலின்.

●

கலைஞர் இருந்தவரை ஸ்டாலினை ஒரு நல்ல நிர்வாகி, ஆனால் நல்ல தலைவரா என்று தெரியாது என்ற விமர்சனம் அவர் மீது இருந்தது.

ஆனால் ஒரு பேரியக்கத்தின் அஸ்தமனம் என்று எழுதும் அளவிற்கு இருந்த கட்சியை 10 ஆண்டுகள் கழித்து மீண்டும் ஆட்சிப் பொறுப்பிற்கு கொண்டு வந்திருக்கிறார் மு.க. ஸ்டாலின்.

அண்ணாவை போல, தன் தந்தை கலைஞரைப் போலதான் ஒரு நல்ல நிர்வாகி மட்டுமல்ல நல்ல தலைவரும்கூட என்பதை நிரூபித்திருக்கிறார்.

தன் செயல்பாடுகளால் தமிழ்நாட்டிற்கு மட்டுமானவராக மட்டுமல்ல, ஒட்டுமொத்த இந்தியாவுக்குமான தலைவராக முத்துவேல் கருணாநிதி ஸ்டாலின் உருவெடுத்திருக்கிறார் என்பதே நிதர்சனம்.

இந்தியா என்பது உலகின் மிகப்பெரிய ஜனநாயக நாடு. நாடுதான் ஒன்று. ஆனால் அதில் 28 மாநிலங்கள் மற்றும் 8 யூனியன் பிரதேசங்கள் இருக்கின்றன. அனைத்துக்கும் வெவ்வேறு பண்பாடு, கலாச்சாரம், மொழி ஆகியவை இருக்கின்றன. அதனால்தான் இந்தியாவை துணைக்கண்டம் என்கிறார்கள். மாநிலங்களின் தன்மைக்கேற்றவாறு தான் அதன் அரசியலும் இருக்கின்றன.

53

உடன்பிறப்புக்களின் உயிரினும் மேலானவர்

கருணாநிதி மீது எத்தனை குற்றச் சாட்டுகள் வைத்தபோதிலும் அவர் என்றென்றும் தொண்டர்களின் தலைவர் தான். உடன்பிறப்புகளின் உயிரினும் மேலானவர்தான் என்பதை தொண்டர்கள் நிரூபித்தனர்.

காவேரி மருத்துவமனை வாசலில் கூடிய தி.மு.க. தொண்டர்கள் கண்ணீர் வடித்து பிரார்த்தனைகள் செய்ய வில்லை. 'எழுந்து வா தலைவா' என முழக்கமிட்டு தன் தலைவனுக்கு ஆணையிட்டனர்.

கருணாநிதியின் வரலாறு சொல்லப்படும் போதெல்லாம் உடன்பிறப்பு களின் 'எழுந்து வா தலைவா' என்ற முழக்கமும் பதிவு செய்யப்படும்.

அவர் இறந்த பிறகும் போராட்ட வாழ்க்கை முடியவில்லை.

அண்ணா சமாதியில் அவருக்கு இடம் கிடைத்தது என்ற நீதிமன்ற உத்தரவு கிடைக்கப் பெற்றதும் ஸ்டாலின் தி.மு.க.வின் முன்னணித் தலைவர்களின் கைகளைப் பிடித்து நெகிழ்ந்ததும் கொள்கையும் அன்பும் சரிவிகிதத்தில் கலந்த சரித்திரப் பதிவுகள்!

பல இலக்கியங்கள் படைத்த கருணாநிதி தன் மரணத்தையும் இலக்கியமாக மாற்றி விட்டு மறைந்தார் என்றால் அதில் மாற்றுக் கருத்து ஏதும் இல்லை.

'அண்ணா! நான் வரும்போது நீ இரவலாகக் கொடுத்த இதயத்தைக் கொண்டு வந்து உன் கால் மலரில் சமர்ப்பிப்பேன்' என்று கருணாநிதி தன் தலைவன் அண்ணாவுக்கு எழுதிய இரங்கற் கவிதை வரிகள் நிஜமாக வேண்டும் என்பதற்காக கருணாநிதியின் உடன்பிறப்புகள் மட்டுமல்ல ஒட்டுமொத்தத் தமிழகமும் வேட்கையில் துடித்ததும், அதற்காக கருணாநிதியின் மைந்தன் காவியத்தலைவன் மு.க. ஸ்டாலின் நடத்திய சட்டப் போராட்டமும், வெற்றியும் தமிழகம் கண்முன் சுவைத்த ஒரு காப்பியச் சுவையாகும்.

தன் அரசியல் வாழ்க்கையில் நற்பேறுகளை விட கெடு வாய்ப்புகளை அதிகம் சந்தித்தவர் கருணாநிதி.

ஒடுக்கப்பட்ட சிறுபான்மைச் சாதியிலிருந்து வந்த அவர் தி.மு.க.வின் தலைவரானதும் தமிழக முதல்வரானதும் சரித்திர சாதனைகள்.

அப்போது அண்ணாவின் தளபதிகளாக தமிழிலும், ஆங்கிலத்திலும் தேர்ச்சி பெற்ற பலர் இருந்தபோது கிராமப்புறத்திலிருந்து வந்து பள்ளிப் படிப்பை முடிக்காத கருணாநிதி தலைமைப் பொறுப்பை அடைய முடிந்தது என்றால், அதற்குக் காரணம் அவருடைய களச் செயல்பாடு களும் தொண்டர்களுடனான நெருக்கமும், தன்னை நிறுவிக் காட்டிய செயற்பாடுகளும் தான்.

ஆனால் தமிழக முதல்வராகி மூன்றே ஆண்டுகளில் அவரது நெடு நாளைய நண்பர் எம்.ஜி.ஆர். அரசியல் எதிரியானார். 13 ஆண்டு காலம் அவரது ஆட்சிக் கட்டிலில் கருணாநிதி வனவாசத்தை அனுபவித்தார்.

எம்.ஜி.ஆர். மறைவுக்குப் பின்பும் அவர் நிதானமாக அரசியல் செய்யும் வளர்ப்பை காலம் வழங்கவில்லை. யாரும் எதிர்பார்க்காதபடி ஜெயலலிதா அரசியல் எதிரியின் இடத்தை நிரப்பினார்.

பகுத்தறிவுக்கு அப்பாற்பட்ட மூர்க்கமும் வன்மமும் நிறைந்த அரசியல் எதிரியான ஜெயலலிதா, எம்.ஜி.ஆர். கருணாநிதிக்கு வழங்கிய மரியாதையைக் கூட வழங்கத் தயாராக இல்ல.

தான் முதல்வராகும் போதெல்லாம் கருணாநிதி கொண்டு வந்த திட்டங் களுக்கு மூடு விழா நடத்தினார். கருணாநிதியைச் சிறையில் தள்ளுவதை வன்மத்துடன் செய்தார்.

கருணாநிதி பலமுறை முதல்வராக இருந்தபோதும் இரண்டு முறை அவர் ஆட்சி கலைக்கப்பட்டது. ஈழப் பிரச்சனைக்காக தி.மு.க. கொடுத்த விலைகள் அதிகம்.

இரண்டில் ஒருமுறை ஆட்சி கலைக்கப்பட்டதற்குக் காரணமே ஈழப் பிரச்சனைதான் ராஜிவ்காந்தி கொலையின்போது தி.மு.க.வினரின் உடமைகள் தாக்கப்பட்டன.

ஜெயின் கமிஷனில் தி.மு.க.வின் மீது குற்றம் சாட்டப்பட்டது.

இத்தனை விலைகளைத் தந்தாலும் தி.மு.க. இலங்கையில் நடைபெற்ற இறுதி யுத்தத்தின் போது எடுத்த நிலைப்பாடுகளின் காரணமாக கருணாநிதி வாழ்நாள் தமிழினத் துரோகியாக சிலரால் இன்னும் சித்தரிக்கப்படுகிறார்.

கருணாநிதி ஆட்சிக் காலத்தின்போது எல்லாம் விடுதலைப்புலிகள் ஊடுருவல். சட்டம், ஒழுங்கு கெட்டு விட்டது. கருணாநிதி ஆட்சியைக் கலைக்க வேண்டும் என்று அறிக்கைகள் கொடுத்து நெருக்கடிகள் கொடுத்த ஜெயலலிதா பிரபாகரனைக் கைது செய்ய வேண்டும் என்று சட்டமன்றத்தில் தீர்மானம் நிறைவேற்றிய ஜெயலலிதா, ‘போர் என்றால் மக்கள் சாகத்தான் செய்வார்கள்’ என்று பொன்மொழி உதிர்த்த ஜெயலலிதா சிலரால் ‘ஈழத்தாய்’ என்று கொண்டாடப்பட்டார்.

அதுதான்! கருணாநிதி வாழ்க்கையில் நற்பேறுகளை விட கெடு வாய்ப்புகளை அதிகம் சந்தித்தார். அவருடைய கொள்கைகள் நிலைப் பாடுகள் செயற்பாடுகள் விமர்சனத்திற்கு அப்பாற்பட்டவை அல்ல.

ஆனால் காரணமே இல்லாத வெறுப்பு கருணாநிதியின் மீது திணிக்கப் பட்டது.

13 ஆண்டுகாலம் ஆட்சிப் பொறுப்பில் இல்லாத போது கருணாநிதி போர்க் குணமிக்க எதிர்க்கட்சித் தலைவராக இருந்தார் என்றால் அதற்குக் காரணம் அவருடைய உயிரினும் மேலான உடன்பிறப்புகளும் அவர் களுடனான பிரிக்க முடியாத உறவும்தான்.